ಗಣೇಶ್ ಕಾಸರಗೋಡು

ಹುಟ್ಟಿದ್ದು ಕಾಸರಗೋಡಿನಲ್ಲಿ. ಓದಿದ್ದೂ ಅಲ್ಲೇ. ಕನ್ನಡ ಸ್ನಾತಕೋತ್ತರ ಪದವಿಯಲ್ಲಿ Rank ವಿಜೇತ. ಕೆಲಕಾಲ ಪ್ರೌಢಶಾಲಾ ಶಿಕ್ಷಕರಾಗಿದ್ದದ್ದೂ ಉಂಟು. ನಂತರ ಕಾಲಿಟ್ಟದ್ದು ಸಿನಿಮಾ ಪತ್ರಿಕೋದ್ಯಮಕ್ಕೆ. ಮೊದಲು ಚಿತ್ರದೀಪ, ನಂತರ ಚಿತ್ರತಾರ, ಆನಂತರ ಅರಗಿಣಿ, ಕಾಲಾನುಕ್ರಮದಲ್ಲಿ ಸಂಯುಕ್ತ ಕರ್ನಾಟಕ, ಕರ್ಮವೀರ, ಸುವರ್ಣ ಟೈಮ್ಸ್ ಆಫ್ ಕರ್ನಾಟಕ. ವಿಜಯ ಕರ್ನಾಟಕದಲ್ಲಿ ಸಿನಿಮಾ ವಿಭಾಗದ ಮುಖ್ಯಸ್ಥರಾಗಿ ಕಾರ್ಯ ನಿರ್ವಹಣೆ. ವಿಜಯವಾಣಿಯ ಅಂಕಣಕಾರ...

ಇವರ ಪತ್ರಿಕೋದ್ಯಮದ ಸೇವೆ ಗುರುತಿಸಿ ಕಾರ್ಯನಿರತ ಪತ್ರಕರ್ತರ ಸಂಘದ ಪ್ರಶಸ್ತಿ, ಮಂತ್ರಾಲಯದ ಪ್ರತಿಷ್ಠಿತ ವಿಜಯ ವಿಠಲ ಪ್ರಶಸ್ತಿ, ಪತ್ರಕರ್ತರ ವೇದಿಕೆ ಪ್ರಶಸ್ತಿ, ವಿಶ್ವೇಶ್ವರಯ್ಯ ಪ್ರಶಸ್ತಿ, ಹಲೋ ಗಾಂಧಿನಗರ ಪ್ರಶಸ್ತಿ, ವೈಯನ್ಕೆ ಸಾಹಿತ್ಯ ಪ್ರಶಸ್ತಿ ದೊರಕಿವೆ. ಇವರು ಬರೆದ ಸಾರ್ವಕಾಲಿಕ ಪ್ರಶಂಸೆಗೆ ಪಾತ್ರವಾದ ಚದುರಿದ ಚಿತ್ರಗಳು ಪುಸ್ತಕಕ್ಕೆ 2011ನೇ ಸಾಲಿನ ರಾಜ್ಯ ಸರ್ಕಾರದ ಪುಸ್ತಕ ಪ್ರಶಸ್ತಿ ನೀಡಿ ಪುರಸ್ಕರಿಸಲಾಗಿದೆ.

ವೃತ್ತಿ ಬದುಕಿನಲ್ಲಿ ಒಟ್ಟು 30 ಪುಸ್ತಕಗಳನ್ನು ಬರೆದಿರುವ ಕೀರ್ತಿ ಇವರದ್ದು. ಇವುಗಳಲ್ಲಿ ಶುಭಂ ಕೃತಿ 25ನೇ ಪುಸ್ತಕ. ಇವಲ್ಲದೇ 'ಮೌನ ಮಾತಾದಾಗ', 'ಚದುರಿದ ಚಿತ್ರಗಳು', 'ಹೇಗಿದ್ದ ಹೇಗಾದ ಗೊತ್ತಾ', 'ನೆನಪಿನಂಗಳದಲ್ಲಿ ಶಂಕರನಾಗ್', 'ಬೆಳ್ಳಿತೆರೆಯ ಅಮೃತ ಕಳಶ ರವಿಚಂದ್ರನ್', 'ಗುರಿ ಹೆಗ್ಗುರಿ', 'ಕನ್ನಡದ ಕಣ್ಮಣಿ ಕಾಳಿಂಗರಾಯರು', 'ಪ್ರೀಮಿಯರ್ ಬಸವರಾಜಯ್ಯ', 'ಬಣ್ಣ ಮಾಸಿದ ಬದುಕು', 'ನೂರು ಚಿತ್ರಗಳು ನೂರಾರು ನೆನಪುಗಳು', 'ಚಿಗುರಿದ ಕನಸುಗಳು', 'ಸ್ಫೂರ್ತಿಯ ಸೆಲೆ ರಮೇಶ್ ಅರವಿಂದ್', 'ಆಫ್ ದಿ ರೆಕಾರ್ಡ್', 'ಅಂತರಂಗ ಬಹಿರಂಗ ದರ್ಶನ', 'ಹುಚ್ಚು ಮನಸ್ಸಿನ ನೂರು ಮುಖಗಳು', 'ಸಾಂಪ್ರತಾ', 'ಲಾಸ್ಟ್ ಡೇಸ್ ಆಫ್ ಲೆಜೆಂಡ್ಸ್', 'ಬೆಳ್ಳಿತೆರೆಯ ಬಂಗಾರದ ಗೆರೆ', 'ಚೌಕಟ್ಟಿಲ್ಲದ ಚಿತ್ರಪುಟಗಳು'... ಮೊದಲಾದುವುಗಳು ಪ್ರಕಟಿತ ಪುಸ್ತಕಗಳು...

ಲಾಸ್ಟ್ ಡೇಸ್ ಆಫ್
ಲೆಜೆಂಡ್ಸ್

ಗಣೇಶ್ ಕಾಸರಗೋಡು

ವೀರಲೋಕ

ಇದು ಪುಸ್ತಕ ಪ್ರಪಂಚ

ವೀರಲೋಕ ಬುಕ್ಸ್ ಪ್ರೈ.ಲಿ.

207, 2ನೇ ಮಹಡಿ, 3ನೇ ಮೇನ್, ಚಾಮರಾಜಪೇಟೆ

ಬೆಂಗಳೂರು–560018. ಮೊಬೈಲ್: 70221 22121

ಇಮೇಲ್: veeralokabooks@gmail.com

ವೆಬ್‌ಸೈಟ್: www.veeralokabooks.com

LAST DAYS OF LEGENDS
A book about Cinema Artists
by **Ganesh Kasaragod**

Published by:
VEERALOKA BOOKS PVT. LTD.
207, 2nd Floor, 3rd Main
Chamarajpet, Bengaluru-560018

Mobile : 70221 22121
E-mail : veeralokabooks@gmail.com
Website: www.veeralokabooks.com

ISBN : 978-93-94942-07-3

Price : Rs. 225/-
Pages : 192
First Impression : 2022

Paper used : 80 GSM NS Maplitho
Book size : 1/8th Demy

Cover page illustration by : Prashanth Vitla
Inner pages illustration by : Vijaya Vikram

Printer :

ಅರ್ಪಣೆ

ನನ್ನ ಮುಂದೆ ನಿಂತು
ಗೈಡ್ ಮಾಡುತ್ತಿರುವ
ಹಿತೈಷಿಗಳಿಗೆ...
ಮತ್ತು
ನನ್ನ ಹಿಂದೆ ನಿಂತು
ರೈಡ್ ಮಾಡುತ್ತಿರುವ
ಹಿತಶತ್ರುಗಳಿಗೆ...

ಮೈ ಮರೆತು ಬರೆಯುವ ಇವರ ಬದ್ಧತೆಗೊಂದು ಸಲಾಂ...

ಭಾರತೀಯ ಪತ್ರಿಕೋದ್ಯಮದ ಪಿತಾಮಹನೆಂಬ ಹೆಗ್ಗಳಿಕೆಗೆ ಪಾತ್ರನಾದ ಜೇಮ್ಸ್ ಆಗಸ್ಟ್ಸ್ ಹಿಕ್ಕಿ ತನ ನೇರ, ನಿಷ್ಠುರ ಪ್ರತಿಪಾದನೆಯಿಂದ ಬದುಕಿನಲ್ಲಿ ನಿರಂತರ ಸಂಕಷ್ಟಕ್ಕೆ ಈಡಾದವ. ಆತನ ಆಸಕ್ತಿಯ ವಿಷಯ ಅಥವಾ ಆಯ್ಕೆಯ ವಿಷಯ ಒಂದು ವೇಳೆ ಪತ್ರಿಕೋದ್ಯಮ ಅಲ್ಲದೇ ಇರುತ್ತಿದ್ದರೆ, ಆತ ತನ ಬದುಕಿನಲ್ಲಿ ನೂರಾರು ಸವಾಲುಗಳನ್ನು ಮೈಗೆಳೆದುಕೊಳ್ಳಬೇಕಾಗಿಯೇ ಇರಲಿಲ್ಲ. ಆದರೆ ಆತ ವೃತ್ತಿಧರ್ಮಕ್ಕೆ ಕಟ್ಟುಬಿದ್ದು, ಅದನ್ನೆಲ್ಲ ಸಹಿಸಿದ. ಹಲವು ಬಾರಿ ಜೈಲುವಾಸ ಅನುಭವಿಸಿದರೂ ಧೃತಿಗೆಡದೇ ಜೈಲಿನಿಂದಲೇ ತನ್ನ ಲೇಖನಿಗೆ ಕೆಲಸ ನೀಡಿದ. ಬ್ರಿಟೀಷ್ ಪ್ರಜೆಯಾಗಿದ್ದು, ಬ್ರಿಟೀಷರ ಗುಲಾಮಗಿರಿಯನ್ನು ನಿರಂತರ ಖಂಡಿಸಿದ. ತನ್ನವರೊಂದಿಗೆ ಶತ್ರುತ್ವವನ್ನು ಕಟ್ಟಿಕೊಂಡ ಹಿಕ್ಕಿ ಕೊನೆಗೂ ಭಾರತೀಯ ಪತ್ರಿಕೋದ್ಯಮ ಚರಿತ್ರೆಯಲ್ಲಿ ಅಜರಾಮರವಾಗಿ ಬೆಳಗಿದ. ತನ ಜೀವಿತಾವಧಿಯಲ್ಲಿ ಜೀವನದುದ್ದಕ್ಕೂ ತನ್ನ ವೃತ್ತಿಧರ್ಮಕ್ಕೆ ಸರಿಯಾದ ನ್ಯಾಯವೊದಗಿಸಿ, ಸತ್ತ ಮೇಲೂ ಬದುಕಿದ! ಹೌದು ಸಮರ್ಥನಾದ ಪತ್ರಕರ್ತ ಬದುಕಿನುದ್ದಕ್ಕೂ ನೇರ, ನಿಷ್ಠುರನಾಗಿಯೇ ಬದುಕಬೇಕಾಗುತ್ತದೆ. ಪರಿಣಾಮವಾಗಿ ವೈಯಕ್ತಿಕ ಜೀವನದಲ್ಲಿ ಹಲವಾರು ಸವಾಲುಗಳನ್ನು ಎದುರಿಸಬೇಕಾಗುತ್ತದೆ. ಆದರೆ ಸಮರ್ಥನಾದ ಪತ್ರಕರ್ತನಿಂದ ಸಮಾಜ ಒಂದಷ್ಟು ಒಳಿತುಗಳನ್ನು ಪಡೆಯುತ್ತದೆ. ಹೀಗೆ ಹಿಕ್ಕಿಯಂತಹ ಪ್ರಾಮಾಣಿಕ ಪತ್ರಕರ್ತರನ್ನು ಕಂಡಂತಹ ಒಂದು ಸುದೀರ್ಘ ಚರಿತ್ರೆ ನಮಗಿದೆ.

ಮಹಾನಗರವೊಂದರಲ್ಲಿ ನಾಲ್ಕು ದಶಕಗಳಿಂದ ಪತ್ರಿಕೋದ್ಯಮ ಕ್ಷೇತ್ರವನ್ನೇ ಗಟ್ಟಿಯಾಗಿ ಅಪ್ಪಿಕೊಂಡಿರುವ ಗಣೇಶ್ ಕಾಸರಗೋಡು ಬದುಕಿನಲ್ಲಿ ಆರ್ಥಿಕವಾಗಿ ಸಾಧಿಸಿದ್ದೇನು ಎಂಬ ಪ್ರಶ್ನೆಗೆ ತೃಪ್ತಿಕರವಾದ ಉತ್ತರ ನೀಡುವುದು ಕಷ್ಟ. ಸಾಧಿಸಬಹುದಾಗಿತ್ತು; ಸಾಧಿಸಲಿಲ್ಲ. ಅದು ಅವರಿಗೆ ಮುಖ್ಯವೂ ಆಗಿರಲಿಲ್ಲ ಎಂಬುದರಿಂದಲೇ ಅವರ ಹೆಸರು, ಬದುಕು ಮತ್ತು ಬರಹ ಮಹತ್ವದ್ದಾಗುತ್ತದೆ. ಗಡಿನಾಡಿನಿಂದ ರಾಜಧಾನಿ ನಗರಕ್ಕೆ ತೆರಳಿ, ನಾಲ್ಕು ದಶಕಗಳಿಂದ ನಿರಂತರ ಬರೆಯುತ್ತಲೇ ಸಾಹಸದ ಬದುಕು ಕಟ್ಟಿಕೊಂಡ ಅವರು ಇಂದಿಗೂ ಜನ ನಾಡಿನ ಹೆಸರನ್ನು ತನ್ನ ಹೆಸರಿನೊಂದಿಗಿರಿಸಿ, ಕನ್ನಡ ಚಿತ್ರರಂಗದ ಹಿರಿಯರಿಂದ ತೊಡಗಿ ಇಂದಿನ ಕಿರಿಯರವರೆಗೆ ಕಾಸರಗೋಡನ್ನು ಸದಾ ಕಾಲ ರಾಜಧಾನಿಯಲ್ಲಿ ಚಿರಪರಿಚಿತವಾಗಿರುವಂತೆ ಮಾಡಿದವರು. ಪ್ರಭಾವಿ ವ್ಯಕ್ತಿತ್ವಗಳ ಗಾಢ ಒಡನಾಟ ಇದ್ದರೂ ತಮ್ಮ ಸ್ವಾರ್ಥಕ್ಕೆ ಅದನ್ನು ಬಳಸದೇ ವೃತ್ತಿನಿಷ್ಠೆಯನ್ನು ಎತ್ತಿ ಹಿಡಿದವರು.

ವೃತ್ತಿ ಧರ್ಮದ ಭಾಗವಾಗಿ ದಶಕಗಳಿಂದ ದಕ್ಷಿಣ ಭಾರತದ ಅದರಲ್ಲೂ ಮುಖ್ಯವಾಗಿ ಕರ್ನಾಟಕದ ಸಿನೆಮಾ ಸೆಲೆಬ್ರಿಟಿಗಳ ಜೊತೆಗೆ ನಿರಂತರ ಒಡನಾಟವಿಟ್ಟುಕೊಂಡಿರುವ ಗಣೇಶ್ ಕಾಸರಗೋಡು ಅವರ ಹೆಸರು ತಿಳಿಯದವರು ಕನ್ನಡ ಚಿತ್ರರಂಗದಲ್ಲೂ, ರಾಜಕೀಯದಲ್ಲೂ ವಿರಳ. ರವಿ ಬೆಳಗೆರೆಯಂತವರನ್ನು ಬೆಂಗಳೂರಿಗೆ ಬರುವಂತೆ ಮಾಡಿದ ವಿಷಯದಿಂದ ತೊಡಗಿ ಈಗ ಚಿತ್ರರಂಗದಲ್ಲಿ ವಿರಾಜಮಾನರಾಗಿ ಶೋಭಿಸುವ ಅನೇಕರ ಬೆಳವಣಿಗೆಯಲ್ಲಿ ಗಣೇಶ್ ಕಾಸರಗೋಡು ಅವರ ಲೇಖನಿ ಮತ್ತು ನಿಸ್ಪೃಹ ಮನಸ್ಸು ಬಹಳಷ್ಟು ಕೆಲಸ ಮಾಡಿದೆ. ಗಣೇಶ್ ಅವರಿಗೆ ಸೆಲೆಬ್ರಿಟಿಗಳ ಒಡನಾಟ ಅನಿವಾರ್ಯ ಎಂಬುದಕ್ಕಿಂತಲೂ ಇವರ ಒಡನಾಟ ಅವರಿಗೆಷ್ಟು ಅನಿವಾರ್ಯವಾಗಿತ್ತು ಎಂಬುದನ್ನು ಈಗ ಚಿತ್ರರಂಗದಲ್ಲಿ ಸಾಕಷ್ಟು ಸಾಧಿಸಿರುವ, ಮಿನುಗುತ್ತಿರುವ ಅಥವಾ ಮಿನುಗಿ ಮರೆಯಾಗಿರುವ ಪ್ರತಿಯೊಬ್ಬರೂ ಚೆನ್ನಾಗಿ ಬಲ್ಲರು.

ಗಣೇಶ್ ಕಾಸರಗೋಡು ಅವರ ಬರಹಗಳನ್ನು ಅವಲೋಕಿಸಿದಾಗ ಒಂದಷ್ಟು ವಿಷಯಗಳನ್ನು ಹೇಳಲೇಬೇಕಾಗುತ್ತದೆ. ನ್ಯಾಯ ನಿಷ್ಠುರವಾದ ಸತ್ಯಗಳು ಪತ್ರಕರ್ತರನ್ನು ಸವಾಲುಗಳ ಸರಹದ್ದಿಗೆ ಕೊಂಡೊಯ್ದಿರುವ ಉದಾಹರಣೆಗಳನ್ನು ಗಣೇಶ್ ಅವರು ತಿಳಿಯದವರಲ್ಲ. ಪ್ರವಾಹದ ಜೊತೆಗೆ ಈಜುವುದು ಸುಲಭ. ಆದರೆ ಪ್ರವಾಹಕ್ಕೆ ವಿರುದ್ಧವಾಗಿ ಈಜುವಾಗ ಯೋಚಿಸಬೇಕಾಗುತ್ತದೆ. ಒಂದಷ್ಟು ಶಕ್ತಿ, ಧೈರ್ಯ, ಆತ್ಮಸಂಯಮ ಹಾಗೂ ತ್ಯಾಗ ಅಲ್ಲಿ ಮುಖ್ಯವಾಗಿ ಬೇಕಾಗುತ್ತದೆ. ಪತ್ರಕರ್ತನಾದವ ಧನಾತ್ಮಕ ವಿಷಯಗಳನ್ನು ಬರೆದಾಗ ಆತನಿಗೆ ಶಾಲು, ಸಮ್ಮಾನ ಪ್ರಶಸ್ತಿಗಳು ಸಹಜವಾಗಿ

ಒಲಿದು ಬರಬಹುದು. ಆದರೆ, ಆತನ ಸೂಕ್ಷ್ಮದೃಷ್ಟಿಗೆ ಹುಳುಕುಗಳು ಗೋಚರಿಸಿದಾಗ, ಅದು ಆತನ ಲೇಖನಿಗೆ ವಸ್ತುವಾದಾಗ ಆ ಕ್ಷಣದಿಂದಲೇ ಸವಾಲುಗಳು ಬೆನ್ನಿಗೊತ್ತಿ ಕಾಡಬಹುದು. ಅದರಲ್ಲೂ ಸಿನಿಮಾ ರಂಗದ ಸೆಲೆಬ್ರಿಟಿ ವ್ಯಕ್ತಿಯೊಬ್ಬನ/ಳ ಹಿಂದೆ ನೂರಾರು ಸರ್ವಶಕ್ತ ಕೈಗಳು ಬೆಸೆದುಕೊಂಡಿರುತ್ತವೆ. ಹಣದ ಮತ್ತು ಅಧಿಕಾರದ ಬಲಾಢ್ಯಬಾಹುಗಳು ಜತೆಗಿರುತ್ತವೆ. ಲಕ್ಷಗಟ್ಟಲೇ ಅಭಿಮಾನಿ ಜನರಿರುತ್ತಾರೆ. ಹೀಗಿರುವಾಗ ಇಂತಹವರ ಬಗ್ಗೆ ಬರೆದುದು ಸರ್ವರೂ ಒಪ್ಪುವಂತಾಗಬೇಕು, ಅದಕ್ಕೆ ಸರಿಯಾದ ಸಾಕ್ಷಿ ಪುರಾವೆಗಳಿರಬೇಕು. ಮಾತ್ರವಲ್ಲ ಇದೆಲ್ಲಕ್ಕಿಂತಲೂ ಮುಖ್ಯವಾಗಿ ಬರೆದವ ಶುದ್ಧ ಚಾರಿತ್ರ್ಯ ಸಂಪನ್ನನಾಗಿರಬೇಕು. ಅಥವಾ ಬರೆದವ ಪ್ರಾಮಾಣಿಕನೆಂದು ಓದಿದವರು ನಂಬುವಂತಿರಬೇಕು. ಬರೆದವನಿಗೆ ಬರೆಯುವ ಅರ್ಹತೆಗಿಂತಲೂ ಮುಖ್ಯವಾಗಿ ಯೋಗ್ಯತೆ ಮನೆ ಮಾಡಿರಬೇಕು. ಇಂತಹ ಗಟ್ಟಿತನ ಅಥವಾ ಆತ್ಮಸ್ಥೈರ್ಯ ತನ್ನೊಳಗೆ ಇಟ್ಟುಕೊಂಡವನಿಂದ ಮಾತ್ರ ಮಹಾಪ್ರವಾಹದ ವಿರುದ್ಧ ಈಜಿ ಗೆಲ್ಲಲು ಸಾಧ್ಯ. ಸುದೀರ್ಘ ಕಾಲ ಈ ಒಂದೇ ಕ್ಷೇತ್ರದಲ್ಲಿ ಮುಂದುವರಿಯಲು ಸಾಧ್ಯ. ಗಣೇಶ್ ಕಾಸರಗೋಡು ಅವರು ತಮ್ಮ ವೃತ್ತಿ ಬದುಕಿನಲ್ಲಿ ಅಂದಿನಿಂದ ಇಂದಿನ ತನಕ ಸಾಕಷ್ಟು ಸವಾಲುಗಳನ್ನು ಎದುರಿಸಬೇಕಾಗಿ ಬಂದಿದ್ದರೂ ಅವೆಲ್ಲವನ್ನು ಮೀರಿ ನಿಂತು, ಈ ಕ್ಷೇತ್ರದಲ್ಲಿ ಆಳವಾದ ಛಾಪು ಮೂಡಿಸಲು ಅವರಿಂದ ಸಾಧ್ಯವಾಗಿದೆ ಎಂಬುದರಿಂದಲೇ ಅವರಿಲ್ಲಿ ಮುಖ್ಯವಾಗುತ್ತಾರೆ. ಅವರ ಬರಹದೊಳಗಿನ ನೋವು, ಹಾಸ್ಯ, ವಿಡಂಬನೆ, ಛಲ, ಅಸಹನೆ, ಸವಾಲುಗಳಿಗೆ ಬೆಲೆ ಬರುತ್ತದೆ.

ದಶಕಗಳಿಂದ ಬೆಳೆಸಿಕೊಂಡು ಬಂದ ಹಲವು ಮಧುರ ಬಾಂಧವ್ಯಗಳಿಗೆ ಕಡಿವಾಣ ಬೀಳುವ ಭಯ, ನ್ಯಾಯಯುತವಾಗಿ ಸಿಗಬೇಕಾದದ್ದನ್ನು ಕಳೆದುಕೊಳ್ಳಬೇಕಾಗುತ್ತದೆ ಎಂಬ ಆತಂಕ, ವರ್ಷಗಳಿಂದ ಕಂಡ ಕನಸುಗಳು ಕೈಯಳತೆ ದೂರದಲ್ಲಿ ಕಮರಿಹೋಗಬಹುದೆಂಬ ವಾಸ್ತವದ ಅರಿವು, ಔದ್ಯೋಗಿಕ ಸ್ಥಿರತೆ ತಾಳ ತಪ್ಪಬಲ್ಲುದೆಂಬ ದೂರದೃಷ್ಟಿ... ಇತ್ಯಾದಿ ವಿಷಯಗಳಿಗೆ ಮಣೆ ಹಾಕದೆ, ತನ್ನ ಅನುಭವಕ್ಕೆ ಬಂದ ಅಥವಾ ತನಗೆ ಅನಿಸಿದ್ದೆಲ್ಲವನ್ನೂ ಬರೆದು, ಬರೆಯುತ್ತಿರುವ ಗಣೇಶ್ ಕಾಸರಗೋಡುರವರಂತಹ ನೇರ, ದಿಟ್ಟ ಬರಹಗಾರ ಇಂದು ಕಡಿಮೆ. ದೊಡ್ಡವರ ಸಣ್ಣತನ, ಸಣ್ಣವರ ದೊಡ್ಡತನ, ಯಾರಿಗೂ ಗೊತ್ತಿಲ್ಲದ ಹಲವರ ಬದುಕಿನ ಗುಟ್ಟುಗಳು, ವಿಶೇಷತೆಗಳು, ಕರುಣೆ, ಸೌಜನ್ಯ, ಹಠ, ಅಸೂಯೆ, ಅಸಹನೆ, ಕಾಲೆಳೆತ, ಡೋಂಗಿ, ಹಿರಿಮೆ, ಕೀಳರಿಮೆ, ಮೇಲರಿಮೆ, ಮೋಸ, ವಂಚನೆ, ಆಷಾಢಭೂತಿತನ, ಆಸೆ, ವ್ಯಾಮೋಹ, ಸದ್ಗುಣ, ದುರ್ಗುಣ, ವಿನಯ, ಅನುಕಂಪ... ಹೀಗೆ ಮನುಷ್ಯನ ನಿಸರ್ಗ ಸಹಜವಾದ ಎಲ್ಲಾ ಗುಣಗಳು ಯಾವ ವ್ಯಕ್ತಿಯನ್ನು ಬಿಟ್ಟಿರುವುದಿಲ್ಲ

ಎಂಬ ಸತ್ಯವನ್ನು ತಮಗೆ ಕಂಡಂತೆ ಅಥವಾ ಪುರಾವೆಗಳೊಂದಿಗೆ ನವಿರಾಗಿ ಇಲ್ಲಿ ಅವರು ಚಿತ್ರಿಸಿದ್ದಾರೆ. ದಶಕಗಳ ಕಾಲದ ಲೇಖಕರ ಹಲವು ನೆನಪುಗಳು, ಅನುಭವಗಳು ಇಲ್ಲಿ ಓದುಗರ ಮುಂದೆ ತೆರೆದುಕೊಳ್ಳುತ್ತಾ ಹೋಗುತ್ತವೆ. ಮಾತ್ರವಲ್ಲ, ಇಲ್ಲಿ ಕಾಣಿಸುವ ಪ್ರತಿಷ್ಠಿತ ವ್ಯಕ್ತಿಗಳೆಲ್ಲರೂ ಒಂದಲ್ಲ ಒಂದು ರೀತಿಯಲ್ಲಿ ಲೇಖಕರ ಒಡನಾಡಿಗಳೂ ಹೌದು. ಸುಮಾರು ನಾಲ್ಕು ದಶಕಗಳ ಕನ್ನಡ ಚಿತ್ರರಂಗದ ಚರಿತ್ರೆಯನ್ನು ದಾಖಲಿಸುವವರಿಗೆ ಗಣೇಶ್ ಕಾಸರಗೋಡು ಅವರ ಇತರೇ ಪುಸ್ತಕಗಳಂತೆ ಈ ಹೊತ್ತಗೆಯ ಹಲವು ಲೇಖನಗಳು ಆಕರವಾಗಿ ಉಪಯೋಗವಾಗಬಹುದು.

ಪತ್ರಕರ್ತ ಮತ್ತು ಸಾಹಿತಿಯ ಕಣ್ಣುಗಳು ಸೂಕ್ಷ್ಮದರ್ಶಕದಂತೆ ಕೆಲಸ ಮಾಡಿದಾಗ ಜಗತ್ತಿನ ನೂರಾರು ಸತ್ಯಗಳ ದರ್ಶನವಾಗುತ್ತದೆ. ಇಂತಹ ಸತ್ಯದರ್ಶನಗಳು ಮುಂದಿನ ತಲೆಮಾರಿನ ಸರಿತಪ್ಪುಗಳ ವಿಶ್ಲೇಷಣೆ ಹಾಗೂ ವಿವೇಚನೆಗೆ ಆಕಾರವೂ ಆಗಬಲ್ಲದು. ಸಮಾಜದಲ್ಲಿ ಪ್ರತಿಷ್ಠಿತರೆಂದೆನಿಸಿಕೊಂಡವರ ವೈಯಕ್ತಿಕ ಬದುಕು ತೆರೆದ ಪುಸ್ತಕದಂತಿದ್ದರೆ ಅದರಿಂದ ಸಮಾಜಕ್ಕೂ ಗುಣವಿದೆ. ಸಹಸ್ರಾರು ಮಂದಿ ಗಮನಿಸುವ, ಗೌರವಿಸುವ, ಅಭಿಮಾನ ಪಡುವ ಕಲಾವಿದರ ಬದುಕು ಅನುಕರಣೀಯ ಹಾಗೂ ಅನುಸರಣೀಯ ವಾಗಿರಬೇಕಾಗುತ್ತದೆ ಎಂಬ ಪರೋಕ್ಷವಾದ ಧನಾತ್ಮಕ ಸಂದೇಶವನ್ನು ಈ ಎಲ್ಲಾ ಲೇಖನಗಳ ಆಶಯವಾಗಿ ಓದುಗರು ಪರಿಗಣಿಸಬಹುದು. ಮಾತಿಗೂ ಕೃತಿಗೂ ಸಂಬಂಧವಿರಲೇಬೇಕೆಂಬ ಲೇಖಕರ ಒಳತುಡಿತವನ್ನು ಅರ್ಥ ಮಾಡಿಕೊಳ್ಳಬಹುದು. ಬದುಕಿನ ಹಲವು ಸೂಕ್ಷ್ಮ ಘಟನೆಗಳನ್ನು, ಘಟನೆಗೆ ಸಾಕ್ಷಿಯಾದ ವ್ಯಕ್ತಿಗಳನ್ನು ಯಥಾವತ್ತಾಗಿ ನೆನಪಿಟ್ಟುಕೊಂಡು ಅದನ್ನೆಲ್ಲ ವಿಶೇಷ ರೀತಿಯಲ್ಲಿ ಪೋಣಿಸಿ, ಕಾವ್ಯಾತ್ಮಕ ರೀತಿಯಲ್ಲಿ ಹೆಣೆದ ಶೈಲಿ ಗಣೇಶ್ ಕಾಸರಗೋಡು ಅವರ ಬರಹದ ಅನನ್ಯತೆಯಾಗಿ ಗುರುತಿಸಬಹುದು. ಬರಹದ ಈ ಗುಣ ಲೇಖನದ ಸಲೀಸಾದ ಓದಿಗೆ ದಾರಿ ಮಾಡುತ್ತದೆ. ಸನ್ನಿವೇಶಗಳು ದೃಶ್ಯರೂಪಕಗಳಾಗಿ ಓದುಗನ ಕಣ್ಣೆದುರಿನಲ್ಲಿ ತೆರೆದುಕೊಳ್ಳುತ್ತಾ ಹೋಗುತ್ತವೆ. ಕಥನ ಪ್ರಧಾನವಾದುದರಿಂದ ಕೆಲವು ಈಗಾಗಲೇ ಓದುಗನ ಗಮನಕ್ಕೆ ಬಂದ ವಿಷಯವಾದರೂ ಇವರ ನಿರೂಪಣೆಯಲ್ಲಿ ಜಡವಾಗದೆ ಸ್ವಾರಸ್ಯಕರವಾಗಿ ಮೂಡಿ ಬಂದಿವೆ.

ಇಲ್ಲಿ ಬರುವ ಪ್ರತಿ ಪಾತ್ರಗಳು ಪಾತ್ರಗಳಷ್ಟೇ ಅಲ್ಲ, ಮನುಷ್ಯ ಸ್ವಭಾವದ ಹಲವು ಮುಖಗಳ ಅನಾವರಣ. ವ್ಯಕ್ತಿಯ ಧನಾತ್ಮಕ ಹಾಗೂ ಋಣಾತ್ಮಕ ವಿಷಯಗಳು ಬರವಣಿಗೆಯಲ್ಲಿ ಜತೆಜತೆಯಾಗಿಯೇ ಸಾಗುತ್ತವೆ. ಅಪ್ರಿಯ ಸತ್ಯಗಳನ್ನು ಪ್ರಿಯವಾಗುವ ರೀತಿಯಲ್ಲಿ ನಿರೂಪಿಸಿದ ಚಾಕಚಕ್ಯತೆಯನ್ನು ಕಾಣುತ್ತೇವೆ. ಆದ ಕಾರಣ ಕೆಲವು ಕಥಾಪತ್ರಗಳು ವಿಲನ್‌ಗಳಾಗದೇ ಉಳಿದಿವೆ.

ಆದರೆ ತಮಗೆ ಹೇಳಲೇ ಬೇಕಾಗಿರುವುದನ್ನು ಬೆಣ್ಣೆಯಿಂದ ಕೂದಲೆಳೆದು ತೆಗೆದಂತೆ ಹೇಳುವಲ್ಲಿ ಲೇಖಕರು ಸಫಲರೂ ಆಗಿದ್ದಾರೆ.

ಕಾಸರಗೋಡು ಎಂಬ ಹೆಸರು ಒಂದಲ್ಲ ಒಂದು ರೀತಿಯಲ್ಲಿ ಸದಾ ಚಲಾವಣೆಯಲ್ಲಿರುವ ನಾಣ್ಯದಂತೆ. ಭಾಷೆ, ಸಾಹಿತ್ಯ, ಕಲೆ... ಈ ವಿಷಯದಲ್ಲಂತೂ ಸಹಸ್ರಾರು ವರುಷಗಳಿಂದಲೇ ಒಂದಲ್ಲ ಒಂದು ರೀತಿಯಲ್ಲಿ ಧ್ವನಿ ಮಾಡುತ್ತಾ ಬಂದ ಕರಾವಳಿಯ ಈ ಪುಟ್ಟ ಪ್ರದೇಶ ಈಗ, ಕನ್ನಡ ತಾಯಿಯ ಸೆರಗಿನಿಂದ ಜಾರಿ ಹೋಗಿದ್ದರೂ ಇಲ್ಲಿಯ ಕನ್ನಡತನ ಮುದುರಿಲ್ಲ. ಕರ್ನಾಟಕ ಪತ್ರಿಕೋದ್ಯಮ ರಂಗಕ್ಕೆ ಹಲವು ಪ್ರತಿಭಾವಂತರಾದ ಪತ್ರಕರ್ತರನ್ನು ಒದಗಿಸಿದ ಊರಿದು. ಭಾಷೆಯ ಶುದ್ಧ ಬಳಕೆ, ದಿಟ್ಟತನ, ಪ್ರಾಮಾಣಿಕತೆ ಈ ಮುಂತಾದ ವಿಷಯಗಳಲ್ಲಿ ಇಂದಿಗೂ ಕನ್ನಡ ಪತ್ರಿಕೋದ್ಯಮ ಕ್ಷೇತ್ರದಲ್ಲಿ ಕಾಸರಗೋಡಿನವರಿಗೆ ಬೇಡಿಕೆ ಇರುವುದನ್ನು ಗಮನಿಸಬಹುದು. 2019 ರಲ್ಲಿ ಪ್ರಕಟಗೊಂಡ ಗಣೇಶ್ ಕಾಸರಗೋಡು ಅವರ ಇಪ್ಪತ್ತೈದನೇ ಪುಸ್ತುಕ 'ಶುಭಂ'ನಲ್ಲಿ ಅವರ ವೃತ್ತಿ ಬದುಕಿನ ಏರಿಳಿತದ ಹಲವು ಸಿಹಿಕಹಿ ಅನುಭವಗಳೊಂದಿಗೆ ಕಾಸರಗೋಡಿನ ಒಂದಷ್ಟು ವಿಷಯಗಳೂ ಸೇರಿಕೊಂಡಿವೆ. 'ಚದುರಿದ ಚಿತ್ರಗಳು' ಅಂಕಣದ ಮೂಲಕ ಗಣೇಶ್ ಕಾಸರಗೋಡು ಅವರು ಬಣ್ಣ ಮಾಸಿದ ಕಲಾವಿದರ ಬದುಕಿನ ಬೆಳಕಾದುದು ಪತ್ರಕರ್ತನೊಬ್ಬನ ಸಾಮಾಜಿಕ ಬದ್ಧತೆಗೆ ಉತ್ತಮ ಉದಾಹರಣೆ. ಬರೆಯುವುದರಲ್ಲೇ ಬದುಕು ಕಟ್ಟಿಕೊಂಡ ಗಣೇಶ್ ಕಾಸರಗೋಡು ಅವರು ಕನ್ನಡದ ಪ್ರಸಿದ್ಧ ಅಂಕಣಕಾರರಾಗಿಯೂ ಗುರುತಿಸಿಕೊಂಡವರು. ಲೇಖನಿ ಹಿಡಿದರೆ ಮೈಮರೆತು ಬರೆಯುವವರು, ಅವರ ಬದ್ಧತೆ ಅವರನ್ನು ಮುನ್ನಡೆಸಲಿ ಎಂಬ ಹಾರೈಕೆ ನಮ್ಮದು...

–ಡಾ। ರತ್ನಾಕರ ಮಲ್ಲಮೂಲೆ
ಕನ್ನಡ ಉಪನ್ಯಾಸಕರು
ಸರ್ಕಾರಿ ಕಾಲೇಜು, ಕಾಸರಗೋಡು

ಲೇಖಕರ ನುಡಿ–ಹಿತನುಡಿ

ಅಲ್ಲಿಂದ ಒಂಚೂರು ಇಲ್ಲಿಂದ ಒಂಚೂರು... ಒಟ್ಟಿನಲ್ಲಿ ನನ್ನದೇ ಆದ ಸಮಗ್ರ ಓದಿನ ಬರಹವಿದು

ಅಂದಹಾಗೆ, ತಾರಾ ಪರಮೇಶ್ವರ ಮಧ್ಯಸ್ಥ ಎಂಬ ಹೆಸರಿನ ಹೆಣ್ಣು ಮಗಳೊಬ್ಬಳು ನಮ್ಮ 'ವಿಜಯ ಕರ್ನಾಟಕ' ಆಫೀಸಿಗೆ ಬಾರದಿರುತ್ತಿದ್ದರೆ ಬಹುಶಃ 'ಚದುರಿದ ಚಿತ್ರಗಳು' ಅಂಕಣ ಪ್ರಾರಂಭವಾಗುತ್ತಲೇ ಇರಲಿಲ್ಲ. ಹಾಗೆ ಬಂದ ತಾರಾ ಮಧ್ಯಸ್ಥ ಸುಮ್ಮನಿರಲಿಲ್ಲ. ತಮ್ಮ ಪತಿದೇವರ ದುರಾದೃಷ್ಟವನ್ನು ಹೇಳಿಕೊಂಡು ಅತ್ತರು. ಒಂದು ಕಾಲದಲ್ಲಿ ಹಿಂದಿ ನಟ ದೇವಾನಂದ್ ಅವರ ಪ್ರೊಡಕ್ಷನ್ ಮ್ಯಾನೇಜರ್ ಆಗಿದ್ದುಕೊಂಡು ಮೆರೆದ ಈ ಪರಮೇಶ್ವರ ಮಧ್ಯಸ್ಥ ಈಗ ಒಂದು ಹೊತ್ತಿನ ಊಟಕ್ಕೂ ಪರದಾಡುತ್ತಿರುವ ದಯನೀಯ ಸ್ಥಿತಿಯನ್ನು ವಿವರಿಸಿದ್ದರು ತಾರಾ ಮೇಡಂ. ಈಯಮ್ಮ ಹೇಳುತ್ತಿರುವ ಪರಮೇಶ್ವರ ಮಧ್ಯಸ್ಥರು ಒಂದು ಕಾಲದಲ್ಲಿ ಸಂಪಾದಕ ವಿಶ್ವೇಶ್ವರ ಭಟ್ಟರ ರೂಮ್ ಮೇಟ್ ಆಗಿದ್ದವರಂತೆ!

ನನ್ನ ಕುತೂಹಲ ಗರಿಗೆದರಿತು. ಚೆಕ್ ಮಾಡಿಯೇ ಬಿಡೋಣ ಅಂತ ಮಾರನೇ ದಿನವೇ ಅವರ ಲೊಟ್ಟೆಗೊಲ್ಲಹಳ್ಳಿಯ ಗುಡಿಸಲಿನಂತಿರುವ ಮನೆಗೆ ಹೋಗಿ ಪರಮೇಶ್ವರ ಮಧ್ಯಸ್ಥರ ಜತೆ ಮಾತುಕತೆಯಾಡಿದೆ. ಅದು ಹೃದಯವಿದ್ರಾವಕ ವ್ಯಥೆಯ ಕಥೆ. ಈ ಕಥೆಯನ್ನು ಕಥಾಶೈಲಿಯಲ್ಲಿಯೇ ಬರೆಯುವ ಮನಸ್ಸಾಯಿತು. ಮುಂಜಾನೆ ನಾಲ್ಕು ಗಂಟೆಗೆ ಪೆನ್ನು ಹಿಡಿದವನು ಬರೆದು ಮುಗಿಸಿದಾಗ ಬೆಳಗ್ಗಿನ ಏಳು ಗಂಟೆ. ಪೆನ್ನು ಕೆಳಗಿಡುತ್ತಿರುವಂತೆಯೇ

ಕಣ್ಣು ತೇವ ತೇವ! ಶುಕ್ರವಾರದ 'ವಿಜಯ ಕರ್ನಾಟಕ'ದ ಈ ಸಿನಿಮಾ ಪುಟ 'ಸಿನಿ ವಿಜಯ' ಮಾರುಕಟ್ಟೆಗೆ ಹೋಗುತ್ತಿರುವಂತೆಯೇ ಏನೋ ಸಂಚಲನ. ಈ ಶೈಲಿಯ ಬರಹ ಎಷ್ಟೊಂದು ಜನಪ್ರಿಯವಾಯಿತೆಂದರೆ ಒಂದು ಹೊಸ ವರ್ಗದ ಸಿನಿಮಾ ಓದುಗರು ಸೃಷ್ಟಿಯಾಗಿ ಬಿಟ್ಟಿದ್ದರು! ನನ್ನ ಮುಂದೆ ಹೊಸದೊಂದು ಲೋಕ ತೆರೆದುಕೊಂಡಿತ್ತು!

ನಿಜ ಹೇಳಬೇಕೆಂದರೆ, ನಾನು ಬರೆದ ಈ ಶೈಲಿಯ ಬರಹಕ್ಕೊಂದು ಅಂಕಣದ ಹೆಸರಿರಲಿಲ್ಲ. ಈ ಹೆಸರನ್ನು ನನಗೆ ಸೂಚಿಸಿದವರು 'ಶಂಖನಾದ' ಚಿತ್ರದ ನಿರ್ಮಾಪಕರೂ ಆದ ನಿರ್ದೇಶಕ ಉಮೇಶ್ ಕುಲಕರ್ಣಿ! ಇವರು ದೂರದರ್ಶನದ ಕಾರ್ಯಕ್ರಮವೊಂದನ್ನು ಚಿತ್ರೀಕರಿಸಲೆಂದು 'ವಿಜಯ ಕರ್ನಾಟಕ' ಆಫೀಸಿಗೆ ಬಂದು ವ್ಯಂಗ್ಯಚಿತ್ರಕಾರರನ್ನು ಸಂದರ್ಶಿಸುತ್ತಿದ್ದಾಗ ನಾನು ಇವರ ಕಣ್ಣಿಗೆ ಬಿದ್ದೆ. ಹತ್ತಿರ ಬಂದು ನನ್ನ ಬರಹಗಳಿಗಾಗಿ ಅಭಿನಂದಿಸಿದರು ಉಮೇಶ್ ಕುಲಕರ್ಣಿ. ನಂತರ ಹೇಳಿದರು: 'ಇದು ಮೂಲೆಗೆ ತಳ್ಳುವಂಥಾ ಬರಹಗಳಲ್ಲ. ದಯವಿಟ್ಟು ಈ ಬರಹವನ್ನು ಧಾರಾವಾಹಿಯಾಗಿ ಪ್ರಕಟಿಸಿ ಮತ್ತು ಇದಕ್ಕೆ 'ಚದುರಿದ ಚಿತ್ರಗಳು' ಎಂಬ ಹೆಸರನ್ನಿಟ್ಟು ಅಂಕಣ ಮುಂದುವರಿಸಿ...'–ಇಷ್ಟು ಹೇಳಿ ಹೊರಟು ಹೋದರು ಕುಲಕರ್ಣಿ ಸಾರ್. ಮಾರನೇ ಶುಕ್ರವಾರದಿಂದಲೇ ಆರಂಭವಾಯಿತು ನೋಡಿ: 'ಚದುರಿದ ಚಿತ್ರಗಳು' ಅಂಕಣ. ಈ ಅಂಕಣ ಪ್ರಕಟಣೆ ಆರಂಭಿಸಿದ ನಂತರ ನಮ್ಮ ಬಾಸ್ ವಿಜಯ ಸಂಕೇಶ್ವರ ಅವರು ಪತ್ರವೊಂದನ್ನು ಬರೆದು ನನ್ನನ್ನು ಅಭಿನಂದಿಸಿದರು. ಆ ಪತ್ರವನ್ನು ಒಂದು ಅಮೂಲ್ಯ ಸರ್ಟಿಫಿಕೇಟ್‌ನಂತೆ ಈಗಲೂ ಜೋಪಾನವಾಗಿಟ್ಟು ಕೊಂಡಿದ್ದೇನೆ...

ಹೀಗೆ ಬರೆದ ಅಂಕಣ ವೈಯಕ್ತಿಕವಾಗಿ ನನಗೆ ಹೆಸರು ತಂದು ಕೊಟ್ಟಂತೆಯೇ ಪತ್ರಿಕೆಗೂ, ಸಂಸ್ಥೆಗೂ ಭರಪೂರ ಹೆಸರು ತಂದುಕೊಟ್ಟಿತು. ಇವುಗಳಲ್ಲಿ ಆಯ್ಕೆ ಮಾಡಿಕೊಂಡ ಕೆಲವು ಲೇಖನಗಳ ಸಂಗ್ರಹವನ್ನು ಇಂದ್ರಜಿತ್ ಲಂಕೇಶ್ ತಮ್ಮ 'ಲಂಕೇಶ್ ಪತ್ರಿಕೆ ಪ್ರಕಾಶನ' ಮೂಲಕ ಪುಸ್ತಕ ಪ್ರಿಂಟ್ ಮಾಡಿಸಿ ಉಪಕರಿಸಿದರು. 'ಚದುರಿದ ಚಿತ್ರಗಳು–ಚಿಗುರಿದ ಕನಸುಗಳು' ಎಂಬ ಹೆಸರಿನಲ್ಲಿ ಪ್ರಕಟವಾದ ಈ ಪುಸ್ತಕಕ್ಕೆ ಕರ್ನಾಟಕ ಸರ್ಕಾರದ 'ಸಿನಿಮಾ ಪುಸ್ತಕ ಸಾಹಿತ್ಯ ಪ್ರಶಸ್ತಿ' ಲಭ್ಯವಾಯಿತು.

ಇವೆಲ್ಲಾ ಹಳೆಯ ಕಥೆ, ಹೊಸ ಕಥೆ ಏನಪ್ಪಾ ಅಂದ್ರೆ: 'ಲಾಸ್ಟ್ ಡೇಸ್ ಆಫ್ ಲೆಜೆಂಡ್ಸ್' ಎಂಬ ಹೆಸರಿನ ಈ ಹೊಸ ಪುಸ್ತಕ. 'ಚದುರಿದ ಚಿತ್ರಗಳು' ಅಂಕಣ ಪ್ರಕಟವಾಗುತ್ತಿದ್ದಾಗಲೇ ನಾನು 'ವಿಜಯ ಕರ್ನಾಟಕ' ಪತ್ರಿಕೆಯ ಸಿನಿಮಾ ಸಪ್ಲಿಮೆಂಟ್‌ಗಳನ್ನು ಸಂಗ್ರಹಿಸಿಡಲು ತೊಡಗಿದ್ದೆ. ಇವುಗಳನ್ನು ಇತ್ತೀಚೆಗೆ ತಿರುವಿ ಹಾಕಿ ನೋಡುತ್ತಿರುವಂತೆಯೇ ಆ ಪುಸ್ತಕದಲ್ಲಿ ಬಳಸಿಕೊಳ್ಳದ

ಒಂದಷ್ಟು ಲೇಖನಗಳು ಲಭ್ಯವಾದವು. ಹೊಸ ಪೀಳಿಗೆಯ ಪತ್ರಕರ್ತರಿಗೆ ಮತ್ತು ಓದುಗರಿಗೆ ಇದರಲ್ಲಿ ಸಾಕಷ್ಟು ಮಾಹಿತಿಗಳಿರುವಂತೆ ಕಂಡಿತು. ಮತ್ತೆ ಮತ್ತೆ ತಿರುವಿ ಹಾಕಿ, ಮತ್ತೆ ಮತ್ತೆ ರೀರೈಟ್ ಮಾಡಿ ಒಂದೊಳ್ಳೆಯ ಓದನ್ನು ಓದುಗರಿಗೆ ಒದಗಿಸಿಕೊಡುತ್ತಿದ್ದೇನೆ. ಆ ತೃಪ್ತಿ ನನಗಿದೆ. ನಿಮಗೂ ಆ ತೃಪ್ತಿ ಸಿಗಲಿ ಎಂದು ಆಶಿಸುತ್ತಿದ್ದೇನೆ.

–ಗಣೇಶ್ ಕಾಸರಗೋಡು

ಪ್ರಕಾಶಕರ ಮಾತು

ಪ್ರಿಯ ಓದುಗ, ದೊರೆಗಳೆ, ಅತ್ಯಂತ ಪ್ರಾಚೀನ ಭಾಷೆಗಳಲ್ಲಿ ಒಂದಾದ ಕನ್ನಡಕ್ಕೆ ಭಾರತೀಯ ಭಾಷೆಗಳಲ್ಲೇ ವಿಶೇಷ ಸ್ಥಾನವಿದೆ. ಈ ನೆಲದ ಮಣ್ಣಿನ ಕಣಕಣದಲ್ಲೂ ಸಾಹಿತ್ಯದ ಘಮಲಿದೆ. ಸಾಂಸ್ಕೃತಿಕ ಹುಡಿಯಿದೆ. ಎಂಟೆಂಟು ಜ್ಞಾನಪೀಠ ಪ್ರಶಸ್ತಿಗಳನ್ನು ಪಡೆದ ಹೆಮ್ಮೆಯೂ ಜತೆಗಿದೆ. ಆದರೆ, ಸಾಹಿತ್ಯವನ್ನು ದಾಟಿಸುವ ವಿಷಯದಲ್ಲಿ ನಾವು ಹಿಂದೆಯಿದ್ದೇವೆ. ಸಂಕಟ ಪಡುವಷ್ಟು ಓದುಗರ ಸಂಖ್ಯೆಯನ್ನು ಹೊಂದಿದ್ದೇವೆ. ಕನ್ನಡದಲ್ಲಿ ವರ್ಷಕ್ಕೆ ಸಾವಿರಾರು ಶೀರ್ಷಿಕೆಯ ಪುಸ್ತಕಗಳು ಮುದ್ರಣವಾದರೂ ಕೆಲವೇ ಕೆಲವು ಸಾಹಿತಿಗಳನ್ನು ಹೊರತುಪಡಿಸಿ, ಹೆಸರಾಂತ ಸಾಹಿತಿಗಳ ಪುಸ್ತಕಗಳ ಪ್ರತಿಗಳು ಖರ್ಚಾಗುವುದು ಕೇವಲ ಐನೂರು, ಸಾವಿರ ಮಾತ್ರ, ಹೊಸಬರದ್ದು ಇನ್ನೂ ಘೋರ. ಕರ್ನಾಟಕದ ಏಳೂವರೆ ಕೋಟಿ ಜನಸಂಖ್ಯೆಯಲ್ಲಿ, ಒಬ್ಬ ಲೇಖಕನ ಪುಸ್ತಕವು ಸಾವಿರ ಜನರಿಗೂ ತಲುಪುತ್ತಿಲ್ಲ ಎನ್ನುವುದು ಖೇದಕರ. ಆದರೆ, ಇದನ್ನು ನಂಬಲು ಸಾಧ್ಯವಾ?

ನಿಜವಾಗಿಯೂ ಓದುಗರು ಇಲ್ಲವಾ? ಅಥವಾ ಓದುಗರಿದ್ದರೂ ಅವರಿಗೆ ಕೃತಿಗಳನ್ನು ತಲುಪಿಸುವಲ್ಲಿ ಸೋಲುತ್ತಿದ್ದೇವಾ? ಎನ್ನುವ ಪ್ರಶ್ನೆಯೊಂದಿಗೆ ನಾನು ನಿಮ್ಮಂಥ ಓದುಗರ ಬೆನ್ನುಹತ್ತಿದೆ. ಲಕ್ಷಾಂತರ ಓದುಗರಿದ್ದಾರೆ. ಆದರೆ ಅವರನ್ನು ತಲುಪವಲ್ಲಿ ನಾವು ಸೋಲುತ್ತಿದ್ದೇವೆ ಎಂಬುದು ನನಗೆ ಮೇಲ್ನೋಟಕ್ಕೆ ಹೊಳೆದ ಸತ್ಯ. ಆ ಕಾರಣದಿಂದಲೇ ನಾನೀಗ ಓದುಗ ಮತ್ತು ಲೇಖಕರ ನಡುವಿನ ಸೇತುವೆಯೊಂದರ ನಿರ್ಮಾಣಕ್ಕೆ ಮುಂದಾಗಿದ್ದೇನೆ. ಆ ಸೇತುವೆಯ ಹೆಸರು 'ವೀರಲೋಕ ಬುಕ್ಸ್.'

ಕುಗ್ರಾಮವೊಂದರಲ್ಲಿ ತಯಾರಾದ ಮಡಿಕೆಯೊಂದು ಇವತ್ತು ಕಾರ್ಪೋರೇಟ್ ಅಂಗಳದಲ್ಲಿ ಮಾರಾಟಕ್ಕಿದೆ. ಪದವಿ, ಪುರಸ್ಕಾರಗಳನ್ನು ಪಡೆದುಕೊಂಡ ಬರಹಗಾರನೊಬ್ಬನ ಕೃತಿಯು ಸುಸಜ್ಜಿತ ಪುಸ್ತಕ ಮಳಿಗೆಯನ್ನೂ ತಲುಪುವಲ್ಲಿ ಸೋತಿದೆ. ಹಾಗಾಗಿ 'ವೀರಲೋಕ ಬುಕ್ಸ್' ಕನ್ನಡ ಪುಸ್ತಕ ಲೋಕಕ್ಕೆ ಕಾರ್ಪೋರೇಟ್ ಟಚ್ ನೀಡುವ ಉದ್ದೇಶ ಹೊಂದಿದೆ. ಕೇವಲ ಪಟ್ಟಣದಲ್ಲಿ ಮಾತ್ರವಲ್ಲ, ಹಳ್ಳಿಗಾಡಿನ ಕಟ್ಟಕಡೆಯ ಓದುಗನಿಗೂ ಕನ್ನಡ

ಪುಸ್ತಕವನ್ನು ತಲುಪಿಸುವ ದೃಢ ಸಂಕಲ್ಪ ನಮ್ಮದಾಗಿದೆ. ಒಬ್ಬ ಓದುಗ ತಾನು ಇಷ್ಟಪಡುವ ಪುಸ್ತಕ ಕೊಳ್ಳಬೇಕಾದರೆ ನಿಗದಿತ ಪುಸ್ತಕ ಅಂಗಡಿಗೆ ಬಂದರೆ ಮಾತ್ರ ಸಿಗುತ್ತದೆ ಎಂಬುದು ನಿಜಕ್ಕೂ ಓದುಗನಿಗೆ ಮಾಡುತ್ತಿರುವ ಮೋಸ. ಆದ್ದರಿಂದ ಅವನಿರುವ ಕಡೆಯೇ ಪುಸ್ತಕ ಸಿಗುವಂತೆ ಮಾಡುವ ಉದ್ದೇಶ ನಮ್ಮ ಪ್ರಕಾಶನದ್ದು. ಅದಕ್ಕಾಗಿ ಒಂದೊಡ್ಡ ನೆಟ್‌ವರ್ಕ್ ಸಿದ್ಧ ಮಾಡಿದ್ದೇವೆ. ಊರೂರಲ್ಲಿ ಪುಸ್ತಕ ಸಿಗುವಂತೆ ಮಾಡುತ್ತಿದ್ದೇವೆ. ಇನ್ನೂ ಏನೇನೋ ಯೋಜನೆಗಳಿವೆ...

ಈ ಹೊಸ ರೀತಿಯ ಕಾರ್ಯಶೈಲಿಯ ಮೂಲಕ ನಾವು ನಮ್ಮ ವೀರಲೋಕ ಪ್ರಕಾಶನವನ್ನು ಆರಂಭಿಸಿದ್ದೇವೆ. ಇದಕ್ಕೆ ನಾಡಿನ ಖ್ಯಾತ ಸಾಹಿತಿಗಳಾದ ಶ್ರೀ ಗಣೇಶ್ ಕಾಸರಗೋಡು, ಶ್ರೀ ವಿಶ್ವೇಶ್ವರ ಭಟ್, ಶ್ರೀ ಜೋಗಿ, ಶ್ರೀ ಕುಂ. ವೀರಭದ್ರಪ್ಪ, ಶ್ರೀ ರೋಹಿತ್ ಚಕ್ರತೀರ್ಥ, ಶ್ರೀ ರಂಗಸ್ವಾಮಿ ಮೂಕನಹಳ್ಳಿ, ಶ್ರೀಮತಿ ದೀಪಾ ಹಿರೇಗುತ್ತಿ, ಶ್ರೀ ಕೆ.ಎಲ್. ಕೃಷ್ಣಮೂರ್ತಿ, ಡಾ. ಶರಣು ಹುಲ್ಲೂರು, ಶ್ರೀ ರವಿ ಕೃಷ್ಣಾರೆಡ್ಡಿ ಮತ್ತು ಖ್ಯಾತ ಕಲಾವಿದರಾದ ಶ್ರೀ ರಮೇಶ್ ಅರವಿಂದ್ ಅವರು ವೀರಲೋಕಕ್ಕೆ ತಮ್ಮ ಕೃತಿಗಳನ್ನು ಕೊಟ್ಟು ಪ್ರೋತ್ಸಾಹಿಸುತ್ತಿದ್ದಾರೆ. ಓದುಗನಿರುವ ಕಡೆಯೇ ಪುಸ್ತಕಗಳನ್ನು ಒದಗಿಸುವ ಈ ಮಹತ್ಕಾರ್ಯಕ್ಕೆ ನಿಮ್ಮ ಬೆಂಬಲವೂ ಇರಲೆಂದು ಪ್ರಾರ್ಥಿಸುವೆ.

'ಲಾಸ್ಟ್ ಡೇಸ್ ಆಫ್ ಲೆಜೆಂಡ್ಸ್' ಕೃತಿ ಓದುವ ಸುಖ ನಿಮ್ಮದಾಗಲಿ.

ನಿಮ್ಮ,

–ವೀರಕಪುತ್ರ ಶ್ರೀನಿವಾಸ

ವೀರಲೋಕ ಬುಕ್ಸ್

ಪರಿವಿಡಿ

ಸವಿ ಸವಿ ನೆನಪು ಸಾವಿರ ನೆನಪು

ರಾಜ್ ಜೊತೆಗೊಂದು ಸಾಂಪ್ರದಾಯಿಕ ಸಂದರ್ಶನ ನಡೆಸಿಲ್ಲ ನಾನು ಛೇ...

ಯಾವ ಸಂಕೋಚ, ಮುಜುಗರವೂ ಇಲ್ಲದೇ ಒಪ್ಪಿಕೊಳ್ಳುತ್ತಿದ್ದೇನೆ: ನನ್ನ ಈ ವೃತ್ತಿ ಬದುಕಿನಲ್ಲಿ ನಾನೆಂದೂ ನಮ್ಮ ವರನಟ ಡಾ. ರಾಜಕುಮಾರ್ ಎದುರಾ ಬದುರಾ ಕೂತು ಸಾಂಪ್ರದಾಯಿಕವಾದ ಒಂದು ಸಂದರ್ಶನವನ್ನು ಮಾಡಲು ಸಾಧ್ಯವಾಗಿಲ್ಲ! ಸಿನಿಮಾಗಳ ಮುಹೂರ್ತಗಳಲ್ಲಿ, ಸಭೆ ಸಮಾರಂಭಗಳಲ್ಲಿ, ಮದುವೆ-ಮುಂಜಿಗಳಲ್ಲಿ ಭೇಟಿಯಾಗಿರಬಹುದು, ಪರಸ್ಪರ ವಿಶ್ ಮಾಡಿರಲೂಬಹುದು. ಆದರೆ ಇಂಥಾ ಮಹಾನ್ ನಟನ ಮುಂದೆ ಕೂತು ಮನಸಾರೆ ಮಾತಾಡುವ ಅವಕಾಶ ಮಾತ್ರ ನನಗೆ ಸಿಗಲೇ ಇಲ್ಲ. ಇದೊಂದು ಕೊರತೆ, ಕೊರಗು ನನ್ನನ್ನು ಸದಾ ಕಾಡುವಂಥಾದ್ದು.

ಇಷ್ಟು ವರ್ಷಗಳಲ್ಲಿ ಸಾಕಷ್ಟು ಸಾರಿ ನಾವು ಭೇಟಿಯಾಗಿರಬಹುದು. ಅವುಗಳಲ್ಲಿ ಕೆಲವು ಕಾಡುವಂಥಾ ನೆನಪುಗಳಿವೆ. ಅಂಥವುಗಳನ್ನು ಹೆಕ್ಕಿ ತೆಗೆದು, ಪಾಲೀಶ್ ಮಾಡಿ ನಿಮ್ಮ ಮುಂದಿಡುವ ಪ್ರಯತ್ನ ಇಲ್ಲಿದೆ:

'ಕಾಮನಬಿಲ್ಲು' ಚಿತ್ರದ ಚಿತ್ರೀಕರಣ ವೀಕ್ಷಣೆಗಾಗಿ ನಿರ್ಮಾಪಕರು ನಮ್ಮನ್ನೆಲ್ಲಾ ಒಮ್ಮೆ ಮೈಸೂರು ಬಳಿಯ ಮಹಾದೇವಪುರಕ್ಕೆ ಕರೆಸಿಕೊಂಡಿದ್ದರು. ಬ್ರೇಕ್ ಸಮಯದಲ್ಲಿ ಊಟಕ್ಕೆ ಕುಳಿತೆವು. ನಾನು ರಾಜ್ ಅವರನ್ನೇ ಗಮನಿಸುತ್ತಿದ್ದೆ. ಅದು ಮಾವಿನ ತೋಪು. ರಾಜ್

ಅಲ್ಲೆಲ್ಲಾದರೂ ಗೆಳೆಯರ ಮನೆಗೆ ಹೋಗಿ ಊಟ ಮಾಡಬಹುದೆಂದುಕೊಂಡಿದ್ದೆ! ಆದರೆ ನೋಡ ನೋಡುತ್ತಿರುವಂತೆಯೇ ನಾವೆಲ್ಲಾ ಕುಳಿತಿದ್ದ ಸಾಲಿನಲ್ಲೇ ಚಕ್ಕಳಂಬಕ್ಕಳಂ ಹಾಕಿ ಕುಳಿತು ಬಿಡೋದಾ ರಾಜಣ್ಣ!

ನನ್ನ ಅದೃಷ್ಟವೋ ಏನೋ ರಾಜ್ ಪಕ್ಕದಲ್ಲಿ ನಾನು ಕೂತಿದ್ದೆ! ಅದು ಬಾಳೆಲೆಯೂಟ. ಮೊದಲು ರಾಗಿ ಮುದ್ದೆ. ನಂತರ ನಾಟಿಕೋಳಿ ಸಾರು. ನಾನು ಊಟ ಮಾಡುವ ಇಂಟರೆಸ್ಟ್ ಕಳೆದುಕೊಂಡಿದ್ದೆ! ನನ್ನ ಇಂಟರೆಸ್ಟ್ ಇದ್ದದ್ದು ರಾಜಣ್ಣ ಈ ಮುದ್ದೆಯನ್ನು ಹೇಗೆ ಸವಿಯುತ್ತಾರೆ ಎನ್ನುವುದರ ಬಗ್ಗೆ! ದಕ್ಷಿಣ ಕನ್ನಡಿಗರಾದ ನಮಗೆ ಮುದ್ದೆ ಮುರಿಯಲು ಬಾರದು. ರಾಜ್ ಮುದ್ದೆ ಮುರಿಯುವುದನ್ನು ಹೇಳಿಕೊಟ್ಟರು. ಸಾರಿನೊಂದಿಗೆ ಬೆರೆಸಿ ಹೇಗೆ ಮುದ್ದೆ ತುಂಡನ್ನು ಬಾಯಿಗಿಡುವುದೆಂದು ಹೇಳಿಕೊಟ್ಟರು. ನೆನಪಿಡಿ, ನಾನು ಯಾರು ಅಂತಲೇ ಅವರಿಗೆ ಗೊತ್ತಿರಲಿಲ್ಲ. ಮೆಲ್ಲನೆ ಕೇಳಿದರು: 'ತಮ್ಮ ಹೆಸರೂ?' ನಾನು ಉತ್ತರಿಸಿದೆ: 'ಗಣೇಶ್ ಕಾಸರಗೋಡು'. 'ಓಹ್... ನೀವು ಕಾಸರಗೋಡಿನವರಾ? ಅದೇಕೆ ಕೇರಳಕ್ಕೆ ಸೇರಿ ಹೋಗಿದೆ?'–ರಾಜ್ ಪ್ರಶ್ನೆ. ಅವರೇ ಉತ್ತರಿಸಿದರು: 'ಅವರೂ ನಮ್ಮವರೇ ಅಲ್ವಾ?' ರಾಜಣ್ಣನಿಗೆ ಏನು ಹೇಳಬೇಕೆಂದೇ ನನಗೆ ಗೊತ್ತಾಗಲಿಲ್ಲ. ನಂತರ ರಾಜ್ ಅವರೇ ಮಾತು ಮುಂದುವರಿಸಿದರು: 'ಕವಿ ಕಯ್ಯಾರರು ನಿಮ್ಮ ಊರು ಪಕ್ಕದವರಾ?' ನಾನು ಉತ್ತರಿಸಿದೆ: 'ಹೌದು, ಬಡಿಯಡ್ಕದಲ್ಲಿದ್ದಾರೆ...' ಅವರಂದರು: 'ಹಸಿರುಡುಗೆ ಪಸೆದುಟ್ಟು ಸಿರಿಮುಡಿಗೆ ಹೂದೊಟ್ಟು ಭುವನೇಶ್ವರಿಯೇ ನೀನು ಮೆರೆಯಬೇಕು... ಎನ್ನುವ ಕವನ

ಬರೆದವರು ಅವರಲ್ಲವೇ?' ಹೌದೆಂದೆ. ತಲೆಯಾಡಿಸುವುದಷ್ಟೇ ನನ್ನ ಕೆಲಸ! ರಾಜ್ ಬಗ್ಗೆ ಇನ್ನಿಲ್ಲದ ಗೌರವ ಮೂಡಿದ್ದೇ ಆವಾಗ.

ಒಮ್ಮೆ ಯೋಚಿಸಿ ನೋಡಿ: ಅಂಥಾ ಮಹಾನ್ ಕಲಾವಿದ, ಕನ್ನಡಿಗರ ಆರಾಧ್ಯ ದೈವ ಡಾ. ರಾಜ್‌ಕುಮಾರ್ ಆ ಏರುತಗ್ಗಿನ ಮಾವಿನ ತೋಪಿನ ಜಮೀನಿನಲ್ಲಿ ಕೂತು, ಲೈಟ್ ಬಾಯ್‌ಗಳ ಜೊತೆ ಒಂದೇ ಸಾಲಿನಲ್ಲಿ ಕೋಳಿ ಸಾರು ಚಪ್ಪರಿಸುತ್ತಾ, ಮುದ್ದೆ ತಿನ್ನುವ ಶೈಲಿ ಇದೆಯಲ್ಲಾ... ಬೇರೆಲ್ಲಾದರೂ ಸಾಧ್ಯವಾ? ನೆನಪು ಮಾಡಿಕೊಳ್ಳಲೇಬೇಕಾದ ಮತ್ತೊಂದು ಭೇಟಿ ನಡೆದದ್ದು ಪುನೀತ್ ರಾಜ್‌ಕುಮಾರ್ ಅಭಿನಯದ 'ಅಪ್ಪು' ಚಿತ್ರದ ಮುಹೂರ್ತದಂದು. ಮುಹೂರ್ತದ ಪೂಜೆ ನಡೆದದ್ದು ರಾಜ್ ಅವರ ಸದಾಶಿವನಗರದ ಬಂಗಲೆಯಲ್ಲಿ. ಬಿಳಿಯ ಸಿಲ್ಕ್ ಶರ್ಟ್ ಮತ್ತು ಅಷ್ಟೇ ಬಿಳಿಯ ಅಡ್ಡಪಂಚೆಯಲ್ಲಿ ರಾಜ್ ಅವರು ಥೇಟ್ ಮದುಮಗನಂತೆ ಕಾಣಿಸುತ್ತಿದ್ದರು! ಅತಿಥಿಗಳ ಆತಿಥ್ಯದ ಹೊಣೆಯನ್ನು ಸ್ವತಃ ರಾಜ್ ಅವರೇ ವಹಿಸಿಕೊಂಡಿದ್ದರು. ಮೊದಲು ತಿಂಡಿ, ಆಮೇಲೆ ಮಾತುಕತೆ. ಇದು ರಾಜ್ ಮನೆತನದ ವಾಡಿಕೆ. ನಾನು ತಿಂಡಿಗಾಗಿ ಎಲ್ಲರ ಜತೆ ಕ್ಯೂನಲ್ಲಿ ನಿಂತಿದ್ದೆ. ಹಿಂದುಗಡೆ ರಾಜ್! ಆಶ್ಚರ್ಯವಾಯಿತು. ತಮ್ಮ ಮನೆಯಲ್ಲಿ ತಾವೇ ಕ್ಯೂನಲ್ಲಿ ನಿಂತಿದ್ದಾರೆ ಅಣ್ಣ! ಇಡ್ಲಿ ಸಾಂಬಾರ್, ಚಟ್ನಿ ಮತ್ತು ಬಿಸಿಬಿಸಿ ಮಸಾಲೆ ದೋಸೆ. ನಾನು ಮಸಾಲೆ ದೋಸೆ ಆರಿಸಿಕೊಂಡೆ. ರಾಜ್ ಬಿಡಲಿಲ್ಲ. ಇಡ್ಲಿಗೆ ಸಾಂಬಾರ್ ಚೆನ್ನಾಗಿರುತ್ತದೆ, ಹಾಕಿಸಿಕೊಳ್ಳಿ ಎಂದು ಒತ್ತಾಯಿಸಿದರು. ನಂತರ ತಾವೇ ಸೌಟು ಹಿಡಿದು ಸಾಂಬಾರ್ ಹಾಕಿದರು! 'ಹಾಂ, ಜಮಾಯಿಸಿ ಬಿಡಿ, ನನ್ಗೆ ಮಸಾಲೆ ದೋಸೆ ಅಂದ್ರೆ ಪ್ರಾಣ. ಈ ಇಡ್ಲಿ ಇದೆಯಲ್ಲಾ, ಇದಕ್ಕೆ ಒಂಚೂರು ನಾಟಿಕೋಳಿ ಸಾರಿದ್ದರೆ ಅದರ ಟೇಸ್ಟ್ ಬೇರೆಯೇ...'–ಎಂದು ಹೇಳುತ್ತಾ ಚಪ್ಪರಿಸಿಕೊಂಡರು ರಾಜ್.

ತಿಂಡಿಯ ನಂತರ ನಡೆದ ಮಾತುಕತೆಯ ವಿವರವೂ ನೆನಪಿದೆ. ಯಾರೋ ಪ್ರಶ್ನಿಸಿದ್ದರು: 'ನಿಮ್ಮ ಮೂವರು ಮಕ್ಕಳಲ್ಲಿ ನಿಮಗೆ ಯಾರು ಹೆಚ್ಚು ಇಷ್ಟ?'–ಈ ಪ್ರಶ್ನೆ ಕೇಳಿ ತಕ್ಷಣವೇ ರಾಜ್ ಉತ್ತರಿಸಿದ್ದು ಹೀಗೆ: 'ಸಿಹಿಯಲ್ಲಿ ಯಾವುದು ಹೆಚ್ಚು ಇಷ್ಟ ಅಂತ ಕೇಳಿದಂತಿದೆ ನಿಮ್ಮ ಪ್ರಶ್ನೆ. ಜಿಲೇಬಿಗೆ ಅದರದ್ದೇ ಆದ ಸ್ವಾದವಿದೆ. ಲಾಡು ಕೂಡಾ ಸಿಹಿಯೇ. ಮೈಸೂರ್ ಪಾಕ್‌ಗೆ ಅದರದ್ದೇ ಅದ ರುಚಿ ಇದೆ. ಹಾಗೆಯೇ ನನಗೆ ಈ ಮೂವರು ಮಕ್ಕಳು ಕೂಡಾ...'

'ಅಪ್ಪು' ಪುನೀತ್ ಅವರ ಮೊದಲ ಫಿಲಂ. ಈ ಹಿಂದೆ ಸಾಕಷ್ಟು ಚಿತ್ರಗಳಲ್ಲಿ ಬಾಲನಟನಾಗಿ ನಟಿಸಿದ್ದರೂ ನಾಯಕನಾಗಿ ಕ್ಯಾಮೆರಾ ಎದುರಿಸುತ್ತಿರುವ ಪ್ರಥಮ ಚಿತ್ರ. ಪುನೀತ್ ಟೆನ್ಷನ್‌ನಲ್ಲಿದ್ದರು. ನನ್ನ ಹತ್ತಿರ ಕೂತು ಮಸಾಲೆ ದೋಸೆ ತಿನ್ನುತ್ತಿದ್ದ ರಾಜ್ ಬಳಿ ಬಂದು ತಮ್ಮ ಆತಂಕವನ್ನು ಹೇಳಿಕೊಂಡರು ಪುನೀತ್. ರಾಜ್ ಸಮಾಧಾನಿಸಿದ್ದು ಹೀಗೆ: 'ಹೀಗೆ ಆತಂಕವಿದ್ದರೇನೇ ಬೆಳೆಯಲು ಸಾಧ್ಯ

ಕಂದಾ. ಈ ಜಗತ್ತಿನಲ್ಲಿ ಸುಲಭವಾಗಿ ಸಿಗುವುದು ಯಾವುದೂ ಇಲ್ಲ. ಒಂದು ಯಶಸ್ಸಿನ ಹಿಂದೆ ದೊಡ್ಡದೊಂದು ತಪಸ್ಸಿರುತ್ತದೆ. ಅಸಾಧ್ಯ ಪರಿಶ್ರಮವಿರುತ್ತದೆ. ಅಂಥಾ ಪ್ರಯತ್ನಕ್ಕೆ ಹೊರಟಾಗ ಮಾತ್ರ ಆತಂಕವಿರುತ್ತದೆ. ಎಲ್ಲದ್ದಕ್ಕೂ ಆತ್ಮವಿಶ್ವಾಸ ಅನ್ನೋದು ಮುಖ್ಯ. ನೀನು ಗೆದ್ದೇ ಗೆಲ್ಲುತ್ತಿ ಎನ್ನುವ ವಿಶ್ವಾಸ ನನಗಿದೆ. ಗೆದ್ದು ಬಾ ಕಂದಾ...'–ಅಪ್ಪನ ಈ ಮಾತುಗಳಿಂದ ಸಾವಿರ ವೋಲ್ಟೇಜ್ ವಿದ್ಯುತ್ ಮೈಯಲ್ಲಿ ಹರಿದಾಡಿದಂತಾದ ಪುನೀತ್ ಆದಿನ ಲವಲವಿಕೆಯಿಂದಲೇ ಕ್ಯಾಮೆರಾ ಫೇಸ್ ಮಾಡಿದ್ದನ್ನು ನಾವೆಲ್ಲಾ ಗಮನಿಸಿದ್ದೇವೆ.

ಒಮ್ಮೆ ಗಾಂಧಿನಗರದ 'ವಜ್ರೇಶ್ವರಿ' ಸಂಸ್ಥೆಯ ಆಫೀಸಿನಲ್ಲಿ ಕೂತಿದ್ದಾಗ ರಾಘವೇಂದ್ರ ರಾಜ್‌ಕುಮಾರ್ ಹೇಳುತ್ತಿದ್ದರು: 'ನಾವು ಹೈದರಾಬಾದ್‌ಗಾಗಲೀ, ಚೆನ್ನೈಗಾಗಲೀ ಹೊರಟು ನಿಂತಾಗ ಅಪ್ಪಾಜಿ ಕರೆದು ಕೆಲವೊಂದು ಟಿಪ್ಸ್ ಕೊಡೋರು. ಹಿರಿಯ ಕಲಾವಿದರು ಸಿಕ್ಕರೆ ಕಾಲು ಮುಟ್ಟಿ ನಮಸ್ಕರಿಸಲು ಹೇಳುತ್ತಿದ್ದರು. ಇದು ಅಪ್ಪಾಜಿ ನಮಗೆ ಕಲಿಸಿದ ಪಾಠ. ನಯ, ವಿನಯ, ತಾಳ್ಮೆಯನ್ನು ಅಪ್ಪಾಜಿಯಿಂದ ಕಲಿತೆವು. ಅಪ್ಪಾಜಿ ನಮಗೆ ತಂದೆ ಮಾತ್ರವಲ್ಲ, ಶ್ರೇಷ್ಠ ಗುರುಗಳೂ ಹೌದು...'

ಒಮ್ಮೆ ಪುನೀತ್ ಹೈದರಾಬಾದ್‌ಗೆ ಹೋಗಿದ್ದರು. ಅಪ್ಪನ ಕಿವಿಮಾತಿನಂತೆ ಹಿರಿಯ ನಟರಾದ ಅಕ್ಕಿನೇನಿ ನಾಗೇಶ್ವರರಾವ್ ಅವರನ್ನು ಭೇಟಿಯಾಗಿ ಆಶೀರ್ವಾದ ಪಡೆದು ಹಾಗೆಯೇ ಅನ್ನಪೂರ್ಣ ಸ್ಟುಡಿಯೋಕ್ಕೆ ಹೋದರಂತೆ ಪುನೀತ್. ಅಲ್ಲಿ ಪವನ್ ಕಲ್ಯಾಣ್ ಅವರ ಚಿತ್ರವೊಂದರ ಚಿತ್ರೀಕರಣ ನಡೆಯುತ್ತಿತ್ತು. ವಿಶ್ ಮಾಡಿ ಬರೋಣವೆಂದರೆ ಸೆಕ್ಯುರಿಟಿಯವನು ಒಳ ಬಿಡಲಿಲ್ಲ. ಪುನೀತ್ ಗೇಟ್ ಬಳಿ ಕಾಯುತ್ತಾ ನಿಂತರಂತೆ. ಈ ವಿಷಯ ತಿಳಿದು

ಗಾಬರಿಗೊಂಡು ಪವನ್ ಓಡೋಡಿ ಬಂದು ಪುನೀತ್ ಕಾಲಿಗೆ ಬಿದ್ದು ಕ್ಷಮೆ ಯಾಚಿಸಿದರಂತೆ! ಅಪ್ಪಾಜಿ ಕಲಿಸಿದ ತಾಳ್ಮೆಯ ಪಾಠವಿದು!

ಇದೊಂದು ಘಟನೆಯನ್ನು ನಿಮಗೆ ಹೇಳಲೇಬೇಕು. ಇದು ನಡೆದದ್ದು ಚೆನ್ನೈನಲ್ಲಿ. ಆಗ ರಾಜ್ ಅವರು ವೀರಪ್ಪನ್‌ನಿಂದ ಅಪಹೃತವಾದ ದಿನಗಳು. ಕರ್ನಾಟಕದಷ್ಟೇ ತಮಿಳ್ನಾಡು ಕೂಡ ಆತಂಕಕ್ಕೊಳಗಾಗಿತ್ತು. ದಿನಬೆಳಗಾದರೆ ಸಾಕು ಚೆನ್ನೈಗೆ ಹೋಗಿ ಬರುವುದೇ ರಾಜ್ ಪುತ್ರರ ಫುಲ್ ಟೈಮ್ ಕೆಲಸವಾಗಿತ್ತು!

ಹಾಗೆ ಹೋದಾಗಲೆಲ್ಲಾ ಈ ಸೋದರರು ವಾಸ್ತವ್ಯ ಹೂಡುತ್ತಿದ್ದುದು ಅಲ್ಲಿನ ಪಾಮ್‌ಗ್ರೋವ್ ಹೋಟೆಲಿನಲ್ಲಿ. ಚೆನ್ನೈನ ಕಲಾವಿದರೆಲ್ಲಾ ಈ ಹೋಟೆಲಿಗೆ ಬಂದು ರಾಜ್ ಪುತ್ರರಿಗೆ ಧೈರ್ಯ ಹೇಳಿ ಹೋಗುತ್ತಿದ್ದರಂತೆ. ಒಮ್ಮೆ ಚಿರಂಜೀವಿ ಕೂಡಾ ಬಂದಿದ್ದರು. ಆಗ ತೀರಾ ಸೌಜನ್ಯದಿಂದ ರಾಜ್ ಪುತ್ರರು ಹೇಳುತ್ತಿದ್ದರಂತೆ: 'ಸಾರ್, ನೀವ್ಯಾಕೆ ಬರ್ತೀರಿ? ಹೇಳಿ ಕಳಿಸಿದರೆ ನಾವೇ ನಿಮ್ಮಲ್ಲಿಗೆ ಬರ್ತಿದ್ದೀವಲ್ಲಾ?'–ರಾಜ್ ಪುತ್ರರ ಈ ಮಾತನ್ನು ಕೇಳಿ ಚಿರಂಜೀವಿ ಅಷ್ಟೇ ಸೌಜನ್ಯದಿಂದ ಉತ್ತರಿಸಿದರಂತೆ: 'ನಮ್ಮ ತೆಲುಗು ಚಿತ್ರರಂಗದಲ್ಲಾದರೆ ಇಬ್ಬರು ಮಹಾತಾರೆಯರಿದ್ದರು–ಎನ್.ಟಿ.ಆರ್. ಮತ್ತು ಎ.ಎನ್.ಆರ್. ತಮಿಳು ಚಿತ್ರರಂಗದಲ್ಲೂ ಅಷ್ಟೇ: ಎಂ.ಜಿ.ಆರ್. ಮತ್ತು ಶಿವಾಜಿ, ಮಲಯಾಳಂ ಚಿತ್ರರಂಗದಲ್ಲಿ ಕೂಡಾ ಇಬ್ಬರು 'ಸೂಪರ್‌ಸ್ಟಾರ್'ಗಳಿದ್ದಾರೆ: ಮೋಹನ್ ಲಾಲ್ ಮತ್ತು ಮಮ್ಮುಟ್ಟಿ. ಆದರೆ ನಮ್ಮ ಕನ್ನಡ ಚಿತ್ರರಂಗದಲ್ಲಿರುವವರು ಒಬ್ಬರೇ ಮಹಾತಾರೆ: ಅವರು ನಮ್ಮ 'ರಾಜ್‌ಕುಮಾರ್'ಗಾರು! 'ಅಂಥಾ ಮಹಾತಾರೆಯ ಮಕ್ಕಳಿಗೆ ನಾನು ಇಷ್ಟಾದರೂ ಗೌರವ ತೋರಿಸಬೇಡವೇ?'– ಚಿರಂಜೀವಿಯಂಥಾ ಮಹಾತಾರೆಯೇ ಇಂಥಾ ಸ್ಟೇಟ್‌ಮೆಂಟ್ ಕೊಡುವಾಗ ರಾಜ್ ಪುತ್ರರು ಆನಂದ ಬಾಷ್ಪ ಸುರಿಸದಿರುತ್ತಾರೆಯೇ?

ಇಂಥಾ ರಾಜ್‌ಕುಮಾರ್ ಕಾಲವಾಗುವ ಹಿಂದಿನ ದಿನ ನಾವೆಲ್ಲಾ ಹಂಪಿಗೆ ಹೊರಟಿದ್ದೆವು. ಮಾರನೇ ದಿನ ಶಿವರಾಜ್‌ಕುಮಾರ್ ಅಭಿನಯದ ಸಿನಿಮಾವೊಂದರ ಚಿತ್ರೀಕರಣ ಅಲ್ಲಿ ಶುರುವಾಗುವುದಿತ್ತು. ನಿರ್ಮಾಪಕರು ಪತ್ರಕರ್ತರ ಕುಟುಂಬವನ್ನು ಆಹ್ವಾನಿಸಿದ್ದರು. ಹೀಗಾಗಿ ಪತ್ರಕರ್ತರೆಲ್ಲಾ ಸಕುಟುಂಬ ಪರಿವಾರ ಸಮೇತ ಚಿತ್ರೀಕರಣ ವೀಕ್ಷಿಸಲೆಂದು ಹಂಪಿಗೆ ಹೊರಟಿದ್ದೆವು. ಬೆಂಗಳೂರಿನಿಂದ ಹಂಪಿಗೆ ನಾವು ಹೊರಟದ್ದು ಡೀಲಕ್ಸ್ ಬಸ್ಸಿನಲ್ಲಿ. ಹಂಪಿ ತಲುಪಿದಾಗ ಮುಂಜಾನೆಯ ಐದು ಗಂಟೆ. ಅದ್ಭುತವಾದ ಸುಸಜ್ಜಿತ ಲಾಡ್ಜ್‌ವೊಂದನ್ನು ವ್ಯವಸ್ಥೆಗೊಳಿಸಿದ್ದರು ನಿರ್ಮಾಪಕರು. ಬೆಳಗ್ಗಿನ ವಿಧಿಗಳನ್ನೆಲ್ಲಾ ಪೂರೈಸಿ, ತಿಂಡಿ ತಿಂದು ಚಿತ್ರೀಕರಣ ವೀಕ್ಷಣೆಗೆ ಹೊರಡಬೇಕು ಅನ್ನುವಷ್ಟರಲ್ಲಿ ಬಂತಲ್ಲಾ ಬರಸಿಡಿಲೆರಗಿದಂಥಾ ಸುದ್ದಿ! ಅಣ್ಣಾವ್ರು ಇನ್ನಿಲ್ಲ!!!

ಎಲ್ಲಾ ಅಯೋಮಯ. ಚಿತ್ರೀಕರಣ ಇನ್ನೇನು ಶುರುವಾಗುವುದರಲ್ಲಿತ್ತು.

ಶಿವಣ್ಣ ಮೇಕಪ್ ಹಚ್ಚಿ ಪ್ರಥಮ ಶಾಟ್‌ಗೆ ರೆಡಿಯಾಗಿದ್ದರು. ಅಣ್ಣಾವ್ರ ನಿಧನದ ಸುದ್ದಿ ಕಾಡ್ಗಿಚ್ಚಿನಂತೆ ಹರಡಿಬಿಟ್ಟಿತು. ಚಿತ್ರೀಕರಣ ನಿಲ್ಲಿಸಿ ಶಿವರಾಜ್‌ಕುಮಾರ್ ಅಳುತ್ತಲೇ ಬೆಂಗಳೂರಿಗೆ ವಾಪಸ್ಸಾದರು. ಚಿತ್ರೀಕರಣ ವೀಕ್ಷಣೆಗೆ ರೆಡಿಯಾಗಿದ್ದ ನಾವೆಲ್ಲ ತರಾತುರಿಯಲ್ಲಿ ಅದೇ ಬಸ್ಸನ್ನೇರಿ ಬೆಂಗಳೂರಿಗೆ ಹೊರಟು ಬಿಟ್ಟೆವು...

ಬೆಂಗಳೂರು ಹೊತ್ತಿ ಉರಿಯಿತು. ಲಕ್ಷಾಂತರ ಅಭಿಮಾನಿಗಳು ಅಣ್ಣಾವ್ರ ಪಾರ್ಥಿವ ಶರೀರವನ್ನು ನೋಡಲು ಮುಗಿಬಿದ್ದ ಕಾರಣಕ್ಕಾಗಿ ಲಾಠಿಚಾರ್ಜೂ ಆಯಿತು. ನಗರದ ಕಂಠೀರವಾ ಸ್ಟುಡಿಯೋದ ವರೆಗಿನ ಮೆರವಣಿಗೆ ಬರಿಯ ಮೆರವಣಿಗೆಯಾಗಿರಲಿಲ್ಲ. ಅದೊಂದು ಜನ ಸಾಗರ. ಗುಂಡು ಪಿನ್ನು ಬೀಳಲು ಕೂಡಾ ಅವಕಾಶವಿಲ್ಲದಂಥಾ ಜನಜಂಗುಳಿಯ ನಡುವೆ ಅಣ್ಣಾವ್ರು ಮಣ್ಣಲ್ಲಿ ಮಣ್ಣಾಗಿ ಹೋದರು. ಆದರೇನಂತೆ ಈಗಲೂ ಅಲ್ಲೊಂದು ಅದ್ಭುತವಾದ ಸ್ಮಾರಕವಿದೆ. ಅಭಿಮಾನಿಗಳ ಹೃದಯದಲ್ಲಿ ಅಷ್ಟೇ ಅದ್ಭುತವಾದೊಂದು ಅಮರ ಸ್ಥಾನವಿದೆ. ಅಣ್ಣಾವ್ರು ಅಮರ.

ಗಾದಿಯ ಮೇಲೆ ಚಕ್ಕಳಂಬಕ್ಕಳಂ ಹಾಕಿ ಸಹೃದಯಿ ವಿಷ್ಣುವರ್ಧನ್ ಬಿಚ್ಚಿದರು ಹೃದಯದ ಕವಾಟವ

ಅಂದು ಯುಗಾದಿ. ಹಬ್ಬದ ಸಂಭ್ರಮ. ನನಗೆ ಮಾತಿನ ಸಂಭ್ರಮ. ಮಾತುಕತೆಗಾಗಿ ನನ ನು ಆಹ್ವಾನಿಸಿದ್ದು ಬೇರೆ ಯಾರೂ ಅಲ್ಲ, ನನ್ನ ಪ್ರೀತಿಯ ಹೃದಯವಂತ ಕಲಾವಿದ ವಿಷ್ಣುವರ್ಧನ್ ಅವರು. ಸಂಭ್ರಮ, ಸಡಗರವಿಲ್ಲದಿರುತ್ತಾ? ಮಾತಾಡಲು ಯುಗಾದಿಯ ದಿನವನ್ನೇ ಯಾಕೆ ಆಯ್ಕೆ ಮಾಡಿಕೊಂಡರೋ ವಿಷ್ಣು ಅವರು? ಪ್ರಾಯಶಃ ಅದು ಸಿಹಿ-ಕಹಿಗಳ ಮಿಶ್ರಣದ ಭಾವಕೋಶ ಇರಬಹುದೋ ಗೊತ್ತಿಲ್ಲ. 'ಬೆಳಗ್ಗೆ 11ಕ್ಕೆ ಸರಿಯಾಗಿ ಜಯನಗರ 7ನೇ ಬ್ಲಾಕ್‌ನಲ್ಲಿರುವ ವಿಜಯಕುಮಾರ್ ಆಫೀಸ್‌ಗೆ ಬಂದು ಬಿಡಿ, ಮಾತಾಡೋದು ತುಂಬಾ ಇದೆ...'-ಅಂದಿದ್ದರು ವಿಷ್ಣು ಅವರು. ಕುತೂಹಲದಿಂದ ಸ್ವಲ್ಪ ಬೇಗನೇ ಹೋದರೆ ಅಲ್ಲಿ ವಿಜಯಕುಮಾರ್ ಅವರು ಆಫೀಸ್ ಕ್ಲೀನ್ ಮಾಡುವುದರಲ್ಲಿ ಮಗ್ನರಾಗಿದ್ದರು! ಇವರು ಬೇರೆ ಯಾರೂ ಅಲ್ಲ, ವಿಷ್ಣುವರ್ಧನ್ ಅವರ ದೊಡ್ಡ ಅಭಿಮಾನಿ ಮತ್ತು 'ಸಿಂಹಾದ್ರಿಯ ಸಿಂಹ' ಚಿತ್ರದ ನಿರ್ಮಾಪಕರು! ನಾನು ನೋಡನೋಡುತ್ತಿರುವಂತೆಯೇ ಗುಡಿಸಿ, ಒರೆಸಿದ ನಂತರ ಘಮ್ ಅಂತ ಸ್ಪ್ರೇ ಹೊಡೆದು ಬಿಟ್ಟರು! ಅದೊಂದು ಪುಟ್ಟರೂಮು. ಒಂದು ಪುಟ್ಟ ಟೇಬಲ್, ತಿರುಗು ಕುರ್ಚಿ ಮತ್ತು ದೊಡ್ಡದಾದ ಶಿರಡಿ ಸಾಯಿಬಾಬಾರವರ ಒಂದು ಮೂರ್ತಿ. ಎಲ್ಲಾ ಕೆಲಸದ ನಂತರ

ಸಾಯಿಬಾಬಾಗೆ ಒಂದು ದೊಡ್ಡ ನಮಸ್ಕಾರ ಮಾಡಿ, ಬರಿಯ ನೆಲದ ಮೇಲೆ ಚಕ್ಕಳಂಬಕ್ಕಳಂ ಹಾಕಿ, ತಮ್ಮ ಅಭಿಮಾನದ ಕಲಾವಿದ ವಿಷ್ಣುವರ್ಧನ್ ಅವರ ಬರವಿಗಾಗಿ ಕಾಯುತ್ತಾ ಕೂತುಬಿಟ್ಟರು ವಿಜಯಕುಮಾರ್...

ಐದೇ ಐದು ನಿಮಿಷದಲ್ಲಿ ಯಜಮಾನ್ರು ಬಂದ್ರು. ಒಳ ಬಂದವರೇ ಬಾಬಾಗೊಂದು ನಮಸ್ಕಾರ ಹಾಕಿ, ನನ್ನ ಕಡೆ ತಿರುಗಿ ಒಂದು ಸ್ಮೈಲ್ ಕೊಟ್ಟರು! ಅದು ಬ್ರಹ್ಮಾಂಡದ ರಹಸ್ಯಕೋಟೆಯನ್ನು ಭೇದಿಸುವ ನಗು! ಚಕ್ಕಳಂಬಕ್ಕಳಂ ಹಾಕಿ ಕೂತಿದ್ದ ವಿಜಯಕುಮಾರ್ ದಿಗ್ಗನೆದ್ದು ತಮ್ಮ ಯಜಮಾನ್ರ ಪಾದ ಮುಟ್ಟಿ ನಮಸ್ಕರಿಸಿದರು. ನಂತರ ಪ್ರಸಾದವೇನೋ ಕೊಟ್ಟು ಹಣೆಗೆ ಒತ್ತಲು ಸೂಚಿಸಿದರು... ಒಂದೂ ಅರ್ಥವಾಗದೇ ನಾನು ನೋಡುತ್ತಲೇ ಇದ್ದೆ...

ಅಲ್ಲಿ ಪೀಠದ ಮೇಲೆ ಕೂತಿದ್ದ ಬಾಬಾನಿಗೂ, ಇಲ್ಲಿ ಸೋಫಾದಂಥಾ ಕುರ್ಚಿ ಮೇಲೆ ಕೂತಿದ್ದ 'ಅಭಿನವ' ಬಾಬಾನಿಗೂ ಬಾಹ್ಯ ಡ್ರೆಸ್‌ನಲ್ಲಿ ಹೆಚ್ಚೇನೂ ವ್ಯತ್ಯಾಸವಿರಲಿಲ್ಲ! ಅಷ್ಟರಲ್ಲಾಗಲೇ ಬನ್ನಂಜೆಯವರ ಆಧ್ಯಾತ್ಮಿಕ ಲೋಕದತ್ತ ಪಯಣ ಬೆಳೆಸಿದ್ದ ವಿಷ್ಣುವರ್ಧನ್ ತಮ್ಮ ಎಂದಿನ ಕಾಸ್ಟ್ಯೂಮ್‌ನಲ್ಲೂ ಬದಲಾವಣೆ ಮಾಡಿಕೊಂಡಿದ್ದರು. ಸಾಕ್ಷಾತ್ ಶಿರಡಿ ಸಾಯಿಬಾಬಾರಂತೆಯೇ ಕಾಣಿಸುತ್ತಿದ್ದ ವಿಷ್ಣು ನನ್ನ ಕಡೆ ನೋಡಿ 'ಆಚೆ ಹೋಗೋಣ. ಅಲ್ಲೊಂದು ರೂಮಿದೆ. ನಮ್ಮ ಹುಡುಗ್ರು ಸ್ಕ್ರಿಪ್ಟ್ ರೈಟಿಂಗ್‌ಗಾಗಿ ಮಾಡಿಸಿಕೊಂಡ ಹಾಲ್. ಬನ್ನಿ ಅದು ಪ್ರಶಸ್ತವಾದ ಜಾಗ...'–ಎಂದು ಹೇಳುತ್ತಾ ಆ ಕಡೆ ಹೊರಟರು ವಿಷ್ಣು. ನಾನು ಹಿಂಬಾಲಿಸಿದೆ. ಮೊದಲೇ ಹೊರಟಿದ್ದ ವಿಜಯಕುಮಾರ್ ಬಾಗಿಲು ತೆರೆದು ನಮ್ಮನ್ನು ಸ್ವಾಗತಿಸಿದರು...

ಅದೊಂದು ದೊಡ್ಡ ಹಾಲ್. ಪಾರ್ಟಿ ಅಧಿವೇಶನಕ್ಕೆ ಹಾಕ್ತಾರಲ್ಲಾ ಅಂಥಾ ಗಾದಿ ರೂಮು ತುಂಬಾ. ಅಕ್ಕಪಕ್ಕದಲ್ಲಿ ಉದ್ದನೆಯ ಉರುಟುರುಟು ದಿಂಬು. ಎಲ್ಲೆಲ್ಲೂ ಬಿಳಿಯೋ ಬಿಳಿ ಕಲರ್! ನಾನು ಮತ್ತು ವಿಷ್ಣುವರ್ಧನ್ ಒಳಗೆ ಕಾಲಿಡುತ್ತಿರುವಂತೆಯೇ ವಿಜಯಕುಮಾರ್ ಬಾಗಿಲು ಎಳೆದುಕೊಂಡು ಅದೆಲ್ಲೋ ಮಾಯವಾದರು! ನಾನು ಬೆಕ್ಕಸ ಬೆರಗಾಗಿ ನೋಡುತ್ತಿರುವಂತೆಯೇ ವಿಷ್ಣುವರ್ಧನ್ ತಮ್ಮದೊಂದು ವಿಶಿಷ್ಟವಾದ ನಗೆಯನ್ನು ಬೀರಿ ನನ್ನನ್ನು ಹತ್ತಿರ ಕರೆದು ಕೂರಿಸಿ ಬೆನ್ನಿಗೊಂದು ಉರುಟುರುಟು ದಿಂಬು ಕೊಟ್ಟರು! ಹಾಯಾಗಿ ಕೂತು ವಿಷ್ಣುವರ್ಧನ್ ಅವರ ಮಾತಿಗಾಗಿ ಕಾಯುತ್ತಿರುವಂತೆಯೇ ಹತ್ತಿರ ಬಂದು ಕೈಹಿಡಿದುಕೊಂಡರು. ನಾನು ಗಾಬರಿ ಬಿದ್ದೆ. ಕನ್ನಡ ಚಿತ್ರರಂಗದ ಸ್ಟಾರ್ ನಟರೊಬ್ಬರ ಈ ಪರಿಯ ವರ್ತನೆ ಕಂಡು ಮತ್ತಷ್ಟು ಮುಜುಗರಕ್ಕೊಳಗಾದೆ. ಎರಡು ನಿಮಿಷಗಳ ಕಾಲ ಅದೇನೋ ಧ್ಯಾನದಲ್ಲಿದ್ದವರಂತೆ ಕಣ್ಮುಚ್ಚಿ ಕಣ್ತೆರೆದರು. ನಾನು ವಿಷ್ಣುವರ್ಧನ್ ಮುಖವನ್ನು ನೋಡುತ್ತಲೇ ಇದ್ದೆ...

ಅವರು ಮಾತು ಶುರುವಿಟ್ಟುಕೊಂಡರು: ಗಣೇಶ್‌ಜೀ, ನಾನು ಈ ದಿನ ನಿಮ್ಮಲ್ಲಿ ಏನೇನು ಮಾತಾಡುತ್ತೇನೋ ಅವಷ್ಟೂ ತುಂಬಾ ರಹಸ್ಯವಾಗಿ ಕಾಪಾಡಿಕೊಳ್ಳಬೇಕಾದ ಜವಾಬ್ದಾರಿ ನಿಮ್ಮದು. ನಾನು ಬದುಕಿರುವವರೆಗೆ ಈ ಗುಟ್ಟು ಬಹಿರಂಗವಾಗಬಾರದು. ನಿಜ, ಅಲ್ಲಿ ಇಲ್ಲಿ ಒಂದಷ್ಟನ್ನು ಹೇಳಿದ್ದೇನೆ, ಆದ್ರೆ ಒಟ್ಟಾಗಿ ನಾನು ಎಲ್ಲೂ ಹೇಳದಿರುವ ವಿಚಾರವನ್ನು ಈಗ ನಿಮ್ಮ ಬಳಿ ಹೇಳಿಕೊಳ್ಳಲಿದ್ದೇನೆ... ನಿಮಗೇ ಗೊತ್ತಿರುವ ಹಾಗೆ ನಾನು ರೆಗ್ಯುಲರ್ ಆಗಿ ನಿಮ್ಮ ಅಂಕಣವನ್ನು ಓದುತ್ತಿದ್ದೇನೆ. ಹಾಗೆ ನೋಡಿದ್ರೆ ನನ್ನ ಬದುಕು ಕೂಡಾ ಚದುರಿದ ಚಿತ್ರಗಳೇ! ನಿಜ ಹೇಳ್ತಿದ್ದೇನೆ ಗಣೇಶ್‌ಜೀ, ನಾನು ಯಾವುದನ್ನೂ ಬಯಸಿ ಬಂದವನಲ್ಲ. ಎಲ್ಲವೂ ಅದರ ಪಾಡಿಗದು ಆಗುತ್ತಾ ಬಂತು. ನನ್ನ ಪಾಲಿಗೆ ಯೋಗ್ಯತೆಗಿಂತಲೂ ಯೋಗ ದೊಡ್ಡದು. ಇಲ್ಲವಾದ್ರೆ ಮೆಡಿಕಲ್ ರೆಪ್ ಆಗಬೇಕೆಂದು ಬಯಸಿದವನು ನಟನಾಗಬೇಕಿತ್ತಾ? ಡಕಾಯಿತನಾಗಲು ಆಸೆ ಪಟ್ಟವನು ಸಿನಿಮಾಗಳ ಹೀರೋ ಆಗಬೇಕಿತ್ತಾ? ಎಲ್ಲವೂ ಯೋಗದ ಕರಾಮತ್ತು. ಯೋಗ್ಯತೆ ಶೂನ್ಯ. ಬಯಸದೇ ಬಂದ ಭಾಗ್ಯ ಈ ನಟನಾ ವೃತ್ತಿ. ಒಂದೇ ಒಂದು ಸಿನಿಮಾ, ನನ್ಗೆ ರಾಷ್ಟ್ರೀಯ ಮಟ್ಟದ ಖ್ಯಾತಿಯನ್ನು ತಂದು ಕೊಟ್ಟಿತು! ಒಬ್ಬ ನಟ ನೂರು ಸಿನಿಮಾಗಳಲ್ಲಿ ನಟಿಸಿದರೂ

ಸಿಗದಂಥಾ ಪ್ರಚಾರ ಒಂದೇ ಒಂದು 'ನಾಗರಹಾವು' ಚಿತ್ರದಲ್ಲಿ ಸಿಕ್ಕಿದ್ದು ನನ್ನ ಯೋಗವಲ್ಲದೇ ಮತ್ತೇನು ಹೇಳಿ ಗಣೇಶ್‌ಜೀ...? ಆದರೆ ಅದರ ಹಿಂದೆಯೇ ಹಿಂಸೆ ಶುರುವಾಯಿತು. ನನ್ನ ಸಿನಿಮಾ ಗೆದ್ದಿದ್ದೇ ತಪ್ಪಾ? ಅಲ್ಲಿ ಆ ಕಡೆ 'ಸ್ಟೇಟ್ಸ್'ನಲ್ಲಿ 'ಬಂಗಾರದ ಮನುಷ್ಯ' ಒಂದು ವರ್ಷ ಪೂರೈಸುತ್ತಿರುವಾಗ, ಇಲ್ಲಿ ಈ ಕಡೆ 'ಸಾಗರ್' ಚಿತ್ರಮಂದಿರದಲ್ಲಿ 'ನಾಗರಹಾವು' ಸಿನಿಮಾ ನೂರು ದಿನದ ಸಂಭ್ರಮದಲ್ಲಿತ್ತು. ಈ ಎರಡೂ ಸಂಭ್ರಮವನ್ನು ಕಣ್ಣಾರೆ ಕಾಣುವ ಉದ್ದೇಶದಿಂದ ಅದ್ಯಾವುದೋ ಕಾರಿನಲ್ಲಿ ಹೊರಟರೆ ಅದ್ಯಾರೋ ಕಲ್ಲು ಹೊಡೆದು ಬಿಡೋದಾ? ಶುರುವಾಯಿತು ನೋಡಿ ಪೋಸ್ಟರಿಗೆ ಸೆಗಣಿ ಹಚ್ಚೋದು, ರಾತ್ರೋರಾತ್ರಿ ಫೋನ್ ಮಾಡಿ ಕೆಟ್ಟ ಬೈಗುಳ ಬಯ್ಯೋದು... ಸಾಕಾಗಿ ಹೋಯಿತು ಈ ಹಿಂಸೆ. ಯಾಕೆ ಮಾಡ್ತಾರೆ, ಯಾರು ಮಾಡ್ತಾರೆ ಒಂದೂ ಗೊತ್ತಾಗದ ಸನ್ನಿವೇಶದಲ್ಲಿ ಬೆಂಗಳೂರು ಬಿಟ್ಟು ಮದ್ರಾಸಿಗೆ ಹೋಗುವ ನಿರ್ಧಾರಕ್ಕೆ ಬಂದೆ...

ನಿಮಗೂ ಗೊತ್ತಿರಬಹುದು, ಅಷ್ಟು ಹೊತ್ತಿಗಾಗಲೇ ನೀವು ಕೂಡಾ ಫೀಲ್ಡ್‌ಗೆ ಬಂದಿದ್ರಿ ಅಂತ ಕಾಣತ್ತೆ. ನನ್ಗೆ ಸರಿಯಾಗಿ ನೆನಪಿದೆ: 1984ರ ಸೆಪ್ಟೆಂಬರ್ 9ನೇ ತಾರೀಕಿನ ಸಂಜೆಯ ಸಮಯ. ಇನ್ನೇನು 'ಬಂಧನ' ಸಿನಿಮಾ ಬಿಡುಗಡೆಯಾಗೋದರಲ್ಲಿತ್ತು. ಈ ಮಂದಿಯ ಉಪಟಳ ಸಹಿಸಲಾಗದೇ ಪ್ರೆಸ್ ಮೀಟ್ ಕರೆದು ನಾನು ಬೆಂಗಳೂರು ಬಿಟ್ಟು ಮದರಾಸಿಗೆ ಹೋಗಿ ಸೆಟ್ಲ್ ಆಗುವ ಬಗ್ಗೆ ಘೋಷಿಸಿದೆ. ಇದಕ್ಕೆ ನನ್ನದೇ ಆದ ವೈಯಕ್ತಿಕ ಕಾರಣಗಳನ್ನು ಪತ್ರಕರ್ತರಿಗೆ ನೀಡಿದೆ: ಅನಾಮಿಕ ಟೆಲಿಫೋನ್ ಕರೆಗಳಿಂದ ಬೈಗುಳಗಳ ಸುರಿಮಳೆಯಾಗುತ್ತಿರುವುದು. 'ಬಂಧನ' ಸಿನಿಮಾ ಬಿಡುಗಡೆಗೆ ಅಡ್ಡಿ ಆತಂಕಗಳು ಎದುರಾಗುತ್ತಿರುವುದು. ಪೋಸ್ಟರ್‌ಗಳಿಗೆ ಸೆಗಣಿ ಮೆತ್ತುತ್ತಿರುವುದು. ಕಾರಿನಲ್ಲಿ ಓಡಾಡುವಾಗ ಕಲ್ಲು ತೂರುವುದು. ಅವಾಚ್ಯ ಪದಗಳಿಂದ ನಿಂದಿಸುವುದು... ಒಂದಾ ಎರಡಾ? ಆದರೆ ಗಣೇಶ್‌ಜೀ, ಆಗ ನನ್ನ ಸಹಾಯಕ್ಕೆ ಬಂದವರು ಹಿರಿಯ ಪತ್ರಕರ್ತ ಮಿತ್ರರು. ಇಂಥಾ ಸಹೃದಯಿಗಳ ಮತ್ತು ಚಿತ್ರೋದ್ಯಮದ ಹಿತೈಷಿಗಳ ಸಲಹೆಯಂತೆ ನಾನು ಮದ್ರಾಸಿಗೆ ಹೋಗುವ ಐಡಿಯವನ್ನು ಡ್ರಾಪ್ ಮಾಡಿದೆ. ನನ್ನ ಅದೃಷ್ಟ ಚೆನ್ನಾಗಿತ್ತು. ಮುಂದಿನ ದಿನಗಳಲ್ಲಿ 'ಬಂಧನ' ಸಿನಿಮಾ ಸೂಪರ್ ಹಿಟ್ ಆಯಿತು. ನಾನು ಮದರಾಸಿಗೆ ಹೋಗುವ ನಿರ್ಧಾರವನ್ನು ತಾತ್ಕಾಲಿಕವಾಗಿ ವಾಪಸ್ಸು ತೆಗೆದುಕೊಂಡೆ...

ನಿಮ್ಗೆ ಗೊತ್ತಾ? ನಾನು ಲೆಫ್ಟ್ ಹ್ಯಾಂಡರ್. ಎಲ್ಲವೂ ಉಲ್ಟಾ! ಏನೋ ಮಾಡಲು ಹೋಗಿ ಇನ್ನೇನೋ ಮಾಡಿಬಿಡುತ್ತಿದ್ದೆ. ನನ್ನ ಈ ಗುಣಕ್ಕಾಗಿಯೇ ನನ್ನ ಹೆತ್ತಮ್ಮ ಪದೇ ಪದೇ ಹಂಗಿಸೋರು: 'ನೀನು ನನ್ಗೆ ಹುಟ್ಟಿದವನಲ್ಲ. ಯಾವುದೋ ಮುಸಲ್ಮಾನ ಕುಟುಂಬಕ್ಕೆ ಹುಟ್ಟಿದವನು. ನನ್ನ ಪಕ್ಕದಲ್ಲಿ

ಹೆರಿಗೆಯಾಗಿ ಮಲಗಿದಾಕೆ ಒಬ್ಬ ಮುಸಲ್ಮಾನ ಹೆಣ್ಣು ಮಗಳು. ಆಕೆಯ ಗಂಡು ಮಗು ಮತ್ತು ನನ್ನ ಗಂಡು ಮಗು ಅದಲು ಬದಲಾಗಿರಬೇಕು! ಹೀಗಾಗಿಯೇ ನೀನು ಹೀಗೆ ಉಲ್ಟಾನೇ ಮಾತಾಡ್ತಿ ಮತ್ತು ವರ್ತಿಸ್ತಿ...'–ಅಂತ ಹೇಳಿ ನಗೋರು! ಜತೆಗೆ ನಾನೂ ನಗ್ತಿದ್ದೆ.

'ಒಂದು ಹಂತದಲ್ಲಿ ನಾನು ಡಕಾಯಿತನಾಗುವ ಬಗ್ಗೆ ಕೂಡಾ ಯೋಚಿಸಿದ್ದಿದೆ ಗೊತ್ತಾ? ಅವರ ಮೇಲೆ ದೌರ್ಜನ್ಯ ನಡೆಯುತ್ತಿದ್ದರಿಂದ ತಾನೇ ಅವರೆಲ್ಲಾ ಡಕಾಯಿತರಾದದ್ದು? ಈ ಕಾರಣಕ್ಕಾಗಿಯೇ ನನ್ಗೆ ಅವ್ರ ಮೇಲೆ ಸಿಂಪಥಿಯಿತ್ತು. ಒಮ್ಮೆ ರಾಜಾಸ್ಥಾನಕ್ಕೆ ಹೋದಾಗ ಈ ಆಲೋಚನೆ ಬಂದಿತ್ತು: ನಾನೇಕೆ ಡಕಾಯಿತನಾಗಬಾರದು? ಅಲ್ಲಿನ ಪತ್ರಿಕೆ, ಪುಸ್ತಕಗಳನ್ನು ಓದಿ ಅವರ ಜೀವನ ಶೈಲಿಯನ್ನು ಅಧ್ಯಯನ ಮಾಡಿಕೊಂಡಿದ್ದೆ. ಅವ್ರ ಥರಾ ಮಾತಾಡಲು, ಪೋಸ್ ಕೊಡಲು ಪ್ರಾಕ್ಟೀಸ್ ಕೂಡಾ ಮಾಡಿದ್ದೆ. ಆದ್ರೆ ಅಷ್ಟರಲ್ಲೇ ಬೆಂಗ್ಳೂರಿಗೆ ಬಂದು ಬಿಟ್ಟೆ! ಹೀಗಾಗಿ ನಾನು ಡಕಾಯಿತನಾಗುವ ಅವಕಾಶ ತಪ್ಪಿ ಹೋಯಿತು...'–ಎಂದು ಹೇಳುತ್ತಾ ಗಹಗಹಿಸಿ ನಕ್ಕಿದ್ದರು ವಿಷ್ಣುವರ್ಧನ್...

ನಂತರ ವಿಜಯಕುಮಾರ್ ಅವರಿಗೆ ಹೇಳಿ ಕಾಫಿ ತರಿಸಿದರು, ಬಿಸ್ಕೆಟ್ ಕೊಟ್ಟರು. ಆಮೇಲೆ ಮಾತು ಮುಂದುವರಿಸಿದರು: 'ಕಲಾವಿದನಾಗಿ ನನ್ಗೆ ಜನ ನೀಡಿದ್ದು ಪುಟ್ಟಣ್ಣ ಕಣಗಾಲ್. ಏಳೇಳು ಜನ್ಮ ಪಟ್ಟಾಗಿ ಕೂತು ತಪಸ್ಸು

ಮಾಡಿದರೂ ಇಂಥಾದ್ದೊಂದು ಬದುಕು ನನ್ಗೆ ಸಿಗುತ್ತಿರಲಿಲ್ಲ. ನನಗೊಂದು ವಿಸಿಟಿಂಗ್ ಕಾರ್ಡ್ ಕೊಟ್ಟರು ಗುರುಗಳು. ಅದರ ಹೆಸರು: 'ನಾಗರಹಾವು'. ಇಡೀ ರಾಷ್ಟ್ರವೇ ನನ್ನನ್ನು ಗುರುತಿಸಿದ್ದು ಈ ವಿಸಿಟಿಂಗ್ ಕಾರ್ಡ್ ಮೂಲಕ! 30–40 ವರ್ಷಗಳ ಕಾಲ ಸರ್ವೀಸ್ ಮಾಡಿದವರಿಗೂ ಸಿಗದ ರೆಸ್ಪೆಕ್ಟ್ ನನ್ಗೆ ಸಿಕ್ಕಿತು. ಭಾರತದ ಎಲ್ಲಾ ಭಾಷೆಯ ನಿರ್ದೇಶಕರು, ನಿರ್ಮಾಪಕರು, ನಟರು, ನಟಿಯರು ಈ ಮೂಲಕ ನನ್ಗೆ ಗೌರವ ನೀಡಿದರು, ಪ್ರೀತಿ ಕೊಟ್ಟರು... ಈ ಜನ್ಮಕ್ಕೆ ಇಷ್ಟು ಸಾಕು. ಒಂದೊಂದು ಸಲ ನಾನು ಯೋಚಿಸುವುದಿದೆ: ಮುಂದೇನು? ಯಾವುದರ ನಿರೀಕ್ಷೆಯಲ್ಲಿ ನಾನು ಬದುಕಬೇಕು? ಸಾಕು, ಇಷ್ಟು ಸಾಕು. ಹೋಗಿ ಬಿಡೋಣ ಅಂತ ಅನಿಸಿದ್ದೂ ಇದೆ ಗಣೇಶ್‌ಜೀ...

ನನ್ನ ಮದ್ವೆ ವಿಚಾರ ನಿಮ್ಗೆ ಹೇಳಬೇಕು: ಅದು ಜಯನಗರದ ಕುಚಲಾಂಬ ಕಲ್ಯಾಣ ಮಂಟಪ. ಸಂಜೆ ರಿಸೆಪ್ಷನ್. ನನ ಬಲಗೈಯಾಗಿ ನನ್ಗೆ ಸಾಥ್ ನೀಡಿದ್ದು ಜೀವದ ಗೆಳೆಯ ಅಂಬರೀಶ್. ಆತನಿಲ್ಲವಾದ್ರೆ ನಾನು ಸತ್ತೇ ಹೋಗ್ತಿದ್ದೆ! ಚೌಲ್ಟ್ರಿಯ ಹೊರಗೆ ವಿಪರೀತ ಜನ. ಪ್ರೀತಿಯಿಂದ ಬಂದಿದ್ದಾರೆ. ಅವರಿಗೊಂದು ಥ್ಯಾಂಕ್ಸ್ ಹೇಳಿ ಬರೋಣ ಅಂತ ಮಾಯಿ ಜತೆ ಹೊರಗೆ ಬಂದಿದ್ದೇ ತಡ, ಅದೆಲ್ಲಿಂದ ತೂರಿ ಬಂತೋ, ದೊಡ್ಡದೊಂದು ಕಲ್ಲು ನನ್ನ ತಲೆಗೂದಲು ಸವರಿಕೊಂಡು ಹಿಂಬದಿಯಲ್ಲಿ ನಿಂತಿದ್ದವರಿಗೆ ಬಡಿಯಿತು. ಅದೆಲ್ಲಿದ್ದನೋ ಗೆಳೆಯ ಅಂಬಿ ಓಡೋಡಿ ಬಂದು ನನ್ನನ್ನು ಮತ್ತು ಮಾಯಿಯನ್ನು ಅತ್ತ ಸರಿಸುತ್ತಾ ಅಕ್ಷರಶಃ ದೂಡಿಕೊಂಡು ಒಳಗೆ ಸೆಳೆದುಕೊಂಡು ಬಿಟ್ಟ! ಸ್ವಲ್ಪವೇ ಸ್ವಲ್ಪ ತಡವಾಗಿದ್ರೂ

ಸಾಕು ಮತ್ತೊಂದು ಕಲ್ಲು ನನ್ನ ತಲೆ ಬುರುಡೆ ಚಿಪ್ಪನ್ನು ಕಿತ್ತುಹಾಕಿ ಬಿಡುತ್ತಿತ್ತು. ಹಾಗಿದ್ದರೆ ಇದು ಯಾರ ಕೆಲಸ? ಇದೆಂಥಾ ಅಭಿಮಾನ ಗಣೇಶ್‌ಜೀ? ಬದುಕಿನಲ್ಲಿ ನಾನು ಎಷ್ಟು ಸಂತೋಷ ಪಟ್ಟಿದ್ದೇನೋ ಅಷ್ಟೇ ಪ್ರಮಾಣದ ನೋವು ಅನುಭವಿಸಿ ಬಿಟ್ಟೆ. ಸಿಹಿ-ಕಹಿಗಳ ಸಮ್ಮಿಶ್ರಣ ನನ್ನೀ ಬದುಕು... ಆದರೆ ಒಂದು ಮಾತು ಮಾತ್ರ ನಿಜ: ಮಾಯಿ ನನ್ನ ಪಾಲಿನ ಅದೃಷ್ಟ ದೇವತೆ. ನನ್ನ ಯೋಗ್ಯತೆ ಮೀರಿದ ಬದುಕು ನನಗೆ ಸಿಕ್ಕಿತು, ಹಾಗೆಯೇ ನನ್ನ ಯೋಗ್ಯತೆಗೆ ಮೀರಿದ ಬಾಳಸಂಗಾತಿ ನನ್ನ ಪಾಲಿಗೆ ಸಿಕ್ಕಳು...

'ನೋಡಿ ಗಣೇಶ್ ಅವ್ರೇ, ನಾನು ಬೆಂಗ್ಳೂರು ಬಿಟ್ಟು ಮದರಾಸಿಗೆ ಹೋಗುವ ಯೋಚನೆಯನ್ನೇ ಮಾಡಿದವನಲ್ಲ. ಆದರೆ ಅಮ್ಮನ ಒತ್ತಾಯಕ್ಕೆ ಮಣಿಯ ಬೇಕಾಯಿತು. ಆ ಸಮಯದಲ್ಲಿ ಹೊರಗಿನ ಒತ್ತಡ ತುಂಬಾ ಇತ್ತು. ಮೊದಲೇ ಹೇಳಿದ ಹಾಗೆ ಕಲ್ಲು ಹೊಡೆಯುವುದು, ಸೆಗಣಿ ಬಳಿಯುವುದು, ಫೋನ್ ಮಾಡಿ ಕೆಟ್ಟದ್ದಾಗಿ ಬಯ್ಯುವುದು, ಬೇಡ ಬೇಡವೆಂದರೂ ವಾದ, ವಿವಾದ ಮೈಮೇಲೆ ಬಂದು ಬೀಳುವುದು... ಇವನ್ನೆಲ್ಲಾ ನೋಡಿ ದಿಕ್ಕೆಟ್ಟ ಅಮ್ಮ ಒಂದು ದಿನ ನನ್ನನ್ನು ಹತ್ತಿರ ಕರೆದು 'ಮಗ ಇವನ್ನೆಲ್ಲಾ ಸಹಿಸುವ ಶಕ್ತಿ ನಿನಗಿರಬಹುದು, ಆದರೆ ನನಗಿಲ್ಲ. ಸ್ವಲ್ಪ ದಿನ ಹೊರಗಿದ್ದು ಬಿಡು. ವರ್ಷವೋ, ಎರಡು ವರ್ಷವೋ ಮದರಾಸಿನಲ್ಲಿ ಹಾಯಾಗಿದ್ದು ಬಿಡು. ಈ ತಂಟೆ ತಾಪತ್ರಯದಿಂದ ದೂರ ಹೋಗು...'-ಅಮ್ಮನ ಈ ಮಾತನ್ನು ಕೇಳಿ ನಾನು ಕರಗಿ ಹೋದೆ. ಮದರಾಸಿಗೆ ಹೋಗಲು ಇದೇ ಕಾರಣ. ಇದಕ್ಕೂ ಕೊಂಕು ಕಟ್ಟಿ ಮಾತಾಡಿದರು. ನಾನು ಕೇರ್ ಮಾಡಲಿಲ್ಲ...

'ಕೊಂಕು ಹುಡುಕುವವರಿಗೆ ಒಂದಲ್ಲ ಒಂದು ಕೊಂಕು ಸಿಕ್ಕೇ ಸಿಗುತ್ತದೆ. ಉದಾಹರಣೆಗೆ 'ವಿಷ್ಣುಸೇನೆ' ಎಂಬ ಹೆಸರನ್ನೇ ತೆಗೆದುಕೊಳ್ಳಿ. ಅಭಿಮಾನಿಗಳ ಸಂಘ ಅಂದರೆ ಪುಂಡಪೋಕರಿಗಳ ಕೂಟ

ಎಂಬ ನಂಬಿಕೆ ಬೆಳೆದು ಹೋಗಿತ್ತು. ನ್ಯಾಯಯುತವಾಗಿ ಬಡವರ ಸೇವೆ ಮಾಡಲು ಹೊರಟ ನನ್ನ ಆತ್ಮೀಯರು ಬೇಜಾರು ಮಾಡಿಕೊಂಡರು. ಹೀಗಾಗಿ 'ವಿಷ್ಣುಸೇನೆ' ಎಂಬ ಹೆಸರಿನಲ್ಲಿ ಸಮಾಜ ಸೇವೆ ಮಾಡಲು ಹೊರಟರು ಇವರು. ಇಷ್ಟಕ್ಕೂ ಬಾಲ್ಯದಲ್ಲಿ ನಾನು ಸೇನೆಗೆ ಸೇರಿ ಸೈನಿಕನಾಗಬೇಕೆಂದು ಕನಸು ಕಂಡವನು. ಡಿಸಿಪ್ಲಿನ್‌ಗೆ ಮತ್ತೊಂದು ಹೆಸರೇ ಸೇನೆ. ಆದ್ದರಿಂದಲೇ ನನ್ನ ಅಭಿಮಾನಿಗಳು ಸ್ಥಾಪಿಸಿದ ಶಿಸ್ತಿನ ಸಂಘಕ್ಕೆ 'ವಿಷ್ಣುಸೇನೆ' ಎಂಬ ಹೆಸರಿಡಲು ನಾನು ಒಪ್ಪಿಕೊಂಡೆ. ಆಗಲೂ 'ಅಲ್ಲಿ ಶಿವಸೇನೆ, ಇಲ್ಲಿ ವಿಷ್ಣುಸೇನೆ' ಅಂತ ಕೊಂಕು ಮಾತಾಡಿದವರೂ ಇದ್ದರು. ಒಟ್ಟಿನಲ್ಲಿ ಈ ಕೊಂಕು ಮಾತುಗಳೇ ನನ್ನನ್ನು ಗಟ್ಟಿ ಮಾಡಿದವೇನೋ ಗೊತ್ತಿಲ್ಲ, ಆ ನಂತರ ನಾನು ತಿರುಗಿ ನೋಡಲಿಲ್ಲ...'–ವಿಷ್ಣು ಅವರು ಮಾತು ನಿಲ್ಲಿಸಿದರು. ಚಕ್ಕಳಂಬಕ್ಕಳಂ ಹಾಕಿ ಕೂತಿದ್ದವರು ಆ ಬಿಳುಪು ಗಾದಿಯ ಮೇಲೆ ಮೊಣಕಾಲಲ್ಲೇ ನಡೆಯುತ್ತಾ ಹತ್ತಿರ ಬಂದು ಒಮ್ಮೆ ಗಟ್ಟಿಯಾಗಿ ತಬ್ಬಿಕೊಂಡರು. ನಾನು ಸುಸ್ತು ಹೊಡೆದಿದ್ದೆ. ಜತೆಗೆ ಗಾಬರಿ. ವಿಜಯಕುಮಾರ್ ಹೊರಗೆಲ್ಲೋ ಹೋಗಿದ್ದರು. ಆ ಹಾಲ್‌ನಲ್ಲಿ ನಾನು ಮತ್ತು ವಿಷ್ಣುವರ್ಧನ್ ಮಾತ್ರ! ಒಂದು ಕ್ಷಣ ದಿಕ್ಕೇ ತೋಚದಂತಾಯಿತು! ಆ ಘಳಿಗೆಯಲ್ಲಿ ಏನು ಮಾಡಬೇಕೆಂದು ತೋಚದೇ ಮೌನವಾಗಿದ್ದೆ. ಮೌನವೇ ಮಾತಾಯಿತು. ಕ್ಷಣ ಬಿಟ್ಟು ಅಪ್ಪಿಕೊಂಡಿದ್ದ ಆ ಮಹಾತಾರೆಯ ಬೆನ್ನು ಸವರಿದೆ. ಸಾಕ್ಷಾತ್ ಶಿರಡಿ ಸಾಯಿಬಾಬಾರನ್ನೇ ತಬ್ಬಿಕೊಂಡ ಭಾವ! ಇದು ನನ್ನ ಬದುಕಿನ ಅತ್ಯಂತ ಅಮೂಲ್ಯ ಘಳಿಗೆ. ಅಷ್ಟೇ.

ಮರುಕ್ಷಣ ಗಡಿಬಿಡಿಯಿಂದ ಎದ್ದು ಕುಳಿತ ವಿಷ್ಣುವರ್ಧನ್ 'ಮತ್ತೆ ಎಂದಾರೂ ಸಿಗೋಣ. ಈಗ ಹೊರಟೆ. ಯುಗಾದಿ ಅಲ್ವಾ? ಮಾಯಿ ಕಾಯುತ್ತಿರುತ್ತಾರೆ... ಹ್ಯಾಪಿ ಯುಗಾದಿ ಗಣೇಶ್‌ಜೀ...'-ಎಂದು ಹೇಳುತ್ತಾ ವಿಜಯಕುಮಾರ್ ಕಾರಲ್ಲಿ ಹೊರಟೇ ಬಿಟ್ಟರು ವಿಷ್ಣು ದಾದ! ಅವಾಕ್ಕಾಗಿ ನಾನು ಅವರನ್ನೇ ನೋಡುತ್ತಾ ನಿಂತು ಬಿಟ್ಟೆ...

ಇವೆಲ್ಲಾ ನಡೆದು ದಶಕಗಳೇ ಕಳೆದಿವೆ. ವಿಷ್ಣುವರ್ಧನ್ ಇಲ್ಲ, ಆಫೀಸೂ ಇಲ್ಲ, ವಿಜಯಕುಮಾರ್ ಕಾಯಿಲೆ ಬಿದ್ದು ಹೋಗ್ಬಿಟ್ರು. ನನ್ನೊಳಗಿನ ಇವೆಲ್ಲಾ ನೆನಪುಗಳು ಮಾತ್ರ. ಹೀಗೆ ಅಕ್ಷರಗಳಾಗಿ ನಿಮ್ಮ ಮುಂದೆ ಪೋಣಿಸಿಕೊಂಡಿವೆ...

ಅಂಬೀ, ಎಲ್ಲಿ ಮರೆಯಾಗಿ ಹೋದೆ ಆತ್ಮಬಂಧು?

ಕರ್ಣ ಅಂದ್ರು, ರಸಿಕ ಅಂದ್ರು, ಉಡಾಫೆ ಅಂದ್ರು, ಕಾಮುಕ ಅಂದ್ರು, ಕುಡುಕ ಅಂದ್ರು... ಸಾಯುವ ಕಾಲಕ್ಕೆ ದಾರ್ಶನಿಕ ಅಂದ್ರು!

ಅಮರನಾಥ್ ಉರುಫ್ ಅಂಬರೀಶ್ ಅವರನ್ನು ನಾನು ಮೊದಲ ಸಾರಿ ಮೀಟ್ ಮಾಡಿದ್ದು ಬೆಂಗಳೂರಿನ ವುಡ್‌ಲಾಂಡ್ಸ್ ಹೋಟೆಲಿನ 242 ರೂಮಿನಲ್ಲಿ. ಆಗ ನಾನು 'ಚಿತ್ರದೀಪ' ಸಿನಿಮಾ ಪತ್ರಿಕೆಯಲ್ಲಿ ನೌಕರಿಯಲ್ಲಿದ್ದೆ. ಪುಟ್ಟದೊಂದು ಸಂದರ್ಶನಕ್ಕಾಗಿ ವುಡ್‌ಲಾಂಡ್ಸ್ ಹೋಟೆಲಿಗೆ ಹೋದಾಗ ಬೆಳಗ್ಗಿನ 11 ಗಂಟೆ. ಹಿಂದಿನ ದಿನವಷ್ಟೇ ಗಾಂಧಿನಗರದ ಸಿಂಡಿಕೇಟ್ ಬ್ಯಾಂಕಿನಲ್ಲಿ ಉದ್ಯೋಗದಲ್ಲಿದ್ದ ಕೋಕಿಲಾ ಮೋಹನ್ ಅವರನ್ನು ಭೇಟಿಯಾಗಿ ಸಂದರ್ಶಿಸಿದ್ದೆ. ಮೋಹನ್ ತುಂಬಾ ಆತ್ಮೀಯವಾಗಿ ಮಾತಾಡಿ 'ಕಪಾಲಿ' ಚಿತ್ರಮಂದಿರಕ್ಕೆ ಅಂಟಿಕೊಂಡಿದ್ದ ರಾಮಕೃಷ್ಣ ಹೋಟೆಲಿನಲ್ಲಿ ಮಸಾಲೆ ದೋಸೆ ಕೊಡಿಸಿದ್ದರು! ಆಪ್ಯಾಯಮಾನವಾದ ಸಂದರ್ಶನವದು. ಈ ಸಂದರ್ಶನದ ಅನುಭವದಿಂದ ಉತ್ತೇಜಿತನಾದ ನಾನು ಅಂಥಾದ್ದೇ ಮತ್ತೊಂದು ಸಂದರ್ಶನದ ನಿರೀಕ್ಷೆಯಲ್ಲಿ ಅಂಬರೀಶ್ ಅವರನ್ನು ಭೇಟಿಯಾಗಲು ಹೋಗಿದ್ದೆ!

ಗಂಟೆ ಹನ್ನೊಂದಾದರೂ ಅಂಬರೀಶ್ ಎದ್ದಿರಲಿಲ್ಲ. ಆದರೆ ಅವರ ರೂಮಿನ ಬಾಗಿಲು ತೆರೆದಿತ್ತು. ಧೈರ್ಯ ಮಾಡಿ ಒಳಗೆ ಕಾಲಿಡುತ್ತಲೇ 'ಯಾರದು?'

ಎಂಬ ಗಡಸು ಧ್ವನಿ ಕೇಳಿ ಬೆಚ್ಚಿ ಬಿದ್ದೆ. ನಾನು ನನ್ನ ಪರಿಚಯ ಹೇಳಿಕೊಂಡೆ. ಹಾಸಿಗೆಯಿಂದ ಎದ್ದವರೇ ಬಾತ್‌ರೂಮಿಗೆ ಹೋಗಿ ಬಂದರು. ನಾನು ಅಲ್ಲಿಗೆ ಬಂದ ಕಾರಣವನ್ನು ಹೇಳಿಕೊಂಡೆ. 'ಅದಿರ್ಲಿ, ಮೊದ್ಲು ಏನು ತಗೋತೀರಾ? ರಮ್, ವಿಸ್ಕಿ, ಬೀರ್?'–ಅಂತ ಕೇಳ ಬೇಕೇ? ಗಾಬರಿಯಿಂದ ಮಾತು ಹೊರಡಲಿಲ್ಲ. 'ಅಯ್ಯೋ, ಇದೆಲ್ಲಾ ನಂಗೆ ಅಭ್ಯಾಸವಿಲ್ಲ. ಒಂದು ಲೋಟ ನೀರು ಕೊಡಿ ಸಾಕು...' ಅಂದೆ. ಎತ್ತಿಟ್ಟ ಖೋಡೇಸ್ ರಮ್ ಬಾಟಲಿಯನ್ನು ದೊಪ್ಪನೇ ಮಂಚದ ಮೇಲೆಸೆದು ಫ್ರಿಜ್‌ನಲ್ಲಿಟ್ಟಿದ್ದ ದೊಡ್ಡದೊಂದು ಆಲ್‌ಫೋನ್ಸ ಮಾವಿನ ಹಣ್ಣನ್ನು ತೆಗೆದು, ಕತ್ತರಿಸಿ ಒಂದು ತುಂಡನ್ನು ನನಗೆ ಕೊಟ್ಟರು ಅಂಬರೀಶ್. ಮತ್ತೊಂದು ತುಂಡನ್ನು ಬಾಯಿಗಿಡುತ್ತಾ ತಮ್ಮಲ್ಲಿ ತಾವೇ ಎನ್ನುವಂತೆ 'ನೋಡ್ರೀ, ಈ ಮಾವಿನ ಹಣ್ಣಿನ ಜೊತೆ ಒಂದು ಗುಟುಕು ರಮ್ ಸೇವಿಸಿದ್ರೆ ಅದೆಂಥಾ ಕಾಂಬಿನೇಷನ್ ಅಂತೀರಿ?'–ಎಂದೆನ್ನುತ್ತಾ ಮಾವಿನ ತುಂಡಿನ ಜೊತೆ ಹಿತವಾಗಿ ರಮ್ ಸೇವಿಸ ತೊಡಗಿದರು! ನಾನು ಬೆಚ್ಚಿಬಿದ್ದೆ. ಹೀಗೂ ಉಂಟಾ? ಪುಟ್ಟಣ್ಣನ ಸಾಕ್ಷಾತ್ 'ಜಲೀಲ' ನನ್ನ ಮುಂದೆಯೇ ನಿಂತಂತಾಗಿತ್ತು! ಆಗ ಮತ್ತೊಂದು ಮಂಚದಲ್ಲಿ ಮಲಗಿದ್ದ ವ್ಯಕ್ತಿಯೊಬ್ಬರು ಮುಸುಕಿನೊಳಗೇ ಕೆಮ್ಮತೊಡಗಿದರು. 'ಯಾರು?' ಕೇಳಿದೆ. 'ಅಶೋಕ್, ನನ್ನ ಫ್ರೆಂಡ್' ಅಂದಿದ್ದರು ಅಂಬರೀಶ್.

ಸಂದರ್ಶನ ಸೊನ್ನೆ. ಅಂದು ಆ ರೂಮಿನಲ್ಲಿ ನಡೆದ ಘಟನೆಯನ್ನು ಕಣ್ಣಲ್ಲಿ ಕಂಡಂತೆ ಬರೆದೆ. ಆಗ 'ಚಿತ್ರದೀಪ' ಪತ್ರಿಕೆಗೊಂದು ವಿಶೇಷ ಇಮೇಜಿತ್ತು. ಕನ್ನಡ ಚಿತ್ರರಂಗದಲ್ಲಿ ಒಳ್ಳೆಯ ಸ್ಥಾನ–ಮಾನವಿತ್ತು. ಮಾರನೇ ವಾರದ ಸಂಚಿಕೆಯಲ್ಲಿ ಅಂದು ಅಂಬರೀಶ್ ರೂಮಿನಲ್ಲಿ ನಡೆದ ಘಟನೆಯನ್ನು ಸ್ವಾರಸ್ಯಕರವಾಗಿ ಬರೆದಿದ್ದೆ. ಇದನ್ನು ಓದಿದ ಅಂಬರೀಶ್

ನನ್ನನ್ನು ಅಟ್ಟಿಸಿಕೊಂಡು ಬರ್ತಾರೇನೋ ಎಂಬ ದಿಗಿಲಿತ್ತು! ಆದರೆ ಹಾಗೇನೂ ಆಗಲಿಲ್ಲ...

ದಶಕಗಳ ಹಿಂದೆ, ಅಂದರೆ ವೃತ್ತಿಬದುಕಿನ ಆರಂಭದಲ್ಲೇ ಅಂಬರೀಷ್ ಹೇಗಿದ್ದರು ಎಂಬುದನ್ನು ನಿಮಗೆ ಹೇಳಲೆಂದು ಇವಿಷ್ಟನ್ನು ಬರೆಯಬೇಕಾಯಿತು!

ಮುಂದೆ ಹತ್ತಾರು ಸಲ ಅಂಬರೀಶ್ ಅವರನ್ನು ಭೇಟಿಯಾಗಿದ್ದೇನೆ. ಆದರೆ ನೆನಪಿನಲ್ಲುಳಿದ ಭೇಟಿ ಕೆಲವು ಮಾತ್ರ. ಒಮ್ಮೆ ನಾನು ನೌಕರಿಯಲ್ಲಿದ್ದ 'ಸಂಯುಕ್ತ ಕರ್ನಾಟಕ' ಪತ್ರಿಕೆ ಆಫೀಸ್‌ಗೆ ನನ್ನ ಹಳೆ ಟೂ ವೀಲರ್ 'ಅವಂತಿ ಗರೇಲಿ'ಯಲ್ಲಿ ಹೋಗುತ್ತಿದ್ದಾಗ ಜಯನಗರದ ಸಿಗ್ನಲ್‌ವೊಂದರಲ್ಲಿ ಅಂಬರೀಶ್ ಭೇಟಿಯಾಯಿತು. ನನ್ನ ವೆಹಿಕಲ್ ಪಕ್ಕದಲ್ಲೇ ತಮ್ಮ ಕಾರನ್ನು ನಿಲ್ಲಿಸಿ ವಿಂಡೋ ಗ್ಲಾಸ್ ತೆರೆದು ಒಂದು ಫೈವ್‌ಸ್ಟಾರ್ ಚಾಕೊಲೇಟ್ ನೀಡಿದರು! ತಕ್ಷಣ ಅಭಿಮಾನಿಗಳು ಮುಗಿಬಿದ್ದರು. ಅಷ್ಟರಲ್ಲಿ ಗ್ರೀನ್ ಸಿಗ್ನಲ್ ಬಿತ್ತು. ಅಂಬಿ ಪರಾರಿ. ನಾನು ಕಾಲಲ್ಲಿ ಪೆಡಲ್ ಸುತ್ತಿಸುತ್ತಾ ಬಡ ಅವಂತಿಯನ್ನು ಸ್ಟಾರ್ಟ್ ಮಾಡಿದೆ...

'ಅಭಿಮಾನಿ ಪ್ರಕಾಶನ'ದಲ್ಲಿ ನಾನು ನಾಲ್ಕಾರು ವರ್ಷಗಳ ಕಾಲ ನೌಕರಿಯಲ್ಲಿದ್ದೆ. ಯಜಮಾನ ಟಿ. ವೆಂಕಟೇಶ್ ನನಗೆ ತುಂಬಾ ಬೇಕಾದವರು. ಪಕ್ಕದಲ್ಲಿರುವ 'ಅಭಿಮಾನಿ ವಸತಿ'ಯಲ್ಲೊಂದು ಪತ್ರಿಕಾಗೋಷ್ಠಿ. ಅದು ಅಂಬರೀಶ್ ನಟಿಸುತ್ತಿದ್ದ ಫಿಲಂನ ಪ್ರೆಸ್ ಮೀಟ್. ಯಥಾ ಪ್ರಕಾರ ಒಂದೂವರೆ ಗಂಟೆ ತಡವಾಗಿ ಅಂಬರೀಶ್ ಬಂದರು. ಮೊದಲು ಊಟ, ಆಮೇಲೆ ಪ್ರೆಸ್ ಮೀಟ್. ನನ್ನನ್ನು ಕಂಡೊಡನೆಯೇ ಸನ್ನೆ ಮಾಡಿ ಹತ್ತಿರ ಕರೆಸಿಕೊಂಡರು. ನಾನು ಹತ್ತಿರ ಬರುತ್ತಿರುವಂತೆಯೇ ನನ್ನ ಎರಡೂ ಭುಜದ ಮೇಲೆ ತಮ್ಮ

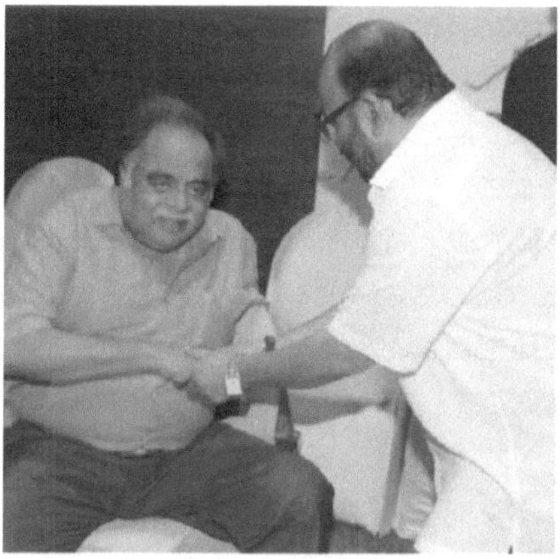

ಎರಡೂ ಕೈಗಳನ್ನಿಟ್ಟು ಗುಟ್ಟಾಗಿ ಮಾತಾಡ ತೊಡಗಿದರು: 'ನೀವು ಮನೆಯಲ್ಲಿ ಎಷ್ಟು ಮಂದಿ ಇದ್ದೀರಿ? ನಿಮ್ಗೆ ಮಕ್ಕಳೆಷ್ಟು? ನಿಮ್ಮ ಮಿಸೆಸ್ ಜೋರಾ ಸಾಫ್ಟಾ? ದುಡ್ಡು ಗಿಡ್ಡು ಮಾಡಿಕೊಂಡಿದ್ದೀರಾ ಹೇಗೆ? ನನ್ನಿಂದ ಏನಾದ್ರೂ ಸಹಾಯ ಬೇಕಿದ್ರೆ ಮುಜುಗರವಿಲ್ಲದೇ ಕೇಳಿ, ಸಂಕೋಚ ಬೇಡ...'– ಅಂಬಿ ಅವರಿಗೆ ಏನು ಉತ್ತರ ಕೊಡಬೇಕೆಂದು ಗೊತ್ತಾಗದೇ ಒಂದು ಕ್ಷಣ ತಲ್ಲಣಗೊಂಡದ್ದು ನಿಜ! ಮರುಕ್ಷಣ ಸುಧಾರಿಸಿಕೊಂಡು ನಾನು ಹೇಳಿದೆ: 'ಸರ್, ಎಲ್ರೂ ನಿಮ್ಮನ್ನು ಮಹಾ ಲಂಪಟ, ಉಡಾಫೆ ಮನುಷ್ಯ, ಕುಡುಕ... ಇತ್ಯಾದಿಯಾಗಿ ನಿಂದಿಸುತ್ತಿರುತ್ತಾರೆ, ನೀವು ನೋಡಿದರೆ ಹೀಗೆ... ಸರ್, ನಿಮ್ಮ ಆಫರ್‌ಗೆ ಧನ್ಯವಾದಗಳು. ದೇವರು ನನ್ಗೆ ಎಲ್ಲವನ್ನೂ ಕೊಟ್ಟಿದ್ದಾನೆ. ಉದ್ಯಮ ಕೂಡಾ ನನ್ನ ನಿರೀಕ್ಷೆಗೂ ಮೀರಿ ಪ್ರೀತಿ, ಗೌರವ ಕೊಟ್ಟಿದೆ. ನಾನು ಸುಖಿ. ಯಾರಾದರೂ ಅಸಹಾಯಕ ಕಲಾವಿದರು ನನ್ನ ಗಮನಕ್ಕೆ ಬಂದರೆ ನಿಮಗೆ ತಿಳಿಸುತ್ತೇನೆ, ಅವರಿಗೆ ನಿಮ್ಮ ಸಹಾಯ ಬೇಕಾಗಬಹುದು...'–ನನ್ನ ಈ ಮಾತನ್ನು ಕೇಳಿ ಅಚ್ಚರಿಯಿಂದ ನನ್ನನ್ನೇ ನೋಡುತ್ತಾ ಕಣ್ಣು ಮಿಟುಕಿಸಿದ್ದು ಯಾಕೋ ಗೊತ್ತಾಗಲಿಲ್ಲ! ಇದಾದ ವರ್ಷವೊಂದರಲ್ಲೇ ಅಂಬರೀಶ್ ಅವರ ಜೀವದ ಗೆಳೆಯ ಎ.ಟಿ. ರಘು ಕಾಯಿಲೆ ಬಿದ್ದು ಆಸ್ಪತ್ರೆ ಸೇರಿದ ಮಾಹಿತಿಯನ್ನು ಫೇಸ್‌ಬುಕ್‌ನಲ್ಲಿ ಹಂಚಿಕೊಂಡೆ. ತಕ್ಷಣವೇ ಎರಡು ಲಕ್ಷ ರೂಪಾಯಿಗಳನ್ನು ರಘು ಅವರಿಗೆ ಕಳಿಸಿಕೊಟ್ಟ ಸುದ್ದಿಯನ್ನು ಟಿ.ವಿ.ಯಲ್ಲಿ ಗಮನಿಸಿದೆ!

ಕೊನೆಯದಾಗಿ ಅಂಬರೀಶ್ ಅವರನ್ನು ಭೇಟಿಯಾದದ್ದು ಆತ್ರಿಯಾ ಹೋಟೆಲಿನಲ್ಲಿ. 'ಅಂಬಿ ನಿಂಗೆ ವಯಸಾಯಿತಲ್ಲೋ' ಚಿತ್ರದ ಪತ್ರಿಕಾಗೋಷ್ಠಿಗೆ

ಅಂಬರೀಶ್ ಬಂದಿದ್ದರು. ಈ ಬಗೆಗಿನ ಎಲ್ಲಾ ವಿವರಗಳನ್ನು ಈ ಹಿಂದೆಯೇ ಬರೆದಿದ್ದೇನೆ. ಬರೆಯಲು ಬಿಟ್ಟುಹೋದ ವಿಚಾರವೆಂದರೆ: ನನ್ನ ಶ್ರೀಮತಿ(ಗಾಯತ್ರಿ)ಗೆ ಮೊದಲಿನಿಂದಲೂ ಅಂಬರೀಶ್ ಅಂದ್ರೆ ಅಷ್ಟಕ್ಕಷ್ಟೇ... ಅವರ ಆಟಿಟ್ಯೂಡ್, ಮಾತಿನ ಸ್ಟೈಲ್, ಬಾಡಿಲಾಂಗ್ವೇಜ್... ಎಲ್ಲವನ್ನೂ ಟಿವಿಯಲ್ಲಿ ನೋಡುತ್ತಾ ಅಸಹ್ಯಪಟ್ಟುಕೊಂಡವಳು! ಆದರೆ ಅಂದು ನಡೆದದ್ದೇ ಬೇರೆ. ಯಾವುದೋ ಫ್ಯಾಮಿಲಿ ಕಾರ್ಯಕ್ರಮಕ್ಕೆ ಹೋಗಿ ಬರುವ ದಾರಿಯಲ್ಲಿ ಪತ್ರಿಕಾಗೋಷ್ಠಿಗೆ ಬಂದಿದ್ದರಿಂದ ಗಾಯತ್ರಿಯೂ ಜೊತೆಗಿದ್ದಳು. ಅಂಬರೀಶ್ ಮುಂದೆ ಕೈಕಟ್ಟಿ ನಿಂತಿದ್ದ ನನ್ನಾಕೆಯನ್ನು ಪ್ರೀತಿಯಿಂದ ಮತ್ತು ಅಷ್ಟೇ ಗೌರವದಿಂದ ಮಾತಾಡಿಸಿ ಕುರ್ಚಿ ಕೊಟ್ಟು ಪಕ್ಕದಲ್ಲಿ ಕೂರಿಸಿದ್ದೆಷ್ಟೋ ಅಷ್ಟೇ. ಅವರ ಸರಳ, ಸಜ್ಜನಿಕೆಯ ವರ್ತನೆಗೆ ಕ್ಲೀನ್ ಬೌಲ್ಡ್ ಆದ ನನ್ನ ಅರ್ಧಾಂಗಿ ಮೊನ್ನೆ ಅದೇ ಅಂಬರೀಶ್ ಅವರ ಪಾರ್ಥಿವ ಶರೀರವನ್ನು ಚಿತೆ ಮೇಲಿರಿಸಿದ ದೃಶ್ಯವನ್ನು ಟಿವಿಯಲ್ಲಿ ನೋಡಿ ತಡೆದುಕೊಳ್ಳಲಾಗದೇ ಅಡುಗೆ ಮನೆ ಸೇರಿ ಗೋಳೋ ಅಂತ ಅತ್ತದ್ದನ್ನು ನಾನು ಮರೆಯೋದುಂಟಾ?

ನಾನು 'ವಿಜಯ ಕರ್ನಾಟಕ' ಪತ್ರಿಕೆಯಲ್ಲಿ ನೌಕರಿಯಲ್ಲಿದ್ದಾಗ ಚಾಮರಾಜಪೇಟೆಯ ಆಫೀಸಿನ ಎದುರಿಗಿರುವ ಸೈಟ್ ಖಾಲಿಯಿತ್ತು. ನಮ್ಮ ಸಂಸ್ಥೆಯ ವಾಹನಗಳ ಪಾರ್ಕಿಂಗ್‌ಗೆ ಅನುಕೂಲವಾಗುತ್ತದೆ ಎಂಬ ಕಾರಣಕ್ಕೆ ಆನಂದ ಸಂಕೇಶ್ವರ್ ಅವರು 'ಕಲಾವಿದರ ಸಂಘದ ಆ ಜಾಗದಲ್ಲಿ ಪಾರ್ಕಿಂಗ್ ಮಾಡುವ ವ್ಯವಸ್ಥೆಗೆ ಅಂಬರೀಶ್ ಅವರನ್ನು ಒಪ್ಪಿಸಿಕೊಂಡು ಬನ್ನಿ' ಎಂದರು. ನಾನು ಜಯನಗರದ ಅಂಬರೀಶ್ ಮನೆಗೆ ಹೋದಾಗ ಜನಜಂಗುಳಿ. 11 ಗಂಟೆಯಾದರೂ ಅಂಬಿ ಎದ್ದಿರಲಿಲ್ಲ! ಸ್ವಲ್ಪ ಹೊತ್ತಿನಲ್ಲೇ ಚಡ್ಡಿಧಾರಿಯಾಗಿ ಆ ಜನಜಂಗುಳಿ ಮುಂದೆ ಪ್ರತ್ಯಕ್ಷರಾದ ಅಂಬಿ ಒಬ್ಬ ವಯೋವೃದ್ಧರನ್ನು ಕಾಣುತ್ತಲೇ ತೀವ್ರವಾಗಿ ತರಾಟೆಗೆ ತೆಗೆದುಕೊಂಡು ಬಿಟ್ಟರು. ಅವರ ಭಾಷೆಯಲ್ಲೇ ಬೈದರು. ನಂತರ ಹತ್ತಿರ ಕರೆದು ಮೈದಡವುತ್ತಾ ಒಂದು ಬಂಡಲ್ ನೋಟುಗಳನ್ನು ಚೆಡ್ಡಿ ಜೇಬಿನಿಂದ ಹೊರ ತೆಗೆದು ಆ ವೃದ್ಧರ ಕೈಗೆ ಕೊಟ್ಟರು! ದಟ್

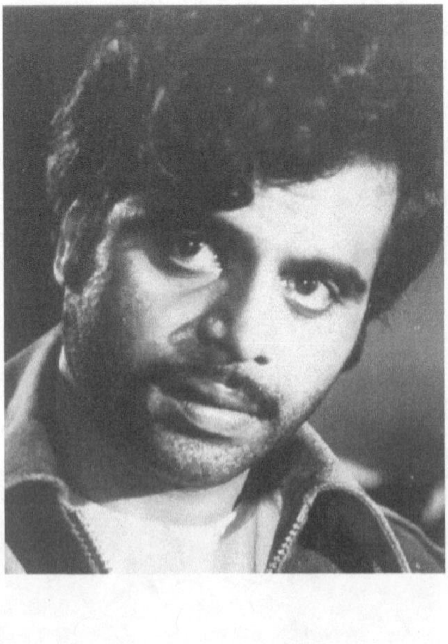

ಈಸ್ ಅಂಬಿ! ಇದನ್ನು ನೋಡುತ್ತಾ ಮೈ ಮರೆತ್ತಿದ್ದ ನನ್ನನ್ನು ನೋಡಿ ಹತ್ತಿರ ಕರೆದರು ಅಂಬರೀಷ್. ನಾನು ಬಂದ ಕಾರಣವನ್ನು ತಿಳಿಸಿದೆ: 'ಅಯ್ಯೋ ಯಾರು ಬೇಡ ಅಂತಾರೆ? ಖಾಲಿ ಬಿದ್ದಿದೆ, ಉಪಯೋಗಿಸಿಕೊಳ್ಳಿ... ತಿಂಡಿ ತಿಂದ್ರಾ? ಬನ್ನಿ, ನಂದೂ ಆಗಿಲ್ಲ. ಜೊತೆಗೆ ತಿನ್ನೋಣ...'-ಎಂದು ಹೇಳುತ್ತಾ ಡೈನಿಂಗ್ ಟೇಬಲ್‌ಗೆ ಕರೆದುಕೊಂಡು ಹೋದರು. ಅಲ್ಲಿ ಹತ್ತಾರು ಬಗೆಯ ತಿಂಡಿಗಳು. ಎರಡು ಇಡ್ಲಿ ತಿಂದೆ. ಕಾಫಿ ಕುಡಿದೆ. ಎದ್ದು ಹೊರಟಾಗ ಮಂಡ್ಯದ ರೈತರನೇಕರು ಅಂಬಿಯನ್ನು ಭೇಟಿಯಾಗಲು ಬಂದಿದ್ದರು...

ಇದು ಜೀವ, ಇದುವೇ ಜೀವನ...

‘ಪ್ರಚಂಡ ರಾವಣ’ನ ಅನಾರೋಗ್ಯ ಪರ್ವ : ಮನಸ್ಸು ಮಲ್ಲಿಗೆ–ಹೃದಯ ಕಠೋರ!

ಬದುಕಿನ ಕೊನೇಗಾಲದಲ್ಲಿ ಕಿಡ್ನಿ ವೈಫಲ್ಯ ಘಾಸಿಗೊಳಿಸಿತು ವಜ್ರದಂಥಾ ವಜ್ರಮುನಿಯವರನ್ನು...

ಎಲ್ಲವೂ ಇತ್ತು; ಅರಮನೆಯಂಥಾ ಮನೆ, ಅರಿತು ನಡೆವ ಮನೆಯೊಡತಿ, ನಾಡು ತುಂಬಾ ಅಭಿಮಾನಿಗಳ ಬಳಗ, ಊರು ತುಂಬಾ ಸ್ನೇಹ ತಂಡ, ಕೋ ಆಪರೇಟಿವ್ ಬ್ಯಾಂಕ್ ಅಧ್ಯಕ್ಷಗಿರಿ, ಕೈತುಂಬಾ ಕಾಸು, ಅವಕಾಶಗಳ ಮಹಾಪೂರ, ಎಕರೆಗಟ್ಟಲೆ ಜಮೀನು, ಕೈಗೊಬ್ಬ ಕಾಲಿಗೊಬ್ಬ ಆಳು–ಕಾಳುಗಳು... ಆದರೆ ಒಂದೇ ಒಂದರ ಕೊರತೆ. ಅದು ಆರೋಗ್ಯದ ಸಮಸ್ಯೆ. ಕಿಡ್ನಿ ವೈಫಲ್ಯದ ಕಾಯಿಲೆ ಈ ಉಕ್ಕಿನ ಮನುಷ್ಯನನ್ನು ಹೇಗೆ ಕಾಡಿತೆಂದರೆ, ಅದರ ಕಪಿಮುಷ್ಟಿಗೆ ಸಿಲುಕಿದ ವಜ್ರಮುನಿಯಂಥಾ ವಜ್ರಮುನಿಯೇ ಅಲ್ಲಾಡಿ ಹೋದರು. ಕೊನೆಗೆ ಅದೇ ಕಾಯಿಲೆಗೆ ಶರಣಾಗಿ

ಬದುಕಿಗೆ ಗುಡ್ ಬೈ ಹೇಳಿಬಿಟ್ಟರು...

ಇಂಥಾ ವಜ್ರದಂಥಾ ಗಟ್ಟಿ ಮನುಷ್ಯ ಸಾವಿನ ಹಾದಿ ಹಿಡಿಯುವ ಮೊದಲಿನ ತಿಂಗಳ ಒಂದು ದಿನ ನಾನು ಅವರೊಂದಿಗೆ ಮಾತಾಡಿಸಿ ಒಂದು ಸಂದರ್ಶನವನ್ನು ‘ವಿಜಯ ಕರ್ನಾಟಕ’ದಲ್ಲಿ ಬರೆದಿದ್ದೆ. ಇದು 2003ನೇ ಇಸವಿಯ ಕಥೆ. ಇದುವೇ ವಜ್ರಮುನಿಯವರ ಕಟ್ಟ ಕಡೆಯ ಸಂದರ್ಶನವಾಗುತ್ತದೆ ಎಂದು

ನಾನು ಭಾವಿಸಿರಲಿಲ್ಲ, ಸ್ವತಃ ವಜ್ರಮುನಿಯವರಿಗೂ ಗೊತ್ತಿರಲಿಲ್ಲ... ಸೋ ಸ್ಯಾಡ್ ಅಲ್ಲವೇ? ಕಿಡ್ನಿ ವೈಫಲ್ಯಕ್ಕೊಳಗಾದ ಕಲಾವಿದ ವಜ್ರಮುನಿಯವರು ಏನಿಲ್ಲವೆಂದರೂ 1750 ರಷ್ಟು ಸಾರಿ ಡಯಾಲಿಸಿಸ್ ಮಾಡಿಸಿಕೊಂಡಿದ್ದರು. ಈ ಅನಾರೋಗ್ಯಕ್ಕಾಗಿ ಆ ಕಾಲದಲ್ಲೇ ಸುಮಾರು 35 ಲಕ್ಷ ರೂಪಾಯಿಗಳನ್ನು ಖರ್ಚು ಮಾಡಿದ್ದಾರೆ. ತಿಂಗಳಿಗೆ 45 ಸಾವಿರ ರೂಪಾಯಿಗಳ ಔಷಧೋಪಚಾರದ ಖರ್ಚು ಮಾಡುತ್ತಿದ್ದರು. ಟ್ರಾನ್ಸ್‌ಪ್ಲಾಂಟ್ ಮಾಡಿದ ಕಿಡ್ನಿಯೂ ವಿಫಲವಾದಾಗ ಕಂಡ ಕನಸು ಛಿದ್ರ-ವಿಛಿದ್ರವಾಗಿತ್ತು. ಇಂಥಾ ದುರಾದೃಷ್ಟವಂತ ಕಲಾವಿದ ವಜ್ರಮುನಿಯವರ ಆ ಕೊನೆಯ ದಿನಗಳ ಕೊನೆಯ ಸಂದರ್ಶನ ಇಲ್ಲಿದೆ:

* * *

2003ನೇ ಇಸವಿಯ ಜುಲೈ ತಿಂಗಳ ಒಂದು ದಿನ ಬೆಂಗಳೂರಿನ ಅಂಜನಾಪುರ ಬಡಾವಣೆಯ ವಜ್ರಮುನಿಯವರ 'ವಜ್ರಗಿರಿ' ನಿವಾಸಕ್ಕೆ ಭೇಟಿ ನೀಡಿದಾಗ ಆ ಮನೆಯ ವೈಭವ ಕಂಡು ಬೆರಗಾಗಿದ್ದು ನಿಜ! ಅದು ಬರಿಯ ಮನೆಯಲ್ಲ, ಬಂಗಲೆಯೂ ಅಲ್ಲ. ಸಾಕ್ಷಾತ್ ಅರಮನೆಯ ಪ್ರತಿಕೃತಿ! ಎಕರೆಗಟ್ಟಲೆ ಪ್ರದೇಶದಲ್ಲೊಂದು ಬೃಹತ್ತಾದ ಶ್ವೇತ ಭವನ. ಈ ಶ್ವೇತ ಭವನದ ಅಂಗಳದಲ್ಲಿ ಹತ್ತಾರು ಶ್ವೇತ ಬಾತುಕೋಳಿಗಳು. ನನ್ನನ್ನು 'ಕ್ವಕ್ವಕ್ವಾ...' ಎಂದು

ಹಾರ್ದಿಕವಾಗಿ ಮನೆಯೊಳಗೆ ಸ್ವಾಗತಿಸಿದ್ದು ಇವೇ ಬಾತುಕೋಳಿಗಳು ಮತ್ತು ವಜ್ರಮುನಿಯವರ ಕಿರಿಯ ಮಗ ಜಗದೀಶನ ಹಸನ್ಮುಖ...

ಪುಟ್ಟ ಮಕ್ಕಳು ಕ್ರಿಕೆಟ್ ಆಟ ಆಡಬಹುದಾದಷ್ಟು ವಿಶಾಲವಾದ ಮನೆಯ ಹಾಲ್ ಅದು. ಸುತ್ತಲಿರುವ ಎತ್ತರದ ಕಪಾಟಿನಲ್ಲಿ ಗತವೈಭವವನ್ನು ಸಾರುವ ಪ್ರಶಸ್ತಿ-ಫಲಕಗಳು, ನೆನಪಿನ ಕಾಣಿಕೆಗಳು, ಶತದಿನ ಸಮಾರಂಭದ ಸ್ಮರಣಿಕೆಗಳು... ನಾನು ಮನೆಯ ಯಜಮಾನನಿಗಾಗಿ ಕಾಯುತ್ತಾ ಕುಳಿತೆ. ಐದು ನಿಮಿಷಗಳ ನಂತರ ಆ ಕೋಣೆಯ ಬಾಗಿಲು ತೆರೆಯಿತು. ವಜ್ರಮುನಿಯವರನ್ನು ಅವರ ಕಿರಿಯ ಮಗ ಜಗದೀಶ್ ಕೈ ಹಿಡಿದು ಕರೆತರುತ್ತಿದ್ದರು. ಒಂದು ಕಾಲದ ಈ ನಟಭಯಂಕರ ತಮ್ಮ ಕಾಲನ್ನು ಎತ್ತಿ ಎತ್ತಿ ಹಾಕಿ ನಿಧಾನವಾಗಿ ನಡೆದುಕೊಂಡು ಬರುತ್ತಿದ್ದರೆ ಮೊದಲ ಆಘಾತವಾಯಿತು. ಬಿಳಿಯ ಪಂಚೆ, ಬಿಳಿಯ ಶರ್ಟ್‌ನಲ್ಲಿ ವಜ್ರಮುನಿಯವರು ಕರ್‍ರಗೆ ಕಾಣಿಸುತ್ತಿದ್ದರು. ನಿಧಾನವಾಗಿ ನಡೆದುಕೊಂಡು ಬಂದ ಅವರು ಕಷ್ಟಪಟ್ಟು ಎದುರಿನ ಕುರ್ಚಿಯಲ್ಲಿ ಕುಕ್ಕರಿಸಿಕೊಂಡು ಒಮ್ಮೆ ತಲೆಗೂದಲನ್ನು ಸೆಟೆದುಕೊಂಡ ಬೆರಳುಗಳಿಂದ ನೀವಿಕೊಂಡರು. ಹಸನ್ಮುಖಿಯಾಗಲು ಹೆಣಗಿ ಸೋತು ಹೋದರೂ 'ನಮಸ್ಕಾರ' ಅಂದರು. ಧ್ವನಿ ಮಾತ್ರ ಬದಲಾಗಿರಲಿಲ್ಲ...

ಆಗ ತಾನೇ ಸ್ನಾನ ಮಾಡಿ ಒಣಗಿಸಿದಂತಿದ್ದ ಜೊಂಪೆ ಕೂದಲು, ಅಲ್ಲಲ್ಲಿ ಕಪ್ಪಾದ ಚರ್ಮ, ಮಾಂಸ ಕರಗಿ ಹೋಗಿ ಹಿಡಿಯಂತಿರುವ ದುಂಡಾದ ಮುಖ, ದೊಡ್ಡದಾದ ನಿರ್ಜೀವ ಕೆಂಡ ಕಣ್ಣುಗಳು. ಎರಡೂ ಕೈಗಳ ತುಂಬಾ ಇಂಜೆಕ್ಷನ್ ಚುಚ್ಚಿದ ಗುರುತುಗಳು. ಔಷಧಿ, ಮಾತ್ರೆ, ಇಂಜೆಕ್ಷನ್, ಆಪರೇಷನ್‌ಗಳು ವಜ್ರಮುನಿಯವರ ದೇಹವನ್ನು ಜರ್ಜರಿತಗೊಳಿಸಿದ್ದವು. ಜೀರ್ಣಗೊಂಡ ಶರೀರದೊಳಗಿನ ಕಾಂತಿ ಮಾತ್ರ ಆರಿರಲಿಲ್ಲ. ಕಿವಿಗೊಂದು ಇಯರ್ ಫೋನ್, ಕೆಂಪು ಗೋಳದ ಕಣ್ಣುಗಳನ್ನು ಸರ್ರನೆ ತಿರುಗಿಸುತ್ತಾ ವಜ್ರಮುನಿಯವರು ಒಮ್ಮೆ ಗಂಟಲು ಸರಿ ಮಾಡಿಕೊಂಡರು... ಹೀಗೆ ಗಂಟಲನ್ನು ಸರಿ ಮಾಡಿಕೊಂಡ ಈ ಮಾಜಿ ಅಭಿನವ 'ಪ್ರಚಂಡ ರಾವಣ' ಕನಿಷ್ಠವೆಂದರೂ ಎರಡು ಗಂಟೆಗಳ ಕಾಲ ನಿರರ್ಗಳವಾಗಿ ಮಾತಾಡಿದರು! ಅದೇ ಕಂಠ, ಅದೇ ಉತ್ಸಾಹ, ಅದೇ ಉಮ್ಮೇದಿ... ಹಿಂದಿನ ದಿನವಷ್ಟೇ ಡಯಾಲಿಸಿಸ್ ಮಾಡಿಸಿಕೊಂಡು ಬಂದದ್ದರಿಂದ ಸುಸ್ತಾಗಿದ್ದರು. ರಾತ್ರಿಯಿಡೀ ನಿದ್ದೆಯಿಲ್ಲದೇ ಒದ್ದಾಡಿದ್ದನ್ನು ಹೇಳಿಕೊಂಡರು. ಮೈಕೈ ನೋವಿನಿಂದ ಬಳಲಿದ್ದನ್ನು ಯಾಕ್ಷನ್ ಸಮೇತ ವಿವರಿಸಿದರು. ಕಿಡ್ನಿ ಫೇಲ್ಯೂರ್ ಆದ ನಂತರದ ಘಟನೆಯನ್ನು ಸಾದ್ಯಂತ ವಿವರಿಸಿದರು. ವಜ್ರಮುನಿಯವರ ಈ ಎರಡು ಗಂಟೆಗಳ ಕಾಲದ ಈ ಫ್ಲಾಶ್ ಬ್ಯಾಕ್ ಮಾತು-ಕತೆಯಲ್ಲಿ ರೋಷವಿತ್ತು, ಅಸಹಾಯಕತೆಯಿತ್ತು, ಸಂಯಮವಿತ್ತು, ಕೋಪದ ಕಿಡಿಯಿತ್ತು... ಜತೆಗೇ ಇಂದಿನ ಚಿತ್ರರಂಗದ ಬಗ್ಗೆ, ಹೊಸ ಪೀಳಿಗೆಯ ಬಗ್ಗೆ ಅತೃಪ್ತಿಯಿತ್ತು. ಹೀಗೆ ಥರಿಪರಿಯಾದ ಭಾವ ತುಂಬಿದ ಮಾತುಕತೆಯನ್ನು ಓದುಗರ ಅನುಕೂಲತೆಗಾಗಿ ಎರಡು ವಿಭಾಗಗಳನ್ನಾಗಿ ವಿಂಗಡಿಸಿದ್ದೇನೆ: 1) ಮನಸ್ಸು ಮಲ್ಲಿಗೆ 2) ಹೃದಯ ಕಠೋರ. ವಜ್ರಮುನಿಯವರ ಕಣ್ಣು ಸ್ಪಷ್ಟವಾಗಿತ್ತು, ಆದರೆ ಕಿವಿ ಸಂಪೂರ್ಣ ಕಿವುಡು. ಕಿವಿಗೆ ಇಯರ್ ಫೋನ್ ಸಿಕ್ಕಿಸಿಕೊಂಡಿದ್ದರೂ ಅದರ ಉಪಯೋಗ ಇದ್ದಂತಿರಲಿಲ್ಲ. ಪ್ರಶ್ನಿಸುವ ಸಂದರ್ಭದಲ್ಲಿ ಬರೆದು ತೋರಿಸಬೇಕಾಗಿತ್ತು. ಓದುವಾಗ ಮಾತ್ರ ಕನ್ನಡಕಧಾರಿಯಾಗುತ್ತಿದ್ದ ವಜ್ರಮುನಿಯವರು ಅದಿನ್ನೆಂಥಾ ಕಠಿಣ ಮೋಡಿ ಅಕ್ಷರವನ್ನಾದ್ರೂ ಗುರುತು ಹಿಡಿದು ಬಿಡುತ್ತಿದ್ದರು. ಅಂಥಾ ಸಾಹಸ ಕೂಡಾ ಅಲ್ಲಿ ನಡೆಯಿತು..!

ಈಗ ನೇರವಾಗಿ ವಿಷಯಕ್ಕೆ ಬರುತ್ತಿದ್ದೇನೆ...

ಮನಸ್ಸು ಮಲ್ಲಿಗೆ

ಕಿಡ್ನಿ ವೈಫಲ್ಯದ ಕಾಯಿಲೆಯಿಂದಾಗಿ ಬಸವಳಿದು ಬೆಂಡಾಗಿರುವ ವಜ್ರಮುನಿಯವರು ಹೇಳುತ್ತಾ ಹೋದರು: 'ನನಗೆ ಬದುಕು ಸಾಕಾಗಿದೆ. ಈ ಕಾಯಿಲೆ ನನ್ನನ್ನು ಹೆಚ್ಚು ಕಾಲ ಜೀವಂತವಾಗಿಡುವುದಿಲ್ಲವೆಂದು ನನಗೆ

ಗೊತ್ತಾಗಿದೆ. ಹೀಗೆಂದುಕೊಂಡೇ ಮೂರು ವರ್ಷಗಳನ್ನು ಅದು ಹೇಗೆ ಕಳೆದೆನೋ ಗೊತ್ತಿಲ್ಲ. ಒಂದು ಸಾರಿ ಡಯಾಲಿಸಿಸ್ ಮಾಡಿಸಿಕೊಂಡ್ರೆ ಪ್ರಾಣ ಹೋದಂತಾಗುತ್ತದೆ. ಇಡೀ ದಿನ ನೋವು ನೋವು ನೋವು. ರಾತ್ರಿಯೆಲ್ಲಾ ನಿದ್ದೆಯಿಲ್ಲದೇ ಚಡಪಡಿಸುತ್ತೇನೆ. ರಾತ್ರಿ ಹಗಲಾಗುತ್ತದೆ, ಹಗಲು ರಾತ್ರಿಯಾಗುತ್ತದೆ! ಸ್ವತಃ ನನಗೆ ಮಾತ್ರವಲ್ಲ, ಮನೆ ಮಂದಿಗೆಲ್ಲಾ ಹಿಂಸೆ. ಆ ಪರಮಾತ್ಮ ಯಾಕೆ ನನ್ನನ್ನಿನ್ನೂ ಬದುಕಿಸಿದ್ದಾನೋ?

'ಇದ್ದು ಇದೆಲ್ಲಾ ಶುರುವಾದದ್ದು 'ದಾಯಾದಿ' ಚಿತ್ರದ ಶೂಟಿಂಗ್ ಸಮಯದಲ್ಲಿ. ಬಹುಶಃ ಅದೇ ನನ್ನ ಕೊನೇ ಸಿನಿಮಾ. ಕಾಲು ವಿಪರೀತ ಊದಿಕೊಂಡಿತು. ಮೈ ಕೈಯೆಲ್ಲಾ ನೋವು. ಶೂಟಿಂಗ್ ಮುಗಿಸಿ ಬಂದು ಮಲಗಿದವನು ಎದ್ದೇಳಲಿಲ್ಲ. ಆಸ್ಪತ್ರೆಗೆ ಹೋದೆ. ಅದೇನೋ ಟ್ಯಾಬ್ಲೆಟ್ ಕೊಟ್ಟರು. ನುಂಗಿದೆ. ಸ್ವಲ್ಪ ಹೊತ್ತು ಹಾಯಾಗಿದ್ದೆ. ಮತ್ತೆ ಕಾಲು ಊದಲು ಶುರುವಿಟ್ಟುಕೊಂಡಿತು. ಹೊಟ್ಟೆ ಡುಬ್ಬಾ... ಮತ್ತೆ ಆಸ್ಪತ್ರೆಗೆ ಹೋಗಿ ಚೆಕಪ್ ಮಾಡಿಸಿಕೊಂಡೆ. ಆಗಲೂ ಕಾಯಿಲೆ ಏನೆಂದು ಗೊತ್ತಾಗಲಿಲ್ಲ. ಆಸ್ಪತ್ರೆಯಲ್ಲಿ ಇಂಜೆಕ್ಷನ್, ಟ್ಯಾಬ್ಲೆಟ್ ಕೊಟ್ಟ ಪರಿಣಾಮವಾಗಿ ನಾಲ್ಕೈದು ದಿನ ಹಾಯಾಗಿತ್ತು. ಒಮ್ಮೆ ಗಣೇಶ ಹಬ್ಬದಂದು ಯಾವುದೋ ಕಾರ್ಯಕ್ರಮಕ್ಕಾಗಿ ಮಂಗಳೂರಿಗೆ ಹೋಗಿದ್ದೆ. ಹೋಗುವ ದಾರಿಯಲ್ಲೇ ಪ್ರಾಬ್ಲೆಮ್ ಶುರುವಾಯ್ತು. ಏದುಸಿರು ಬಿಡುತ್ತಾ ಕಾರ್ಯಕ್ರಮ ಅಟೆಂಡ್ ಮಾಡಿ ಹಿಂದಿರುಗುವ ದಾರಿಯಲ್ಲಿ ಮತ್ತೆ ಪ್ರಾಬ್ಲೆಮ್ ಶುರುವಾಯಿತು. ಕಾಲು ಈ ಹಿಂದೆಂದಿಗಿಂತಲೂ

ಊದಿಕೊಳ್ಳತೊಡಗಿತು. ಹೊಟ್ಟೆ ಡುಮ್ಮಣ್ಣ ಆಗಿತ್ತು. ಈ ಸಾರಿ ಸುಮ್ಮನಿರಲಿಲ್ಲ. ಸ್ಕಾನಿಂಗ್ ಮಾಡಿಸಿಕೊಂಡೆ. ಆಗ ಕಿಡ್ನಿ ಫೇಲ್ಯೂರ್ ಆಗಿರುವುದು ಗೊತ್ತಾಯ್ತು. ಜತೆಗೆ ಹಾರ್ಟ್ ಪ್ರಾಬ್ಲೆಮ್ ಬೇರೆ. ಸಾಲದ್ದಕ್ಕೆ ಶುಗರ್, ಬಿಪಿ ಎಲ್ಲಾ ಒಟ್ಟಿಗೆ ಅಟ್ಯಾಕ್ ಮಾಡಿಬಿಟ್ಟಿತು. ಈ ಎಲ್ಲಾ ಕಾಯಿಲೆಗಳಿಂದಾಗಿ ನಾನು ಬದುಕುವುದೇ ದುಸ್ತರವೆಂದುಕೊಂಡಾಗ ಮನೆಯವರು ನನ್ನನ್ನು ಮಲ್ಯಾ ಆಸ್ಪತ್ರೆಗೆ ಸೇರಿಸಿದರು. ಅಲ್ಲಿಂದ ಮದರಾಸಿಗೆ ಶಿಫ್ಟ್. ಮದರಾಸಿನಿಂದ ಮತ್ತೆ ಬೆಂಗಳೂರಿನ ಮಣಿಪಾಲ್ ಆಸ್ಪತ್ರೆ... ವಾರಕ್ಕೊಂದು ಸಾರಿ ನಡೆಯುತ್ತಿದ್ದ ಡಯಾಲಿಸಿಸ್ ಚಿಕಿತ್ಸೆಯನ್ನು ವಾರಕ್ಕೆ ಮೂರು ಸಾರಿ ಮಾಡಬೇಕಾದಾಗ ತೀರಾ ಕಂಗೆಟ್ಟೆ. ಶಾರೀರಿಕವಾಗಿ ಮತ್ತು ಮಾನಸಿಕವಾಗಿ ಜರ್ಜರಿತನಾದಾಗ ವಿಧಿಯಿಲ್ಲದೇ ಕಿಡ್ನಿ ಟ್ರಾನ್ಸ್‌ಪ್ಲಾಂಟೇಶನ್‌ಗೆ ಮನಸ್ಸು ಮಾಡಿದರು ಮನೆಯವರು. ಅದೂ ನಡೆದು ಹೋಯಿತು. ಬದುಕಿದೆಯಾ ಬಡ ಜೀವವೇ ಅಂತಂದುಕೊಳ್ಳುವಷ್ಟರಲ್ಲಿ ಟ್ರಾನ್ಸ್‌ಪ್ಲಾಂಟ್ ಮಾಡಿಸಿಕೊಂಡ ಕಿಡ್ನಿ ಕೂಡಾ ಕೈಕೊಟ್ಟಿತು. ಮತ್ತೆ ಮೊದಲಿನಂತಾಗುವ ಕನಸು ಕಾಣುತ್ತಿದ್ದ ನಾನು ಬಸವಳಿದು ಹೋದೆ... ಪ್ರಜ್ಞೆ ತಪ್ಪಿತು. ನಾಲ್ಕು ದಿನ ಹಾಸಿಗೆ ಪಾಲಾದೆ. ಇದೇ ಸ್ಥಿತಿಯಲ್ಲಿ ಮತ್ತೆ ಒಂದು ವರ್ಷ ನರಳಿದೆ. ಮೂರು ತಿಂಗಳ ಕಾಲ ರೂಮಲ್ಲಿ ಕೂಡಿ ಹಾಕಿದರು. ಮುಖಕ್ಕೆ ಬಟ್ಟೆ ಕಟ್ಟಿದರು. ಅದೊಂದು ನರಕ. ಹೊರಗಿನ ಪ್ರಪಂಚದ ಸಂಪರ್ಕವಿಲ್ಲದೇ ತಿಂಗಳುಗಟ್ಟಲೆ ಕಳೆದೆ. ಈಗ ವಾರಕ್ಕೆ ಮೂರು ದಿನ ಡಯಾಲಿಸಿಸ್ ಮಾಡಿಸಿಕೊಳ್ಳುತ್ತಿದ್ದೇನೆ. ಇಂಥಾ ದರಿದ್ರದ ನೋವಿನ ಬದುಕು ಸಾಕಾಗಿದೆ. ನನಗೂ ಹಿಂಸೆ, ಮನೆಯವರಿಗೂ ಹಿಂಸೆ.

ಮತ್ತೆ ಆಪರೇಷನ್ ಸಾಧ್ಯವಿಲ್ಲ. ಜರ್ಜರಿತ ಶರೀರ ಅದಕ್ಕೊಪ್ಪುವುದಿಲ್ಲ...'– ಇಷ್ಟು ಹೇಳಿದ ವಜ್ರಮುನಿಯವರು ತಮಗಾಗಿಯೇ ವಿಶೇಷವಾಗಿ ಸಿದ್ಧಪಡಿಸಲಾದ ನೀರನ್ನು ಬಾಟಲಿ ಬಗ್ಗಿಸಿ ಕುಡಿದರು. ಗುಟುಕು ನೀರು ಗಂಟಲು ಸೇರುತ್ತಿರುವಂತೆಯೇ ಮತ್ತೆ ಚೇತರಿಸಿಕೊಂಡ ಅವರು ಸೆಟೆದು ನಿಂತ ಬೆರಳುಗಳಿಂದ ತೊಳನ್ನೊರೆಸಿಕೊಂಡರು. ಸಮುದ್ರದ ಅಲೆಯಂತಿದ್ದ ಕೂದಲನ್ನೊಮ್ಮೆ ನಯವಾಗಿ ಸವರಿಕೊಂಡರು. ಹೊರಗಡೆ ಕೊಕ್ಕರೆಗಳು 'ಕ್ವಕ್ವಕ್ವಾ' ಎಂದು ಕೂಗಿದುವು...

* * *

ಮೇಲಿನದ್ದು ಒಂದು ಮುಖ. ವಜ್ರಮುನಿಯವರ ಮತ್ತೊಂದು ಮುಖದ ವಿವರಣೆ ಇಲ್ಲಿದೆ. ಅಂಥಾ ಅಸಹಾಯಕ ಸ್ಥಿತಿಯ ನಡುವೆಯೂ ವಜ್ರಮುನಿಯವರು ರಾಜ್ಯದ ಬಗ್ಗೆ, ಉದ್ಯಮದ ಬಗ್ಗೆ, ಇಂದಿನ ಪೀಳಿಗೆಯ ಬಗ್ಗೆ, ಭಾಷೆಯ ಬಗ್ಗೆ ಇಟ್ಟುಕೊಂಡಿರುವ ಕಳಕಳಿ ಬೆರಗು ಹುಟ್ಟಿಸುವಂಥಾದ್ದು. ಹದಗೆಡುತ್ತಿರುವ ಸಾಮಾಜಿಕ ಸ್ವಾಸ್ಥ್ಯದ ಕಡೆಗೆ ಬಂದರೆ ವಜ್ರಮುನಿಯವರು ಮತ್ತೆ ಪ್ರಚಂಡ ರಾವಣನ ಸ್ಟೈಲ್‌ನಲ್ಲೇ ಮಾತಾಡುತ್ತಾರೆ. ಆಗ ಇವರ ದನಿಗೆ ಧಣಿವಿಲ್ಲ...

ಹೃದಯ ಕಠೋರ

'ನಾನು ಇಷ್ಟೊಂದು ಶೋಚನೀಯ ಸ್ಥಿತಿಯಲ್ಲಿದ್ದರೂ ಸರ್ಕಾರದ ಸಹಾಯ ಕೇಳಲು ಹೋಗಿಲ್ಲ. ಅದಕ್ಕೆ ಕಣ್ಣಿಲ್ಲ, ಕಿವಿಯಿಲ್ಲ. ನನ್ನಂಥವನಿಗೆ ಸಹಾಯ ಮಾಡ್ತೇವೆ ಅಂತ ಸರ್ಕಾರ ಬರಿಯ ಪೇಪರ್‌ನಲ್ಲಿ ಮಾತ್ರ ಘೋಷಿಸುತ್ತಿದೆ. ಬರಿಯ ಲಿಪ್ ಸಿಂಪತಿ. ಇಷ್ಟಕ್ಕೂ ನನಗ್ಯಾವ ಸಹಾಯಾನೂ ಬೇಕಾಗಿಲ್ಲ. ಸರ್ಕಾರ ಬಿಡಿ, ಚಿತ್ರೋದ್ಯಮದ ಯಾರಾದರೂ ಈ ಕಡೆ ತಲೆ ಹಾಕಿದ್ದರೆ ಕೇಳಿ! ಇಷ್ಟಕ್ಕೂ ನಾನು ನನ್ನ ಕೈಯಾರೆ ರಾಜಾನಂದ್‌ಗೆ ಐವತ್ತು ಸಾವಿರ ಕೊಟ್ಟೆ. ಆತ ಕೇಳುವ ಮೊದಲೇ ಕೊಟ್ಟೆ. ಯಾವ ರೋಗಿಯಾದ್ರೂ ಸರಿ ಅವರಾಗಿಯೇ ಕೇಳುವ ಮೊದಲೇ ಸಹಾಯ ಮಾಡಿದ್ರೆ ಗೌರವ ಅಲ್ವೇ?

'ಉದ್ಯಮದ ಮಂದಿ ನನ್ನನ್ನು ಚೆನ್ನಾಗಿ ಉಪಯೋಗಿಸಿಕೊಂಡರು. ಕಾಯಿಲೆ ಬಿದ್ದು ಮೂಲೆಗುಂಪಾದಾಗ ಯಾರೂ ಈ ಕಡೆ ತಿರುಗಿ ನೋಡಲಿಲ್ಲ. ನನ್ನ ಕಿಡ್ನಿ ಫೇಲ್ಯೂರ್ ಆಯಿತೆಂದ ತಕ್ಷಣವೇ ದೂರವಾಗಿಬಿಟ್ರು. ಅವರಿವರು ಫೋನ್ ಮಾಡಿ ಆಗೀಗ ವಿಚಾರಿಸುತ್ತಿರುತ್ತಾರೆ. ಆದ್ರೆ ನನ್ನಂಥಾ ಕಲಾವಿದ

ಕಾಯಿಲೆ ಬಿದ್ದಾಗ ಉದ್ಯಮ ನಡೆದುಕೊಂಡ ರೀತಿಯಿದೆಯಲ್ಲಾ... ಛೇ... ಬೇಡ ಬಿಡಿ... ನಮ್ಮ ಕಾಲದಲ್ಲಿ ಹೀಗಿರಲಿಲ್ಲ. ನಾಲ್ಕೈದು ತಿಂಗಳುಗಳ ಕಾಲ ಫಟ್ಟಾಗಿ ಕೂತು ಸ್ಕ್ರಿಪ್ಟ್ ರೆಡಿ ಮಾಡಿದ ಮೇಲೆಯೇ ಚಿತ್ರೀಕರಣ ಶುರುವಾಗುತ್ತಿತ್ತು. ಗೌರವವೂ ಇತ್ತು. ಈಗ ನಾಲ್ಕಾರು ಕೇಸ್ಟ್ ಇದ್ದರೆ ಸಾಕು, ಒಂದು ಸಿನಿಮಾ ಸಿದ್ಧ. ಕೋಟಿಗಟ್ಟಲೆ ಸುರಿದು ಸಿನಿಮಾ ಮಾಡ್ತಾರೆ. ಜನ ನೋಡ್ಬೇಕಲ್ವಾ? ಈ ವರ್ಷ ಅರವತ್ತೈದು ಚಿತ್ರಗಳು ಬಿಡುಗಡೆಯಾದ್ವು, ಎರಡೇ ಎರಡು ದುಡ್ಡು ಮಾಡಿಕೊಂಡವಂತೆ. ವಿದೇಶಗಳಲ್ಲಿ ಚಿತ್ರೀಕರಣ, ಪಾಶ್ ಸೆಟ್, ರೀಚ್‌ನೆಸ್‌ಗಳೇ ಸಿನಿಮಾ ಅಂತಂದುಕೊಂಡಿದ್ದಾರೆ ಇವರು. ಕಾಲ ಕೆಟ್ಹೋಯ್ತು. ಮಹಾನ್ ಕಲಾವಿದರುಗಳಾದ ರಾಜ್‌ಕುಮಾರ್, ಕಮಲಹಾಸನ್, ಶಿವಾಜಿಗಣೇಶನ್ ಅವರಂಥವರು ಪಾತ್ರಗಳ ಕಡೆಗೆ ಗಮನ ಕೊಡುತ್ತಿದ್ರು. ಆದ್ರೆ ಇತ್ತೀಚೆಗೆ ಸಂತೆ ಹೊತ್ತಿಗೆ ಮೂರು ಮೊಳ ನೇಯುವವರದ್ದೇ ಕಾರುಬಾರಾಗುತ್ತಿದೆ. ಹಳಬರು ಸಿನಿಮಾ ಮಾಡ್ತಿಲ್ಲ. ಹೊಸಬ್ರು ಅಧ್ವಾನ ಮಾಡ್ತಾರೆ. ಇದ್ದುದರಲ್ಲಿ ರವಿಚಂದ್ರನ್, ಉಪೇಂದ್ರರ ಸಿನಿಮಾಗಳು ಪರ್ವಾಗಿಲ್ಲ. ಜನ ಪ್ರೀತಿಯಿಂದ ನೋಡ್ತಾರೆ. ಪುಟ್ಟಣ್ಣನ ಜತೆಗೇ ಒಳ್ಳೆಯ ಸಿನಿಮಾಗಳ ಕಾಲ ಹೊರಟು ಹೋಯ್ತು. ಈಗ ಮತ್ತೆ ಪುಟ್ಟಣ್ಣನಂಥವರು ಬರ್ಬೇಕು. ಸಾಹಿತ್ಯದ ಬಗ್ಗೆ, ಸಂಭಾಷಣೆ ಬಗ್ಗೆ, ಕಥೆಯ ಬಗ್ಗೆ ಒಲವಿರುವವರು ಬರ್ಬೇಕು. ಆಗ ಮಾತ್ರ ಚಿತ್ರೋದ್ಯಮ ಉದ್ಧಾರವಾಗಲು ಸಾಧ್ಯ...

'ನಾನೂ ಐದು ಸಿನಿಮಾ ಮಾಡ್ದೆ. ಮೋಸ ಹೋದೆ. ಗಾಂಧಿನಗರದ ಭೂಪರ ಕೈಗೆ ಸಿಕ್ಕಿ ನರಳಿಬಿಟ್ಟೆ. 'ಗಂಡು-ಭೇರುಂಡ' ಮಾಡಿ ಕೋರ್ಟ್ ಮೆಟ್ಟಿಲು ಹತ್ತಬೇಕಾಯ್ತು. ಇಲ್ಲಿ ಯಾರೂ ಗೆಳೆಯರಿಲ್ಲ, ಇಲ್ಲಿರುವವರೆಲ್ಲರೂ ಶತ್ರುಗಳೇ. ಮಂಗಳೂರು, ಉಡುಪಿ, ಮದರಾಸು ಅಂತ ಕೋರ್ಟಿಗಾಗಿ ಓಡಾಡಿದೆ. ಕನ್ನಡ ಸೇವೆ ಮಾಡಿದವನಿಗೆ ಉದ್ಯಮ ಕೊಟ್ಟ ಉಡುಗೊರೆಯಿದು! 'ರಣಭೇರಿ' ಚಿತ್ರದ ಕಲೆಕ್ಷನ್ ಲೆಕ್ಕ ಕೊಡದೇ ಮೋಸ ಮಾಡಿದ್ರು. ಕಟಕಟೆಯಲ್ಲಿ ನಿಲ್ಲಿಸಬೇಡ್ರಿ ಅಂತ ಬಾಯ್ ಬಾಯ್ ಬಡ್ಕೊಂಡೆ. ಯಾರೂ ಕ್ಯಾರೇ ಅನ್ನಲಿಲ್ಲ. ಸೈಟ್ ಮಾರಿದೆ. ಬಡ್ಡಿ, ಚಕ್ರಬಡ್ಡಿ ಕಟ್ಟೀ ಕಟ್ಟೀ ಸುಸ್ತಾದೆ. ಇನ್ನು ಮುಂದೆ ಈ ಜನ ದಲ್ಲಿ ಸಿನಿಮಾ ಮಾಡಬಾರ್ದು ಅಂತ ಡಿಸೈಡ್ ಮಾಡಿದೆ. ನನಗೆ ಜನ ಮೋಸ ಮಾಡಲಿಲ್ಲ. ಆದ್ರೆ ನಾನು ನಂಬಿದ ನನ್ನವರೇ ಮೋಸ ಮಾಡಿದ್ರು...'-ಎಂದು ಹೇಳುತ್ತಾ ಒಮ್ಮೆ ಆಕಳಿಸಿದರು ವಜ್ರಮುನಿ. ಇದು ಹೊರಡುವ ಸೂಚನೆ. ಅಖಂಡ ಎರಡು ಗಂಟೆಗಳ ಕಾಲದ ಮಾತು-ಕತೆಯ ನಂತರ ಅವರಿಗೆ ವಿಶ್ರಾಂತಿ ಬೇಕಾಗಿತ್ತು. ಎದ್ದು ನಿಲ್ಲಲು ಪ್ರಯತ್ನಿಸಿದರೂ ತ್ರಾಣವಿರಲಿಲ್ಲ. ಹೆಂಡತಿ ಲಕ್ಷ್ಮೀ ಬಂದು ಕೈಕೊಟ್ಟರು. ಆಕೆಯ ಕೈಯಾಧರಿಸಿ ಹಿಡಿದು ನಿಧಾನವಾಗಿ ಎದ್ದು ನಿಂತ ವಜ್ರಮುನಿಯವರು ಸೆಟೆದುಕೊಂಡ

ಬೆರಳುಗಳ ಕೈಯನ್ನು ಪ್ರಯತ್ನಪೂರ್ವಕವಾಗಿ ಜೋಡಿಸುತ್ತಾ ನಮಸ್ಕಾರ ಹೇಳಿದರು...

ಇದೇ ಕೊನೆ. ಮತ್ತೆ ಮತ್ತೊಬ್ಬ ಪತ್ರಕರ್ತ ವಜ್ರಮುನಿಯವರನ್ನು ಭೇಟಿಯಾಗಿ ಇಷ್ಟೊಂದು ದೊಡ್ಡ ಸಂದರ್ಶನ ನಡೆಸಿದ ದಾಖಲೆಯಿಲ್ಲ. ಈ ಸಂದರ್ಶನದ ನಂತರದ ತಿಂಗಳಲ್ಲೇ ನಡೆದ ನನ್ನ 'ಚದುರಿದ ಚಿತ್ರಗಳು' ಪುಸ್ತಕದ ಬಿಡುಗಡೆ ಸಮಾರಂಭಕ್ಕೆ ಬರಲು ಈ ಮಹಾನ್ ನಟನನ್ನು ಆಹ್ವಾನಿಸಿದ್ದೆ. ಜಯನಗರದ ಎಚ್ಚೆನ್ ಕಲಾಕ್ಷೇತ್ರದಲ್ಲಿ ನಡೆದ ಈ ಅದ್ಭುತ ಕಾರ್ಯಕ್ರಮದಂದು ವಜ್ರಮುನಿಯವರಿಗಾಗಿಯೇ ಒಂದು ವೀಲ್ ಚೇರ್ ವ್ಯವಸ್ಥೆ ಮಾಡಿದ್ದೆ. ಆದರೆ ಅಷ್ಟರಲ್ಲಾಗಲೇ ವಜ್ರಮುನಿಯವರು ಇಹಲೋಕ ತ್ಯಜಿಸಿದ್ದರು...

ನೃತ್ಯಲೋಕದ ಧ್ರುವತಾರೆ ಉಡುಪಿ ಜಯರಾಂ ಬದುಕಿನ ಕೊನೆಯ ದಿನಗಳು : ಅಬ್ಬಾ, ಹೀಗೂ ಉಂಟೇ?

ಹೆಜ್ಜೆಯ ನೆನಪಿಲ್ಲ, ಗೆಜ್ಜೆಯ ಹಂಗಿಲ್ಲ : ವಿಭ್ರಾಂತ ಲೋಕದಲ್ಲಿ ಏಕಾಂತ ಪಯಣ

ಕೊನೆಯುಸಿರೆಳೆವ ಕಾಲಕ್ಕೆ ನೃತ್ಯಲೋಕದ ಧ್ರುವತಾರೆ ಉಡುಪಿ ಜಯರಾಂ ಅವರ ನೆನಪಿನ ಶಕ್ತಿ ಪೂರ್ತಿ ಕುಂದಿ ಹೋಗಿತ್ತು. ಸಾಯುವ ತಿಂಗಳ ಹಿಂದೆಯಷ್ಟೇ ನಾನು ಈ ದಿಗ್ಗಜನನ್ನು ಚೆನ್ನೈನ ಅವರ ಮನೆಯಲ್ಲಿ ಭೇಟಿಯಾಗಿದ್ದೆ. ಜಯರಾಂ ಅವರ ಕೊನೆಯ ದಿನಗಳ ಈ ದುರವಸ್ಥೆಯನ್ನು ಕಂಡು ನನಗೆ ಆಘಾತವಾಗಿತ್ತು. ಮರೆವು ಮಾತ್ರವಲ್ಲ, ಒಂದು ರೀತಿಯ ವಿಭ್ರಾಂತ ಸ್ಥಿತಿಯಲ್ಲಿ ನಮ್ಮ ಈ ಹೆಮ್ಮೆಯ ನೃತ್ಯ ನಿರ್ದೇಶಕರು ಮಾನಸಿಕ ಸ್ಥಿಮಿತ ಕಳೆದುಕೊಂಡು ಶೂನ್ಯ ಪ್ರಪಂಚದಲ್ಲಿ ಲೀನವಾಗಿದ್ದರು! ಅವರಿಗೆ ತಮ್ಮ ಹೆಸರಿನ ನೆನಪಿಲ್ಲ, ಹೆಂಡತಿಯ ನೆನಪಿಲ್ಲ, ಮಕ್ಕಳ ನೆನಪಿಲ್ಲ, ಮನೆ, ಮಠ, ಊರು, ಕೇರಿ, ಉದ್ಯೋಗ... ಯಾವುದೂ ನೆನಪಿಲ್ಲ...

ಇಂಥಾದ್ದೊಂದು ದಿನ ನಾನು ಅವರನ್ನು ಭೇಟಿಯಾಗಿದ್ದೆ. ಉಳಿದ ವಿವರಗಳನ್ನು ಅಶ್ರುಪೂರಿತವಾಗಿ ನಿಮ್ಮ ಮುಂದಿಡುತ್ತಿದ್ದೇನೆ:

ಬಲ ತೋಳನ್ನು ಹೆಂಡತಿ, ಎಡ ತೋಳನ್ನು ಕಿರಿಯ ಮಗ ಮೃದುವಾಗಿ ಹಿಡಿದುಕೊಂಡು ಒಳಕೋಣೆಯಿಂದ ವಿಶಾಲವಾದ ಆ ಹೊರ ಹಜಾರಕ್ಕೆ ಕರೆದುಕೊಂಡು ಬರುತ್ತಿದ್ದರೆ, ಪುಟ್ಟ ಮಕ್ಕಳು ರೈಲಿನಾಟವಾಡುವಂತೆ ಪುಟ್ಟಪುಟ್ಟ ಹೆಜ್ಜೆ ಹಾಕುತ್ತಾ ತೊಟ್ಟಿದ್ದ ಲುಂಗಿಯ

ಪರಿವೆಯೇ ಇಲ್ಲದಂತೆ ನೆಟ್ಟ ನೋಟದೊಂದಿಗೆ ಬಂದು ಆ ಹಳೆಯ ಸೋಫಾದ ಮೇಲೆ ಕುಳಿತರು ಅವರು. ಹಣೆಯ ಮೇಲೆ ತೆಳ್ಳನೆಯ ಬೆವರು. ಶೂನ್ಯ ನೋಟ. ವಿನಾಕಾರಣ ಹಿಂದೆ–ಮುಂದೆ ಚಲಿಸುತ್ತಿರುವ ಕೆಳದವಡೆ. ಏನೋ ಹೇಳಬೇಕೆಂದು ಹೊರಟು ಹೇಳಲಾಗದ ಅಸಹಾಯಕತೆಯಿಂದ ಕೈಚೆಲ್ಲಿ ಕುಳಿತಿರುವಂಥಾ ಭಾವ. ಪಟಪಟ ರೆಪ್ಪೆ ಅದುರಿತು. ಮಗ ಓಡಿಹೋಗಿ ಒಳಕೋಣೆಯ ಟೇಬಲ್ ಮೇಲಿರಿಸಿದ್ದ ಹಳೆಯದಾದ ಕನ್ನಡಕವನ್ನು ತಂದು ಅಪ್ಪನ ಕಣ್ಣಿಗೇರಿಸಿದ. ಶೂನ್ಯ ನೋಟಕ್ಕೊಂದು ಕನ್ನಡಕ ಬೇರೆ ಕೇಡು ಎಂಬ ಭಾವದೊಂದಿಗೆ ಆ ವ್ಯಕ್ತಿ ಕುಳಿತಿರುವಂತೆಯೇ ಕಾಲಾಡಿಸತೊಡಗಿದರು. ನಿಶ್ಚಲ ಶರೀರ ಒಮ್ಮೆ ಅಲುಗಾಡಿದಂತಾಯಿತು. ಮತ್ತೆ ಕಣ್ಣ ರೆಪ್ಪೆ ಪಟಪಟ ಬಡಿದುಕೊಂಡಿತು. ಕೆಳದವಡೆಯ ಚಲನೆ ಹೆಚ್ಚಾಯಿತು. ಏನೋ ಹೇಳಲು ಹೊರಟರು. ಆದರೆ ತುಟಿ ಅಲುಗಲಿಲ್ಲ. ಗಂಟಲು ಕಟ್ಟಿತು. ಒಂದು ಪುಟ್ಟ ಕೆಮ್ಮು...

ಇವರೇನಾ ಉಡುಪಿ ಜಯರಾಂ?

ನೀವು ನಂಬಲಾರಿರಿ, ಆದ್ರೆ ಇದು ನಿಜ! ನನ್ನ ಮುಂದೆ ಮುಗ್ಧ ಮಗುವಿನಂತೆ ಕೂತು ಶೂನ್ಯ ನೋಟ ಬೀರುತ್ತಿದ್ದ ಇವರು ಒಂದು ಕಾಲದಲ್ಲಿ ಸಹಾಸ್ರಾರು ಸಿನಿಮಾಗಳಿಗೆ ನೃತ್ಯ ನಿರ್ದೇಶನ ನೀಡಿದವರು. ನೂರಾರು ಕಲಾವಿದರಿಗೆ ನೃತ್ಯ ಗುರುವಾಗಿದ್ದವರು. ಗೆಜ್ಜೆ ಕಟ್ಟಿ ಕುಣಿದರೆ ಸಾಕ್ಷಾತ್ ನಟರಾಜ. ಡಾ. ರಾಜ್‌ಕುಮಾರ್ ಅವರಿಂದ ಹಿಡಿದು ಜೇಮಿನಿ ಗಣೇಶನ್, ಶಿವಾಜಿ ಗಣೇಶನ್, ಎನ್.ಟಿ.ಆರ್., ನಾಗೇಶ್ವರ ರಾವ್ ಮತ್ತು ಈಗಿನ ಶಿವರಾಜ್‌ಕುಮಾರ್ ಅವರ ವರೆಗೆ ನೃತ್ಯ ನಿರ್ದೇಶಿಸಿದ ಅದ್ಭುತ ಗುರುವಾಗಿದ್ದವರು. ಕನ್ನಡದ ಏಳುನೂರಾ ಐವತ್ತು ಸಿನಿಮಾಗಳಿಗೆ ನೃತ್ಯ ಸಂಯೋಜಿಸಿದವರು. ಕನ್ನಡ,

ಹಿಂದಿ, ತೆಲುಗು, ತಮಿಳು, ಮಲಯಾಳಂ, ತುಳು ಮೊದಲಾದ ಭಾಷೆಯ ಸಿನಿಮಾಗಳೂ ಸೇರಿದಂತೆ ಸುಮಾರು ಸಾವಿರದ್ದೈನೂರು ಚಿತ್ರಗಳಿಗೆ ಡ್ಯಾನ್ಸ್ ಮಾಸ್ಟರ್ ಆಗಿ ದುಡಿದವರು... ಈಗ ಈ ಅಸಹಾಯಕ ಸ್ಥಿತಿಯಲ್ಲಿ ಶೂನ್ಯ ನೋಟ ಬೀರುತ್ತಾ ನನ್ನ ಮುಂದೆ ಸ್ತಬ್ಧರಾಗಿ ಏನೂ ಅರಿಯದ ಮಗುವಿನಂತೆ ಕುಳಿತಿದ್ದಾರೆ!

ಇದು ಮನೋವೈಕಲ್ಯವಾ? ಮಿದುಳು ರೋಗವಾ? ಅಥವಾ ಭ್ರಮೆಯಾ? ವಿಭ್ರಮೆಯಾ?

ಸ್ಪಷ್ಟವಾಗಿ ಹೇಳಬೇಕೆಂದರೆ ಇವರು ಹಿಂದಿನದ್ದೆಲ್ಲವನ್ನೂ ಮರೆತಿದ್ದಾರೆ. ಹಾಗೆಂದುಕೊಳ್ಳುವಷ್ಟರಲ್ಲಿ ಏನೋ ನೆನಪಾದವರಂತೆ ಕೆಳದವಡೆಯನ್ನು ಆಡಿಸುತ್ತಾ ಗೊರಗೊರ ಸದ್ದಿನೊಂದಿಗೆ ಏನನ್ನೋ ಹೇಳಲು ಹೊರಡುತ್ತಾರೆ. ಸದ್ದು ಗಂಟಲಲ್ಲೇ ಉಳಿದು ಬಿಡುತ್ತದೆ. ವಾಕ್ಯ ತುಟಿ ಮೀರಿ ಹೊರಬರುವುದಿಲ್ಲ. ಮತ್ತೆ ಹಣೆ ಮೇಲೆ ಬೆವರ ಹನಿ...

ನಾನು ಎದ್ದು ಹೋಗಿ ನನ್ನ ಪ್ರೀತಿಯ ಉಡುಪಿ ಜಯರಾಂ ಅವರ ಪಕ್ಕದಲ್ಲಿ ಕುಳಿತುಕೊಳ್ಳುತ್ತೇನೆ. ಅವರ ಕಣ್ಣಲ್ಲಿ ಕಣ್ಣಿಟ್ಟು ಮಾತಾಡಲು ಹೊರಟರೆ ನನಗೂ ಮಾತು ಬಾರದು! ತೊಡೆಯ ಮೇಲಿಟ್ಟಿರುವ ಅವರ ಎರಡೂ ಕೈಗಳನ್ನು ಒಮ್ಮೆಲೇ ಎತ್ತಿ ಹಿಡಿಯುತ್ತೇನೆ. ಬೆಚ್ಚನೆಯ ಸ್ಪರ್ಶಕ್ಕೆ ಒಂದು ಪುಟ್ಟ ಸಂಚಲನ. ಅಷ್ಟೇ. ಮತ್ತೆ ಶೂನ್ಯ ನೋಟ. ರೆಪ್ಪೆಗಳು ಪಟಪಟನೆ ಅದುರಿತು. ನಾನಂದೆ: 'ಹೇಗಿದ್ದೀರಿ ಸಾರ್?'–ನಿಶ್ಚಲ ಜಯರಾಂ ತುಟಿ ಬಿಗಿ ಹಿಡಿದುಕೊಂಡರು.

ಗೊರಗೊರ ಸದ್ದು. ಏನೋ ಹೇಳಬೇಕೆನ್ನುವ ತವಕ. ಕೆಲವೊಂದು ಪದಗಳು ತುಟಿ ಮೀರಿ ಹೊರಬಂದವು. ಆದರೆ ಅವು ಸ್ಪಷ್ಟ ವಾಕ್ಯಗಳಲ್ಲವಾದ್ದರಿಂದ ನನಗೆ ಏನೇನೂ ಅರ್ಥವಾಗಲಿಲ್ಲ...

ಅದು ಚೆನ್ನೈನ ಶೃಂಗೇರಿ ಮಠದ ಬಳಿಯಿರುವ ಉಡುಪಿ ಜಯರಾಂ ಅವರ ಮೂರಂತಸ್ತಿನ ಬಂಗಲೆ. ಜಯರಾಂ ಅಸ್ವಸ್ಥರಾಗಿದ್ದಾರೆ ಎನ್ನುವುದು ಗೊತ್ತಿತ್ತು. ಆದರೆ ಈ ಪರಿಯ ವಿಭ್ರಾಂತ ಸ್ಥಿತಿಯಲ್ಲಿದ್ದಾರೆ ಎನ್ನುವ ಕಲ್ಪನೆಯೂ ನನಗಿರಲಿಲ್ಲ. ನಂಬಲಸಾಧ್ಯವಾದ ದುಃಸ್ಥಿತಿ. ಆದರೆ ನಂಬದಿರುವುದಾದರೂ ಹೇಗೆ ಸಾಧ್ಯ? ಒಮ್ಮೆ ನನ್ನನ್ನು ನಾನೇ ಚಿವುಟಿಕೊಂಡೆ! ಹೌದು, ಇದು ವಾಸ್ತವ. ಜಯರಾಂ ಮಾನಸಿಕವಾಗಿ ಅಸ್ವಸ್ಥರಾಗಿದ್ದಾರೆ. ಇದಕ್ಕೆ ಟ್ರೀಟ್ಮೆಂಟ್ ಇಲ್ಲವೇ? ಪಕ್ಕದಲ್ಲೇ ಕುಳಿತು ಗಂಡನ ಮೂವ್ಮೆಂಟ್‌ಗಳನ್ನೆಲ್ಲಾ ಗಮನಿಸುತ್ತಿದ್ದ ಜಯರಾಂ ಪತ್ನಿ ಸರೋಜಮ್ಮ ಉತ್ತರಿಸಿದ್ದು ಹೀಗೆ: 'ಟ್ರೀಟ್ಮೆಂಟ್ ಕೊಡಿಸದಿರುವುದಕ್ಕಾಗತ್ತಾ? ಮೆಡಿಸಿನ್ ಕೂಡಾ ಇದೆ. ಬೆಂಗಳೂರಿನ ಸ್ಪಂದನ ಹಾಸ್ಪಿಟಲ್‌ನಲ್ಲಿ ಒಂದು ತಿಂಗಳಿದ್ದರು. ಆದ್ರೆ ಉಪಯೋಗವಾಗಲಿಲ್ಲ. ಹಳೆಯ ಫೋಟೋ ತೋರಿಸಿದೆವು. ಹಳೆಯ ಹಾಡು ಕೇಳಿಸಿದೆವು. ಅವರೇ ನೃತ್ಯ ನಿರ್ದೇಶಿಸಿದ ಸಿನಿಮಾಗಳ ಕ್ಲಿಪ್ಪಿಂಗ್ ಹಾಕಿಸಿದೆವು. ಊಹುಂ... ಏನೂ ಪ್ರಯೋಜನವಾಗಲಿಲ್ಲ. ನಾನ್ಯಾರು? ಇವರ್ಯಾರು? ಅವರ್ಯಾರು? ಒಂದೂ ಗೊತ್ತಿಲ್ಲ. ಊಟ ಕೊಟ್ರೆ ತಿನ್ತಾರೆ. ಮಾತ್ರೆ ಕೊಟ್ರೆ ನುಂಗುತ್ತಾರೆ. ನಂತರ ಹೊಟ್ಟೆ ಹಿಡಿದು ನರಳ್ತಾರೆ. ಉರಿ ಉರಿ ಅಂತಾರೆ. ಆದ್ರೆ ಇವ್ರಿಗೆ ಕಾಯಿಲೆನೇ ಇಲ್ಲ ಅಂತ ಹೇಳಿ ಸ್ಪಂದನದವ್ರು ಡಿಸ್ಚಾರ್ಜ್

ಮಾಡಿ ಕಳಿಸಿದ್ರು. ಮತ್ತೆ ಚೆನ್ನೈ ಪ್ರಯಾಣ. ಇಲ್ಲಿನ ಡಾಕ್ಟರೊಬ್ಬರಿಗೆ ತೋರಿಸಿದೆವು. ಅದೇನೋ ಮಾತ್ರೆ ಕೊಟ್ರು. ನುಂಗಿದ ತಕ್ಷಣ ನಿದ್ದೆ! ಮಾತ್ರೆ ನುಂಗೀ ನುಂಗಿ ಬಾಯೆಲ್ಲಾ ಹುಣ್ಣು. ಅದು ನಿದ್ದೆ ಮಾತ್ರೆ ಅಂತ ಆಮೇಲೆ ತಿಳಿಯಿತು...'–ಸರೋಜಮ್ಮ ಇಷ್ಟು ಹೇಳಿ ಒಮ್ಮೆ ಸೆರಗಿನಿಂದ ಕಣ್ಣೊರೆಸಿಕೊಂಡರು.

ಸ್ವಲ್ಪ ತಡೆದು ಸರೋಜಮ್ಮನ ಕಡೆ ಕತ್ತು ತಿರುಗಿಸಿ ನಾನು ಪ್ರಶ್ನಿಸಿದೆ: 'ಇದೆಲ್ಲಾ ಹೇಗಾಯ್ತು?' ಆಯಮ್ಮ ಮುಜುಮ್ಮಾಗಿ ಉತ್ತರಿಸಿದರು: "ನಮ್ಮೂರ ಮಂದಾರ ಹೂವೇ ಚಿತ್ರದ ಚಿತ್ರೀಕರಣ ಸಮಯದಲ್ಲಿ ಹೀಗಾಗಿದೆ ಎನ್ನುವುದು ನನ್ನ ಅಂದಾಜು. ಅಲ್ಲೆಲ್ಲೋ ಸುಮ್ಮನೇ ಕುಳಿತಿದ್ದವರ ಕಿವಿಯಲ್ಲಿ ಯಾರೋ ಹೇಳಿದಂತಾಯಿತಂತೆ: 'ಸಾಕು ಬಿಡೋ ಎಷ್ಟೂಂತ ದುಡೀತೀಯಾ? ಯಾಕಾಗಿ ದುಡೀತೀಯಾ? ಯಾರಿಗಾಗಿ ದುಡೀತೀಯಾ? ಸ್ವಲ್ಪವಾದ್ರೂ ರೆಸ್ಟ್ ಬೇಡ್ವಾ?'–ಅಷ್ಟೇ! ಅಂದಿನಿಂದ ಇವ್ರು ಹೀಗಾಗಿದ್ದಾರೆ. ಇವ್ರು ನೃತ್ಯ ನಿರ್ದೇಶಿಸಿದ ಕೊನೆಯ ಚಿತ್ರ 'ಶಬ್ದವೇಧಿ'. ಆ ನಂತರ ಆಫರ್‌ಗಳಿದ್ರೂ ಇವರ ಕೈಲಿ ಸಾಧ್ಯವಾಗಲಿಲ್ಲ. ಮೊದಮೊದಲು ಸುಮ್ನೇ ತಟಸ್ಥರಾಗಿ ಕುಳಿತು ಕೊಂಡಿರೋರು. ಏನೋ ಅಸ್ಪಷ್ಟ ಮಾತು: 'ದುಡಿದದ್ದು ಸಾಕು. ಇನ್ನು ವಿಶ್ರಾಂತಿ ಬೇಕು. ಹಿಮಾಲಯಕ್ಕೆ ಹೋಗುತ್ತೇನೆ. ಅಲ್ಲಿ ತಪಸ್ಸು ಮಾಡುತ್ತೇನೆ. ಇದೊಂದು ದುಡಿಮೆಯಾ? ಸಾಧಿಸಿದ್ದು ಏನಿದೆ? ಏನನ್ನೂ ಸಾಧಿಸದೇ ಹೀಗೆ ಹೇಡಿಯಂತೆ ಹೋಗುವುದಾ?'–ಎಂದೆಲ್ಲಾ ಚಿತ್ರ–ವಿಚಿತ್ರವಾಗಿ ಮಾತಾಡೋರು..."–ಎಂದು ಹೇಳಿ ಮತ್ತೆ ಮೌನವಾದರು ಸರೋಜಮ್ಮ.

ಉಡುಪಿ ಜಯರಾಂ ಅವರಿಗೆ ನಾಲ್ಕು ಜನ ಮಕ್ಕಳು. ಮೂರು ಗಂಡು, ಒಂದು ಹೆಣ್ಣು. ಹಿರಿಯ ಮಗ ರಾಜಾರವಿ. ಎರಡನೇ ಮಗ ರಮೇಶ್, ನಡುವಿನವಳು ಹರಿಣಿ. ಮೂರನೇ ಮಗ ವೆಂಕಟೇಶ್... 'ಜಯರಾಂ ಅವರಿಗೆ ಪಿ.ಬಿ. ಶ್ರೀನಿವಾಸ್ ಅಂದ್ರೆ ಪ್ರಾಣ'–ಸರೋಜಮ್ಮ ಇಷ್ಟು ಹೇಳಿದ್ದೇ ತಡ ಜಯರಾಂ ಅವರಲ್ಲೊಂದು ಸಂಚಲನ. ಕಾಲುಗಳು ನಡುಗಿದವು. ಕೈಯನ್ನು ಎತ್ತಿ ಹಿಡಿದು ಏನೋ ಹೇಳಲು ಪ್ರಯತ್ನಿಸಿದರು. ಆದರೆ ಒಂದಕ್ಷರವೂ

ಹೊರಬರಲಿಲ್ಲ. ಅಸಹಾಯಕತೆಯಿಂದಲೋ, ಭಾವೋದ್ವೇಗದಿಂದಲೋ ದುಃಖ ಒತ್ತರಿಸಿ ಬಂತು. ತುಟಿಗಳು ನಡುಗಿದುವು. ಮೂಗು ಕೆಂಪಾಯಿತು. ಕಣ್ಣೀರಕೋಡಿ ಹರಿದು ಬಂತು. ಸರೋಜಮ್ಮ ಸೀರೆಯ ಚುಂಗಿನಿಂದ ತಮ್ಮ ಪತಿಯ ಕಣ್ಣೊರೆಸಿದರು. ನನಗೆ ಜಯರಾಂ ಅವರ ಬಗ್ಗೆ ಇನ್ನಷ್ಟು ತಿಳಿಯುವ ಕುತೂಹಲ. ಸರೋಜಮ್ಮ ನನ್ನ ಇಂಗಿತವನ್ನರಿತಂತೆ ಹೇಳತೊಡಗಿದರು: 'ಇವ್ರಿಗೆ ಪರ್ಸನಲ್ ಲೈಫ್ ಎಂಬುದಿರಲಿಲ್ಲ. ಕೆಲ್ಸ ಕೆಲ್ಸ ಕೆಲ್ಸ. ಸಿಕ್ಕಾಪಟ್ಟೆ ಡಿಮಾಂಡಿತ್ತು. ಇವರಿಗಾಗಿ ನಾನು ಎರಡು ಸೂಟ್ಕೇಸ್ ರೆಡಿ ಮಾಡಿಟ್ಟುಕೊಂಡಿರುತ್ತಿದ್ದೆ. ಒಂದನ್ನು ಎತ್ತಿಕೊಂಡು ಹೋದವರು ನಾಲ್ಕಾರು ದಿನಗಳ ನಂತರ ಬರುತ್ತಿದ್ರು. ಸ್ನಾನ ಮುಗ್ಸಿ, ಊಟ ಮಾಡಿ ಮತ್ತೊಂದು ಸೂಟ್ಕೇಸ್ ಹಿಡ್ಕೊಂಡು ಹೊರಗೆ ಹೊರಟರೆ ಮತ್ತೆ ಹಿಂದಿರುಗುವುದು ಯಾವಾಗಲೋ? ಪ್ರಾಯಶಃ ಈ ಒತ್ತಡದಿಂದಾಗಿಯೇ ಹೀಗಾಯ್ತೋ ಏನೋ? ರೆಸ್ಟ್ ಇಲ್ಲದೇ ದುಡಿದ ಜೀವಕ್ಕೊಂದಿಷ್ಟು ರೆಸ್ಟ್ ಬೇಕಿತ್ತೇನೋ...?'–ಎಂದು ಹೇಳುತ್ತಾ ಸರೋಜಮ್ಮ ಮತ್ತೆ ಗದ್ಗದಿತರಾದರು. ಒಂದೆರಡು ನಿಮಿಷಗಳ ನಂತರ ಅಲ್ಲೇ ಪಕ್ಕದಲ್ಲಿದ್ದ ಕಿರಿಯ ಮಗ ವೆಂಕಟೇಶ್ ಹೇಳತೊಡಗಿದರು: 'ಅಪ್ಪನದ್ದು ಆತಿಥ್ಯದಲ್ಲಿ ಎತ್ತಿದ ಕೈ. ಯಾರೇ ಬಂದ್ರೂ ರಾಜೋಪಚಾರ. ಅತಿಥಿಗಳ ಮುಂದೆ, ಹಿರಿಯರ ಮುಂದೆ ಕಾಲು ಮೇಲೆ ಕಾಲು ಹಾಕಿ ಕೂತರೆ ಸಾಕು ನಮ್ಮಪ್ಪ ರೌದ್ರಾವತಾರ ತಾಳುತ್ತಿದ್ರು. ಗಿವ್ ಅಂಡ್ ಟೇಕ್ ರೆಸ್ಪೆಕ್ಟ್ ಪಾಲಿಸಿ ಅಪ್ಪನದ್ದು. ನಮಗೆಲ್ಲಾ ಇವರೇ ಆದರ್ಶ. ಇಂಥಾ ಅಪ್ಪಾ...?'–ಎಂದು ಹೇಳುತ್ತಾ ವೆಂಕಟೇಶ್ ಕೂಡಾ ಅಳುಮುಖ ಮಾಡಿಕೊಂಡರು. ನಂತರ ಸಾವರಿಸಿಕೊಂಡು ಹೇಳತೊಡಗಿದರು: 'ರೀಸೆಂಟಾಗಿ ಅವ್ರು ತಾವು ನೃತ್ಯ ನಿರ್ದೇಶಿಸಿದ ಸಿನಿಮಾಗಳ ಪಟ್ಟಿ ಮಾಡುತ್ತಿದ್ದರು. ಕನ್ನಡದಲ್ಲಿಯೇ 750 ಸಿನಿಮಾಗಳ ಹೆಸರನ್ನು ಬರೆದಿಟ್ಟಿದ್ದರು. ತಮ್ಮ ಹೆಸರನ್ನು ಗಿನ್ನಿಸ್ ದಾಖಲೆಗೆ ಕಳಿಸುವ ಯೋಚನೆಯೂ ಇತ್ತು. ಎಲ್ಲಾ ಭಾಷೆಯ ಚಿತ್ರಗಳನ್ನು ಸೇರಿಸಿದ್ರೆ ಸಾವಿರದೈನೂರು ಚಿತ್ರಗಳಾಗಿರಬಹುದು. ಆದ್ರೆ ಅಷ್ಟರಲ್ಲೇ...'–ವೆಂಕಟೇಶ್ ಮಾತು ನಿಲ್ಲಿಸಿ ಮೌನವಾದರು.

ಉಡುಪಿ ಜಯರಾಂ ಯಥಾಪ್ರಕಾರ ತಮ್ಮ ಪಾಡಿಗೆ ತಾವು ಕೂತು ಶೂನ್ಯ ನೋಡುವುದರಲ್ಲಿ ಮಗ್ನರಾಗಿದ್ದರು. ಅದೇನಾಯಿತೋ ಗೊತ್ತಿಲ್ಲ, ಸ್ವಲ್ಪ ಹೊತ್ತಿನಲ್ಲೇ ಸೆಟೆದು ಕೂತರು. ಏನೋ ಗೊಣಗಾಟ. ಯಾವುದೋ ಹಾಡಿನ ಸಾಲುಗಳು. ಕೂತ ಕಡೆಯೇ ಕಾಲಾಡಿಸತೊಡಗಿದರು ಜಯರಾಂ. ಎದುರು ಯಾರೋ ಬಂದು ನಿಂತಂತಾಗಿರಬೇಕು, ತಾವೂ ಎದ್ದು ನಿಂತುಕೊಂಡರು. ಸುತ್ತಲೂ ಒಮ್ಮೆ ಕಣ್ಣಾಡಿಸಿಕೊಂಡು ತೊಡೆ ತಟ್ಟತೊಡಗಿದರು. ಅದು ನಗರದಲ್ಲಿ ಮೊಳಗುವ ಹಾಡಿಗೆ ತಕ್ಕ ಹಾಗೆಯೇ ಅವರು ತಟ್ಟುತ್ತಿದ್ದ ತಾಳ! ಯಾವ ನೃತ್ಯ ದೇವತೆಯ ಸ್ಫೂರ್ತಿಯೋ ಏನೋ ಹಾಡು ಹೇಳುತ್ತಾ, ತೊಡೆ ತಟ್ಟುತ್ತಾ ಆ

ಹಾಲ್ ತುಂಬಾ ಕುಣಿದಾಡತೊಡಗಿದರು! ನಾವೆಲ್ಲರೂ ಈ ಅಚ್ಚರಿಯನ್ನು ನೋಡಿ ದಿಗ್ಭ್ರಮೆಗೊಂಡೆವು. ಐದು ನಿಮಿಷಗಳ ಕಾಲ ಕುಣಿದು ಸುಸ್ತಾದವರಂತೆ ಕಂಡ ಜಯರಾಂ ಅಲ್ಲೇ ಪಕ್ಕದ ಸೋಃಫಾಕ್ಕೊರಗಿಕೊಂಡರು. ಹಾಗೆಯೇ ತಲೆ ಭಾರವಾಗುತ್ತಾ ಆಗುತ್ತಾ ಸೋಫಾದಲ್ಲೇ ಮಲಗಿಕೊಂಡರು. ವೆಂಕಟೇಶ್ ತನ್ನ ತಂದೆಯ ಕನ್ನಡಕವನ್ನು ತೆಗೆದಿರಿಸಿದರು. ನಂತರ ಅವರ ತೋಳನ್ನೇ ದಿಂಬನ್ನಾಗಿ ಮಾಡಿ ತಲೆಯನ್ನು ಸವರುತ್ತಿರುವಂತೆಯೇ ಜಯರಾಂ ನಿದ್ದೆಗೆ ಜಾರಿದರು.

ನಾನು ಹೊರಡುವ ಹೊತ್ತಾಗಿತ್ತು. ಸರೋಜಮ್ಮ ಮೌನವಾಗಿದ್ದರು. ವೆಂಕಟೇಶ್ ತಟಸ್ಥರಾಗಿದ್ದರು. ಯಾವುದೋ ಅಗೋಚರ ಸಂಬಂಧವನ್ನು ಕಳಚಿಕೊಂಡು ಹೊರಡುವ ಸಮಯವದು. ನಾನು ಜಯರಾಂ ಅವರ ಕಡೆ ನೋಡಿದೆ. ಸೋಫಾದ ಮೇಲೆ ಮುಗ್ಧ ಮಗುವಿನಂತೆ ಮಲಗಿದ ರೀತಿಯನ್ನು ಕಂಡು ಹೃದಯ ಕಲಕಿತು. ಮನಸ್ಸು ರೋದಿಸಿತು. ಸಹಸ್ರಾರು ಸಿನಿಮಾಗಳಲ್ಲಿ ನೂರಾರು ಹೀರೋಗಳಿಗೆ ನೃತ್ಯ ಹೇಳಿಕೊಟ್ಟ ಗುರು ಅಸಹಾಯಕನಾಗಿ ಮಲಗಿದ್ದ. ಹತ್ತಿರ ಹೋದೆ. ಮೆಲ್ಲನೇ ತಲೆ ಸವರಿದೆ. ವಿರಳ ಕೂದಲ ನಡುವೆ ಬೆರಳಾಡಿಸುತ್ತಿರುವಂತೆಯೇ ರೆಪ್ಪೆ ಅಲುಗಾಡಿತು. ಮುಖವನ್ನೊಮ್ಮೆ ದೀರ್ಘವಾಗಿ ನೋಡಿದೆ. ಮಗುವಿನ ಮುಗ್ಧತೆ. ದಣಿದು ಬಂದ ಮಗು ಅಮ್ಮನ ಮಡಿಲಲ್ಲಿ ಮುಖವಿಟ್ಟು ಮಲಗಿಕೊಂಡಂತೆ ಕಂಡರು ಜಯರಾಂ. ಕೊನೆಯ ಬಾರಿಗೊಮ್ಮೆ ಬೆನ್ನು ಸವರಿ ಲಾಲಿ ಹಾಡುವ ಮನಸ್ಸಾಯಿತು. ಬೇಡ ಬೇಡವೆಂದರೂ ಕಣ್ಣು ಅವರ ಮುಖವನ್ನೇ ದಿಟ್ಟಿಸಿತು. ತೋಳನ್ನೇ ದಿಂಬಾಗಿಸಿ ಮಲಗಿದ್ದ ಜಯರಾಂ ಅವರ ಕಣ್ಣ ರೆಪ್ಪೆ ಸಂದಿಯಿಂದ ಬಿದ್ದ ಒಂದೊಂದೇ ತೊಟ್ಟು ನೀರು ಸೋಫಾದಲ್ಲಿ ಹಿಂಗಿ ಹೋಗುತ್ತಿತ್ತು. ಮತ್ತೆ ನೋಡಲಾಗಲಿಲ್ಲ. ಸರ್ರನೆ ತಿರುಗಿ ಉಕ್ಕಿ ಬರುವ ದುಃಖವನ್ನು ತಡೆ ಹಿಡಿಯುತ್ತಾ ಆ ಮನೆಯಿಂದ ಹೊರಬಿದ್ದಾಗ ಮುಗ್ಧ ಮಗುವಿನಂತೆ ಮಲಗಿದ್ದ ಜಯರಾಂ ಅವರೇ ಕಣ್ಣ ತುಂಬಾ ತುಂಬಿಕೊಂಡಿದ್ದರು.

ಬದುಕಿನ ಕೊನೇಗಾಲದಲ್ಲಿ ಊಟಕ್ಕೂ ಪರದಾಡಿ ಬಿಟ್ಟರಾ ಬೆಳ್ಳಿತೆರೆಯ ಈ ಚಾಮಯ್ಯ ಮೇಷ್ಟ್ರು?

'ಹೌದು' ಎನ್ನುವುದಕ್ಕೆ ಸಾಕ್ಷಿಯಾಗಿ ಸಾಕ್ಷಾತ್ ನಾನೇ ಇದ್ದೇನಲ್ಲಾ? ಇದು ನಾನು ಕಣ್ಣಾರೆ ಕಂಡ ಬೆಚ್ಚಿ ಬೀಳಿಸುವ ಸತ್ಯ. ಅದು 18 ವರ್ಷಗಳಷ್ಟು ಹಿಂದಿನ ಕಥೆ. ಕಣ್ಣಿಗೆ ಕಟ್ಟಿದಂಥಾ ಆ ಕಥೆಯನ್ನು ಈಗ ಹೇಳಲು ಹೊರಟಿದ್ದೇನೆ. ಸ್ವಲ್ಪ ಆತಂಕ, ಸ್ವಲ್ಪ ನೋವು, ಸ್ವಲ್ಪ ದಿಗಿಲು... ಎಲ್ಲವನ್ನೂ ಎದೆಯಲ್ಲಿ ಔಚಿಕೊಂಡು ನನ್ನ ಪ್ರೀತಿಯ ಕಲಾವಿದ ಕೆ.ಎಸ್. ಅಶ್ವಥ್ ಅವರ ಬದುಕಿನ ಕೊನೆಯ ದಿನಗಳ ವಿವರಗಳನ್ನು ಇಲ್ಲಿ ದಾಖಲಿಸುತ್ತಿದ್ದೇನೆ:

ಆ ದಿನ ಅಶ್ವಥ್ ಅವರನ್ನು ಭೇಟಿಯಾಗಲು ವಿಶೇಷ ಕಾರಣಗಳೇನೂ ಇರಲಿಲ್ಲ. ಹಿರಿಯ ಕಲಾವಿದರೊಬ್ಬರನ್ನು ಸುಮ್ಮನೇ ನೋಡಿಕೊಂಡು ಬರೋಣವೆಂದು ಹೊರಟದ್ದು. ಬೆಳಗ್ಗಿನ ಚುಮುಚುಮು ಎಂಟರ ಸಮಯ. ಮೈಸೂರಿನ ಸರಸ್ವತಿಪುರಂನಲ್ಲಿರುವ ಅಶ್ವಥ್ ಅವರ ಮನೆ ಮುಂದೆ ಬಂದು ನಿಂತಾಗ ಬಾಗಿಲು ತೆರೆದಿತ್ತು. ಪುಟ್ಟ ಅಂಗಳದಲ್ಲಿ ಚಿಮುಕಿಸಿದ ನೀರ ಮೇಲಿನಿಂದ ಜಾರುವ ರಂಗೋಲಿ. ಬಾಗಿಲ ಬಳಿ ಹೋಗುತ್ತಿರುವಂತೆಯೇ ಅಶ್ವಥ್

ಅವರ ಮಗ ಶಂಕರ್ ಎದುರಾದರು. ಅಚ್ಚರಿಯ ನಗುವಿನ ಸ್ವಾಗತ. ಒಳ ಹೋದಾಗ ಗವ್ವೆನ್ನುವ ನಿಶ್ಯಬ್ದ! ಅಶ್ವಥ್ ಆಗತಾನೇ ವಾಕಿಂಗ್ ಮುಗಿಸಿ ಬಂದ ಕುರುಹಾಗಿ ಬಲ ಭಾಗದ ಮಹಡಿ ಮೆಟ್ಟಿಲ ಬಳಿ ಕೋಲೊಂದು ನಿಂತಿತ್ತು! ಶಂಕರ್ ಎಡಭಾಗದ ಕೋಣೆಯನ್ನು ತೋರಿಸಿದರು. ನಾನು ಒಳ ಹೋದೆ. ಅದೊಂದು ಹತ್ತಡಿ ಉದ್ದಗಲದ ರೂಮು. ಬಣ್ಣ ಕಾಣದೇ ಎಷ್ಟು ವರ್ಷಗಳಾದುವೋ? ಪಕ್ಕದಲ್ಲೊಂದು ಮಂಚ. ಟಿಪ್ಪುಸುಲ್ತಾನನ ಕಾಲದ ಈ ಮಂಚದ ಮೇಲೊಂದು ಓಬೀರಾಯನ ಕಾಲದ ಚಾಪೆ. ಪಕ್ಕದ ಸ್ಟೂಲಿನ ಮೇಲೆ ಮಡಚಿಟ್ಟ ಗಬ್ಬು ನಾರುವ ಹಳೆಯ ಹಾಸಿಗೆ. ಶಂಕರ್ ಅವರೇ ಹಳೆಯ ಪ್ಲಾಸ್ಟಿಕ್ ಕುರ್ಚಿಗಳನ್ನು ತಂದಿಟ್ಟರು. ನಾನು ಓಬೀರಾಯನ ಕಾಲದ ಚಾಪೆಯ ಮೇಲೆ ಕುಳಿತೆ.

ಒಂದೆರಡು ನಿಮಿಷಗಳಲ್ಲಿ ಅಶ್ವಥ್ ಬಂದರು. ಎಡೆಯೊಡೆದು ಹೋಯಿತು. ನಡೆಯಲು ಸಂಕಟ ಪಡುತ್ತಿರುವಂತೆಯೇ ಕೀ ಕೊಟ್ಟ ಬೊಂಬೆಯ ರೀತಿಯಲ್ಲಿ ಚುಕುಪುಕು ಮಾಡುತ್ತಾ ಬಂದರು. ಬರುತ್ತಲೇ 'ನಮಸ್ಕಾರ ಸ್ವಾಮೀ... ಹೇಗಿದ್ದೀರಾ? ಚೆನ್ನಾಗಿದ್ದೀರಾ? ಕಾಸರಗೋಡು ಸಾಹೇಬರನ್ನು ಭೇಟಿಯಾಗಿ ವರ್ಷವಾಯ್ತಲ್ವಾ...'–ಎಂದೆನ್ನುತ್ತಾ ಪ್ಲಾಸ್ಟಿಕ್ ಕುರ್ಚಿಯೊಂದರ ಮೇಲೆ ಅನಾಮತ್ತಾಗಿ ದೊಪ್ಪೆಂದು ಕುಕ್ಕರಿಸಿದರು! ಉಬ್ಬರಿಸಿದ ಹೊಟ್ಟೆ

ಚಾಮಯ್ಯಮೇಸ್ಟ್ರ ಸಂಧ್ಯಾಚಾರಣ :
ಸರ್ಕಾರದ ಹೃದಯ ಸಂವಾದ

ಅಸಹಜವೆನ್ನುವಷ್ಟು ವಿಕಾರವಾಗಿತ್ತು. ಅದರ ಭಾರಕ್ಕೆ ಬಾಗಿದಂತಿದ್ದ ಅಶ್ವಥ್ ನಿಧಾನವಾಗಿ ಅರ್ಧ ಕಣ್ಣು ಮುಚ್ಚಿಕೊಂಡು ಒಮ್ಮೆ ನಿರಾಳವಾಗಿ ಉಸಿರೆಳೆದು ಕೇಳಿದರು: 'ಏನ್ ಸಮಾಚಾರ? ದಿಢೀರೆಂದು ಯಾಕ್ ಬಂದ್ರಿ?'

'ಅಂಥಾ ವಿಶೇಷ ಸಮಾಚಾರವೇನೂ ಇಲ್ಲ ಸರ್. ಸುಮ್ನೇ ನಿಮ್ಮನ್ನು ನೋಡಿಕೊಂಡು ಹೋಗೋಣ ಅಂತ ಬಂದೆ...'–ಅಂದೆ. ಆದ್ರೆ ಅದು ನಿಜವಾದ ಕಾರಣ ಅಲ್ಲವೆಂದು ಆ ಹಿರಿಯರಿಗೆ ಗೊತ್ತಿತ್ತು! ಅವರಂದ್ರು: 'ನಾನು ಇಷ್ಟು ವರ್ಷಗಳ ಕಾಲ ಬದುಕು ನಡೆಸಿದ ಉದ್ಯಮದ ಮಂದಿಯೇ ಹೀಗೆ ಆರೋಗ್ಯ ವಿಚಾರಿಸಿಕೊಂಡು ಬಂದದ್ದಿಲ್ಲ. ಅವ್ರಿಗೆ ಈಗ ನನ್ನಿಂದ ಏನಾಗ್ಬೇಕು ಹೇಳಿ? ನಾನು ತೀರಾ ಹೊರಗಿನವನಾಗ್ಬಿಟ್ಟೆ...'–ಎಂದು ಅವರು ಗೋಣಗಿಕೊಳ್ಳುತ್ತಿರುವಂತೆಯೇ ಅವರ ಕುರಿತು ಬೆಂಗಳೂರಿನಲ್ಲಿ ಹರಡಿರುವ ರೂಮರುಗಳ ಬಗ್ಗೆ ನೆನಪಾಯಿತು: ತುಂಬಾ ಕಂಗಾಲಾಗಿದ್ದಾರೆ. ನಡೆಯಲಾಗುತ್ತಿಲ್ಲ. ಹಾಸಿಗೆ ಪಾಲಾಗಿದ್ದಾರೆ. ಮಲಗಿದಲ್ಲಿಂದ ಕೆಳಗೆ ಬೀಳುವ ಭಯವಿರುವುದರಿಂದ ಮಂಚದ ಸುತ್ತಲೂ ಕಬ್ಬಿಣದ ವಯರ್ ಬಿಗಿದು ಕಟ್ಟಿದ್ದಾರೆ. ಹೊಟ್ಟೆಗೆ ಹಿಟ್ಟಿಲ್ಲದೇ ಕಂಗಾಲಾಗಿದ್ದಾರೆ... ಇತ್ಯಾದಿ ಇತ್ಯಾದಿ...

ನಿಜ ಹೇಳಬೇಕೆಂದರೆ ಈಗ ನನ್ನೆದುರು ಕುಳಿತಿರುವ ಅಶ್ವಥ್ ಅವರಿಗೂ ನಾನು ಕೇಳಿದ ರೂಮರ್ರಿಗೂ ಪರಸ್ಪರ ಸಂಬಂಧವಿತ್ತು. ಮುಂಜಾನೆದ್ದು ವಾಕಿಂಗ್ ಮಾಡುವುದರ ಹೊರತಾಗಿ ಅಶ್ವಥ್ ಅವರ ಆರೋಗ್ಯ ಹದಗೆಡುತ್ತಾ ಬರುವಂತಿತ್ತು. ಆಯಾಸ, ಏದುಸಿರು, ಅರ್ಧ ಮುಚ್ಚಿದ ಕಣ್ಣು... ಆದರೆ ತಲೆಗೂದಲು ಮಾತ್ರ ಹಾಗೆಯೇ ಇತ್ತು. ಅದೇ ನೀಟಾದ ಕ್ರಾಪು!

'ಹೇಗಿದ್ದೀರಿ ಸರ್? ಆರೋಗ್ಯ ಈಗ ಹೇಗಿದೆ?'–ನಾನು ಬಂದಿರುವ ಕೆಲಸವನ್ನು ಶುರು ಮಾಡಿದೆ! ಅಶ್ವಥ್ ಅರ್ಧ ಕಣ್ಣು ಮುಚ್ಚಿ ಮೆಲ್ಲನೇ ಹೇಳತೊಡಗಿದರು: 'ನೈಟಿ ಫೈವ್ ಪರ್ಸೆಂಟ್ ಓಕೆ. ಫೈವ್ ಪರ್ಸೆಂಟ್ ಅನಾರೋಗ್ಯದೊಂದಿಗೇ ಶೇಷ ಆಯುಷ್ಯವನ್ನು ಕಳೆಯುವುದು ಅನಿವಾರ್ಯವೆಂದು ಡಾಕ್ಟರ್ರೇ ಹೇಳಿದ್ದಾರಪ್ಪಾ...'–ಎಂದು ಹೇಳಿ ಮತ್ತೆ ಕಣ್ಮುಚ್ಚಿಕೊಂಡರು. ಮೆಲ್ಲನೇ ಅಗಾಧ ಹೊಟ್ಟೆಯ ಮೇಲೆ ಕೈಯಾಡಿಸುತ್ತಾ ಡರ್ರೆಂದು

ತೇಗಿದರು. ಅದು ತುಂಬಿದ ಹೊಟ್ಟೆಯ ತೇಗಾ ಅಥವಾ ಹಸಿದ ಹೊಟ್ಟೆಯ ತೇಗಾ? ಗೊತ್ತಾಗಲಿಲ್ಲ!

ಮುಚ್ಚಿದ ಕಣ್ಣನ್ನು ಸೂರಿನ ಮೇಲೆ ನೆಟ್ಟು ಅವರಾಗಿಯೇ ಹೇಳತೊಡಗಿದರು: 'ಒಂದು, ಎರಡು, ಮೂರು, ನಾಲ್ಕು... ಹೌದು, ಒಟ್ಟು ಏಳು ಮಾತ್ರೆಗಳಿವೆ. ದಿನಕ್ಕೆ ಏಳು ಮಾತ್ರೆ! ಯಾವ್ಯಾವ ಕಾಯಿಲೆಗೆ ಯಾವ್ಯಾವ ಮಾತ್ರೆ ಎಂಬುದನ್ನು ಡಾಕ್ಟರ್ರೂ ಹೇಳಿಲ್ಲ, ನಾನೂ ಕೇಳಿಲ್ಲ... ತಿಂಗಳಿಗೆ ಸಾವಿರದೈನೂರು ರೂಪಾಯಿ ಬರೀ ಇಂಥಾ ಮಾತ್ರೆಗಳಿಗೇ ಬೇಕು...'–ಒಮ್ಮೆ ದೀರ್ಘವಾದ ನಿಟ್ಟುಸಿರು ಬಿಟ್ಟು ಅಶ್ವಥ್ ಮಾತು ನಿಲ್ಲಿಸಿದರು.

ಆಘಾತವಾಯಿತು. ಆ ಹಿರಿಯ ಕಲಾವಿದ ತಮ್ಮ ಆರ್ಥಿಕ ಸ್ಥಿತಿ–ಗತಿಯ ಬಗ್ಗೆ ಹೇಳಲೆಂದೇ ಈ ರೀತಿಯ ಪೀಠಿಕೆ ಹಾಕುತ್ತಿದ್ದಾರೆಂದೆನಿಸಿತು! ನಾನೇ ಕೇಳಿದೆ: 'ಬದುಕು ಹೇಗಿದೆ ಸಾರ್?' ಅವರಿಗೆ ಅರ್ಥವಾಗಲಿಲ್ಲ. ಕಣ್ಣು ಮುಚ್ಚಿ ಕಿವಿ ನಿಮಿರಿಸಿದರು. ನಾನು ಬೇರೆ ರೀತಿಯಲ್ಲಿ ಕೇಳಿದೆ: 'ನಿಮ್ಮ ದುಡ್ಡು–ಕಾಸಿನ ಪರಿಸ್ಥಿತಿ ಈಗ ಹೇಗಿದೆ ಸಾರ್?'–ನನ್ನ ಈ ನೇರ ಪ್ರಶ್ನೆಯನ್ನು ಕೇಳಿ ಒಮ್ಮೆ ಮುಖ ಬಾಡಿಸಿಕೊಂಡರು ಅಶ್ವಥ್. ಹಣೆಯ ನೆರಿಗೆಯನ್ನು ಒಟ್ಟು ಸೇರಿಸಿ ಅಶ್ವಥ್ ತೀರಾ ಖಿನ್ನರಾಗಿ ಹೇಳತೊಡಗಿದರು: 'ಬ್ಯಾಂಕಿನಲ್ಲಿ 15% ಬಡ್ಡಿ ಕೊಡುತ್ತಿದ್ದಾಗ ನನ್ನ ಸಂಪಾದನೆಯ ಒಂದಷ್ಟು ಹಣವನ್ನು ಅಲ್ಲಿ ಹಾಕಿದ್ದೆ. ನಮ್ಮ ಐವರಿಗೆ ಮೂರು ಹೊತ್ತು ಊಟಕ್ಕೆ ಸಾಕಾಗುತ್ತಿತ್ತು. ಆದ್ರೆ ಬಡ್ಡಿ ದರ ಇಳಿಯುತ್ತಲೇ ಹೋಯ್ತಲ್ಲಾ? ಹದಿನಾಲ್ಕು, ಹದಿಮೂರು, ಹನ್ನೆರಡು, ಎಂಟು, ಏಳು ಪರ್ಸೆಂಟಿಗೆ ಬಡ್ಡಿ ದರ ಇಳಿಯುತ್ತಿರುವಂತೆಯೇ ಬದುಕು ಕಷ್ಟವಾಗತೊಡಗಿತು. ನಾನು ಆ ಹಣವನ್ನೇ ನಂಬಿಕೊಂಡಿದ್ದೆ. ಕೈಗೆ ಸಿಗುವ ಬಡ್ಡಿ ಮೊತ್ತ ಕಮ್ಮಿಯಾದಂತೆಲ್ಲಾ ಚಿಂತೆ ಹೆಚ್ಚಾಯಿತು. ನನ್ಗೆ ಬೇರೆ ಸಂಪಾದನೆ ಇಲ್ವಲ್ಲಾ? ದಿನ ಪೂರ್ತಿ ಇದೇ ಚಿಂತೆಯಾಯಿತು. ನಾನು, ನನ್ನ ಹೆಂಡ್ತಿ, ಮಗ, ಸೊಸೆ ಮತ್ತು ಮೊಮ್ಮಗನ ಹೊಟ್ಟೆಯದ್ದೇ ಚಿಂತೆ. ಒಂದು ದಿನ ಸೊಸೆಯನ್ನು ಕರೆದು ಹೇಳಿಯೇ ಬಿಟ್ಟೆ: 'ಇನ್ನು ಮುಂದೆ

ನಮಗೆ ಸಿಗುವ ಅಲ್ಪ ಬಡ್ಡಿಗೆ ಹೊಂದಿಕೊಂಡು ಊಟೋಪಚಾರದಲ್ಲೂ ಸ್ವಲ್ಪ ಕಮ್ಮಿ ಮಾಡಿಕೊಳ್ಳಮ್ಮಾ, ದಿನಕ್ಕೆ ಎರಡು ಊಟ ಸಾಕು...'–ನನ್ನೀ ಮಾತು ಕಟುವಾದರೂ ಅನಿವಾರ್ಯವಾಗಿ ನಾನು ಇದನ್ನು ಹೇಳಲೇಬೇಕಾಗಿತ್ತು. ಮಗ ಶಂಕ್ರ ಅದೇನೋ ಸಾಹಸಕ್ಕೆ ಹೊರಟ. ಲಾಸ್ ಮಾಡಿಕೊಂಡ. ಬೆಳೆದು ನಿಂತ ಮೊಮ್ಮಗನಿದ್ದಾನೆ. ರಾಷ್ಟ್ರೀಯ ಈಜು ಚಾಂಪಿಯನ್. ಹೆಸರು ಸ್ಕಂದ. ಇಷ್ಟು ಜನರ ಹೊಟ್ಟೆ ತುಂಬಿಸಬೇಕಲ್ಲವೇ? ನಾನೊಬ್ಬ ಹೇಗೆ ತುಂಬಿಸಲಿ?'– ಬರೋಬ್ಬರಿ ಐವತ್ತು ವರ್ಷಗಳ ಕಾಲ ಚಿತ್ರರಂಗದಲ್ಲಿ ದುಡಿದ ಹಿರಿಯ ಕಲಾವಿದನ ಈ ಮಾತುಗಳನ್ನು ಕೇಳುತ್ತಿರುವಂತೆಯೇ ನಾನು ಮತ್ತೊಂದು ಆಘಾತಕ್ಕೊಳಗಾದೆ...

ಹೇಳಬಾರದ ವಿಷಯವನ್ನು ಹೇಳಿದೆನೇನೋ ಎನ್ನುವ ಆತಂಕದ ನಡುವೆಯೇ ಅಶ್ವಥ್ ಮಾತು ಮುಂದುವರಿಸಿದರು: 'ಬೆಳಗ್ಗೆ ಎದ್ದು ವಾಕಿಂಗ್ ಹೋಗುತ್ತೇನೆ. ಮೂವತ್ತು ನಿಮಿಷಗಳ ವಾಕಿಂಗ್. ಉಳಿದ ಸಮಯದಲ್ಲಿ ಡಾಕ್ಟರ್ ಹೇಳಿಕೊಟ್ಟಿರುವ ಎಕ್ಸರ್‌ಸೈಸ್ ಮಾಡುತ್ತೇನೆ. ಇದರ ಹೊರತು ನನಗೆ ಮಾಡಲು ಬೇರೆ ಕೆಲಸವಿಲ್ಲವಲ್ಲಾ? ಸ್ವಲ್ಪವೇ ಸ್ವಲ್ಪ ದೂರ ನಡೆಯಬೇಕಾದರೆ ಬೆತ್ತದ ಆಧಾರ ಬೇಕಾಗುತ್ತದೆ. ಏನಾದ್ರೂ ಚೂರು–ಪಾರು ಕೆಲಸದ ನಿಮಿತ್ತ ಹೊರ ಹೋಗಬೇಕಾದರೆ ಆಟೋಗೆ ಕೊಡಲು ನನ್ನಲ್ಲಿ ಹಣವೆಲ್ಲಿದೆ? ಹೀಗಾಗಿ ಕೋಲು ಹಿಡಿದು ನಡೆದುಕೊಂಡೇ ಹೋಗುತ್ತೇನೆ. ಮೊದಲಾದರೆ ಸಭೆ–ಸಮಾರಂಭಗಳಿಗೆ ಮಂದಿ ಕರೆಯುತ್ತಿದ್ದರು. ಆದರೆ ನಾನು ಹೋಗುವುದಿಲ್ಲವೆಂದು ಅವರವರೇ ನಿರ್ಧರಿಸಿರುವುದರಿಂದಾಗಿ ಕರೆಯುವುದು ಕಮ್ಮಿಯಾಗಿದೆ...'–ಎಂದು ಹೇಳುತ್ತಾ ಕಿಟಿಕಿಯ ಕಡೆ ನೋಟ ಬೀರಿದರು ಅಶ್ವಥ್. ಏನೋ ನೆನಪಾದವರಂತೆ ಮತ್ತೆ ಮಾತು ಮುಂದುವರಿಸಿದರು: 'ನಿಮ್ಗೆ ಗೊತ್ತಾ? ನನ್ಗೆ ಸ್ಟ್ರೋಕ್ ಆಗಿತ್ತು. ಅದೃಷ್ಟ ಚೆನ್ನಾಗಿದ್ದುದರಿಂದ ಸುಧಾರಿಸಿಕೊಂಡೆ. ಈಗಲೂ ಒಂದು ಕಾಲಿಗೆ ಬಲವಿಲ್ಲ. ತೀರಾ ಇತ್ತೀಚೆಗೆ ಎಂ.ಪಿ. ಶಂಕರ್ ನಮ್ಮ ಮನೆಗೆ ಬಂದಿದ್ರಂತೆ. ನಾನು ನಿದ್ರಿಸಿದ್ದೆ. ತೊಂದ್ರೆ ಕೊಡುವುದು ಬೇಡವೆಂದು ಅವ್ರು ಹೊರಟು ಹೋದ್ರು. ಹೋಗುವಾಗ 'ಅಶ್ವಥ್ ಅವರಿಗೇನಾದ್ರೂ ಸಹಾಯ ಬೇಕಿದ್ರೆ ಹೇಳಿ ಕಳಿಸಿ' ಅಂತ ಹೇಳಿದ್ರಂತೆ. ಅದು ಅವರ ದೊಡ್ಡ ಗುಣ...'–ಇಷ್ಟು ಹೇಳಿ ಮತ್ತೊಂದು ನಿಟ್ಟುಸಿರು ಬಿಟ್ಟರು ಅಶ್ವಥ್. ನಂತರ ಯಾವ ಪ್ರೇರಣೆಯೂ ಇಲ್ಲದೇ ಆ ಹಿರಿಯ ಜೀವ ಹೇಳತೊಡಗಿತು: 'ನಾವು ಚಿಕ್ಕವರಿದ್ದಾಗ, ದೊಡ್ಡವರು ಮಾಡಿದ್ದನ್ನು ಮಾಡಬಾರದು, ಆರ್ಥಿಕವಾಗಿ ದೃಢವಾಗಿರಬೇಕು, ವೃದ್ಧಾಪ್ಯದಲ್ಲಿ ತೊಂದರೆಯಾಗಬಾರದೆಂದು ಹಾಕಿದ ಲೆಕ್ಕಾಚಾರಗಳೆಲ್ಲಾ ತಲೆಕೆಳಗಾಗಿವೆ. ನಾನೂ ಈಗ ಅಂಥಾದ್ದೇ ದುರಂತ ಸ್ಥಿತಿಗೆ ಬಂದು ತಲುಪಿದ್ದೇನೆ. ಸಂಪಾದನೆಯ ಆ ಕಾಲದಲ್ಲಿ 'ಸಂಭಾವನೆ

ತಗೋ ಮಾರಾಯಾ' ಅಂತ ನಿರ್ಮಾಪಕರು ಎಷ್ಟೇ ಒತ್ತಾಯಿಸಿದರೂ ನಾನು ಅಷ್ಟೊಂದು ಸೀರಿಯಸ್ಸಾಗಿ ದುಡ್ಡು ಕಲೆಕ್ಟ್ ಮಾಡಿಕೊಂಡಿರಲಿಲ್ಲ. ಬಂದ್ರೆ ಬಂತು, ಇಲ್ಲವಾದ್ರೆ ಇಲ್ಲ. ಆಗ ಹಣ ಟರ್ನ್ ಓವರ್ ಆಗ್ತಿತ್ತು. ಆದ್ರೆ ಈಗ ನಿಂತ ನೀರು. ಚಿತ್ರರಂಗದಲ್ಲಿ ಸದಾ ಚಿರಯುವಕನಾಗಿಯೇ ಇರುತ್ತೇನೆ ಎನ್ನುವ ಭ್ರಮೆ ಕಳಚಿ ಬಿತ್ತು. ಮುದುಕನಾದಾಗ ಆರ್ಥಿಕ ತೊಂದ್ರೆ ಕಾಡ್ತಿದೆ. ಈ ಹೊತ್ತಿನಲ್ಲಿ ನಾನೇನು ಮಾಡ್ಲಿ? ಅನಿವಾರ್ಯವಾಗಿ ತಿನ್ನುವುದನ್ನು ನಾವೆಲ್ಲಾ ಕಮ್ಮಿ ಮಾಡಿದ್ದೇವೆ. ಆಗ ನನ್ನದೇ ದುಡ್ಡಿಗಾಗಿ ಡಿಮಾಂಡ್ ಮಾಡಲಿಲ್ಲ. ಹನಿಹನಿಯಾಗಿ ಸಂಭಾವನೆ ಪಡೆದೆ. ಈಗ ಹನಿಹನಿ ಊಟಕ್ಕೂ ಪರದಾಡುವಂತಾಗಿದೆ...'– ಎಂದು ಮಾತು ಮುಗಿಸುತ್ತಿರುವಂತೆಯೇ ಒಳ ಕೋಣೆಯಿಂದಲೇ ಶಂಕರ್ ಅಶ್ವಥ್ ಕೂಗಿಕೊಂಡರು: 'ಕಾಫಿನಾ? ಟೀನಾ?' 'ಟೀ' ಅಂದೆ. ಐದೇ ಐದು ನಿಮಿಷದಲ್ಲಿ ಹಬೆಯಾಡುವ ಟೀ ಬಂತು. ಹಿತವಾದ ಚಳಿಗೆ ಬಿಸಿಬಿಸಿ ಟೀ ಗಂಟಲೊಳಗೆ ಸುರಿಯುತ್ತಿರುವಂತೆಯೇ ಅಶ್ವಥ್ ಅವರನ್ನು ನಾನು ಕೇಳಿದೆ: 'ಸರ್ಕಾರದ ಮಾಸಾಶನವೇನಾದ್ರೂ ಬರ್ತಿದೆಯಾ?'–ಈ ಪ್ರಶ್ನೆ ಕೇಳಿ ಅಶ್ವಥ್ ಮತ್ತಷ್ಟು ಖಿನ್ನರಾದರು. ಕ್ಷೀಣವಾಗಿ ನಗುತ್ತಾ ಅವರಂದರು: 'ಅದ್ಕೆ ಅಪ್ಲೈ ಮಾಡ್ಬೇಕಂತಲ್ಲಪ್ಪಾ? ಪಿಹೆಚ್ಡಿ ಮಾಡಿಕೊಂಡವನೊಬ್ಬ ನಾನು ಡಾಕ್ಟರೇಟ್ ಮಾಡಿಕೊಂಡಿದ್ದೇನೆ ಅಂತ ಜೋರಾಗಿ ಕೂಗಿ ಹೇಳಲೇ ಬೇಕಾ? ಯೋಗ್ಯತೆಯನ್ನು ಗುರುತಿಸುವುದು ಬೇಡವಾ? ನಾನಂತೂ ನನ್ನ ಲೈಫ್‌ನಲ್ಲೆಂದೂ 'ನಾನು ಇಂತಿಂಥವ, ನನ್ಗೆ ಅದು ಕೊಡಿ, ಇದು ಕೊಡಿ ಅಂತ ಕೇಳಿದವನೇ ಅಲ್ಲ. ದಯವಿಟ್ಟು ಕ್ಷಮಿಸಿ. ಈ ಅಶ್ವಥ್ ಸರ್ಕಾರದಿಂದ ಮಾಸಾಶನ ಕೇಳಿದ್ದಾರೆ ಅಂತ ಬರೀಬೇಡಿ ಸ್ವಾಮಿ. ಅಷ್ಟು ವರ್ಷಗಳಿಂದ ನಾನು ಕಾಪಾಡಿಕೊಂಡು ಬಂದ ಸ್ವಾಭಿಮಾನಕ್ಕೆ ಕೊಡಲಿಯೇಟು ಹಾಕ್ಬೇಡಿ ಪ್ಲೀಸ್... ಅವ್ರು ಕೊಡದಿದ್ರೂ ಪರ್ವಾಗಿಲ್ಲ, ಕೊನೇಗಾಲದಲ್ಲಿ ಭಿಕ್ಷೆ ಬೇಡಿ ಸತ್ತ ಅಂತ ಜನ ಆಡ್ಕೋಬಾರ್ದು ನೋಡಿ... ನಮ್ಮದು ಪೆನ್ಶನ್ ಇಲ್ಲದ ವೃತ್ತಿ ಅಂತ ಗೊತ್ತಿದ್ದೂ ಉಳಿಕೆ ಮಾಡಿಕೊಳ್ಳಲಿಲ್ಲ. ಇದು ಸರ್ಕಾರದ ತಪ್ಪಲ್ಲ. ನನ್ನ ತಪ್ಪು. ಎಂಬತ್ತು ವರ್ಷವಾಯ್ತು, ಇನ್ನೆಷ್ಟು ವರ್ಷಗಳ ಕಾಲ ಬದುಕುತ್ತೇನೋ...?'– ಎಂದು ಗೊಣಗುತ್ತಾ ಅಶ್ವಥ್ ಮೌನವಾದರು.

ನಾನು ಹೊರಡುವ ಹೊತ್ತಾಗಿತ್ತು. ವಾಕಿಂಗಿನ ಆಯಾಸ ಮತ್ತು ವೃದ್ಧಾಪ್ಯದ ಖಿನ್ನತೆಯಿಂದ ಪ್ಲಾಸ್ಟಿಕ್ ಕುರ್ಚಿಯಲ್ಲಿ ಕುಳಿತ್ತಿದ್ದ ಅಶ್ವಥ್ ಮೇಲೆ ಎದ್ದೇಳಲಿಲ್ಲ. ಎದ್ದೇಳುವ ಪ್ರಯತ್ನ ಪಟ್ಟರೂ ಸಾಧ್ಯವಾಗಲಿಲ್ಲ. ಹತ್ತಿರ ಹೋಗಿ ಕೈ ಹಿಡಿದೆ. ಬೆಚ್ಚಗಿತ್ತು. ಒಮ್ಮೆ ಮೃದುವಾಗಿ ಅದುಮಿದರು. ಮಿದುಮಿದು ಅಂಗೈ. 'ಹೋಗಿ ಬರುತ್ತೇನೆ' ಅಂದೆ. 'ಆಗಬಹುದು' ಎನ್ನುವಂತೆ ತಲೆಯಾಡಿಸಿದರು. ದುರ್ಬಲ ಕತ್ತು ಅವರ ಆಜ್ಞೆಯನ್ನು ಮೀರಿ

ಪಕ್ಕಕ್ಕೆ ವಾಲಿತು. ಮತ್ತೆ ಎದ್ದೇಳಲು ಪ್ರಯತ್ನಿಸಿದರು. ಕೈ ಹಿಡಿದೆತ್ತಿ ಸಹಾಯ ಮಾಡಲು ಮುಂದಾದೆ. ಬೇಡವೆಂದರು. ಕಷ್ಟಪಟ್ಟು ಎದ್ದೇ ಬಿಟ್ಟರಲ್ಲಾ? ಆ ಹಿರಿಯ ಜೀವವನ್ನು ಬೀಳ್ಕೊಟ್ಟು ಕಾರ್ ಸ್ಟಾರ್ಟ್ ಮಾಡಿದಾಗ 'ಕಲಾಶ್ರೀ'ಯ ಬಾಗಿಲಲ್ಲಿ ನಿಂತಿದ್ದರು ಅಶ್ವಥ್. ಮುಖದಲ್ಲೊಂದು ನಿರ್ವಿಣ್ಣ ವಿಷಾದ ನಗು. ಒಂದು ಕೈಯನ್ನು ಬಾಗಿಲ ತೊಲೆಗಾನಿಸಿ ಮತ್ತೊಂದು ಕೈಯಿಂದ ಡುಬ್ಬ ಹೊಟ್ಟೆಯನ್ನು ಸವರುತ್ತಾ ಪ್ರೀತಿಯಿಂದ ನೋಡಿದರು ಅಶ್ವಥ್. ಮತ್ತೊಮ್ಮೆ ಹೊಟ್ಟೆ ಸವರಿಕೊಂಡ ಅಶ್ವಥ್ ಗಾಢ ಚಿಂತೆಯಲ್ಲಿದ್ದಂತೆ ಕಂಡರು. ಅದು ಹೊಟ್ಟೆ ತುಂಬಿದ್ದಕ್ಕೋ ಅಥವಾ ಹಸಿವಿಗೋ ಗೊತ್ತಾಗಲಿಲ್ಲ. ನಿರ್ಭಾವುಕ ಕಣ್ಣುಗಳಲ್ಲಿ ಏನೋ ಹೇಳಿಕೊಳ್ಳಬೇಕೆನ್ನುವ ತವಕದ ತುಡಿತವಿತ್ತಾ? ಗೊತ್ತಿಲ್ಲ.

ಮತ್ತಷ್ಟು ಹೊತ್ತು ಅಲ್ಲಿದ್ದರೆ ಇಬ್ಬರೂ ಅಳುವ ಸಂಭವವಿತ್ತು. ಆ ಮುನ್ನ ಕಾರ್ ಸ್ಟಾರ್ಟ್ ಮಾಡಿ ಗೇರು ಹಾಕಿದಾಗ 'ಕಲಾಶ್ರೀ' ಬಾಗಿಲಲ್ಲಿ ನಿಂತ ಅಶ್ವಥ್ ಮುಗ್ಧ ಮಗುವಿನಂತೆ ಕೈ ಬೀಸುತ್ತಿದ್ದರು...

* * *

ಇಂಥಾದ್ದೊಂದು ಕರುಳು ಹಿಂಡುವ ಕಥೆಯನ್ನು ಹಿಡಿದುಕೊಂಡು ಬೆಂಗಳೂರಿಗೆ ಹೋದವನು ಮೊದಲು ಮಾಡಿದ ಕೆಲಸವೆಂದರೆ 'ವಿಜಯ ಕರ್ನಾಟಕ' ಪತ್ರಿಕೆಯಲ್ಲಿ ಬರೆದದ್ದು. ಅಷ್ಟೇ. ಪತ್ರಿಕೆ ಮಾರುಕಟ್ಟೆಗೆ

ಹೋಗುತ್ತಿರುವಂತೆಯೇ ಸರ್ಕಾರ ಕಣ್ಣು ತೆರೆಯಿತು. ಆಗಿನ ಕನ್ನಡ ಮತ್ತು ಸಂಸ್ಕೃತಿ ಇಲಾಖೆಯ ಸಚಿವೆಯಾಗಿದ್ದ ಶ್ರೀಮತಿ ರಾಣಿ ಸತೀಶ್ ಅವರು ಅಶ್ವಥ್ ಅವರ ಬದುಕಿನ ದುರಂತ ಕಥೆಯನ್ನೋದಿ ದಂಗು ಬಡಿದು ಹೋದರು. ತಕ್ಷಣವೇ ತಮ್ಮ ಇಲಾಖೆಯ ಅಧಿಕಾರಿಗಳಿಗೆ ಪತ್ರ ಬರೆದು ಈ ಹಿರಿಯ ಕಲಾವಿದರ ಬದುಕಿಗೆ ನೆರವಾಗುವಂತೆ ಆದೇಶಿಸಿದರು. ಅವರಿಗೆ 07.11.2003 ರಂದು ಬರೆದ ಪತ್ರದ ಕಾಪಿಯೊಂದನ್ನು ನನಗೆ ಕಳಿಸಿಕೊಟ್ಟರು. ಅದರ ವಿವರ ಹೀಗಿದೆ: 'ಶ್ರೀ ಗಣೇಶ್ ಕಾಸರಗೋಡು, ವಿಜಯಕರ್ನಾಟಕ,

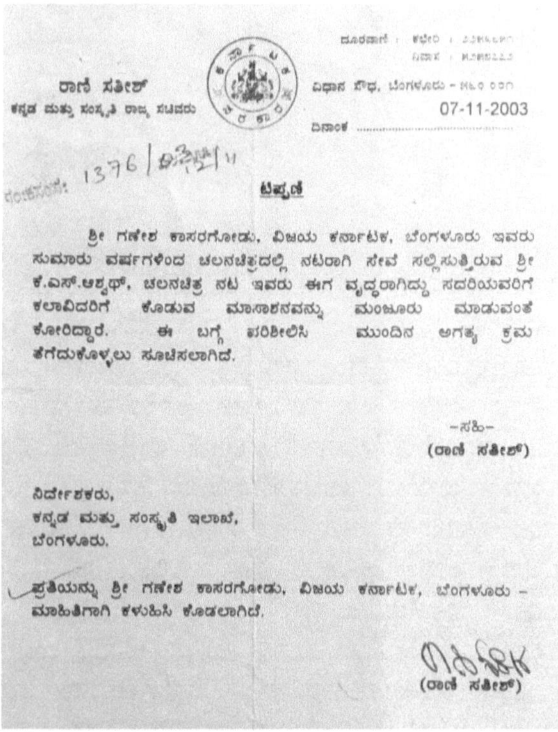
ರಾಣಿ ಸತೀಶ್
ಕನ್ನಡ ಮತ್ತು ಸಂಸ್ಕೃತಿ ರಾಜ್ಯ ಸಚಿವರು

ವಿಧಾನ ಸೌಧ, ಬೆಂಗಳೂರು

ದಿನಾಂಕ 07-11-2003

1376

ಟಿಪ್ಪಣಿ

ಶ್ರೀ ಗಣೇಶ ಕಾಸರಗೋಡು, ವಿಜಯ ಕರ್ನಾಟಕ, ಬೆಂಗಳೂರು ಇವರು ಸುಮಾರು ವರ್ಷಗಳಿಂದ ಚಲನಚಿತ್ರದಲ್ಲಿ ನಟರಾಗಿ ಸೇವೆ ಸಲ್ಲಿಸುತ್ತಿರುವ ಶ್ರೀ ಕೆ.ಎಸ್.ಅಶ್ವಥ್, ಚಲನಚಿತ್ರ ನಟ ಇವರು ಈಗ ವೃದ್ಧರಾಗಿದ್ದು ಸದರಿಯವರಿಗೆ ಕಲಾವಿದರಿಗೆ ಕೊಡುವ ಮಾಸಾಶನವನ್ನು ಮಂಜೂರು ಮಾಡುವಂತೆ ಕೋರಿದ್ದಾರೆ. ಈ ಬಗ್ಗೆ ಪರಿಶೀಲಿಸಿ ಮುಂದಿನ ಅಗತ್ಯ ಕ್ರಮ ತೆಗೆದುಕೊಳ್ಳಲು ಸೂಚಿಸಲಾಗಿದೆ.

-ಸಹಿ-
(ರಾಣಿ ಸತೀಶ್)

ನಿರ್ದೇಶಕರು,
ಕನ್ನಡ ಮತ್ತು ಸಂಸ್ಕೃತಿ ಇಲಾಖೆ,
ಬೆಂಗಳೂರು.

ಪ್ರತಿಯನ್ನು ಶ್ರೀ ಗಣೇಶ ಕಾಸರಗೋಡು, ವಿಜಯ ಕರ್ನಾಟಕ, ಬೆಂಗಳೂರು - ಮಾಹಿತಿಗಾಗಿ ಕಳುಹಿಸಿ ಕೊಡಲಾಗಿದೆ.

(ರಾಣಿ ಸತೀಶ್)

ಬೆಂಗಳೂರು ಇವರು ಸುಮಾರು ವರ್ಷಗಳಿಂದ ಚಲನಚಿತ್ರದಲ್ಲಿ ನಟರಾಗಿ ಸೇವೆ ಸಲ್ಲಿಸುತ್ತಿರುವ ಶ್ರೀ ಕೆ.ಎಸ್. ಅಶ್ವಥ್, ಚಲನಚಿತ್ರ ನಟ ಇವರು ಈಗ ವೃದ್ಧರಾಗಿದ್ದು ಸದರಿಯವರಿಗೆ ಕಲಾವಿದರಿಗೆ ಕೊಡುವ ಮಾಸಾಶನವನ್ನು ಮಂಜೂರು ಮಾಡುವಂತೆ ಕೋರಿದ್ದಾರೆ. ಈ ಬಗ್ಗೆ ಪರಿಶೀಲಿಸಿ ಮುಂದಿನ ಅಗತ್ಯ ಕ್ರಮ ತೆಗೆದುಕೊಳ್ಳಲು ಸೂಚಿಸಲಾಗಿದೆ-ಸಹಿ: ರಾಣಿ ಸತೀಶ್ (ಕನ್ನಡ ಮತ್ತು ಸಂಸ್ಕೃತಿ ರಾಜ್ಯ ಸಚಿವರು)

ಈ ಪತ್ರ ಅಧಿಕಾರಿಗಳ ಕೈ ಸೇರುತ್ತಿರುವಂತೆಯೇ ಎಲ್ಲರೂ ಗಡಬಡಿಸಿ ಎದ್ದು ಕೂತರು. ಮೈಸೂರಿನ ಜಿಲ್ಲಾಧಿಕಾರಿ ತಮ್ಮ ದಂಡಿನೊಂದಿಗೆ ಅಶ್ವಥ್ ಅವರ ಮನೆಗೆ ಹೋಗಿ ವಿವರ ಪಡೆದುಕೊಂಡು ತಕ್ಷಣವೇ ಮಾಸಾಶನ ಮತ್ತು ಸರ್ಕಾರದ ಇತರ ಸೌಲಭ್ಯಗಳನ್ನು ಮಂಜೂರು ಮಾಡುವಂತೆ ವ್ಯವಸ್ಥೆ ಮಾಡಿದರು. ಒಂದು ಕಡೆ ಸರ್ಕಾರ ಎಚ್ಚೆತ್ತರೆ ಮತ್ತೊಂದು ಕಡೆ ಅಶ್ವಥ್ ಅವರ ಅಪಾರ ಅಭಿಮಾನಿ ವರ್ಗ ಸಹಾಯ ಹಸ್ತ ನೀಡಲು ಮುಂದೆ ಬಂದರು. ದಿನ ಬೆಳಗಾದರೆ ಸಾಕು ಫೋನ್ ಕಾಲ್‌ಗಳನ್ನು ಎತ್ತಿಕೊಳ್ಳುವುದೇ ಶಂಕರ್ ಅಶ್ವಥ್ ಅವರ ಅಧಿಕೃತ ಕೆಲಸವಾಯಿತು. ಅವರ ಅಕೌಂಟಿಗೆ ಹಣ ಬಂದು ಬೀಳತೊಡಗಿದವು. ಈ ಬೆಳವಣಿಗೆಯಿಂದ ದಿಗಿಲೆದ್ದು ಹೋದ ಅಶ್ವಥ್ ನನಗೆ ಫೋನ್ ಮಾಡಿ ಅಳುತ್ತಾ ಕೂತು ಬಿಟ್ಟರು. ಅವರ ಬಾಯಿಂದ ಮಾತೇ ಹೊರಡದಾಯಿತು. ಅವರು ಅಳುತ್ತಾ ತಡೆ ತಡೆದು ಹೇಳಿದ ಮಾತೆಂದರೆ: 'ಮಗಾ, ನೀನು ನನ್ನ ಪಾಲಿಗೆ ದೇವರಾಗಿ ಬಂದಿದ್ದೀರಿ. ನಿಮ್ಮ ಈ ಉಪಕಾರವನ್ನು ನಾನು ಈ ಜನ್ಮದಲ್ಲಿ ಮರೆಯಲಾರೆ... ಆಯಮ್ಮ ರಾಣಿ ಸತೀಶ್ ಮಹಾರಾಣಿಯಂತೆ ನೂರ್ಕಾಲ ಬಾಳಲಿ. ಅವರಿಗೆ ನನ್ನ ಆಶೀರ್ವಾದ ತಿಳಿಸಿ. ಆ ಮಹಾತಾಯಿಯ ಹೊಟ್ಟೆ ತಣ್ಣಗಿರಲಿ. ನಾನು ನಂಬುವುದಕ್ಕಾಗಲಿಲ್ಲ. ಭರ್ತಿ ಒಂದು ವಾರದಿಂದ ನಾನು ಫೋನ್ ಅಟೆಂಡ್ ಮಾಡಿ ಮಾಡಿ ಸುಸ್ತು ಹೊಡೆದಿದ್ದೇನೆ. ನೂರಾರು ಕಾಲ್‌ಗಳನ್ನು ನನ್ನ ಮಗ, ಸೊಸೆ ಅಟೆಂಡ್ ಮಾಡಿದ್ದಾರೆ. ತುಂಬಾ ಮಂದಿ ಆರ್ಥಿಕ ಸಹಾಯ

ನೀಡಲು ಮುಂದೆ ಬಂದಿದ್ದಾರೆ. ಮತ್ತೆ ಕೆಲವರು ಮನಿಯಾರ್ಡರ್ ಮೂಲಕ ಸಾವಿರಾರು ರೂಪಾಯಿಗಳನ್ನು ಕಳಿಸಿಕೊಟ್ಟಿದ್ದಾರೆ. ಇವರಿಗೆಲ್ಲಾ ನಾನು ಹೇಗೆ ಕೃತಜ್ಞತೆ ತಿಳಿಸಲಿ? ಅಸಂಖ್ಯಾತ ಫೋನ್ ಕರೆಯಿಂದ ಒಂದು ಹಂತದಲ್ಲಿ ಕಿರಿಕಿರಿಯೆಂದೆನಿಸಿದರೂ, ಹೆಚ್ಚಿನ ಕಾಲ್‌ಗಳನ್ನು ನಾನೇ ಸ್ವೀಕರಿಸಿದ್ದೇನೆ. ಅದರಲ್ಲೊಂದು ಸುಖವಿದೆ. ಮುಖ್ಯವಾಗಿ ನಿಮಗೆ ನನ್ನ ಸಾಷ್ಟಾಂಗ ನಮಸ್ಕಾರಗಳು. ನನ್ನ ಬದುಕಿನ ಈ ಕೊನೆಯ ದಿನಗಳಲ್ಲಿ ನೀವು ಮಾಡಿರುವ ಉಪಕಾರಕ್ಕೆ ಸದಾ ಋಣಿ...'–ಎಂದು ಹೇಳಿ ಅಳುತ್ತಾ ಕೂತುಬಿಟ್ಟರು!

* * *

ಇದಾದ ಹತ್ತು ವರ್ಷಗಳ ಕಾಲ ಅಶ್ವಥ್ ನಿರಾಳವಾಗಿದ್ದರು. ಒಂದು ದಿನ ವಯೋಸಹಜ ಕಾಯಿಲೆಯಿಂದ ಆಸ್ಪತ್ರೆ ಸೇರಿಕೊಂಡರು. ಅದು ಅವರ ಬದುಕಿನ ಕೊನೇ ದಿನಗಳ ಕಾಲ. ಗಂಭೀರ ಕಾಯಿಲೆ. ಡಾಕ್ಟರಿಂದ ಹಿಡಿದು ಸಮಸ್ತ ಅಭಿಮಾನಿ ಬಳಗ ಅಶ್ವಥ್ ಅವರ ಆರೋಗ್ಯಕ್ಕಾಗಿ ಪ್ರಾರ್ಥಿಸುತ್ತಾ ನಿಂತ ಹೊತ್ತಿನಲ್ಲಿ ನಾನು ಮೈಸೂರಿನ ಆ ಆಸ್ಪತ್ರೆಗೆ ಭೇಟಿ ನೀಡಿದ್ದೆ. ICU ನಲ್ಲಿ ಅಡ್ಮಿಟ್ ಮಾಡಿಕೊಂಡಿದ್ದರು. ಹೊರಗಡೆ ಕರ್ನಾಟಕದ ಸಮಸ್ತ ಚಾನಲ್‌ಗಳ ಕ್ಯಾಮೆರಾ–ಪ್ರತಿನಿಧಿಗಳು ಆತಂಕದಿಂದ ನಿಂತಿದ್ದರು. ಅಸಂಖ್ಯ ಪತ್ರಿಕಾ ವರದಿಗಾರರೂ ಸೇರಿಕೊಂಡಿದ್ದರು. ಪ್ರಜ್ಞಾಹೀನರಾಗಿ ಆಸ್ಪತ್ರೆಯ ಹಾಸಿಗೆ ಮೇಲೆ ಮಲಗಿದ್ದ ಅಶ್ವಥ್ ಅವರ ಕೈಯನ್ನು ಮೃದುವಾಗಿ ಸವರಿದೆ. ಮೆಲ್ಲನೇ 'ನಾನು ಗಣೇಶ್ ಕಾಸರಗೋಡು ಬಂದಿದ್ದೇನೆ...' ಅಂದಾಗ ಅವರ ರೆಪ್ಪೆಗಳು ಅಲುಗಾಡಿದಂತೆ ಕಂಡಿತು!

ಅದೇ ಕೊನೇ ಭೇಟಿ, ಅಶ್ವಥ್ ಮತ್ತೆ ಮನೆ ಸೇರಿಕೊಳ್ಳಲಿಲ್ಲ. ಅವರ ನಿಧನದ ಸುದ್ದಿ ಕಾಡ್ಗಿಚ್ಚಿನಂತೆ ಹರಡುತ್ತಿರುವಂತೆಯೇ ಕರ್ನಾಟಕದಾದ್ಯಂತವಿರುವ ಅಶ್ವಥ್ ಅಭಿಮಾನಿಗಳ ದಂಡೇ ಆಸ್ಪತ್ರೆ ಮುಂದೆ ಸೇರಿಕೊಂಡಿತು. ಅಲ್ಲಿಂದ ಹಿಡಿದು ಸಂಸ್ಕಾರದ ತನಕ ಈ ಅಭಿಮಾನಿಗಳ ದಂಡು ಮೆರವಣಿಗೆಯಲ್ಲಿ ಪಾಲ್ಗೊಂಡು ತಮ್ಮ ಗೌರವವನ್ನು ಸಲ್ಲಿಸಿತು.

* * *

ಇದಾದ ನಂತರದ ಒಂದು ದಿನ ನಾನು ಅಶ್ವಥ್ ಅವರ ಮನೆಗೆ ಹೋಗಿದ್ದೆ. ಅವರ ಪುತ್ರ ಶಂಕರ್ ಅಶ್ವಥ್ ನನ್ನ ಕಿವಿಯಲ್ಲಿ ಹೇಳಿರುವ ವಿಚಾರವನ್ನು ಇದೀಗ ಬಹಿರಂಗ ಗೊಳಿಸುತ್ತಿದ್ದೇನೆ: 'ಅಣ್ಣಾ, ನಮ್ಮಪ್ಪನ ಕೊನೇ ದಿನಗಳಲ್ಲಿ ದೇವರಾಗಿ ಬಂದು ಸಹಾಯ ಮಾಡಿದ್ದೀರಿ. ನಿಮ್ಮ ಈ ಋಣವನ್ನು

ನಾನು ಹೇಗೆ ತೀರಿಸಲಿ? ಸ್ವಂತ ಮಗನಾದ ನನ್ನನ್ನು ನಮ್ಮ ತಂದೆ ಶಂಕ್ರ ಅಂತಲೇ ಕರೆಯುತ್ತಿದ್ದರು. ಆದ್ರೆ ನಿಮ್ಮನ್ನು ಬಾಯ್ತುಂಬಾ 'ಮಗಾ' ಅಂತಲೇ ಕೂಗುತ್ತಿದ್ರು. ನೀವು ನನ್ನ ಸ್ವಂತ ಸೋದರನಿಗಿಂತ ಹೆಚ್ಚು. ಅಪ್ಪ ಸಾಯೋ ಹೊತ್ತಿನಲ್ಲಿ ಬ್ಯಾಂಕ್ ಅಕೌಂಟಿನಲ್ಲಿ ಇಪ್ಪತ್ತರಿಂದ ಮೂವತ್ತು ಲಕ್ಷದಷ್ಟು ಮೊತ್ತ ಜಮಾ ಆಗಿತ್ತು. ಅದರಲ್ಲಿ 75% ನನ್ನ ಶ್ರೀಮತಿ ಹೆಸರಿಗೂ 25% ನನ್ನ ಹೆಸರಿಗೂ ಪಾಲು ಮಾಡಿ ಕೊಟ್ಟಿದ್ದರು ಅಪ್ಪಾಜಿ. ನಿಮಗೆ ನಾನೇನು ಕೊಡಲಿ?'–ಎಂದು ಪ್ರಶ್ನಿಸಿ ನನ್ನ ಮುಖ ನೋಡಿಕೊಂಡರು. ನಾನಂದೆ: 'ನನ್ನನ್ನು ಅಶ್ವಥ್ ಅವರು ಬಾಯ್ತುಂಬಾ ಮಗಾ ಅಂತ ಕರೆಯುತ್ತಿದ್ದರು ಅಂತ ನೀವೇ ಹೇಳಿದ್ದೀರಿ. ಹಾಗಿರುವಾಗ ಅವರ ಆಸ್ತಿಯಲ್ಲಿ ನನಗೂ ಒಂದು ಪಾಲಿರಬೇಕಲ್ಲವೇ?'–ಎಂದು ಹೇಳಿ ಶಂಕರ್ ಅಶ್ವಥ್ ಮುಖ ನೋಡಿದೆ. ಅವರಂದರು: 'ಅಣ್ಣಾ, ಕೇಳಿ ಅಣ್ಣಾ. ನಿಮಗೇನು ಬೇಕು ಈ ಕ್ಷಣದಲ್ಲೇ ಕೊಡುತ್ತೇನೆ...'–ಅಂದಾಗ ನಾನು ಆ ರೂಮು ತುಂಬಾ ಕಣ್ಣಾಡಿಸಿದೆ. ಅಶ್ವಥ್ ಅವರು ಕೊನೆಯ ದಿನಗಳಲ್ಲಿ ಬಳಸಲೆಂದು ತೆಗೆದಿಟ್ಟ ಫರ್ ಟೋಪಿಯೊಂದು ಕಾಣಿಸಿತು. ಅದನ್ನೆತ್ತಿಕೊಂಡ ನಾನಂದೆ: 'ಇದು ನನ್ನ ಆಸ್ತಿ ಪಾಲು. ಸಂತೋಷದಿಂದ ಸ್ವೀಕರಿಸುತ್ತಿದ್ದೇನೆ...'–ಅಂದಾಗ ಶಂಕರ್ ಅಶ್ವಥ್ ಅವರ ಕಣ್ಣಲ್ಲಿ ನೀರು ತುಂಬಿಕೊಂಡಿತ್ತು!

ಈಗಲೂ ಆ ಫರ್ ಕ್ಯಾಪನ್ನು ಜೋಪಾನವಾಗಿಟ್ಟಿದ್ದೇನೆ. ಊರಿಗೆ ಕಾರು ಡ್ರೈವ್ ಮಾಡಿಕೊಂಡು ಹೋಗುವಾಗ ಇದನ್ನು ಧರಿಸುತ್ತೇನೆ. ಅದೇನೋ ತೃಪ್ತಿ. ಅಶ್ವಥ್ ಸದಾ ನನ್ನ ಜತೆಗಿರುವ ಭಾವ...

ಆಧುನಿಕ ರಂಗಭೀಷ್ಮನ ಕೊನೆಯ ದಿನಗಳ ಹಾಡು-ಪಾಡು

ರಂಗಭೂಮಿ ಮತ್ತು ಚಿತ್ರರಂಗದಲ್ಲಿ ಏಕಪ್ರಕಾರದ ಸಾಧನೆ ಮಾಡಿರುವ ಬಿ.ವಿ. ಕಾರಂತರು ತಮ್ಮ ಕೊನೆಯ ದಿನಗಳಲ್ಲಿ ನರಳಿ ನರಳಿ ಕೊನೆಯುಸಿರೆಳೆದರಾ?

ಮೊದಲೇ ಹೇಳಿ ಬಿಡುತ್ತೇನೆ: ಇದು ಸುಮಾರು 20 ವರ್ಷಗಳ ಹಿಂದಿನ ಘಟನೆಯೊಂದನ್ನು ಮೆಲುಕು ಹಾಕುವ ಪ್ರಯತ್ನ. ಈ ಪ್ರಯತ್ನವನ್ನು ಓದಲು ಸಿದ್ಧರಾಗಿಯೇ ಇಲ್ಲಿ ಕಣ್ಣಾಡಿಸಿ ಬಿಡಿ:

ರಂಗಭೂಮಿಗೆ ರಕ್ತ-ಮಾಂಸ ತುಂಬಿಸಿಕೊಟ್ಟು ದಷ್ಟಪುಷ್ಟವಾಗಿ ಬೆಳೆಸಿದ ಇವರ ಶರೀರದಲ್ಲಿ ರಕ್ತ-ಮಾಂಸವೇ ಇಲ್ಲ! ಆರಾಮ ಕುರ್ಚಿಯಲ್ಲಿ ಕುಳಿತಿದ್ದ ಈ ದಿವ್ಯ ಚೇತನದ ಮುಂದಿನ ಬದುಕು ಆರಾಮವಾಗಿರುವುದಿಲ್ಲ ಎನ್ನುವ ಸತ್ಯ ಸ್ವತಃ ಅವರಿಗೇ ಗೊತ್ತಿದ್ದರೂ ಅದೇ ಶಾಂತ ಮುಖಭಾವ. ದೃಷ್ಟಿ ಮಾತ್ರ ಶೂನ್ಯದಲ್ಲಿತ್ತು. ವೈದ್ಯರು ಕೈಚೆಲ್ಲಿದ್ದಾರೆ. ಮತ್ತೊಂದು ಆಪರೇಷನನ್ನು ತಡೆದು ಕೊಳ್ಳುವ ಶಕ್ತಿ ದೇಹಕ್ಕಿಲ್ಲ. ಆಪರೇಷನ್ ಮಾಡಿಸಿಕೊಳ್ಳದಿದ್ದರೆ ದೇಹ ಕೇಳಲ್ಲ...

ಒಂದಿಡೀ ಜನ್ಮಕ್ಕಾಗುವಷ್ಟು ಕೆಲಸ ಮಾಡಿ ಇನ್ನು ಸಾಧ್ಯವಿಲ್ಲ ಎನ್ನುವಂಥಾ ಸಂದರ್ಭದಲ್ಲಿ ಉಸ್ಸಪ್ಪಾ ಅಂತ ಕಾಲು ಚಾಚಿ ಆರಾಮ ಕುರ್ಚಿಯಲ್ಲಿ ಗುಬ್ಬಚ್ಚಿಯಂತೆ ಕೂತು ಶೂನ್ಯವನ್ನು ದಿಟ್ಟಿಸುತ್ತಿರುವ ಈ ವ್ಯಕ್ತಿ ಬೇರಾರೂ ಅಲ್ಲ, ರಂಗ ಚೇತನ ಬಿ.ವಿ. ಕಾರಂತರು...

2002ರ ಜುಲೈ ತಿಂಗಳ ಒಂದು ದಿನ ನಾನು ಅವರ ಮನೆಗೆ ಹೋದಾಗ ಭಾನುವಾರದ ಮಧ್ಯಾಹ್ನ ಹನ್ನೆರಡು

ಗಂಟೆ. ಕಾರಂತರು ಗರಿಗರಿ ಶರ್ಟು, ಇಸ್ತ್ರಿ ಮಾಡಿದ ಪಂಚೆಯುಟ್ಟು ಯಾವುದೋ ಪುಸ್ತಕ ಓದುವುದರಲ್ಲಿ ಮಗ್ನರಾಗಿದ್ದರು. ಎಡಗೈ ಮಣಿಕಟ್ಟಿನಲ್ಲಿ ಓಬೀರಾಯನ ಕಾಲದ ಒಂದು ವಾಚು, ಜೇಬಿನಲ್ಲಿ ಪೆನ್ನು ಇಟ್ಟುಕೊಂಡಿದ್ದರು! ವಯಸ್ಸು ಎಪ್ಪತ್ತೈದಾದರೂ, ಪೊದೆಗೂದಲಿನ ಸೊಗಸು ಮತ್ತು ಗಡ್ಡದ ಆಕರ್ಷಣೆ ಕಿಂಚಿತ್ತೂ ಕಮ್ಮಿಯಾಗಿರಲಿಲ್ಲ! ಕಣ್ಣಳತೆಗೂ ಮೀರಿದ ಕನ್ನಡಕದ ಫ್ರೇಮ್ ಮತ್ತು ಆ ಫ್ರೇಮಿನಿಂದ ಹೊರಬರಲು ತವಕಿಸುತ್ತಿರುವ ದಣಿದ ಕಣ್ಣುಗಳು... ಅವರಿಗೆ ನನ್ನ ಗುರುತು ಹತ್ತಲಿಲ್ಲ. ಈ ಹಿಂದೆ ಕಂಡ ನೆನಪೂ ಇರಲಿಲ್ಲ. ನಾನಂದೆ: 'ಸರ್, ನಿಮ್ಮನ್ನೇ ನೋಡಿ, ಆರೋಗ್ಯ ವಿಚಾರಿಸಿಕೊಂಡು ಹೋಗೋಣ ಅಂತ ಬಂದೆ' ಅಂದೆ. ಇಷ್ಟು ಹೇಳುತ್ತಲೇ ದೊಡ್ಡದೊಂದು ಆತ್ಮೀಯ ಸೆಲ್ಯೂಟ್ ಹೊಡೆದರು ಕಾರಂತರು! ನೆನಪಿನ ಸುರುಳಿ ಬಿಚ್ಚತೊಡಗಿದುವು. ಏನೋ ಹೇಳುವ ತವಕ. ಮಿದುಳು ಮಾತ್ರ ಕರಾರುವಕ್ಕಾಗಿ ಚಾಲ್ತಿಯಲ್ಲಿತ್ತು! ಆದರೆ ಶರೀರ ಸ್ಪಂದಿಸಲು ಆಸ್ಪದ ಕೊಡುತ್ತಿರಲಿಲ್ಲ.

ಇಷ್ಟಕ್ಕೂ ಕಾರಂತರನ್ನು ಕಾಡುತ್ತಿರುವ ಕಾಯಿಲೆಯಾದರೂ ಏನು?

ಮೆಡಿಕಲ್ ಭಾಷೆಯಲ್ಲಿ ಹೇಳಿದರೆ ನಮಗ್ಯಾರಿಗೂ ಅರ್ಥವಾಗದು. ಸಿಂಪಲ್ಲಾಗಿ ಹೇಳಬೇಕೆಂದರೆ ಕ್ಯಾನ್ಸರಿನ ಮತ್ತೊಂದು ರೂಪ. ಬ್ಲ್ಯಾಡರಿಗೆ ಆಪರೇಷನ್ ಆಗಿದೆ. ಮೂತ್ರಕೋಶ ಕಂಟ್ರೋಲ್‌ನಲ್ಲಿಲ್ಲ. ಸದಾ ಹನಿಯುತ್ತಿರುತ್ತದೆ. ಇದಕ್ಕಾಗಿಯೇ ರಾಮಕೃಷ್ಣ ನರ್ಸಿಂಗ್ ಹೋಮಿನವರು ಬೆಲ್ಜಿಯಂನಿಂದ ತರಿಸಿಕೊಟ್ಟಿರುವ ಪ್ಯಾಡ್ ಕಟ್ಟುವುದು ಅನಿವಾರ್ಯವಾಗಿತ್ತು.

ಇಪ್ಪತ್ತರ ಒಂದು ಕಟ್ಟಿಗೆ 2500 ರೂಪಾಯಿ ಚಾರ್ಜ್ ಮಾಡ್ತಾರೆ. ಕಾರಂತರ ಆರ್ಥಿಕ ಪರಿಸ್ಥಿತಿಗೆ ಇದು ದುಬಾರಿ ಎಂದೆನಿಸಿದರೂ ಅನಿವಾರ್ಯ. ಈಗಾಗಲೇ ನಾಲ್ಕಾರು ಆಪರೇಷನ್‌ಗಳಾಗಿವೆ. ಮತ್ತೆ ಆಪರೇಷನ್ ಮಾಡಿಸಿಕೊಂಡರೂ ಉಪಯೋಗವೇನೂ ಇಲ್ಲ...

ಬಿ.ವಿ. ಕಾರಂತರ ಧರ್ಮಪತ್ನಿ ಹೈರಾಣಾಗಿದ್ದಾರೆ. ಮುಂಜಾನೆ ಐದರಿಂದ ಶುರುವಾಗುವ ಶುಶ್ರೂಷೆ ದಿನಪೂರ್ತಿ ನಡೆಯಬೇಕು. ರಾಗಿ ಅಂಬಲಿ, ರವೆ ಗಂಜಿ, ವಿಟಮಿನ್‌ಗಳ ನಡುವೆಯೇ ಮಾತ್ರೆ, ಔಷಧಿಗಳ ಸೇವನೆಯಾಗಬೇಕು. ನೀರು ಕುಡಿಸಬೇಕು, ಶುಂಠಿ-ಬೆಲ್ಲ ತಿನ್ನಿಸಬೇಕು. ದೆಹಲಿಯ ವೈದ್ಯ ಮಿತ್ರರೊಬ್ಬರು ಸಲಹೆ ಮಾಡಿರುವಂತೆ ದಿನವೊಂದಕ್ಕೆ ಕಡ್ಡಾಯವಾಗಿ ಎರಡು ಐಸ್ ಕ್ರೀಮ್ ತಿನ್ನಿಸಬೇಕು. ಪ್ರೇಮಾ ಅವರಿಗೂ ವಯಸ್ಸಾಗಿದೆ. ಓಡಾಡುವುದು ಕಷ್ಟವಾಗಿದೆ. ಕೂತು ಮಾಡಬಹುದಾದ ಟಿ.ವಿ. ಧಾರಾವಾಹಿ, ಸಿನಿಮಾಗಳ ಕೆಲಸ ಬಾಕಿ ಉಳಿದು ಬಿಟ್ಟಿದೆ. ದುಡ್ಡು ಬರಬಹುದಾದ ಕೆಲಸವೇ ಸಿಗುತ್ತಿಲ್ಲ. ಈ ಎಲ್ಲಾ ಗೊಂದಲಗಳ ನಡುವೆ ಕಾರಂತರಿಗೆ ತಾವು ಸಂಪಾದಿಸುವುದಿಲ್ಲ ಎನ್ನುವ ಇನ್‌ಫೀರಿಯಾರಿಟಿ ಕಾಂಪ್ಲೆಕ್ಸ್ ಕಾಡುತ್ತಿದೆ.

ಇರುವುದಕ್ಕೊಂದು ಮನೆಯಿದೆ. ಹತ್ತು ವರ್ಷಗಳ ಹಿಂದೆ 16 ಲಕ್ಷಕ್ಕೆ ಖರೀದಿಸಿದ ಮನೆಯಿದು. ಲೈಬ್ರರಿ ಮಾಡಲು ನೆಲಮಾಳಿಗೆ ಇರುವುದರಿಂದ ಆಸೆಪಟ್ಟು ಖರೀದಿಸಿದ ರೆಡಿಮೇಡ್ ಮನೆಯದು. ಆದರೂ ದೈನಂದಿನ ಖರ್ಚಿಗೆ ಕಾಸಿಲ್ಲವಾದರೆ...?-ಈ ಅಭಿಪ್ರಾಯ ರೂಪದ ಪ್ರಶ್ನೆಯನ್ನು ಪ್ರೇಮಾ ಮುಂದಿಟ್ಟರೆ ಅವರು ಉತ್ತರಿಸುತ್ತಾರೆ: 'ಅವರಿವರು ಖರ್ಚಿಗೆಂದು ಕೊಟ್ಟಿದ್ದು ಒಂದಷ್ಟಿದೆ. ನಮ್ಮದೇ ಸಂಪಾದನೆಯಲ್ಲಿ ಕೂಡಿಟ್ಟದ್ದು ಮತ್ತೊಂದಷ್ಟು. ಹೀಗಾಗಿ ಖರ್ಚಿಗೆ ಈವರೆಗೆ ತೊಂದ್ರೆ ಆಗಿಲ್ಲ. ಆದರೂ ಕಾರಂತರಿಗೆ ಸಂಪಾದನೆಯಿಲ್ಲದ ಕೊರಗು ಕಾಡುತ್ತಿದೆ...'

ವೈದ್ಯರಲ್ಲಿ ಕೊನೆಯದಾಗಿ ಕೇಳಿದಾಗ 'ಕಳೆದ ಮೂರು ವರ್ಷಗಳಿಂದ ಇವರೇನಾದ್ರೂ ಬದುಕಿದ್ದರೆ ಅದು ಅವರ ಸ್ವಯಂ ಇಚ್ಛೆಯಿಂದ ಮತ್ತು ಆತ್ಮಶಕ್ತಿಯಿಂದ. ವೈದ್ಯರ ಶುಶ್ರೂಷೆಗೂ ಮೀರಿದಂಥಾ ದೊಡ್ಡ ಕಾಯಿಲೆ ಇವರದ್ದು...'-ಎಂದು ತೀರ್ಪು ನೀಡಿ ಬಿಟ್ಟಿದ್ದಾರೆ! ಇವಿಷ್ಟೂ ವಿಷಯ ಕಾರಂತರಿಗೆ ಗೊತ್ತಿಲ್ಲವೆಂದಲ್ಲ, ಆದರೆ ಅವರದ್ದು ಈ ಎಲ್ಲದ್ದಕ್ಕೂ ನಿರ್ಲಿಪ್ತತೆಯ ಮುಖಭಾವ!

ಇದು ಕಾರಂತರ ಕಾಯಿಲೆಯ ವಿಚಾರವಾಗಿದ್ದರೆ, ಈ ಕಾಯಿಲೆ ನಿಮಿತ್ತವಾಗಿ ಇವರನ್ನು ನೋಡಲು ಬಂದ ಕನ್ನಡದ ವರನಟ ರಾಜ್‌ಕುಮಾರ್ ಬಗೆಗಿನ ವಿವರ ಇಲ್ಲಿದೆ: ಹಿಂದಿನ ಶುಕ್ರವಾರ ಸಂಜೆ ಮೂರರ ಸಮಯ. ರಾಜ್‌ಕುಮಾರ್ ಕುಟುಂಬ ಸಮೇತವಾಗಿ ಮನೆಗೆ ಬರುತ್ತಿದ್ದಾರೆ ಎಂಬ ಸುದ್ದಿ

ತಲುಪುತ್ತಿರುವಂತೆಯೇ ಪ್ರೇಮಾ ಕಾರಂತರ ದಮನಿ ದಮನಿಗಳಲ್ಲಿ ನವಚೈತನ್ಯ ಹರಿದಾಡಿದಂತಾಯ್ತು. ನೇರವಾಗಿ ಹೊರಬಂದವರೇ ರಾಜ್‌ಕುಮಾರ್‌ರನ್ನು ಭೇಟಿ ಮಾಡಿದರು. ಒಂದು ಕ್ಷಣ ತಮ್ಮ ಕಣ್ಣನ್ನು ತಾವೇ ನಂಬದಾದರು! ರಾಜ್ ಜತೆ ಪಾರ್ವತಮ್ಮ ಮತ್ತು ವರದಪ್ಪಣ್ಣ! ಪಾರ್ವತಮ್ಮನವರನ್ನು ನೋಡುತ್ತಿರುವಂತೆಯೇ ಗಟ್ಟಿಯಾಗಿ ಆಲಂಗಿಸಿಕೊಂಡು ಬಿಟ್ಟರು. ನಂತರ ಆ ಮೂವರನ್ನೂ ಒಳಕೋಣೆಗೆ ಕರೆದುಕೊಂಡು ಹೋಗಿ ಕಾರಂತರು ಮಲಗಿದ್ದ ಹಾಸಿಗೆಯ ಬಳಿ ನಿಲ್ಲಿಸಿದರು. ಅದೊಂದು ಅಪೂರ್ವ ಘಳಿಗೆ. ಸುವರ್ಣ ಸಮ್ಮಿಲನ. ರಾಜ್‌ರನ್ನು ನೋಡುತ್ತಿರುವಂತೆಯೇ ಕಾರಂತರ ಕಣ್ಣುಗಳು ಮಿಂಚಿದುವು. ಎದ್ದು ಕೂರಲಾಗದ ಪರಿಸ್ಥಿತಿಯಲ್ಲಿ ಮಲಗಿದ್ದ ಕಾರಂತರು ಅದು ಹೇಗೆ ತಾವಾಗಿಯೇ ಎದ್ದರೋ, ನಿಂತರೋ, ಶಾಲು ಹೊದ್ದು ಮಾತಾಡಲು ರೆಡಿಯಾದರೋ...? ಕಾರಂತರ ಕಣ್ಣಿನಲ್ಲಿ ಸಣ್ಣಗೆ ನೀರು. ರಾಜ್ ಕೂಡಾ ಕಣ್ಣೊರೆಸಿಕೊಂಡರು. ಪಾರ್ವತಮ್ಮ, ವರದಪ್ಪಣ್ಣ ಕಣ್ಣುಗಳೂ ಹನಿಗೂಡಿದುವು...

ಐದು ನಿಮಿಷಗಳ ಕಾಲ ಮೂಕ ಸಂವಾದ. ನಂತರ ಕಾರಂತರು ಸಹಜ ಸ್ಥಿತಿಗೆ ಬಂದು ಬಿಟ್ಟರು. ಎದ್ದು ನಿಂತರು. ಮನೆ ತುಂಬಾ ಓಡಾಡಿದರು. ಇದೇನು ಪವಾಡವೋ ಏನೋ ಅಂತ ಪ್ರೇಮಾ ಕಾರಂತರು ಮೂಗಿನ ಮೇಲೆ ಬೆರಳಿಟ್ಟು ನೋಡುತ್ತಲೇ ಇದ್ದರು. ಕಾರಂತರು ಮಾತಾಡುತ್ತಲೇ ಹೋದರು. ನಾಟಕ, ಗುಬ್ಬಿ ಕಂಪೆನಿ, ನಟನೆ, ಹೊಟ್ಟೆಪಾಡು, ಹಸಿವು, ಉಪವಾಸ, ರಿಹರ್ಸಲ್, ಚಪ್ಪಾಳೆ... ಒಂದಾ ಎರಡಾ? ಕಪ್ಪು ಬಿಳುಪು ಫ್ಲಾಶ್ ಬ್ಯಾಕ್‌ನಲ್ಲಿ ಅದಿನ್ನೆಂಥಾ ರಂಗು...?

ನಲವತ್ತು ವರ್ಷಗಳ ಹಿಂದೆ ಒಂದು ಸಾರಿ ಪ್ರಶಸ್ತಿ ಸ್ವೀಕರಿಸಲೆಂದು ರಾಜ್ ದೆಹಲಿಗೆ ಹೋದದ್ದು, ಅಲ್ಲಿ ಕಾರಂತರ ಮನೆಯಲ್ಲಿ ಉಳಿದುಕೊಂಡದ್ದು, ಆತಿಥ್ಯ ಸ್ವೀಕರಿಸಿದ್ದು... ದಿಲೀಪ್‌ಕುಮಾರ್ ಅಭಿನಯದ 'ಗಂಗಾ ಜಮುನಾ' ಚಿತ್ರವನ್ನು ಹಠಕ್ಕೆ ಬಿದ್ದು ನೋಡಿದ್ದು, ಮತ್ತೆ ಬೆಂಗಳೂರಿಗೆ ಹೊರಟು ನಿಂತಾಗ ಪ್ರೇಮಾ ಕಾರಂತರು ಉರೂಟು ಕುರ್ಚಿಯ ಹಿಂದುಗಡೆಯಲ್ಲಿ ಬಟಾಣಿ ತುಂಬಿಸಿ ಕಳಿಸಿದ್ದು... ಎಲ್ಲವೂ ನೆನಪಾಗಿ ಕಾಡಿತು. ಹೃದಯ ಹಾಡಿತು...

ಒಳಮನೆಯಿಂದ ನೆಲಮನೆಗೆ ಬಂದಾಗ ರಂಗಭೂಮಿ ಮತ್ತು ಚಿತ್ರರಂಗದ ಮತ್ತೊಬ್ಬ ಅತಿರಥ ಜಿ.ವಿ. ಐಯ್ಯರ್ ಬಂದುಬಿಟ್ಟರಲ್ಲಾ? ಎಲ್ಲವೂ ಕಾಕತಾಳೀಯ. ಐಯ್ಯರ್ ಬರುವುದು ರಾಜ್‌ಗೆ ಗೊತ್ತಿರಲಿಲ್ಲ, ರಾಜ್ ಬಂದಿರುವುದು ಐಯ್ಯರ್‌ಗೆ ಗೊತ್ತಿರಲಿಲ್ಲ. ಪರಸ್ಪರ ಭೇಟಿಯಾದಾಗ ಮತ್ತೆ ಆನಂದಬಾಷ್ಪ. ತ್ರಿಮೂರ್ತಿ ದಿಗ್ಗಜಗಳ ನಡುವೆ ಪ್ರೇಮಾ, ಪಾರ್ವತಮ್ಮ ಮತ್ತು ರಾಜ್ ಸೋದರ ವರದಪ್ಪಣ್ಣ ಮೂಕ ಪ್ರೇಕ್ಷಕರು!

ಎಲ್ಲರೂ ನೆಲಮನೆಯ ಲೈಬ್ರರಿಗೆ ಹೋದರು. ನಾಟಕಗಳ ಪರಿಕರ ಗಳನ್ನಿಟ್ಟಿರುವ ಪುಟ್ಟ ಮ್ಯೂಸಿಯಂನಂಥಾ ಹಾಲ್ ತೋರಿಸಿದರು ಕಾರಂತರು. ರಾಜ್ ಮಗುವಿನಂತಾಗಿ ಬಿಟ್ಟಿದ್ದರು. ಹತ್ತಾರು ಬಗೆಯ ವಾದ್ಯಗಳನ್ನು ಕಂಡು ಪುಳಕಿತರಾದರು. ಜಾಗಟೆ, ತಾಳ, ತುತ್ತೂರಿ, ಕೊಂಬು, ತಬಲ, ತಮಟೆ, ದೋಲಕಿ, ಢಂಗೂರ... ಒಂದಾ ಎರಡಾ? ರಾಜ್ ಅವರಂತೂ ಥೇಟ್ ಪುಟ್ಟ ಮಗುವಿನಂತೆ ಅಡ್ಡಾಡಿದರು. ದೊಡ್ಡದಾದ ತಾಳವಾದ್ಯವನ್ನೆತ್ತಿ ಬಡಿದರು...

ಮತ್ತೆ ಗುಬ್ಬಿ ಕಂಪೆನಿಯ ಫ್ಲಾಶ್ ಬ್ಯಾಕ್. 'ಬೇಡರಕಣ್ಣಪ್ಪ' ಸಿನಿಮಾದಲ್ಲಿ ಅವಕಾಶ ಸಿಕ್ಕಿದ್ದು, ಟೆಂಟಿನಲ್ಲಿ ನಾಟಕವಾಡುತ್ತಿದ್ದಾಗ ಧೋ ಎಂದು ಮಳೆ ಸುರಿದು ಜನ ದಿಕ್ಕಾಪಾಲಾಗಿ ಓಡಿದ್ದು, ಕಲೆಕ್ಷನ್ ಬಿದ್ದು ಹೋದದ್ದು, ಹೊಟ್ಟೆ ಹಸಿದದ್ದು, ತುಂಬಿಸಿದ್ದು... ಅದಕ್ಕೊಂದು ಮಿತಿಯಿರಲಿಲ್ಲ. ಎಲ್ಲೆ ಮೀರಿದ ವಾಗ್ಝರಿ, ವಯಸ್ಸು ಮರೆತ ಚರ್ಚೆ, ನಗು, ಕೀಟಲೆ, ಕಾಲೆಳೆತ...

ಮಂಡಿ ನೋವಿನಿಂದ ಕುರ್ಚಿ ಹಿಡಿದು ಟಿ.ವಿ. ಮುಂದೆ ಸದಾ ಕೂರುತ್ತಿದ್ದ ತಮ್ಮ ಪತಿಯ ಈ ರೀತಿಯ ಉತ್ಸಾಹದ ಮಾತುಗಳನ್ನು ಕೇಳಿ

ಪಾರ್ವತಮ್ಮ ಮತ್ತು ಹತ್ತಾರು ದಿನಗಳಿಂದ ಹಾಸಿಗೆ ಹಿಡಿದು ಬದುಕಿನ ಜಂಜಾಟಗಳಿಂದ ಆಗಲೇ ವಿಮುಖರಾಗಿರುವಂತೆ ಕಂಡ ತಮ್ಮ ಪತಿಯ ಈ ಸಂಭ್ರಮ, ಸಡಗರಗಳನ್ನು ಕಂಡ ಪ್ರೇಮಾ ಕಾರಂತ್ ಬೆಕ್ಕಸ ಬೆರಗಾಗಿದ್ದರು. ಅದೆಲ್ಲಿಂದ ಬಂತೋ ಶಕ್ತಿ? ಎಲ್ಲರಿಗೂ ಹಿರಿಯರಾದ ಐಯ್ಯರ್ ಕೂಡಾ ತಮ್ಮ ವಯಸ್ಸನ್ನು ಮರೆತು ಸಂಭ್ರಮಿಸಿದ್ದು ಅಂದಿನ ಹೈಲೈಟ್!

ಕಾರಂತರು ಒಮ್ಮೆ ಕಷ್ಟಪಟ್ಟು ತೇಗಿದರು. ಎಲ್ಲಿಂದ ಬಂತೋ ಈ ತೇಗು? ಊಟ ಮಾಡಿ ಎಷ್ಟು ದಿನಗಳಾದುವೋ? ರುಚಿಕಟ್ಟಾದ ಸಾರು ತಿಂದು ಎಷ್ಟು ವಾರಗಳಾದುವೋ? ಮನಸಾರೆ ತಿರುಗಾಡಿ ಎಷ್ಟು ತಿಂಗಳುಗಳಾದುವೋ?

ನಾನು ಹೊರಡುವ ಸಮಯವಾಗಿತ್ತು. ಕಾರಂತರ ಕಣ್ಣು ಕೊಳವಾಗಿತ್ತು. ಯಾರೂ ಮಾತಾಡುವ ಸ್ಥಿತಿಯಲ್ಲಿರಲಿಲ್ಲ. ಒಳಕೋಣೆಯಿಂದ ಹೊರಬಂದು ಹಿಂದಿರುಗಿ ನೋಡಿದಾಗ ಕಾರಂತರ ದೊಡ್ಡ ಫ್ರೇಮಿನ ಕನ್ನಡಕದೊಳಗಿಂದ ಕಣ್ಣೀರು ಜಿನುಗುವುದು ಕಾಣಿಸಿತು...

* * *

ಅದೇ ಕೊನೆಯ ಭೇಟಿ. ವಾರವೊಂದರಲ್ಲೇ ಕಾರಂತರು ಇಹಲೋಕ ತ್ಯಜಿಸಿದ ಸುದ್ದಿ ಬಂತು. ಈಗ ಪ್ರೇಮಾ ಕಾರಂತರೂ ಇಲ್ಲ. ಈ ಇಬ್ಬರು ದಿಗ್ಗಜ ಕಾರಂತರು ಮರೆಯಾದ ನಂತರದ ಮನೆಯನ್ನು ನೋಡೋಣ ಎನ್ನುವ ಕುತೂಹಲದಿಂದ ಗಿರಿನಗರದ ಕಡೆ ಹೋದಾಗ ಕಂಡದ್ದು ದೊಡ್ಡ ಬೀಗ ಮತ್ತು ಮನೆಯ ಮುಂದಿನ ಕಾರಂತರ ಹೆಸರಿನ ಕಪ್ಪು ಹಲಗೆಯ ಬೋರ್ಡ್...

ಒಡೆದ ಹೃದಯದ ಒಡೆಯನ ಜತೆ...

ಬದುಕು ಪೂರ್ತಿ ನಗಿಸಿದ ವಾದಿರಾಜ್ ಅಳುತ್ತಾ ಕಳೆದರಾ ಕೊನೆಯ ದಿನಗಳನ್ನು?

ನಟ, ನಿರ್ದೇಶಕ, ನಿರ್ಮಾಪಕ ವಾದಿರಾಜ್ ಇಂದಿಲ್ಲ. ಹದಿನೇಳು ವರ್ಷಗಳ ಹಿಂದೆ ಕಾಲವಾದ ಈ ಬಹುಮುಖ ಪ್ರತಿಭೆಯ ಕಲಾವಿದನ ಬಗೆಗಿನ ನೆನಪುಗಳಿಗೆ ಸಾವಿಲ್ಲ. ಸಾಯುವ ತಿಂಗಳ ಹಿಂದೆ ನಾನು ಇವರನ್ನು ಜೆ.ಪಿ. ನಗರದ ಪುಟ್ಟ ಬಾಡಿಗೆ ಮನೆಯಲ್ಲಿ ಭೇಟಿಯಾಗಿ ಸಂದರ್ಶಿಸಿದ್ದೆ. ಅಂದು ಅವರಾಡಿದ ಮಾತು ವರ್ತನೆ ಚಿತ್ರ–ವಿಚಿತ್ರದ್ದಾಗಿತ್ತು. ತಮ್ಮ ಬದುಕಿನ ಕೆಲವು ರಹಸ್ಯಗಳನ್ನು ನನ್ನಲ್ಲಿ ಹೇಳಿಕೊಂಡು ಹೃದಯ–ಮನಸ್ಸು ಬರಿದು ಮಾಡಿಕೊಂಡಿದ್ದರು. ಒಡೆದ ಹೃದಯದ ಈ ಒಡೆಯನ ಜತೆಗಿನ ಮಾತು–ಕತೆಯ ವಿವರ ಇಲ್ಲಿದೆ:

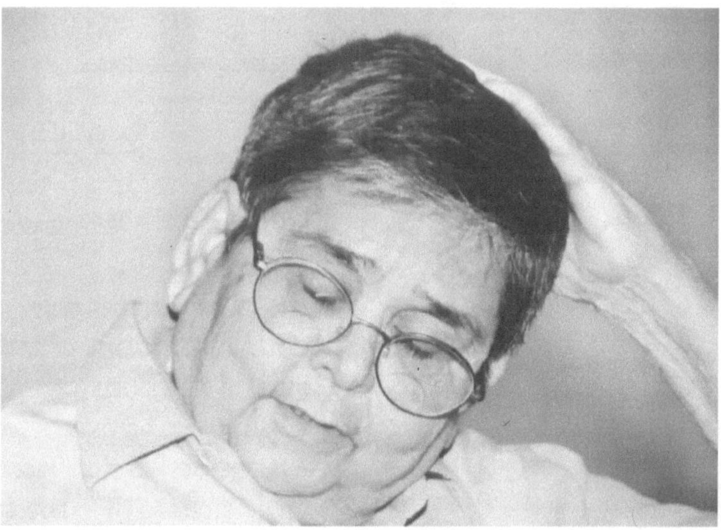

ಸ್ವಂತದ್ದೊಂದು ಮನೆಯಿಲ್ಲ. ಓಡಾಡಲು ಕಾರಿಲ್ಲ. ಹೊಟ್ಟೆಪಾಡಿಗೊಂದು ಉದ್ಯೋಗವಿಲ್ಲ. ಕಳೆದ ಐವತ್ತು ವರ್ಷಗಳಿಂದ ಕನ್ನಡ ಜನತೆಯನ್ನು ನಗಿಸುತ್ತಿದ್ದ ಈ ನಗೆಗಾರನ ಮುಖದಲ್ಲೊಂದು ನಗೆಯೂ ಇಲ್ಲ. ಇವರ ಹೆಸರು ವಾದಿರಾಜ್. ಇಂಥಾ ವಾದಿರಾಜ್ ಅವರಿಗೊಂದು ಕನಸಿತ್ತು: ಬರೋಬ್ಬರಿ ಎಂಟು ಕೋಟಿ ಬಜೆಟ್‌ನಲ್ಲೊಂದು ಕಾರ್ಟೂನ್ ಸಿನಿಮಾ ನಿರ್ಮಿಸುವ ಕನಸದು! ಈ ಸಿನಿಮಾದಿಂದ ತಮಗೆ ಬರುವ ಖ್ಯಾತಿ ಕನಿಷ್ಠವೆಂದರೂ ನೂರು ವರ್ಷಗಳ ಕಾಲ ಬಾಳಬೇಕೆನ್ನುವ ಆಸೆಯೂ ಇತ್ತು. ವಿಶೇಷವೇನು ಗೊತ್ತಾ? ಕೂಸು ಹುಟ್ಟುವ ಮೊದಲೇ ನಾಮಕರಣವಾಗಿರುವುದು: 'ಸಸ್ಯ ಶ್ಯಾಮಲ ಮಾತರಂ'!

ಪರಿಸರಕ್ಕೆ ಸಂಬಂಧಿಸಿದ ಕಥೆ ಹೊಂದಿರುವ ಈ ಸಿನಿಮಾಕ್ಕಾಗಿ ಎ.ಆರ್. ರೆಹಮಾನರನ್ನು ಸಂಗೀತ ನಿರ್ದೇಶಿಸಲು ಕರೆದುಕೊಂಡು ಬರುವ ಯೋಚನೆಯಿತ್ತು ವಾದಿರಾಜ್ ಅವರಿಗೆ! ಆದರೆ ಬಜೆಟ್ ಮೇರೆ ಮೀರುವ ಅಪಾಯವಿದ್ದುದರಿಂದ ಇಲ್ಲಿನ ಲೋಕಲ್ ಸಂಗೀತ ನಿರ್ದೇಶಕರನ್ನು ಬಳಸಿಕೊಳ್ಳುವ ಮತ್ತು ಲೋಕಲ್ ಸಾಹಸ ನಿರ್ದೇಶಕರನ್ನು ಕರೆಸಿಕೊಳ್ಳುವ ಬಗ್ಗೆಯೂ ಯೋಚಿಸಿದ್ದರು ವಾದಿರಾಜ್. ಈ ಪ್ರಾಜೆಕ್ಟನ್ನು ಕೈಗೆತ್ತಿಕೊಂಡರೆ ಕೋಟಿ ಕೋಟಿ ಬೇಕಾಗಬಹುದೆನ್ನುವ ಅಂದಾಜಿನಿಂದ ಸಕ್ರಿಯವಾಗಿ ಕೆಲಸ ಶುರು ಮಾಡಿರಲಿಲ್ಲ! ವಾದಿರಾಜ್ ಅವರ ವೃತ್ತಿ ಬದುಕಿನ ಮಹೋನ್ನತ ಸಿನಿಮಾ ಇದಾಗಿತ್ತು. ಆದರೆ ಕನಸು ನನಸಾಗುವ ಮೊದಲೇ ಗಂಟು-ಮೂಟೆ ಕಟ್ಟಿ ನಡೆದೇ ಬಿಟ್ಟರಲ್ಲಾ ಕನಸುಗಾರ...

ವಾದಿರಾಜ್ ಅವರನ್ನು ನಾನು ಭೇಟಿಯಾದಾಗ ಎಪ್ಪತ್ತೈದರ ಹರೆಯ. ಮುಗ್ಧ ಮಗುವಿನಂತೆ ಮಾತಾಡುವ, ಮಗುವೇ ಆಗಿ ಬಿಡುವ ವಾದಿರಾಜ್ ಅಷ್ಟರಲ್ಲಾಗಲೇ ಆ ಬಾಡಿಗೆ ಮನೆಯನ್ನು ಖಾಲಿ ಮಾಡಿ ಬೇರೊಂದು ಬಾಡಿಗೆ ಮನೆಗೆ ಹೋಗುವವರಿದ್ದರು. ಆಗ ಇವರಿದ್ದ ಮನೆಯ ವಾಸ್ತು ದೋಷದಿಂದಾಗಿ ಮಾಡಿದ

ಕೆಲಸವೆಲ್ಲಾ ನೀರ ಮೇಲೆ ಹೋಮವಿಟ್ಟಂತಾಗುತ್ತಿತ್ತಂತೆ! ಹೀಗಾಗಿ ಮನೆ ಬದಲಾಯಿಸುವ ನಿರ್ಧಾರಕ್ಕೆ ಬಂದಿದ್ದರು ವಾದಿರಾಜ್...

ಇವರು ದಿನಪತ್ರಿಕೆ ಪ್ರಿಯರಾದರೂ ಪೇಪರ್ ತರಿಸೋದಿಲ್ಲ. ಬಿಲ್ ಪಾವತಿಯ ಸಮಸ್ಯೆಯಿಂದಾಗಿ ಪಕ್ಕದ ಮನೆಯಿಂದ ಪೇಪರನ್ನು ಎರವಲು ತರುತ್ತಾರೆ! ಮನೆಯಲ್ಲೊಂದು ಫ್ರಿಡ್ಜ್ ಇಲ್ಲ. ಟಿ.ವಿ. ಇಲ್ಲ. ಕನ್ನಡ ಚಿತ್ರರಂಗದಲ್ಲಿ ಕಳೆದ ಐವತ್ತು ವರ್ಷಗಳ ಕಾಲ ನಿಯತ್ತಿನಿಂದ ದುಡಿದದ್ದಕ್ಕೆ ಸಿಕ್ಕ ಪ್ರತಿಫಲವಿದು!

ನನ್ನ ಜತೆಗಿನ ಮಾತು-ಕತೆಯಲ್ಲಿ ವಾದಿರಾಜ್ ಎಲ್ಲವನ್ನೂ ಹೇಳಿಕೊಂಡು ಹೃದಯದ ಭಾರವನ್ನು ಇಳಿಸಿಕೊಳ್ಳುತ್ತಿದ್ದರು. ಆದರೆ ನಾನು ಮನೆ ಸೇರುವ ಹೊತ್ತಿಗೆ ವಾದಿರಾಜ್ ಫೋನ್ ಮಾಡುತ್ತಿದ್ದರು: 'ಎಲ್ಲವನ್ನೂ ಬರೆಯಬೇಡಿ. ಹಿರಿಯರಿಗೆ ನೋವಾದೀತು. ಯಾರಿಗೇ ಆದರೂ ನೋವುಂಟು ಮಾಡುವ ಜಾಯಮಾನ ನನ್ನದಲ್ಲ. ನಾನಿರುವ ತನಕ ಕೆಲವೊಂದು ಕಾಂಟ್ರವರ್ಸಿಯಲ್ ಗುಟ್ಟುಗಳು ನಿಮ್ಮಲ್ಲೇ ಇರಲಿ. ನನ್ನ ನಂತರ ನಿಮ್ಮ ವಿವೇಚನೆಗೆ ಸೇರಿದ್ದು. ದಯವಿಟ್ಟು ನಾನು ಜೀವಂತವಿರುವವರೆಗೆ ಬರೀಬೇಡಿ ಪ್ಲೀಸ್...'-ಎಂದು ಹೇಳಿ ಅಂಗಲಾಚುತ್ತಿದ್ದರು ಈ ಹಿರಿಯ! ಇಂಥಾ ಗುಟ್ಟುಗಳಲ್ಲಿ ಒಂದೆರಡನ್ನು ನಾನು ನಿಮ್ಮ ಮುಂದೆ ಪ್ರಸ್ತುತ ಪಡಿಸುತ್ತಿದ್ದೇನೆ:

ವಾದಿರಾಜ್ ಆಗಲೇ ದೊಡ್ಡ ಕಾಯಿಲೆಗೆ ತುತ್ತಾಗಿದ್ದರು. ಹೃದ್ರೋಗವೂ ಇತ್ತೆನ್ನಿ. ಆದರೆ ಯಾರಿಗೂ ಹೊರೆಯಾಗದೇ ಬದುಕನ್ನು ರೂಢಿಸಿಕೊಂಡಿದ್ದ ವಾದಿರಾಜ್ ಅನಿವಾರ್ಯವಾಗಿ ತಮ್ಮ ಬದುಕನ್ನು ಸೋದರ ಜವಾಹರ್ ಸಂಪಾದನೆಗೊಪ್ಪಿಸಿಕೊಂಡಿದ್ದರು! ಚಿಕ್ಕಾಸಿನ ಸಂಪಾದನೆಯೂ ಇಲ್ಲದೇ ದಶಕಗಳ ಕಾಲ ಬದುಕಿದ ಜೀವವಿದು. ಎರಡು ಹೊತ್ತು ಊಟ, ಒಂದು ಹೊತ್ತು ತಿಂಡಿ! ಇಷ್ಟೇ ಆಹಾರ. ಉಳಿದಂತೆ ಹಸಿವಾದರೆ ಹೊಟ್ಟೆತುಂಬಾ ನೀರು ಕುಡಿದು ಮಲಗಿ ಬಿಡುತ್ತಿದ್ದರು. ಆದರೆ ಈ ವಿಷಯ ಸೋದರ ಜವಾಹರ್‌ಗೆ

ತಿಳಿಯದಂತೆ ಗುಟ್ಟನ್ನು ಕಾಪಾಡಿಕೊಳ್ಳುತ್ತಿದ್ದರು! ಮನೆಯ ಬಾಡಿಗೆಯನ್ನು ಯಾರು ಕೊಡುತ್ತಿದ್ದರೋ? ಓಡಾಡಲು ಆಟೋ ಬಾಡಿಗೆ ಯಾರು ಕೊಡುತ್ತಿದ್ದರೋ? ಒಮ್ಮೊಮ್ಮೆ ಅವರಿವರು ಕರೆವ ಸಭೆ–ಸಮಾರಂಭಗಳಿಗೆ ಹೋಗದೇ ಮನೆಯಲ್ಲೇ ಇದ್ದು ಬಿಡುತ್ತಿದ್ದರು. ಹೋಗಲೇಬೇಕಾದಾಗ ಆಟೋ ಚಾರ್ಜ್ ಇಲ್ಲದಿರುವುದರಿಂದ ನಡೆದೇ ಹೊರಟು ಬಿಡುತ್ತಿದ್ದರು! ಆವಾಗಲೆಲ್ಲಾ ತಲೆಗೊಂದು ಬೈರಾಸ ಸುತ್ತಿಕೊಂಡು ಅಭಿಮಾನಿಗಳಿಂದ ರಕ್ಷಣೆ ಪಡೆದುಕೊಳ್ಳುತ್ತಿದ್ದರು!

ಮನೆಗೆ ಪೇಪರ್ ತರಿಸುತ್ತಿರಲಿಲ್ಲ. ಪೇಪರ್ ಬಿಲ್ ಕೊಡೋರು ಯಾರು? ಲ್ಯಾನ್ಡ್ ಲೈನ್ ಟೆಲಿಫೋನ್ ಡೆಡ್. ಬಿಲ್ ಕಟ್ಟೋರು ಯಾರು? ಟಿ.ವಿ. ಇಲ್ಲ. ಬಿಲ್ ಪೇ ಮಾಡೋರು ಯಾರು? ಇವೆಲ್ಲಕ್ಕಿಂತಲೂ ಹೃದಯ ಕಲಕುವ ಘಟನೆಯೊಂದನ್ನು ವಾದಿರಾಜ್ ನನ್ನಲ್ಲಿ ಹೇಳಿಕೊಂಡಿದ್ದರು. ಅದು ಟ್ಯಾಬ್ಲೆಟ್ಟಿಗೆ ಸಂಬಂಧಿಸಿದ ಘಟನೆ. ಯಾವುದೋ ಕಾಯಿಲೆಗೆಂದು ವೈದ್ಯರು ಮಾತ್ರೆಯೊಂದನ್ನು ಬರೆದು ಕೊಟ್ಟಿದ್ದರು. ಒಂದು ಮಾತ್ರೆಗೆ ಹನ್ನೆರಡು ರೂಪಾಯಿ. ಇಂಥಾ ಹತ್ತು ಮಾತ್ರೆ ಬೇಕಿತ್ತು. ಸದ್ಯಕ್ಕೆ ಒಂದನ್ನಾದ್ರೂ ಖರೀದಿಸೋಣವೆಂದರೆ ಕೈಯಲ್ಲಿ ಚಿಕ್ಕಾಸಿಲ್ಲ. ಸೋದರ ಜವಾಹರ್ ಅವರಲ್ಲಿ ಕೇಳಲು ಮುಜುಗರ. ಮಾತ್ರೆ ನುಂಗದಿದ್ದರೆ ಅದರ ಫಜೀತಿ ಬೇರೆ. ಅನಿವಾರ್ಯವಾಗಿ ಪಂಚೆಯುಟ್ಟುಕೊಂಡೇ ಪಕ್ಕದ ಸಿಗ್ನಲ್ ಬಳಿಯಿರುವ ಮೆಡಿಕಲ್ ಶಾಪಿಗೆ ಹೋದರು ವಾದಿರಾಜ್. ಅಂಗಡಿಯಾತ ಪರಿಚಯದ ನಗೆ ನಕ್ಕ. ಮಾತ್ರೆ ಬೇಕೆಂದರು. ಆತ ಚೀಟಿ ಪಡೆದು ಹತ್ತು ಮಾತ್ರೆಗಳ ಒಂದು ಕಟ್ಟನ್ನು ವಾದಿರಾಜ್ ಕೈಗಿಟ್ಟ. ಬಿಲ್ ಪೇ ಮಾಡಬೇಕು. ಜೇಬಲ್ಲಿ ಚಿಕ್ಕಾಸಿಲ್ಲ. ಸುಮ್ಮನೇ ಜೇಬು ತಡಕಾಡಿದಂತೆ ನಟಿಸಿದರು ವಾದಿರಾಜ್. ಅಂಗಡಿಯವನಿಗೆ ಅರ್ಥವಾಯಿತು: 'ಪರ್ವಾಗಿಲ್ಲ ಸಾರ್, ಯಾವತ್ತಾದ್ರೂ ದುಡ್ಡು ಕೊಡಿ. ನಮ್ಮ ಹೊಟ್ಟೆ ತುಂಬಾ ನಗಿಸಿದವರು ನೀವು. ನಿಮ್ಮ ಹೊಟ್ಟೆ ತಣ್ಣಗಿರಲಿ...'

ಮನೆಗೆ ಹಿಂದಿರುಗಿದ ವಾದಿರಾಜ್ ಚಾಪೆ ಮೇಲೆ ಬಿದ್ದು ಹೊರಳಾಡುತ್ತಾ ಗೋಳೋ ಎಂದು ಅತ್ತದ್ದು ನನಗೆ ಮತ್ತು ಅವರಿಗೆ ಮಾತ್ರ ಗೊತ್ತು!

ಇದು ಇವರ ನಿರ್ಮಾಣದ 'ಅದೇ ಕಣ್ಣು' ಸಿನಿಮಾಕ್ಕೆ ಸಂಬಂಧಿಸಿದ ಘಟನೆ. ವಾದಿರಾಜ್ ಅವರ ಬದುಕನ್ನೇ ಬರ್ಬಾದ್ ಮಾಡಿದ ಸಿನಿಮಾವಿದು. ವೃತ್ತಿ ಬದುಕಿನ ಸಂಪಾದನೆಯನ್ನೆಲ್ಲಾ ಸುರಿದು ನಿರ್ಮಿಸಿದ ಈ ಚಿತ್ರ ಶೋಚನೀಯ ಸೋಲು ಕಂಡ ನಂತರ ಸಾಲದ ಶೂಲಕ್ಕೇರಿದರು ವಾದಿರಾಜ್. ಸಾಲಗಾರರ ಕಣ್ಣು ತಪ್ಪಿಸಿಕೊಂಡು ಓಡಾಡುವಂತಾಯಿತು! ಬ್ಯಾಂಕಿನಿಂದ ನೋಟಿಸ್ ಬರುತ್ತಲೇ ಇತ್ತು. ಜತೆಗೆ ಕೈಸಾಲ ಬೇರೆ. ರಸ್ತೆಯಲ್ಲಿ ಓಡಾಡುವುದೇ

ಕಷ್ಟವಾಯಿತು. ದುರಾದೃಷ್ಟ ವಕ್ಕರಿಸಿಯೇ ಬಿಟ್ಟಿತು. ಸಾಲ ತೀರಿಸುವುದು ಈ ವ್ಯಕ್ತಿಯ ಕೈಯಿಂದ ಸಾಧ್ಯವೇ ಇಲ್ಲ ಎನ್ನುವ ತೀರ್ಮಾನಕ್ಕೆ ಬಂದ ಬ್ಯಾಂಕ್, ವಾದಿರಾಜ್ ಅವರಿಗೆ ಸಿಕ್ಕ ಪ್ರಶಸ್ತಿಯ ಉಡುಗೊರೆಯಾದ ಸೈಟಿಗೆ ಕೈಹಾಕಿತು ಬ್ಯಾಂಕ್. ಅಟ್ಯಾಚ್‌ಮೆಂಟ್ ತಂದು ಬಿಟ್ಟಿತು. ಅಲ್ಲಿಗೆ ಸ್ವಂತದ್ದೊಂದು ಮನೆ ಕಟ್ಟುವ ಕನಸು ನುಚ್ಚು ನೂರಾಯಿತು. ಮೊದಲ ಅಟ್ಯಾಕ್ ಆದದ್ದೇ ಆವಾಗ. ಎರಡನೇ ಅಟ್ಯಾಕ್ ವಾದಿರಾಜ್ ಅವರ ಅಮೂಲ್ಯ ಜೀವವನ್ನೇ ಬಲಿ ಪಡೆದುಕೊಂಡು ಬಿಟ್ಟಿತು...

ಮೂರು ಸಾರಿ ರಾಷ್ಟ್ರಪ್ರಶಸ್ತಿ ಪಡೆದ, ಕನ್ನಡ ಚಿತ್ರರಂಗಕ್ಕೆ ಗಣನೀಯ ಸೇವೆ ಸಲ್ಲಿಸಿದ್ದಕ್ಕಾಗಿ ಡಾ. ರಾಜ್‌ಕುಮಾರ್ ಪ್ರಶಸ್ತಿ ಪಡೆದ ಸಾಧಕನೊಬ್ಬನ ಬದುಕು ಹೀಗೆ ದುಃಖಾಂತವಾಗಿ ಕೊನೆಗೊಂಡಿತು...

ಹಾಡುವ ಕೋಗಿಲೆ ಮಾತಾಡಿತು

ಗಾಯಕ ಪಿ.ಬಿ. ಶ್ರೀನಿವಾಸ್ ಕೊನೆಯ ಸಂದರ್ಶನ

ಅಂದು ಅನುಪಮ ಗಾಯಕ ಪಿ.ಬಿ. ಶ್ರೀನಿವಾಸ್ ಮಾತಾಡುತ್ತಾ ಹೋದರು. ಅದು ಅವರ ಕಟ್ಟಕಡೆಯ ಸಂದರ್ಶನವೆಂದು ಅವರಿಗೂ ಗೊತ್ತಿರಲಿಲ್ಲ, ನಮಗೂ ಗೊತ್ತಿರಲಿಲ್ಲ...

'ನನ್ನ ವೀಕ್ನೆಸ್ ಏನೂಂತ ನನಗ್ಗೊತ್ತು. ಯಾರಿಗೂ ವಯಸ್ಸು ನಿಲ್ಲುವುದಿಲ್ಲ. ಯಾರೂ ಚಿರಂಜೀವಿಗಳಲ್ಲ. ಈಗಲೂ ಮೂವತ್ತರರ ಹರೆಯದವನಂತೆ ಹಾಡಬೇಕೆಂದರೆ ಹೇಗೆ ಸಾಧ್ಯ? ನನಗೀಗ 83 ವರ್ಷ ವಯಸ್ಸು. ಒಟ್ಟು ಎಂಟು ಭಾಷೆಗಳ ಸಾವಿರಾರು ಗೀತೆಗಳನ್ನು ಈ 60 ವರ್ಷಗಳಲ್ಲಿ ಹಾಡಿ ಕಂಠ ದಣಿದಿದೆ. ಈ ದಣಿದ ಕಂಠದಿಂದಲೇ ಹಾಡಬೇಕೆಂದು ನೀವು ಹಠ ಹಿಡಿದಿದ್ದೀರಿ. ನಾನು ಏನೆಂದು ಹೇಳಲಿ? ನಿಮ್ಮ ಅಭಿಮಾನ ದೊಡ್ಡದು. ನಿಮ್ಮ ಪ್ರೀತಿಗೆ ಕಟ್ಟು ಬಿದ್ದು ನನ್ನ ಪ್ರೀತಿಯ ಕೋಟೆ ವೆಂಕಟೇಶ್ವರನ ಬಗ್ಗೆ ಹಾಡಲು ಮನಸ್ಸು ಮಾಡಿದ್ದೇನೆ...'– ಎಂದು ಹೇಳುತ್ತಾ ಗೀತೆಯ ಸ್ಕ್ರಿಪ್ಟನ್ನು ಪಡೆದುಕೊಂಡು ಹಾಡಲು ಶುರುವಿಟ್ಟುಕೊಂಡರು ಶ್ರೀನಿವಾಸ್. ಈ ಹಾಡಿನ ರೆಕಾರ್ಡಿಂಗ್ ನಡೆದದ್ದು ಚೆನ್ನೈನ

ವಡಪಳನಿಯಲ್ಲಿರುವ ಫ್ರೇನ್ಸಿಸ್ ಸ್ಟುಡಿಯೋದಲ್ಲಿ. ನಾಲ್ಕಂತಸ್ತಿನ ಎತ್ತರದ ಕಟ್ಟಡದೊಳಕ್ಕೆ ವೀಲ್ ಚೇರ್‌ನಲ್ಲೇ ಎತ್ತಿಕೊಂಡು ಹೋಗಿ ಮೈಕ್ ಮುಂದೆ ಕೂರಿಸಿದಾಗ ಈ ಗಾಯಕನಿಗೆ ಹಳೆಯದೆಲ್ಲಾ ನೆನಪಾಗಿರಬೇಕು. ಒಂದೇ ಒಂದು ಸಲ ರಿಹರ್ಸಲ್ ನಡೆಸಿದರು. ನಂತರ ಸರಾಗವಾಗಿ ಹಾಡಿದರು...

ಇದೇ ಕೊನೇ ಹಾಡು. ಪಿ.ಬಿ. ಶ್ರೀನಿವಾಸ್ ಎಂಬ ಹೆಸರಿನ ಗಾನಕೋಗಿಲೆ ತಮ್ಮ ವೃತ್ತಿ ಬದುಕಿನಲ್ಲಿ ಕಂಠ ನೀಡಿದ ಕಟ್ಟಕಡೆಯ ಭಕ್ತಿಗೀತೆ! ಕಾಲವಾಗುವ ನಾಲ್ಕೈದು ದಿನಗಳ ಹಿಂದೆಯಷ್ಟೇ ರೆಕಾರ್ಡ್ ಮಾಡಲಾದ ಹಾಡು. ಇದು ನಡೆದದ್ದು 2013ನೇ ಇಸವಿಯ ಏಪ್ರಿಲ್ ತಿಂಗಳ 9ನೇ ತಾರೀಕಿನಂದು. ಅಂದು

ಬೆಳಿಗ್ಗೆ ಸಿ.ಐ.ಟಿ. ನಗರದಲ್ಲಿರುವ ಪಿ.ಬಿ. ಶ್ರೀನಿವಾಸ್ ಮನೆಗೆ ಹೋದಾಗ ಬಳಲಿದಂತೆ ಕಂಡು ಬಂದರು. ಮುಖ ಬಾತುಕೊಂಡಿತ್ತು. ನಡೆಯಲು ಸಾಧ್ಯವೇ ಇಲ್ಲದಂಥಾ ದುಃಸ್ಥಿತಿ. ಎಂದಿನಂತೆ ಮನೆಯ ಹಜಾರದಲ್ಲಿ ಹಾಕಲಾದ ಮಂಚದ ಮೇಲೆ ಮಲಗಿದ್ದರು. ನಾವು ಬಂದ ಉದ್ದೇಶವನ್ನು ಹೇಳಿಕೊಂಡಾಗ ಅವರಲ್ಲಿ ಸ್ವಲ್ಪ ಚೇತರಿಕೆ ಕಂಡುಬಂತು. ನಿಧಾನವಾಗಿ ಎದ್ದು ಕುಳಿತ ಶ್ರೀನಿವಾಸ್ ಹೇಳತೊಡಗಿದರು: 'ನನ್ಗೆ ಗೊತ್ತಿದೆ ನನ್ನ ಕಂಠ ಮೊದಲಿನಂತಿಲ್ಲ ಅಂತ. ಆದರೂ ಹಾಡುವಾಸೆ ಬಿಟ್ಟಿಲ್ಲ. ಬೆಂಗಳೂರಿನ ಅಭಿಮಾನಿಗಳು ಕರೆದಾಗಲೆಲ್ಲಾ ಹೋಗಿ ಹಾಡಿ ಬರುತ್ತೇನೆ. ನನ್ನ ಕಂಠ ಕರ್ಕಶವಾಗಿದ್ದರೂ

ಸಹಿಸಿಕೊಳ್ಳುತ್ತಾರೆ! ನನ್ನ ಮೇಲಿನ ಗೌರವದಿಂದ ಪ್ರೇಕ್ಷಕರು ಶಾಂತಚಿತ್ತರಾಗಿ ಕೇಳಿಸಿಕೊಳ್ಳುತ್ತಾರೆ. ಅವರ ತಾಳ್ಮೆ ದೊಡ್ಡದು... ನೀವು ನಂಬಲಾರಿರಿ, ಆ ಕಾಲದಲ್ಲಿ ದಿನವೊಂದಕ್ಕೆ ಹದಿನೈದು ಹಾಡುಗಳನ್ನು ಹಾಡಿದ ದಾಖಲೆ ನನ್ನದು. ನನಗನಿಸುತ್ತೆ: ಹೀಗೆ ಓತಪ್ರೋತವಾಗಿ ಹಾಡಿಯೇ ಕಂಠ ದಣಿದು ಬಿಟ್ಟಿತು ಅಂತ. ಕಳೆದ ಹತ್ತುವರ್ಷಗಳಿಂದ ಕಂಠ ತೀರಾ ಕೆಟ್ಟುಹೋಯಿತು. ನಿರ್ಮಾಪಕರು, ನಿರ್ದೇಶಕರು ದೂರವಾದರು. ಹಾಡುವುದು ಕಮ್ಮಿಯಾದಾಗ ಬರೆಯಲು ಕುಳಿತೆ... ಈಗ ನೀವು ಹಾಡಲು ಕರೆದಿದ್ದೀರಿ, ನಾನು ರೆಡಿ...'– ಎಂದು ಹೇಳುತ್ತಾ ರೆಕಾರ್ಡಿಂಗ್ ಸ್ಟುಡಿಯೋಕ್ಕೆ ಹೊರಡಲು ತಯಾರಾದರು.

ಎರಡೇ ಎರಡು ಗಂಟೆಯಲ್ಲಿ ಹಾಡು ರೆಕಾರ್ಡ್ ಆಯಿತು. ನಂತರ ಸ್ಟುಡಿಯೋದಿಂದ ನೇರವಾಗಿ ಬಂದು ಕುಳಿತದ್ದು ಅವರ ಫೇವರಿಟ್ ವುಡ್‌ಲ್ಯಾನ್ಡ್ಸ್ ಹೋಟೆಲಿನಲ್ಲಿ.

ಇಲ್ಲಿ ಅವರಿಗಾಗಿಯೇ ಮೇಜು ಮತ್ತು ಕುರ್ಚಿ ರಿಸರ್ವ್ ಆಗಿರುತ್ತದೆ. ಅವರು ತರುವ ಫೈಲ್, ಪುಸ್ತಕ, ಕೊಡೆಗಳನ್ನೆಲ್ಲಾ ಪಕ್ಕದ ಕುರ್ಚಿಯ ಮೇಲೆ ಗುಡ್ಡೆ ಹಾಕಿ ಅದೇನನ್ನೋ ಬರೆಯಲು ಹೊರಟರೆಂದರೆ ಜಗತನ್ನೇ ಮರೆತು ಬಿಡುತ್ತಾರೆ! ಇದರ ನಡುವೆ ಹೋಟೆಲಿಗೆ ಬರುವವರರೆಲ್ಲಾ ಈ ಜಗದ್ವಿಖ್ಯಾತ ಗಾಯಕನ ಬಳಿ ಬಂದು ಮಾತಾಡಿಸಿಕೊಂಡು ಹೋಗುತ್ತಾರೆ. ಕೆಲವರು ಆಟೋಗ್ರಾಫ್, ಇನ್ನೂ ಕೆಲವರು ಸೆಲ್ಫಿ ತೆಗೆದುಕೊಳ್ಳುತ್ತಾರೆ. ಈ ಅನುಪಮ ಗಾಯಕನ ನಿತ್ಯೋತ್ಸವವಿದು!

ಅಂದೂ ಹಾಗೆಯೇ ಆಯಿತು: ವುಡ್‌ಲ್ಯಾನ್ಡ್ಸ್ ಹೋಟೆಲಿಗೆ ಕಾಲಿಡುತ್ತಿರುವಂತೆಯೇ ಈ ಹಿರಿಯಜ್ಜನ ಉತ್ಸಾಹ ಚಿಮ್ಮುತ್ತದೆ. ಎಕರೆಗಟ್ಟಲೆ ಹಸಿರು ಕಾಡಿನಂತಿರುವ ಈ ಹೋಟೆಲು ಚೆನ್ನೈ ನಗರದ ಹೃದಯ ಭಾಗದಲ್ಲಿದೆ. ಇವರ ಮತ್ತು ಈ ಹೋಟೆಲಿನ ಸಂಬಂಧ ಕಳೆದ 50 ವರ್ಷಗಳದ್ದು! ಶ್ರೀನಿವಾಸ್ ಅವರ ಜತೆಗಿನ ಮಾತುಕತೆ ನಡೆದದ್ದು ಈ 'ಒಡ್ಡೋಲಗ'ದಲ್ಲಿ!

ಪಿ.ಬಿ.ಎಸ್. ಮಾತು ಮುಂದುವರಿಸಿದರು: 'ಒಂದು ಹಾಡಿಗೆ 50 ರೂಪಾಯಿ ಸಂಭಾವನೆಯಿಂದ ನನ್ನ ವೃತ್ತಿ ಬದುಕು ಆರಂಭವಾಯಿತು. ಇದರಲ್ಲೇ ಅಲ್ಪಸ್ವಲ್ಪ ಉಳಿತಾಯ ಮಾಡಿ ಇಲ್ಲೊಂದು ಮನೆ ಕಟ್ಟಿಸಿಕೊಂಡೆ. ಉಳಿದಂತೆ ಮಕ್ಕಳ ಲಾಲನೆ ಪೋಷಣೆಯಲ್ಲೇ ಸಂಪಾದನೆಯೆಲ್ಲಾ ಖರ್ಚಾದುವು. ಈಗ ಒಂದು ಹಾಡಿಗೆ ಎರಡು ಲಕ್ಷ ಪಡೀತಾರಂತೆ! ಒಂದೇ ಒಂದು ಗಂಟೆಯ ಕೆಲಸ. ಇದಕ್ಕಾಗಿಯೇ ಮುಂಬೈಗೆ ಹೋಗಬೇಕು, ರೂಮು ಮಾಡಬೇಕು, ಊಟ-ತಿಂಡಿಗಾಗಿ ಖರ್ಚು ಮಾಡಬೇಕು. ವಾಪಸ್ಸು ಬರುವಾಗ ಒಂದು ಹಾಡಿಗೆ ಎರಡು ಲಕ್ಷದ ಸಂಭಾವನೆ ಕೊಟ್ಟು ಬರಬೇಕು! ಎಂಥಾ ಕರ್ಮನಪ್ಪಾ ನಮ್ಮ ನಿರ್ಮಾಪಕರ ಸ್ಥಿತಿ, ಗತಿ? ಹಾಗೆ ನೋಡಿದರೆ ನಾನು ಅನ್ಯ ಭಾಷೆಯವನೇ, ಆಂಧ್ರದಲ್ಲಿ ಹುಟ್ಟಿದೆ, ತಮಿಳ್ನಾಡಿನಲ್ಲಿ ಬೆಳೆದೆ, ತಮಿಳು, ತೆಲುಗು, ಕನ್ನಡ, ಮಲಯಾಳಂ, ಹಿಂದಿ, ಒರಿಯಾ, ಮರಾಠಿ ಭಾಷಾ ಹಾಡುಗಳನ್ನು ಹಾಡಿದೆ. ಹೀಗೆ ಹಾಡುತ್ತಲೇ ಬದುಕು ಕಟ್ಟಿಕೊಂಡೆ. ಎರಡು ಲಕ್ಷ ಸಂಪಾದಿಸಲು ನಾನು ಎಷ್ಟು ಹಾಡುಗಳನ್ನು ಹಾಡಬೇಕಿತ್ತೋ ಅಂತ ಈಗ ಲೆಕ್ಕ ಹಾಕುತ್ತಿದ್ದೇನೆ...'-ಎಂದೆನ್ನುತ್ತಾ ಜೋರಾಗಿ ನಕ್ಕರು ಪಿ.ಬಿ.ಎಸ್.

ನಾನು ಪ್ರಶ್ನಿಸಿದೆ: 'ನಿಮ್ಮ ಮಕ್ಕಳು, ಮೊಮ್ಮಕ್ಕಳು ಹಾಡುತ್ತಿಲ್ಲವೇ?'-ಒಂದು ಸುದೀರ್ಘ ನಿಟ್ಟುಸಿರು ಬಿಟ್ಟು ಶ್ರೀನಿವಾಸ್ ಉತ್ತರಿಸಿದರು: 'ಇದು ನಂಬಿಕೊಂಡು ಬದುಕು ನಡೆಸಬಹುದಾದಂಥಾ ವೃತ್ತಿಯಲ್ಲ. ಇಲ್ಲಿ ಏಳುಬೀಳುಗಳು ವಿಪರೀತ. ಗಾಯಕನಾಗಿ ಬದುಕು ನಡೆಸಲು ಎಂಟೆದೆ ಬೇಕು! ಆ ಎಂಟೆದೆ ನನಗಿತ್ತು. ಆದರೆ ನನ್ನ ನಂತರದ ಪೀಳಿಗೆಗೆ ಇಂಥಾ ರಿಸ್ಕಿ ಬದುಕು ಬೇಡವೆಂದು ನಾನೇ ನಿರ್ಧರಿಸಿ ತಡೆ ಹಾಕಿದೆ. ಆಫ್ಕೋರ್ಸ್, ನನ್ನ ಮಕ್ಕಳು, ಮೊಮ್ಮಕ್ಕಳು ತುಂಬಾ ಚೆನ್ನಾಗಿಯೇ ಹಾಡುತ್ತಾರೆ. ಆದರೆ ಹವ್ಯಾಸಕ್ಕಾಗಿ ಹಾಡಲಿ, ಬೇಡ

ಅಂದವರ್ಯಾರು? ನನಗೆ ಯೋಗ್ಯ ಕಂಠವಿತ್ತು. ಜತೆಗೆ ದೊಡ್ಡ ಅದೃಷ್ಟವೂ ಇತ್ತು. ಹೀಗಾಗಿ ನಾನು ಗಾಯನದಲ್ಲೇ ಬದುಕು ಕಂಡುಕೊಂಡು ಇಲ್ಲಿಯವರೆಗೆ ಬಂದು ನಿಂತಿದ್ದೇನೆ. ಒಂದು ಸಾರ್ಥಕ ಬದುಕನ್ನು ಬದುಕಿದ ತೃಪ್ತಿ ನನಗಿದೆ. ಇದಕ್ಕಿಂತಾ ಹೆಚ್ಚಿನದನ್ನು ನಾನು ಬಯಸಿದರೆ ದೇವರ ದೃಷ್ಟಿಯಲ್ಲೂ ಸ್ವಾರ್ಥಿಯಾಗಿ ಬಿಡುತ್ತೇನೆ. ಈಗ ನಾನು ಕಾಯುತ್ತಿರುವುದು ಒಂದು ನೆಮ್ಮದಿಯ ಸಾವಿಗಾಗಿ...'–ಎಂದು ಹೇಳುತ್ತಾ ಪಿ.ಬಿ. ಶ್ರೀನಿವಾಸ್ ಅವರು ವುಡ್‌ಲ್ಯಾನ್ಡ್ಸ್ ಹೋಟೆಲಿನ ಗೋಡೆಯ ಮೇಲೆ ತೂಗು ಹಾಕಲಾಗಿದ್ದ ಉಡುಪಿ ಶ್ರೀಕೃಷ್ಣನ ಫೋಟೋಕ್ಕೆ ವಂದಿಸುತ್ತಾ ಮಾತು ಮುಗಿಸಿದರು. ವಾರವೊಂದರಲ್ಲೇ ಅವರು ನೆಮ್ಮದಿಯ ಸಾವಿಗೆ ಶರಣಾದ ಸುದ್ದಿ ಬಂತು. ಹಾಡುವ ಕೋಗಿಲೆ ಮೌನವಾಯಿತು...

ಪುಟ್ಟಣ್ಣನವರ ಕೊನೆಯ ದಿನಗಳು ಹೇಗಿದ್ದುವು?

ಸಿಡುಕ ನಿರ್ದೇಶಕರೊಬ್ಬರ ಬದುಕಿನ ನಡುಕ ಕಂಡವನ ಅನುಭವದ ಮಾತು ಕೇಳಿ...

ಮಹಾ ಸ್ವಾಭಿಮಾನಿ, ಮಹಾ ಕೋಪಿಷ್ಟ, ಮಹಾ ಗರ್ವಿಷ್ಟರೂ ಆಗಿದ್ದ ನಿರ್ದೇಶಕ ಪುಟ್ಟಣ್ಣ ಕಣಗಾಲರು ಒಬ್ಬ ಎಳಚು ಪತ್ರಕರ್ತೆಯ ಕಾಲಿಗೆ ಬಿದ್ದು ಆಶೀರ್ವಾದ ಬೇಡುವುದೆಂದರೇನು? ನಂಬಲು ಸಾಧ್ಯವಾಗುತ್ತಿಲ್ಲ ಅಲ್ಲವೇ? ಹೌದು, ಇದು ನಿಜ. ಇತಿಹಾಸದ ಪುಟಗಳಲ್ಲಿ ದಾಖಲಾಗದೇ ಹೋದ ನಿಗೂಢ ರಹಸ್ಯವೊಂದರ ಸ್ಫೋಟಕ ಮಾಹಿತಿ ಇಲ್ಲಿದೆ!

ಅವ್ರಿಗೆ ಕೋಪ ಬಂದ್ರೆ ಕ್ಲಾಪ್ ಬೋರ್ಡ್‌ನಲ್ಲೇ ಹೊಡೀತಾರಂತೆ, ಆ ಮಹಾನಟಿಯನ್ನು ಲವ್ ಮಾಡಿ ಮದುವೇನೂ ಮಾಡಿಕೊಂಡಿದ್ರಂತೆ, ಹಾಡು ಬರೆಸಲು ಇವ್ರಿಗೆ ಒರಿಜಿನಲ್ ಕವಿಗಳೇ ಬೇಕಾಗಿದ್ರಂತೆ, ಕೈಲಿ ಚಿಕ್ಕಾಸಿಲ್ದೇ ಮದರಾಸಿನಿಂದ ಬೆಂಗ್ಳೂರಿಗೆ ಟಿಕೆಟ್ ಇಲ್ದೇ ಟ್ರೈನ್‌ನಲ್ಲಿ ಬಂದಿದ್ರಂತೆ, ಜೇಬಲ್ಲಿ ದುಡ್ಡಿಲ್ದೇ ಊಟ ಮಾಡದೇ ಉಪವಾಸ ಕೂರ್ತಿದ್ರಂತೆ, ಬಂಕ್‌ನಲ್ಲಿ ಪೆಟ್ರೋಲ್ ಹಾಕೋ ಕೆಲ್ಸಾನೂ ಮಾಡ್ತಿದ್ರಂತೆ, ಆಮೇಲೆ ಕಾರು ತೊಳ್ದು ಹೊಟ್ಟೆ ತುಂಬಿಸಿಕೊಳ್ತಿದ್ರಂತೆ... ಹೀಗೆ ಅಂತೆಕಂತೆಗಳ ಬೊಂತೆಗಳನ್ನೇ ಹಾಸಿ ಹೊದೆಯುವಷ್ಟು ಬದುಕನ್ನು ರಂಗುಬಿರಂಗಿ ಮಾಡಿಕೊಂಡಿದ್ದ ಕನ್ನಡದ ಒನ್ ಅಂಡ್ ಓನ್ಲಿ ಡೈರೆಕ್ಟರ್ ಪುಟ್ಟಣ್ಣ ಕಣಗಾಲ್!

ಆದರೆ ಬೆಚ್ಚಿ ಬೀಳಿಸುವ ನಿಜದ ಸುದ್ದಿಯೊಂದು ಇದೀಗ

ಸ್ಫೋಟಗೊಳ್ಳುತ್ತಿದೆ: ಪುಟ್ಟಣ್ಣರಂಥಾ ಪುಟ್ಟಣ್ಣ ಹೀಗೆ ಸಾಮಾನ್ಯಳಾದ ಹೆಣ್ಣು ಮಗಳೊಬ್ಬಳ ಕಾಲಿಗೆ ಬೀಳುವುದೆಂದರೇನು? ಇದು ನಿಜ. ಇದು ನಡೆದದ್ದು 38 ವರ್ಷಗಳ ಹಿಂದೆ. ಅಂದರೆ 1983ರ ಸುಮಾರಿನಲ್ಲಿ. ಆ ಸಿನಿಮಾ ಪತ್ರಕರ್ತೆಯ ಹೆಸರು: ಶಮಂತಕ ಮಣಿ. ಆಕೆ ನೌಕರಿಯಲ್ಲಿದ್ದ ಸಿನಿಮಾ ಪತ್ರಿಕೆಯ ಹೆಸರು: 'ಚಿತ್ರದೀಪ'. ವಿದ್ಯಾಭ್ಯಾಸ ಮುಗಿದ ತಕ್ಷಣವೇ ಈ ನೌಕರಿಗೆ ಸೇರಿಕೊಂಡ ಶಮಂತಕ ಮಣಿ ಚಿತ್ರರಂಗದ ಒಳ-ಹೊರಗನ್ನು ಅರಿಯುವ ಮೊದಲೇ ಇಂಥಾದ್ದೊಂದು ವಿಲಕ್ಷಣ ಆಘಾತಕ್ಕೆ ಒಳಗಾಗಿ ಭ್ರಮನಿರಸನಗೊಂಡರಾ? ಗೊತ್ತಿಲ್ಲ.

ಆ ಕಾಲದಲ್ಲಿ 'ಚಿತ್ರದೀಪ' ಪತ್ರಿಕೆಯ ಸಂಪಾದಕರಾಗಿದ್ದವರು ಆರ್. ನರಸಿಂಹ. ಅವರ ನಂತರದ ಸ್ಥಾನದಲ್ಲಿದ್ದವನು ನಾನು. ನಾನು ವರದಿಗಾರನಲ್ಲ. ಆದರೆ ಹೇಗೆ ವರದಿ ಮಾಡಬೇಕೆಂದು ಬಲ್ಲವನು. ಆವರೆಗಿನ ಸಿದ್ಧ ಸೂತ್ರಗಳನ್ನೆಲ್ಲಾ ಗಾಳಿಗೆ ತೂರಿ ಹೊಸತರ ಹುಡುಕಾಟದಲ್ಲಿದ್ದ ಯುವ ಪೀಳಿಗೆಯ ದುಡಿಮೆಯೇ 'ಚಿತ್ರದೀಪ' ಪತ್ರಿಕೆಯನ್ನು ಅಗ್ರಸ್ಥಾನಕ್ಕೆ ತಂದು ನಿಲ್ಲಿಸಿತ್ತು.

ಆ ದಿನ... ಕ್ಷಮಿಸಿ, ನಾನು ಹೇಳೋದಿಲ್ಲ. ಹೇಳುವುದನ್ನು ಶಮಂತಕ ಮಣಿ ಉರುಫ್ ಶಮಂತ ಹೇಳುತ್ತಾಳೆ. ಎಲ್ಲೂ ಪ್ರಕಟವಾಗದೇ ಉಳಿದು ಹೋದ ಸಿನಿಮೀಯ ಘಟನೆಯೊಂದರ ಅನಾವರಣ ಈಗ ಆಗುತ್ತಿದೆ:

ಆ ಘಟನೆಯಿಂದ ಶಮಂತ ಹೆದರಿ ಕಂಗಾಲಾಗಿದ್ದಳು. ಹಣೆ ತುಂಬಾ ಬೆವರ ಹನಿ. ಕಣ್ಣು ಕೆಂಪಗಾಗಿತ್ತು. ತಲೆಗೂದಲು ಕೆದರಿತ್ತು. ನಿರೀಕ್ಷೆಯೇ

ಇಲ್ಲದ ವಿಲಕ್ಷಣ ಘಟನೆಯೊಂದಕ್ಕೆ ಸಾಕ್ಷಿಯಾದ ಗುರುತು ನಡುಗುವ ಧ್ವನಿಯಲ್ಲಿತ್ತಾ ಗೊತ್ತಿಲ್ಲ. ಆಫೀಸಿಗೆ ಬಂದವಳೇ ಗಟಗಟ ನೀರು ಕುಡಿದಳು. ಚಿತ್ರವಿಚಿತ್ರ ಕೈಸನ್ನೆ. ಏದುಸಿರು. ಸಮಾಧಾನ ಪಡಿಸಿ, ಕುರ್ಚಿಯೊಂದರಲ್ಲಿ ಕೂರಿಸಿ ವಿಷಯವೇನೆಂದು ಕೇಳಿದಾಗ ಆಕೆ ಹೇಳಿದ್ದಿಷ್ಟು...

ಓವರ್ ಟು ಶಮಂತ:

'ಪುಟ್ಟಣ್ಣನವರ ಮನೆ ಜಯನಗರದಲ್ಲಿತ್ತು. ನನ್ನ ಮನೆ 7ನೇ ಬ್ಲಾಕ್‌ನಲ್ಲಿ. ದೂರವೇನಲ್ಲ, ನಡಿಗೆಯ ದಾರಿ. ಹಿಂದಿನ ದಿನ ನಮ್ಮ ಸಂಪಾದಕರಾದ ಆರ್. ನರಸಿಂಹ ಸ್ಟ್ರಿಕ್ಟ್ ಆರ್ಡರ್ ಕೊಟ್ಟಿದ್ರು: ಪುಟ್ಟಣ್ಣನ ಎಕ್ಸ್‌ಕ್ಲುಸೀವ್ ಇಂಟರ್ವ್ಯೂ ಬೇಕು, ಈ ವಾರದ ಸಂಚಿಕೆಗೆ... ಅಂತ. ಭಯ ಮತ್ತು ಆತಂಕದೊಂದಿಗೇ ಕಾಲಿಂಗ್ ಬೆಲ್ ಒತ್ತಿದಾಗ ಸ್ವತಃ ಪುಟ್ಟಣ್ಣನೇ ಬಾಗಿಲು ತೆರೆದು ಮನೆಯೊಳಗೆ ಆಹ್ವಾನಿಸಿದರು. ನಾನು ಒಳಗೆ ಕಾಲಿಟ್ಟೆ. ಮನೆಯಲ್ಲಿ ಬೇರೆ ಯಾರೂ ಇರಲಿಲ್ಲ. ಪುಟ್ಟಣ್ಣ ಒಬ್ಬರೇ... ಪುಟ್ಟ ಮತ್ತು ಚೊಕ್ಕ ಮನೆ. ನೀಟಾಗಿ ಇಟ್ಟುಕೊಂಡಿದ್ರು. 'ಈಗ ಬಂದೆ, ಕೂತ್ಕೊಂಡಿರು' ಎಂದು ಹೇಳುತ್ತಾ ಪುಟ್ಟಣ್ಣ ಒಳ ಹೋದರು. ನನ್ನ ಮಿದುಳು ಡೆವಿಲ್ಸ್ ವರ್ಕ್‌ಶಾಪ್ ಆಯಿತು! ಇವ್ರ ಹೆಂಡ್ತಿ, ಮಕ್ಳು ಎಲ್ಲಿದ್ದಾರೆ? ಆರತಿ ಜತೆಗಿನ ಸಂಬಂಧ ಹೇಗಿದೆ? ಇದು ಆಫೀಸಾ, ಮನೇನಾ? ಸ್ಕ್ರಿಪ್ಟ್ ಕೆಲಸ ನಡೆದಿದೆಯಾ?-ಎಂದೆಲ್ಲಾ ಯೋಚಿಸುತ್ತಿರುವಂತೆಯೇ ಪುಟ್ಟಣ್ಣ ಪ್ರತ್ಯಕ್ಷರಾದರು! ನಾನು ಟಿಪಿಕಲ್ ಜರ್ನಲಿಸ್ಟ್ ಥರಾ ಪೆನ್ನು, ಪ್ಯಾಡ್ ಹಿಡಿದು ರೆಡಿಯಾದೆ. ಆದರೆ ಪುಟ್ಟಣ್ಣ ಮಾತಾಡುವ ಮೂಡ್‌ನಲ್ಲಿರಲಿಲ್ಲ. ಏನೋ ಯೋಚನೆ, ಏನೋ ಗುಂಗು... ಕೆಲವೇ ಸೆಕೆಂಡುಗಳ ನಂತರ 'ಒಳಗೆ ಬಾಮ್ಮಾ...' ಅಂತ ಕರೆದರು. ಒಂದು ಕ್ಷಣ ಗಾಬರಿ ಬಿದ್ದೆ. ಮರು ಕ್ಷಣ ಸುಧಾರಿಸಿಕೊಂಡು ಅವರನ್ನು ಫಾಲೋ ಮಾಡಿದೆ. ಅದೊಂದು ಪುಟಾಣಿ ಕೋಣೆ, ದೇವರ ಕೋಣೆ ಎನ್ನುವುದಕ್ಕೆ ಸಾಕ್ಷಿಯಾಗಿ ಘಮ್ ಎನ್ನುವ ಸುವಾಸನೆ. ಆಗತಾನೇ ಪೂಜೆ ಮುಗಿಸಿದಂತಿತ್ತು. ಊದುಕಡ್ಡಿ ವಾಸನೆ ಕೋಣೆ ತುಂಬಾ ಹರಡಿತ್ತು. ಜತೆಗೆ ಅರಿಶಿನ, ಕುಂಕುಮದ ಪರಿಮಳ. ಅಲ್ಲಿ ವಿದ್ಯುತ್ ದೀಪವಿರಲಿಲ್ಲ. ನೀಲಾಂಜನ ಬೆಳಗುತ್ತಿತ್ತು. ಅದರ ಬೆಳಕಲ್ಲೇ ದೇವರ ಮಂಟಪ ಕಂಡಿತು. ಕೈಮುಗಿದು ನಿಂತೆ.

ಅದು ಚಾಮುಂಡೇಶ್ವರಿ ವಿಗ್ರಹ. ಹೂವಿನ ಅಲಂಕಾರದಲ್ಲಿ ಅದೇನೋ ಆಕರ್ಷಣೆ. ಒಂದು ರೀತಿಯಲ್ಲಿ ದೈವೀಕ ಕಳೆ ಅಲ್ಲಿತ್ತು. ನಾನು ನಿಂತ ಜಾಗದ ಒಂದಡಿ ಹತ್ತಿರದಲ್ಲೇ ಪುಟ್ಟಣ್ಣ ನಿಂತಿದ್ದರು. ಅಷ್ಟೊಂದು ಪುಟ್ಟದಾದ ಕೋಣೆಯಲ್ಲಿ ಇವಿಷ್ಟೇ ಸೌಲಭ್ಯ. ಪುಟ್ಟಣ್ಣನ ಹಣೆ ಮೇಲೆ ದೊಡ್ಡದಾದ ಕುಂಕುಮದ ಬೊಟ್ಟು. ಕೈಯಲ್ಲಿ ಸುಗಂಧ ಬೀರುವ ಗಂಧದ ಕಡ್ಡಿ. ಉರಿಸಿದ ಆ ಗಂಧದ ಕಡ್ಡಿಯನ್ನು ಮಂಟಪದ ಬಲಭಾಗಕ್ಕೆ ಸಿಕ್ಕಿಸಿ ನನ್ನ ಕೈಗೆ ಮಂತ್ರಾಕ್ಷತೆ ಕಾಳು ಹಾಕಿದರು. ಎದುರಿಗಿದ್ದ ಫಲ ತಾಂಬೂಲವನ್ನು ನನ್ನ ಕೈಗಿಟ್ಟರು. ನಂತರ ಯೋಚಿಸುವುದಕ್ಕೂ ಸಮಯವಿಲ್ಲದಂತೆ ಪುಟ್ಟಣ್ಣ 'ತಾಯೀ

ಭಗವತೀ' ಎಂದೆನ್ನುತ್ತಾ ನನ್ನ ಕಾಲಿಗೆ ಸಾಸ್ಟಾಂಗ ಬಿದ್ದು ಕೆಲವು ಸೆಕೆಂಡುಗಳ ಕಾಲ ಹಾಗೆಯೇ ಇದ್ದು ಬಿಟ್ಟರು! ನಾನು 'ಸರ್... ಸರ್...' ಎಂದೆನ್ನುತ್ತಾ ಗರ ಬಡಿದವಳಂತೆ ನಿಂತೇ ಇದ್ದೆ! ಕೈಯಲ್ಲಿ ಅವರೇ ಕೊಟ್ಟ ಫಲ ತಾಂಬೂಲ ಇತ್ತಲ್ಲ? ಏನೂ ಮಾಡಲಾಗದ ಅಸಹಾಯಕ ಸ್ಥಿತಿಯಲ್ಲಿ ಎಷ್ಟು ಹೊತ್ತು ಪುಟ್ಟಣ್ಣ ಸಾಸ್ಟಾಂಗ ನಮಸ್ಕರಿಸುತ್ತಲೇ ಇದ್ದರೋ, ಅಷ್ಟು ಹೊತ್ತು ನಾನು ನಿರ್ಜೀವ ಬೊಂಬೆಯಂತೆ ನಿಂತೇ ಇದ್ದೆ! ನೆಲ ಬಿಟ್ಟು ಮೇಲೆದ್ದವರೇ ಪುಟ್ಟಣ್ಣ ತಮ್ಮ ಎರಡೂ ಕೈಗಳನ್ನು ಮುಗಿಯುತ್ತಾ 'ಮಂತ್ರಾಕ್ಷತೆಯನ್ನು ನಿನ್ನ ನೆತ್ತಿಗೆ ಹಾಕಿಕೋ. ಕುಂಕುಮವನ್ನು ಹಣೆಗಿಟ್ಟುಕೋ. ಅಮ್ಮ ಭಗವತಿ ನಿನಗೆ ಒಳ್ಳೇದು

ಮಾಡ್ತಾಳೆ ತಾಯೀ...' ಎಂದು ಹೇಳುತ್ತಾ ಅಲ್ಲೇ ಪಕ್ಕದಲ್ಲಿದ್ದ ಮರದ ಮಣೆ ಮೇಲೆ ಕೂರಲು ಹೇಳಿದರು. ನಾನು ಅವರ ಆಜ್ಞಾನುಸಾರ ಮಣೆ ಮೇಲೆ ಕೂತೆ. ಪುಟ್ಟಣ್ಣ ಮತ್ತೆ ನನ್ನ ಪಾದದ ಬಳಿ ಸಾಸ್ಟಾಂಗ ನಮಸ್ಕಾರ ಮಾಡಿದರು! ನನ್ನ ಅಂಗೈಯನ್ನು ತಮ್ಮ ತಲೆ ಮೇಲಿರಿಸಿ ಉದ್ದಂಡ ನಮಸ್ಕಾರ ಮಾಡಿದ ಸ್ಥಿತಿಯಲ್ಲೇ ಏನೋ ಮಂತ್ರ ಹೇಳಿಕೊಂಡರು. ನಂತರ ಎದ್ದು ಒಳ ಹೋಗಿ ಹೊರ ಬಂದರು. ಕೈಯಲ್ಲಿ ರವಿಕೆ ಕಣ ಮತ್ತು ಒಂದಷ್ಟು ದಕ್ಷಿಣೆ. ಅವುಗಳನ್ನು ನನ್ನ ಕೈಗಿಡುತ್ತಾ 'ನಂಬಿದವರನ್ನು ಈ ಭಗವತಿ ಎಂದೂ ಕೈಬಿಟ್ಟಿಲ್ಲ. ನನಗೆ ಒಳ್ಳೇದು ಮಾಡಿದ್ದಾಳೆ. ನಿನಗೂ ಒಳ್ಳೇದು ಮಾಡ್ತಾಳೆ... ಹೊರಡು. ನಿನ್ನ ಕೆಲ್ಸ ನೋಡಿಕೋ...' ಎಂದು ಪುಟ್ಟಣ್ಣ ಹೇಳುತ್ತಿರುವಂತೆಯೇ ಎದ್ದೆನೋ ಬಿದ್ದೆನೋ ಎನ್ನುವಂತೆ ಆ ಮನೆಯಿಂದ ಹೊರಬಂದು ಕೈಗೆ ಸಿಕ್ಕ ಆಟೋ ಹಿಡಿದು 'ಚಿತ್ರದೀಪ' ಆಫೀಸಿಗೆ ಬಂದದ್ದಷ್ಟೇ ಗೊತ್ತು, ನಾನು ಯಾವುದೋ ಅನಿರೀಕ್ಷಿತ ಗುಂಗಿಗೆ ಒಳಗಾಗಿದ್ದೆ, ಜಾದೂಗಾರನೊಬ್ಬನ ಜಾದೂಗೆ ಸಿಕ್ಕ ಬೊಂಬೆಯಂತಾಗಿದ್ದೆ...'–ಎಂದು ಹೇಳುತ್ತಾ ಶಮಂತ ಗಾಢವಾಗಿ ತನ್ನ ತಲೆಯನ್ನು ಒತ್ತಿಕೊಂಡಳು...

ಇವಿಷ್ಟು ನಡೆದ ಘಟನೆ. ನಾನು ಗುಡುಗಿದೆ: 'ಸಂದರ್ಶನಕ್ಕೆ ಬೆಂಕಿ ಬಿತ್ತು. ಪುಟ್ಟಣ್ಣನ ಮನೆಯಲ್ಲಿ ಏನೇನು ನಡೆಯಿತೋ ಎಲ್ಲವನ್ನೂ ಬರೆದು ಕೊಡು. ಈಗ ನನ್ನ ಬಳಿ ಏನೇನು ಹೇಳಿಕೊಂಡಿದ್ಯೋ ಅವೆಲ್ಲವನ್ನೂ ಚೂರೂ ಬಿಡದೆ ಅಕ್ಷರಗಳಲ್ಲಿ ಹಿಡಿದಿಡು. ಇದೇ ಈ ವಾರದ ಮುಖಪುಟ ವರದಿ...'–ನನ್ನ ಈ ಆರ್ಡರ್ ಕೇಳಿ ಮತ್ತಷ್ಟು ಗಾಬರಿಗೊಳಗಾದ ಶಮಂತ ಸ್ವಲ್ಪ ಸುಧಾರಿಸಿಕೊಂಡು ಪೆನ್ನು, ಪ್ಯಾಡ್ ಹಿಡಿದು ಕೂತಳು ನೋಡಿ, ಅರ್ಧ ಗಂಟೆಯಲ್ಲೇ ರಿಪೋರ್ಟ್ ರೆಡಿ. ಸಂಪಾದಕ ನರಸಿಂಹ ಕಿರುನಗೆ ಬೀರಿದರು. ನಂತರ ಆSSS ರಿಪೋರ್ಟ್‌ಗೊಂದು ಅಚ್ಚುಕಟ್ಟಾದ ಇಂಟ್ರೊ ಕೊಟ್ಟು, ಹೆಡ್ಡಿಂಗ್ ಸಮೇತ ಕಂಪೋಸ್‌ಗೆ ಕಳಿಸಿಕೊಟ್ಟರು ಎಂಬಲ್ಲಿಗೆ 'ಪುಟ್ಟಣ್ಣ ಭಗವತಿ ಪುರಾಣ' ಮುಕ್ತಾಯಂ...

* * *

ಇದು ಪುಟ್ಟಣ್ಣನವರ ಒಂದು ಮುಖ. ಒಬ್ಬ ಪುಟ್ಟಣ್ಣ: ನೂರು ಮುಖ! ಅವೆಲ್ಲವನ್ನೂ ಇಲ್ಲಿ ಹಾಸಿ ಹರಡಿದೆ ಪುಟಗಳೇ ಸಾಲವು. ಹೀಗಾಗಿ ಅವುಗಳಲ್ಲಿ ಇಂಟರೆಸ್ಟಿಂಗ್ ಎಣಿಸುವಂಥಾ ಒಂದೆರಡು ಮುಖಗಳನ್ನು ಇಲ್ಲಿ ಅನಾವರಣಗೊಳಿಸುತ್ತಿದ್ದೇನೆ:

ಕನ್ನಡ ಚಿತ್ರರಂಗ ಇಡಿಯಾಗಿ ಮದರಾಸಿನಿಂದ ಕರ್ನಾಟಕಕ್ಕೆ ವಲಸೆ ಬಂದಾಗ ಗತ್ಯಂತರವಿಲ್ಲದೇ ಪುಟ್ಟಣ್ಣ ಕೂಡಾ ಅಲ್ಲಿನ ತಮ್ಮ ಬಂಗಲೆಯನ್ನು

ಮಾರಿ ಬೆಂಗಳೂರಿನ ಬನಶಂಕರಿಯ ನೆತ್ತಿಯ ಮೇಲೊಂದು ಸೈಟ್ ಖರೀದಿಸಿ ವಿಶಾಲವಾದ ಮನೆ ಕಟ್ಟಿಕೊಂಡರು. ಬೆಂಗಳೂರಿಗೆ ಬಂದ ಮೇಲೆಯೇ ಪುಟ್ಟಣ್ಣನವರ ವಿರಾಟ್ ರೂಪ ಕನ್ನಡ ಜನತೆಗೆ ಪರಿಚಯವಾದದ್ದು! ತಮ್ಮ ಸಿನಿಮಾಗಳಿಗಾಗಿ ಕರ್ನಾಟಕದ ಒಂದಂಗುಲವನ್ನೂ ಬಿಡದೆ ಎಲ್ಲಾ ಲೊಕೇಶನ್‌ಗಳಲ್ಲಿ ಚಿತ್ರೀಕರಿಸಿದರು. 'ಶುಭಮಂಗಳ' ಮೂಲಕ ಕರಾವಳಿಯ ಸಮುದ್ರ ತೀರ, ಸೈಂಟ್ ಮೇರೀಸ್ ಐಲ್ಯಾನ್ಡ್, 'ನಾಗರಹಾವು' ಮೂಲಕ ಚಿತ್ರದುರ್ಗದ ಕೋಟೆ, 'ಅಮೃತಘಳಿಗೆ' ಮೂಲಕ ಉತ್ತರ ಕರ್ನಾಟಕದ ಸೊಬಗು, 'ಶರಪಂಜರ' ಮೂಲಕ ಕೊಡಗಿನ ಪ್ರಕೃತಿ... ಹೀಗೆ ಪರಿಚಯಿಸುತ್ತಾ ಕನ್ನಡ ಚಿತ್ರಪ್ರೇಮಿಗಳಿಗೆ ಇನ್ನೂ ಹತ್ತಿರವಾದರು.

ಜಯನಗರದ ಪುಟ್ಟ ಮನೆಯನ್ನೇ ಲೈಬ್ರರಿ ಮಾಡಿಕೊಂಡಿದ್ದ ಪುಟ್ಟಣ್ಣ ಅಲ್ಲೇ 'ಅಮೃತಘಳಿಗೆ' ಸಿನಿಮಾದ ಪತ್ರಿಕಾಗೋಷ್ಠಿಯನ್ನು ನಡೆಸಿ ತಮ್ಮ ಅಂದಿನ ದಿನಗಳ ಬದುಕನ್ನು ಅನಾವರಣಗೊಳಿಸಿದ್ದರು. ನಿಜವಾದ ದುರಂತ ನಡೆದದ್ದು 'ಮಸಣದ ಹೂವು' ಚಿತ್ರದ ಚಿತ್ರೀಕರಣ ಅರ್ಧ ಮುಗಿಸಿದಾಗ.

ಈ ಹಂತದಲ್ಲೇ ನಡೆಯಿತು ನೋಡಿ ಪುಟ್ಟಣ್ಣನ ಕೊನೆಯ ದಿನಗಳ ಪಡಿಪಾಟಲು. ಥೇಟ್ ಚಿತ್ರಕಥೆಯಂತಿರುವ ಪುಟ್ಟಣ್ಣನ ಕೊನೆಯ ದಿನಗಳ ಸಫರಿಂಗ್ಸನ್ನು ಅವರ ಪರಮಾಪ್ತ ಗೆಳೆಯ ಡಿ.ಬಿ. ಬಸವೇಗೌಡರು ತಮ್ಮ 'ಬೆಳ್ಳಿತೆರೆಯ ಭಾವಶಿಲ್ಪಿ' ಪುಸ್ತಕದಲ್ಲಿ ಸೊಗಸಾಗಿ ವಿವರಿಸಿದ್ದಾರೆ:

02.06.1985ನೇ ಭಾನುವಾರದಂದು ಬೆಂಗಳೂರಿನ 'ಚೌಡಯ್ಯ ಸ್ಮಾರಕ ಭವನ'ದಲ್ಲೊಂದು ಅದ್ದೂರಿ ಕಾರ್ಯಕ್ರಮ. ಅಂದು ನಿರ್ದೇಶಕರ ಸಂಘದ ಔಪಚಾರಿಕ ಉದ್ಘಾಟನಾ ಸಮಾರಂಭ ನಡೆಯುವುದಿತ್ತು. ಪ್ರಥಮ ಅಧ್ಯಕ್ಷರಾದ ಪುಟ್ಟಣ್ಣನವರದ್ದೇ ಎಲ್ಲಾ ಕಾರುಬಾರು! 'ಮಸಣ ಹೂವು' ಚಿತ್ರದ ಕೆಲಸ, ಸಹಾಯಕರಾದ ಚಂದ್ರಾಹಾಸ ಅವರ ಮದುವೆಗಾಗಿ ತಾವೇ ಡ್ರೈವ್ ಮಾಡಿಕೊಂಡು ಮಂಗಳೂರಿಗೆ ಹೋಗಿ ಬಂದ ಸುಸ್ತು, ವಾರ್ಷಿಕೋತ್ಸವದ ಗಡಿಬಿಡಿಯ ಓಡಾಟ... ಇವೆಲ್ಲದರ ಜತೆ ಈಗಾಗಲೇ ಎರಡು ಬಾರಿ ಹೃದಯಾಘಾತಕ್ಕೊಳಗಾದ ಆತಂಕ... ಇವೆಲ್ಲವನ್ನೂ ಸ್ವೀಕರಿಸಲು ಪುಟ್ಟಣ್ಣನವರ ದುರ್ಬಲ ಹೃದಯ ಶಕ್ತವಾಗಿರಲಿಲ್ಲ.

ಸಂಜೆ 6–30ಕ್ಕೆ ಸರಿಯಾಗಿ ಕಾರ್ಯಕ್ರಮ ಆರಂಭವಾಯಿತು. ಮೊದಲು ಪ್ರಾರ್ಥನೆ. ನಂತರ ಪುಟ್ಟಣ್ಣನವರಿಂದ ಸ್ವಾಗತ ಭಾಷಣ. ಸೊಗಸಾದ ಭಾಷಣದ ನಂತರ ಸೈಡ್ ವಿಂಗ್ ಕಡೆ ಬರುತ್ತಿರುವಂತೆಯೇ ಎದೆ ನೋವೆಂದು ಅಲ್ಲೇ ಇದ್ದ ಕುರ್ಚಿ ಮೇಲೆ ಕೂತು ಬಿಟ್ಟರು. ಎದೆ ನೋವು ವಿಪರೀತವಾಗಿ ತಾರಕಕ್ಕೇರಿದಾಗ ಜೋರಾಗಿ ಬೊಬ್ಬಿಟ್ಟು ಬಿಟ್ಟರು. ಕುಸಿದು ಬೀಳುವುದರಲ್ಲಿದ್ದ ಪುಟ್ಟಣ್ಣನವರಿಗೆ ಪ್ರಥಮ ಚಿಕಿತ್ಸೆ ಕೊಡಿಸಲಾಯಿತು. ನಂತರ ರೆಸಿಡೆನ್ಸಿ ರಸ್ತೆಯ

ಭಕ್ತಾರಾಂ ಆಸ್ಪತ್ರೆಯಲ್ಲಿ ಅಡ್ಮಿಟ್ ಮಾಡಲಾಯಿತು. ಅಷ್ಟರಲ್ಲೇ ಪ್ರಜ್ಞೆ ತಪ್ಪಿ ಹೋಗಿತ್ತು...

ಮಾರನೇ ದಿನ ಸೋಮವಾರ. ಅದೃಷ್ಟವಶಾತ್ ಪ್ರಜ್ಞೆ ಮರಳಿ ಬಂತು. ಅಂದಿನ ರಾತ್ರಿ ಚೆನ್ನಾಗಿ ನಿದ್ರೆ ಮಾಡಿದರು ಪುಟ್ಟಣ್ಣ. ಮಾರನೇ ದಿನ ಮಂಗಳವಾರ. ಸ್ವಲ್ಪ ಮಟ್ಟಿಗೆ ಚೇತರಿಸಿಕೊಂಡಿದ್ದ ಪುಟ್ಟಣ್ಣ 'ಅಂಬಾ ಜಗಜ್ಜನನಿ ಲೋಕಮಾತೆ' ಎಂದು ಹೇಳಿ ತಮ್ಮ ಮಗನನ್ನು ಹತ್ತಿರ ಕರೆದು ಊದಿನಕಡ್ಡಿ ಹಚ್ಚಿಡುವಂತೆ ಕೇಳಿಕೊಂಡರು. ಊದಿನಕಡ್ಡಿಯ ಸುವಾಸನೆಯನ್ನು ಮೂಗು ತುಂಬಾ ಆಸ್ವಾದಿಸಿದರು. ಮಾರನೇ ದಿನ ಬುಧವಾರ. ಬೆಳಗ್ಗೆ ಎದ್ದೇಳುತ್ತಾ 'ಇದೇನಿದು ಬೆಂಗಳೂರಿನಲ್ಲಿ ಇಷ್ಟೊಂದು ಮೋಡ?' ಎಂದು ಹೇಳುತ್ತಿರುವಂತೆಯೇ ಎದೆ ನೋವು ಮತ್ತೆ ಕಾಣಿಸಿಕೊಂಡಿತು. ಆಗ ಬೆಳಗ್ಗಿನ ಎಂಟು ಗಂಟೆ. ಅಷ್ಟರಲ್ಲಾಗಲೇ ಪತ್ನಿ ನಾಗಲಕ್ಷ್ಮಿ, ಅಣ್ಣ ಬಾಲಕೃಷ್ಣ, ಅತ್ತಿಗೆ, ತಮ್ಮಂದಿರಾದ ಶಂಕರನಾರಾಯಣ, ನರಸಿಂಹ, ಸರ್ವೋತ್ತಮ ಪುಟ್ಟಣ್ಣನವರ ಕೋಣೆ ಸೇರಿಕೊಂಡಿದ್ದರು. ಇವರೆಲ್ಲರೂ ಇದ್ದಾಗಲೇ ಎದೆ ನೋವು ಜೋರಾಯಿತು. ಪುಟ್ಟಣ್ಣ ಗಟ್ಟಿಯಾಗಿ ಎದೆ ಹಿಡಿದುಕೊಂಡು ನರಳಿ ಬಿಟ್ಟರು. ತಕ್ಷಣವೇ ಬೆವರು ಕಿತ್ತು ಬಂತು. ನೋವನ್ನು ತಡೆಯಲಾರದೇ ಆಕ್ಸಿಜನ್ ಪೂರೈಸುವ ನಳಿಕೆಯನ್ನು ಕಿತ್ತೆಸೆದು ಬಿಟ್ಟರು ಪುಟ್ಟಣ್ಣ. ಹತ್ತೂಮುಕ್ಕಾಲರ ಹೊತ್ತಿಗೆ ತಮ್ಮ ಹೆಂಡತಿಯ ಕೈಹಿಡಿದು ಗಟ್ಟಿಯಾಗಿ ಅಮುಕಿಕೊಂಡರು. ನಾಗಲಕ್ಷ್ಮಿಯವರು ಮತ್ತೊಂದು ಕೈಯ್ಯಲ್ಲಿ ಪತಿಯ ತಲೆಯನ್ನು ಹಿಡಿಯುತ್ತಿರುವಂತೆಯೇ ಪುಟ್ಟಣ್ಣನವರ ಕುತ್ತಿಗೆ ಮತ್ತೊಂದು ಪಕ್ಕಕ್ಕೆ ವಾಲಿತು. ಅಷ್ಟೇ, ಪುಟ್ಟಣ್ಣ ಕೊನೆಯುಸಿರೆಳೆದಿದ್ದರು...

ಇದು ಖ್ಯಾತ ಹಾಸ್ಯನಟ ನರಸಿಂಹರಾಜು ಅವರ ಬದುಕಿನ ಕೊನೆಯ ದಿನಗಳ ಸಿಹಿ–ಕಹಿ ವಿವರ

ಬೇಡಿಕೆಯ ನಟರಾಗಿದ್ದ ನರಸಿಂಹರಾಜು ಅವರು ಸಿನಿಮಾ ನಿರ್ಮಾಣಕ್ಕಿಳಿದದ್ದೇ ಶಾಪವಾಯಿತಾ?

ನಗೆಗಾರ ನರಸಿಂಹರಾಜು ಅವರ ಕೊನೆಯ ದಿನಗಳ ವಿವರಗಳನ್ನು ನನಗೆ ಬೊಗಸೆ ತುಂಬಾ ತುಂಬಿ ಕೊಟ್ಟದ್ದು ಅವರ ಧರ್ಮ ಪತ್ನಿ ಶಾರದಮ್ಮ. ಒಂದು ಕಾಲದಲ್ಲಿ ರಾಜ್‌ಕುಮಾರ್ ಅವರ ಕಾಲ್‌ಶೀಟ್ ಪಡೆವ ಮೊದಲೇ ಈ ನಗೆಗಾರನ ಕಾಲ್‌ಶೀಟ್ ಪಡುಯುವಂಥಾ ಡಿಮಾಂಡ್ ಇವರಿಗಿತ್ತು. ಆದರೆ ಸಾಯುವ ಕಾಲಕ್ಕೆ ನರಸಿಂಹರಾಜು ಅವರ ಹೃದಯ ಛಿದ್ರ ವಿಛಿದ್ರವಾಗಿ ಬದುಕಿನ ಬಗ್ಗೆ ಆಸಕ್ತಿ ಕಳೆದುಕೊಂಡಿದ್ದರು. ಇದಕ್ಕೆ ಕಾರಣವಾದದ್ದು ಚಿತ್ರರಂಗದಲ್ಲಿ ಅವಕಾಶಗಳ ಕೊರತೆ, 'ಪ್ರೊಫೆಸರ್ ಹುಚ್ಚುರಾಯ' ಚಿತ್ರದ ಅಗಾಧ ಲಾಸ್ ಮತ್ತು ಕುಡಿತ...

ಹಾಸ್ಯನಟ ನರಸಿಂಹರಾಜು ಅವರ ಕುಟುಂಬದವರನ್ನು ಮಾತಾಡಿಸಬೇಕೆನ್ನುವ ತುರ್ತು ಬಂದೊದಗಿದ್ದು ಉದಾಯ ಟಿವಿಯಲ್ಲಿ ಪ್ರಸಾರವಾದ ಸಿನಿಮಾವೊಂದರ ಪ್ರೋಮೋ ಕಂಡು. ಕಿರುತೆರೆಯ ತುಂಬಾ ನರಸಿಂಹರಾಜು

ಆವರಿಸಿಕೊಂಡಿದ್ದರೂ ಹಿನ್ನೆಲೆಯ ಅನೌನ್ಸ್‌ಮೆಂಟಿನಲ್ಲಿ 'ವರನಟ ರಾಜ್‌ಕುಮಾರ್ ಮತ್ತು ಭಾರತಿ ಅಭಿನಯದ ಅಮೋಘ ಚಿತ್ರ' ಎನ್ನುವ ವಿವರ ಕೇಳಿ. ಹಾಗಿದ್ದರೆ ನಮ್ಮ ಅಭಿಮಾನದ ಕಲಾವಿದ ನರಸಿಂಹರಾಜುವನ್ನು ಈ ಮಂದಿ ಮರೆತು ಬಿಟ್ಟರೇ ಎನ್ನುವ ಕಳಕಳಿಯೇ ಈ ಬರಹಕ್ಕೆ ಮೂಲ ಪ್ರೇರಣೆ.

ಒಂದು ಕಾಲದಲ್ಲಿ ಕನ್ನಡ ಚಿತ್ರರಂಗವನ್ನಾಳಿದ ಹಾಸ್ಯ ನಟರಿವರು. ತಾರಾಮೌಲ್ಯವಿದ್ದುದರಿಂದಲೇ ರಾಜ್‌ಕುಮಾರ್‌ರಂಥಾ ಮೇರು ನಟರು ಕೂಡಾ ಇವರ ಜತೆ ನಟಿಸಲು ದುಂಬಾಲು ಬೀಳುತ್ತಿದ್ದುದು. ನರಸಿಂಹರಾಜು ಅವರ ಕಾಲ್‌ಶೀಟ್ ಸಿಕ್ಕರೆ ಆ ನಿರ್ಮಾಪಕ ಗೆದ್ದನೆಂದೇ ಲೆಕ್ಕ! ಇಂಥಾ ನರಸಿಂಹರಾಜು ಅವರ ಕುಟುಂಬವರ್ಗ ಈಗೇನು ಮಾಡುತ್ತಿದೆ? ಅವರ ಧರ್ಮಪತ್ನಿ ಹೇಗಿದ್ದಾರೆ? ಬದುಕು ಸಹನೀಯವೇ? ನಾಡಿನ ಮಂದಿಗೆಲ್ಲಾ ನಗೆಯ ಸಿಹಿ ಹಂಚಿದ ಕಲಾವಿದನೊಬ್ಬನ ಸಂಸಾರ ಸಿಹಿಯಾಗಿದೆಯಾ? ಎಂಬೆಲ್ಲಾ ಪ್ರಶ್ನೆಗಳೊಂದಿಗೆ ಕುಮಾರಪಾರ್ಕ್ ಬಡಾವಣೆಯ ಬಿ.ಡಿ.ಎ. ಕಚೇರಿಯ ಹಿಂಬದಿ ರಸ್ತೆಯಲ್ಲಿರುವ 'ನಲಶ್ರೀ' ಮನೆಗೆ ಭೇಟಿ ನೀಡಿದಾಗ ಸಿಕ್ಕ ಉತ್ತರವೇ ಈ ಬರಹ...

ಅಂದಹಾಗೆ ಇದು ಈಗಿನ ಬರಹವಲ್ಲ. 18 ವರ್ಷಗಳ ಹಿಂದೆ 'ವಿಜಯ ಕರ್ನಾಟಕ'ಕ್ಕಾಗಿ ಬರೆದ ಬರಹ. ಇಷ್ಟೊಂದು ವರ್ಷಗಳಲ್ಲಿ ನರಸಿಂಹರಾಜು ಅವರ ಕುಟುಂಬದ ಬದುಕಿನ ಶೈಲಿ ಬದಲಾಗಿರಬಹುದು. ಆದರೆ ಅವರು ಬಿಟ್ಟುಹೋದ ನೆನಪುಗಳು ಬದಲಾಗಲು ಸಾಧ್ಯವೇ ನೀವೇ ಹೇಳಿ? ಅಂಥಾದ್ದೊಂದು ನೆನಪುಗಳ ಮೆರವಣಿಗೆಯೇ ಈ ಲೇಖನ...

ಅದೊಂದು ಸಾಮಾನ್ಯವಾದ ಮನೆ. ಅಂಥಾ ಅದ್ದೂರಿ ಬಡಾವಣೆಯಲ್ಲಿ ಇಷ್ಟೊಂದು ಸರಳ ಮನೆಯಿರುವುದು ಸಾಧ್ಯವಾ ಎನ್ನುವಷ್ಟು ಸರಳ ಮನೆಯದು. ತಿಂಗಳಿಗೆ ಎಂಟು ಸಾವಿರ ಬಾಡಿಗೆ. ತೀರಾ ಇತ್ತೀಚೆಗೆ ತಾನೇ ಜಯಮಹಲ್‌ನ ಅಧಿಕೃತ ಸ್ವಂತ ಬಂಗಲೆಯಿಂದ ಈ ಮನೆಗೆ ಬಂದಿರುವ ಕುರುಹಾಗಿ ವಸ್ತುಗಳೆಲ್ಲಾ ಚೆಲ್ಲಾಪಿಲ್ಲಿಯಾಗಿ ಬಿದ್ದಿದ್ದವು. ಶೋಕೇಸ್ ತುಂಬಾ ಫಲಕ, ಸ್ಮರಣಿಕೆಗಳು. ಸದ್ಯ ಇವುಗಳನ್ನೆಲ್ಲಾ ಮಾರುವಂಥಾ ದಾರಿದ್ರ್ಯ ಪರಿಸ್ಥಿತಿ ಇವರಿಗೆ ಬಂದಿಲ್ಲವೆನ್ನುವ ಸಮಾಧಾನದೊಂದಿಗೆ ನರಸಿಂಹರಾಜು ಅವರ ಮಗಳು ಸುಧಾ ಅವರೊಂದಿಗೆ ಮಾತಿಗೆ ಕುಳಿತದ್ದಾಯಿತು. ಅವರು ಕೊಟ್ಟಿರುವ ಕೆಲವೊಂದು ಮಾಹಿತಿ ಹೀಗಿವೆ:

ನರಸಿಂಹರಾಜು ಅವರು ನಿಧನರಾದದ್ದು 1979ರ ಜುಲೈ 11 ರಂದು. ಅವರಿಗೆ ಒಂಬತ್ತು ಮಂದಿ ಮಕ್ಕಳು. ಮೊದಲನೆಯವಳ ಹೆಸರು ಧರ್ಮಾವತಿ, ಎರಡನೆಯವ ಶ್ರೀಕಾಂತ, ಮೂರನೆಯವಳು ಕಲಾವತಿ, ಚಂದ್ರಾವತಿ, ಲಕ್ಷ್ಮೀಕಾಂತ, ನರಹರಿರಾಜು, ಸುಧಾವತಿ, ಎಂಟನೆಯವಳು ಗಾಯತ್ರೀ ದೇವಿ, ಒಬ್ಬಾಕೆ ತೀರಿಕೊಂಡಿದ್ದಾಳೆ. ಹೆಂಡತಿ ಶಾರದಮ್ಮ. ಸುಧಾ ನರಸಿಂಹರಾಜು ನಟಿಯಾಗುತ್ತಾರೆಂದು ಭಾವಿಸಿದವರೇ ಅಲ್ಲವಂತೆ. ಅದೊಂದು ಅಚಾನಕ ಘಟನೆ. ತಂದೆ ತೀರಿಕೊಂಡಾಗ ಸುಧಾಗೆ ಆರು ವರ್ಷ. ಹದಿನೈದು ವರ್ಷಗಳ ಹಿಂದೆ ಬಣ್ಣ ಹಚ್ಚಿದ ಸುಧಾ ಲೆಕ್ಕವಿಲ್ಲದಷ್ಟು ಎಪಿಸೋಡುಗಳಲ್ಲಿ ನಟಿಸಿದ್ದಾರೆ...

ಅಪ್ಪನ ಬಗ್ಗೆ ಮಾತಾಡುತ್ತಾ ಭಾವುಕರಾಗುವ ಸುಧಾ ನರಸಿಂಹರಾಜು ಹೇಳುತ್ತಾರೆ: 'ಮಕ್ಕಳ ಓದಿನ ಬಗ್ಗೆ ಅಪ್ಪನಿಗೆ ವಿಪರೀತ ಕಾಳಜಿಯಿತ್ತು. ತಮಗೆ ಓದಲಾಗಿಲ್ಲ, ಆದರೆ ತಮ್ಮ ಮಕ್ಕಳು ಓದಬೇಕೆನ್ನುವ ತುಡಿತ ಅವರಲ್ಲಿತ್ತು. ಬದುಕು ಪೂರ್ತಿ ಕಷ್ಟಪಟ್ಟಿದ್ದಾರೆ, ಆದರೆ ಯಾವತ್ತೂ ನಮ್ಮ ಮುಂದೆ ಈ ಬಗ್ಗೆ ಹೇಳಿಕೊಂಡಿಲ್ಲ. ಕಾಳು–ಸೊಪ್ಪು ತಿಂದುಕೊಂಡೇ ಬೆಳೆದವರು ನಾವು. ಕಲೆಗಾಗಿ ಬದುಕನ್ನು ಮುಡಿಪಾಗಿಟ್ಟರು ಅಪ್ಪ. ಸಾಯುವ ಕಾಲಕ್ಕೆ ಬ್ಯಾಂಕ್ ಬ್ಯಾಲೆನ್ಸ್ ಇರಲಿಲ್ಲ ನಿಜ, ಆದರೆ ಮಾಡಿರುವ ಸಾಲವನ್ನು ಉಳಿಸಿ ಹೋಗಲಿಲ್ಲ...'– ಇತ್ಯಾದಿ ಇತ್ಯಾದಿ.

ಅಷ್ಟರಲ್ಲಿ ನರಸಿಂಹರಾಜು ಅವರ ಧರ್ಮಪತ್ನಿ ಶಾರದಮ್ಮ ಬಂದು ಮಾತಿಗೆ ಕೂತರು. ಗಿಡ್ಡನೆಯ ಜೀವ. ಆರೋಗ್ಯವಂತ ಲುಕ್. ಸ್ಪಷ್ಟ ಮಾತು. ನಿಖರ ನಿಲುವು. ಎಲ್ಲೂ ವಿಷಾದದ ಛಾಯೆ ಇದ್ದ ಹಾಗಿರಲಿಲ್ಲ. ಆ ಹಾಲ್‌ನ ಬೃಹತ್ ಶೋಕೇಶಿನ ಎದುರುಗಡೆಯ ಪುಟ್ಟ ಸ್ಟೂಲಿನಲ್ಲಿ ಕೂತಿದ್ದ ಶಾರದಮ್ಮ ಒಂದು ನಿಟ್ಟುಸಿರು ಬಿಟ್ಟು ಮಾತು ಆರಂಭಿಸಿದ್ದು ಹೀಗೆ: 'ಯಾರು ಸತ್ತರೂ ಮೊದಲ ಹನ್ನೆರಡು ದಿನ ಮಾತ್ರ ನೆನಪಿರುತ್ತದೆ. ಇದು ಶ್ರಾದ್ಧ ಕಾರ್ಯದ ನೆನಪು. ಕ್ರಮೇಣ ಎಲ್ಲವೂ ಮರೆತು ಹೋಗುತ್ತದೆ. ಹೀಗಿರುವಾಗ ಚಿತ್ರರಂಗದ ಮಂದಿ ಅವರನ್ನು ಮರೆತಿರುವುದರಲ್ಲಿ ಆಶ್ಚರ್ಯವೇನೂ ಇಲ್ಲ. ಆದ್ರೆ ಅವ್ರು ನಮ್ಮ ಪಾಲಿಗೆ ಮಾತ್ರ ಸತ್ತಿಲ್ಲ. ಅವ್ರ ನೆನಪು ಮಾತ್ರ ಬದುಕಿಕೊಂಡಿದೆ. ಇಲ್ಲಿ ಈ ಮನೆಯಲ್ಲಿ, ಈ ಮನಸ್ಸಿನಲ್ಲಿ ಅವ್ರು ಸದಾ ಜೀವಂತ. ಹೀಗಿರುವಾಗ ಮರೆಯುವ ಪ್ರಶ್ನೆಯೇ ಇಲ್ಲ...

'ನಿಜ ಹೇಳಬೇಕೆಂದರೆ ಅವರದ್ದು ನಿಜವಾದ ಅರ್ಥದಲ್ಲಿ ನರಸಿಂಹಾವತಾರವೇ! ಅವರ ಹೆತ್ತವರು ಅದು ಹೇಗೆ ನರಸಿಂಹ ಎಂಬ ಹೆಸರಿಟ್ಟರೋ? ಅದಕ್ಕೆ ತಕ್ಕುದಾದ ಸಿಟ್ಟು, ಸಿಡುಕು, ಕೋಪ. ಎದುರು ಮಾತಾಡಿದರೆ ಮುಗಿದೇ ಹೋಯಿತು. ಹೆಂಡ್ತಿ ಮಕ್ಳನ್ನು ಎಷ್ಟು ಪ್ರೀತಿಸುತ್ತಿದ್ರೋ ಸಿಟ್ಟು ಬಂದ್ರೆ ಸಾಕ್ಷಾತ್ ನರಸಿಂಹಾವತಾರವೇ! ನಾನು ಅವ್ರ ಕೈಯಿಂದ ಅದೆಷ್ಟು

ಏಟು ತಿಂದಿದ್ದೇನೋ ಆ ಪರಮಾತ್ಮನಿಗೇ ಗೊತ್ತು! ಮಕ್ಕಳು ತಪ್ಪು ಮಾಡಿದ್ರೆ ಮನೆಗೆ ಸುತ್ತು ಹಾಕಿಸುತ್ತಾ ಹೊಡೆದದ್ದೂ ಇದೆ...

'ದಿನಕ್ಕೆ ನಾಲ್ಕೈದು ಶಿಫ್ಟ್'ನಲ್ಲಿ ಕೆಲಸ ಮಾಡುತ್ತಿದ್ರು. ವಿಪರೀತ ಟೆನ್ಷನ್ ಇತ್ತು. ಅವರಿಗೆ ಆಗ ಸ್ಟಾರ್ ವ್ಯಾಲ್ಯೂ ಏರಿತ್ತು. ಎಲ್ಲಾ ಸಿನಿಮಗಳಲ್ಲೂ ಇವರದ್ದೇ ಕಾರುಬಾರು! ಆಗಿನ ದಿನಗಳಲ್ಲಿ ಕನ್ನಡ ಚಿತ್ರರಂಗದಲ್ಲಿ ಅತಿ ಹೆಚ್ಚು ಸಂಭಾವನೆ ಪಡೆಯುತ್ತಿದ್ದ ನಟರೆಂದರೆ ಇವರೇ. ಆದ್ರೆ ಕೈಗೆ ಸಿಗುತ್ತಿದ್ದುದು ಕಮ್ಮಿ. ಕಮಿಟ್ ಆಗಿರುವ ದುಡ್ಡು ಬಂದದ್ದೇ ಇಲ್ಲ. ಕೈಗೆ ಬಂದ ದುಡ್ಡಿಗಿಂತಲೂ ಕೈ ತಪ್ಪಿಸಿಕೊಂಡ ದುಡ್ಡಿನ ಮೊತ್ತವೇ ಜಾಸ್ತಿಯಾಗಿತ್ತು. ಇಷ್ಟಕ್ಕೂ ಅಂದಿನ ದಿನಗಳಲ್ಲಿ ಸಿಗುತ್ತಿದ್ದ ಸಂಭಾವನೆಯ ಮೊತ್ತ ತೀರಾ ಕಮ್ಮಿಯಿತ್ತು. ಹೆಸರು ಜಾಸ್ತಿ. ಮನೆಗೆ ಬಂದು ಹೋಗುತ್ತಿದ್ದ ನೆಂಟರಿಷ್ಟರು ಕಮ್ಮಿಯಾ? ಖರ್ಚು ವಿಪರೀತ. ಈ ಕಡೆ ದುಡ್ಡು ಬಂದ್ರೆ ಆ ಕಡೆ ಖರ್ಚಿಗೆ ದಾರಿಯಿತ್ತು. ಇಷ್ಟು ಸಾಲದೆನ್ನುವಂತೆ ಅವ್ರಿಗೆ ಹೆಂಡ್ತಿ ಮಕ್ಳನ್ನು ಕಟ್ಟಿಕೊಂಡು ಊರೂರು ಸುತ್ತುವ ಚಪಲ! ಜತೆಗೇ ಸಿನಿಮಾ ನೋಡುವಾಸೆ. 'ಎಂಟರ್ ದಿ ಡ್ರ್ಯಾಗನ್' ಸಿನಿಮಾವನ್ನು ಅದೆಷ್ಟು ಸಾರಿ ನೋಡಿದ್ದಾರೋ ಲೆಕ್ಕವಿಟ್ಟವರಿಲ್ಲ! ಆಗ ಜನಪ್ರಿಯತೆಯ ತುತ್ತತುದಿಯಲ್ಲಿದ್ದ ಅವರು ಎಲ್ಲರಂತೆ ಆರಾಮವಾಗಿ ಚಿತ್ರಮಂದಿರಗಳಿಗೆ ಹೋಗಿ ಸಿನಿಮಾ ನೋಡುವಂತಿರಲಿಲ್ಲ. ಮುಖ ಕಾಣದಂತೆ ತಲೆತುಂಬಾ ಶಾಲು ಹೊದ್ದುಕೊಂಡು ಕಳ್ಳರಂತೆ ಥಿಯೇಟರಿಗೆ ಹೋಗಬೇಕಾಗಿತ್ತು! ಜತೆಗೆ ದಿನದ ಇಪ್ಪತ್ತನಾಲ್ಕೂ ಗಂಟೆ ಎಲೆಯಡಿಕೆ ಸೇವನೆಯ ಚಟ. ಕಪ್ಪುಕನ್ನಡಕ ಧರಿಸಿ, ತುಟಿ ಕೆಂಪು ಮಾಡಿಕೊಂಡು ಹೊರಟರೆ ಸಿನಿಮಾ ಮುಗಿಯುವವರೆಗೂ ಟಾಯ್ಲೆಟ್ಟಿಗೂ ಹೋಗುತ್ತಿರಲಿಲ್ಲ! ಹೋದರೆ ಅಲ್ಲೂ ಅಭಿಮಾನಿಗಳು

ಮುತ್ತಿಕೊಂಡು ಬಿಡುತ್ತಿದ್ರು. ಡ್ರೈವ್ ಇನ್ ಥಿಯೇಟರೆಂದ್ರೆ ಇವ್ರಿಗೆ ಪ್ರಾಣ. ಆಗ ಬನ್ನೇರುಘಟ್ಟ ರಸ್ತೆಯಲ್ಲೊಂದು ಡ್ರೈವ್ ಇನ್ ಥಿಯೇಟರಿತ್ತಲ್ವಾ? ಪ್ರತಿ ತಿಂಗಳ ಕೊನೆಯಲ್ಲಿ ಅಲ್ಲಿಗೆ ಭೇಟಿ. ಫ್ಯಾಮಿಲಿ ಜತೆ ಕೂತು ಅಲ್ಲೇ ಊಟ, ಕುರುಕಲು ತಿಂಡಿ ಸೇವನೆ. ಇವರಿಗೆ ಅಮಿತಾಬ್ ಬಚ್ಚನ್ ಅಂದ್ರೆ ಪ್ರಾಣ. ಆತನ ಸಿನಿಮಾಗಳನ್ನು ಒಂದೂ ಬಿಡದೇ ನೋಡುತ್ತಿದ್ರು. ಆತ ಅಭಿನಯಿಸಿದ 'ಅಮರ್ ಅಕ್ಬರ್ ಆಂಟನಿ' ಸಿನಿಮಾವನ್ನು ಅದೆಷ್ಟು ಸಾರಿ ನೋಡಿದ್ದಾರೋ ಆ ಪರಮಾತ್ಮನೇ ಬಲ್ಲ. ದೇವಾನಂದ್, ಶಿವಾಜಿ ಗಣೇಶನ್, ಅವರ ಜತೆಯೂ

ನಿಕಟ ಸಂಪರ್ಕವನ್ನಿಟ್ಟುಕೊಂಡಿದ್ದರು. ಆದ್ರೆ ಕನ್ನಡ ಚಿತ್ರರಂಗದಲ್ಲಿ ಇವರಿಗೆ ಆತ್ಮೀಯರೆನ್ನಬಹುದಾದ ಗೆಳೆಯರ್ಯಾರೂ ಇರ್ಲಿಲ್ಲ. ಬಾಲಣ್ಣನೆಂದ್ರೆ ಅಚ್ಚುಮೆಚ್ಚು. ರಾಜಾಶಂಕರ್ ಜತೆ ಸ್ವಲ್ಪ ಹೆಚ್ಚೇ ಪ್ರೀತಿ ಗೌರವ...

'ಪಗಡೆಯಾಟವೆಂದ್ರೆ ಇಬರಿಗೆ ಜೀವ. ತಮ್ಮ ಜತೆ ಆಟವಾಡುವಂತೆ ನಮ್ಮ ಜೀವ ತಿನ್ನುತ್ತಿದ್ರು. ಜತೆಗೆ ಎಳೆಯಡಿಕೆ, ಸಿಗರೇಟು. ಪಗಡೆಗೆ ಕೂತ್ರೆ ಊಟ, ತಿಂಡಿ, ನಿದ್ದೆಯ ನೆನಪಿರುತ್ತಿರ್ಲಿಲ್ಲ. ನಮ್ಮ ಮದ್ವೆಯಾದಾಗ ಇವ್ರು ನಾಟಕ ಕಂಪನಿಯಲ್ಲಿದ್ರು. 1949 ರಲ್ಲಿ ನಮ್ಮ ಮದ್ವೆಯಾಯ್ತು. 1950 ರಲ್ಲಿ

ಗುಬ್ಬಿ ಕಂಪೆನಿ ಸೇರಿಕೊಂಡ್ರು. ಆರೇಳು ವರ್ಷಗಳ ಅಗ್ರಿಮೆಂಟದು. ನಂತರದ ದಿನಗಳಲ್ಲಿ ಸಿನಿಮಾಗಳಲ್ಲಿ ಬಿಜಿಯಾದ್ರು. ಆಗ ಇಡಿಯ ಉದ್ಯಮವೇ ಮದರಾಸಿನಲ್ಲಿದ್ದುದರಿಂದ ನಾವೆಲ್ಲಾ ಅಲ್ಲಿಗೇ ಶಿಫ್ಟ್ ಆದೆವು. ನಾನು ಅವ್ರ ಹೆಂಡ್ತಿ ಅಂತ ಹೇಳ್ತಿಲ್ಲ, ಆ ಲೆವೆಲ್ಲಿನ ನಟನನ್ನು ನಾನು ನನ್ನ ಲೈಫ್‌ನಲ್ಲೇ ನೋಡಿಲ್ಲ! ಈಗ್ಲೂ ಅಷ್ಟೇ ಅವ್ರ ಹೆಸರು ಹೇಳಿದ್ರೂ ಸಾಕು ಸೀಟು ಬಿಟ್ಟು ಕೊಡ್ತಾರೆ! ಅಂಥಾ ಮಹಾನ್ ನಟನ ಕುಟುಂಬ ವರ್ಗದವ್ರು ನಾವು ಅಂತ ಹೇಳಿಕೊಳ್ಳಲು ಹೆಮ್ಮೆ ನಮ್ಗೆ. ಮದರಾಸಿನಲ್ಲೊಂದು ಮನೆಯಿತ್ತು. ದೊಡ್ಡ ಮಗಳ ಮದ್ವೆಗಾಗಿ ಅದನ್ನು ಮಾರಿದ್ರು. ಉಳಿದ ದುಡ್ಡು ಬದುಕಿಗಾಯ್ತು. ಅವರಿರುವಷ್ಟು ಕಾಲ ನಮ್ಮನ್ನೆಲ್ಲಾ ತುಂಬಾ ಚೆನ್ನಾಗಿ ನೋಡಿಕೊಂಡ್ರು. ಯಾವುದಕ್ಕೂ ಕಮ್ಮಿ ಮಾಡಲಿಲ್ಲ. ತೀರಿಕೊಂಡ ಮೇಲೂ ಯಾರಿಗೂ ತೊಂದ್ರೆಯಾಗದಂತೆ ಮಾಡಿದ್ದ ಸಾಲವನ್ನು ಮುಗಿಸಿಯೇ ಹೊರಟು ಹೋದ್ರು. 'ಪ್ರೊ. ಹುಚ್ಚುರಾಯ' ಸಿನಿಮಾ ಬಾಕ್ಸಾಫೀಸ್ನಲ್ಲಿ ಸೋತರೂ ಸಾಲ ಉಳಿಸಲಿಲ್ಲ. ಈಗ ಆಗಾಗ ಅವ್ರ ನೆನಪು ಆಗುತ್ತಲೇ ಇರ್ತದೆ. ಅವ್ರು ಉಪಯೋಗಿಸುತ್ತಿದ್ದ ಟೆಲಿಫೋನ್ ಈಗ್ಲೂ ನಮ್ಮ ಬಳಿಯಿದೆ. ಅಷ್ಟರ ಮಟ್ಟಿಗೆ ಮೈನ್‌ಟೇನ್ ಮಾಡ್ಕೊಂಡು ಬಂದಿದ್ದೀವಿ. ದೇವ್ರು ಹೇಗೋ ನಡೆಸಿಕೊಂಡು ಹೋಗ್ತಾನೆ. ಹೇಗೆಂದು ಗೊತ್ತಿಲ್ಲ. ಅದೊಂದು ಪವಾಡ! ಆಗೀಗ ಬಂಧು ಬಾಂಧವರ ಮದ್ವೆ ಸಮಾರಂಭಗಳಿಗೆ ಹೋಗೋದಿದೆ. ವರ್ಷಕ್ಕೊಮ್ಮೆ 'ಶ್ರಾದ್ಧ' ಮಾಡ್ತೇವೆ. ಮುಖ್ಯವಾಗಿ ಅವ್ರು ನಮ್ಮ ಜತೆಯಲ್ಲಿಲ್ಲ ಅಂತ ಯಾವತ್ತೂ ಅನಿಸಿಲ್ಲ. ಇಲ್ಲೇ ಇದ್ದಾರೆ, ಇಲ್ಲೆಲ್ಲೋ ಹೊರಗೆ ಹೋಗಿದ್ದಾರೆ, ಇನ್ನೇನು ಬಂದೇ ಬರ್ತಾರೆ, ನಮ್ಮ ಜತೆಯಲ್ಲೇ ಇದ್ದಾರೆ, ನಮ್ಮ ಕಷ್ಟ ಸುಖಗಳಲ್ಲಿ ಭಾಗಿಯಾಗಿದ್ದಾರೆ ಎಂದೆಲ್ಲಾ ಅನಿಸುವುದಿದೆ...'–ಎಂದು ಹೇಳುತ್ತಾ ಶಾರದಮ್ಮ ಒಮ್ಮೆ ಮನೆಯ ಸುತ್ತ ನೋಡಿಕೊಂಡರು. ಅವರ ಕಣ್ಣುಗಳು ಅದೃಶ್ಯ ಬಾಳ ಸಂಗಾತಿಯನ್ನು ಹುಡುಕುತ್ತಿದ್ದುವೋ ಗೊತ್ತಿಲ್ಲ...!!!

‘ಬೆಳ್ಳಿಮೋಡ’ದ ಅಂಚಿನಿಂದ ಜಾರಿ ಬಿದ್ದ ‘ಮಿನುಗುತಾರೆ’!

‘ಮಿನುಗುತಾರೆ’ ಕಲ್ಪನಾ ತೀರಿಕೊಂಡು ಭರ್ತಿ 42 ವರ್ಷ. 1979ರ ಮೇ ತಿಂಗಳ 11 ರಂದು ಸಂಕೇಶ್ವರದ ಗೋಟೂರು ಪ್ರವಾಸಿ ಬಂಗಲೆಯಲ್ಲಿ ಅನಾಥೆಯಂತೆ ‘ಆತ್ಮಹತ್ಯೆ’ ಮಾಡಿಕೊಂಡ ಕಲ್ಪನಾ ಬದುಕಿದ್ದಿದ್ದರೆ ಪ್ರಾಯಶಃ 77 ವರ್ಷ ವಯಸ್ಸಾಗುತ್ತಿತ್ತೋ ಏನೋ?

ಮುಂಗಾರು ಮಳೆಯ ಆರ್ಭಟವಿದ್ದ ಒಂದು ಮುಂಜಾನೆ ಬೆಳ್ಳಿಮೋಡದ ಅಂಚಿನಿಂದ ಜಾರಿ ಬಿದ್ದ ಕಲಾವಿದೆ ಈ ‘ಮಿನುಗುತಾರೆ’! ಮೊದಲ ಹೆಸರು:

ಶರತ್‌ಲತಾ. ಚಿತ್ರರಂಗಕ್ಕಾಗಿ ಬದಲಾಯಿಸಿಕೊಂಡ ಹೆಸರು: ಕಲ್ಪನಾ. ಶಾಲಾ ಶಿಕ್ಷಣಕ್ಕಾಗಿ ಕಲ್ಪನಾ ಆಯ್ಕೆ ಮಾಡಿಕೊಂಡ ಸಬ್ಜೆಕ್ಟ್ ಇತಿಹಾಸ. ಆದರೆ ಇಂಥಾ ಕಲಾವಿದೆಯೊಬ್ಬಳು ಕನ್ನಡ ಚಿತ್ರರಂಗದ ಇತಿಹಾಸವೇ ಆಗಿ ಹೋಗಿ ಬಿಡುತ್ತಾಳೆ ಎಂಬ ಕಲ್ಪನೆಯೇ ಆಗ ಇರಲಿಲ್ಲ! ಬಾಲ್ಯದಲ್ಲಿ ನೃತ್ಯದಲ್ಲಿ ಆಸಕ್ತಿಯಿದ್ದ ಕಲ್ಪನಾ ನೃತ್ಯ ಗುರುವನ್ನಾಗಿ ಆಯ್ಕೆ ಮಾಡಿಕೊಂಡದ್ದು ಮಂಗಳೂರಿನ ವಿಠ್ಠಲ ಶೆಟ್ಟಿಯವರನ್ನು! ಆ ಕಾಲದಲ್ಲಿ ಕಲ್ಪನಾ ನೋಡಿದ ಪ್ರಥಮ ಕನ್ನಡ ಚಿತ್ರ: 'ಕಿತ್ತೂರು ರಾಣಿ ಚೆನ್ನಮ್ಮ'. ಈ ಚಿತ್ರದ ನಾಯಕಿ ಬಿ. ಸರೋಜಾದೇವಿಯವರ ಮನೋಜ್ಞ ಅಭಿನಯ ಕಂಡು ಮಂತ್ರಮುಗ್ಧಳಾದ ಕಲ್ಪನಾ ತಾನು ಕೂಡಾ ಸರೋಜಾದೇವಿಯವರಂತೆ ದೊಡ್ಡ ಕಲಾವಿದೆಯಾಗಿ ಮೆರೆಯಬೇಕೆಂಬ ಕನಸು ಕಂಡದ್ದು ಸಹಜವೇ ಆಗಿತ್ತು! ಆದರೆ ರಂಗಭೂಮಿಯ ಆಕರ್ಷಣೆ ಬೇರೆ. ಸ್ತ್ರೀನಾಟಕ ಮಂಡಳಿಯಲ್ಲಿ ಆಗ ಸಿಗುತ್ತಿದ್ದ ಸಂಬಳ ದಿನವೊಂದಕ್ಕೆ 10 ರೂಪಾಯಿ ಮತ್ತು ಊಟ, ತಿಂಡಿ!

ರಂಗಭೂಮಿಯಿಂದ ಚಿತ್ರರಂಗ ಪ್ರವೇಶ ಪಡೆಯಲು ಹೆಚ್ಚು ಸಮಯ ಹಿಡಿಯಲಿಲ್ಲ. 'ಕಿತ್ತೂರು ರಾಣಿ ಚೆನ್ನಮ್ಮ' ಚಿತ್ರ ಯಾವ ಲಾಂಛನದಲ್ಲಿ ತಯಾರಾಯಿತೋ ಅದೇ ಲಾಂಛನದ 'ಸಾಕುಮಗಳು' ಚಿತ್ರದ ನಾಯಕಿಯಾಗಿ ಕಲ್ಪನಾ ಆಯ್ಕೆಯಾದದ್ದು ಯಾವ ಜನ್ಮದ ಋಣಾನುಬಂಧವೋ? ನಂತರ ಒಂದರ ಹಿಂದೊಂದರಂತೆ ಕನ್ನಡ ಚಿತ್ರಗಳ ಸಾಲು ಸಾಲು! ಜತೆಗೇ ತಮಿಳು

ಚಿತ್ರರಂಗದಿಂದಲೂ ಆಹ್ವಾನ. 'ಸಾಧು ಮಿರಾಂಡಾಲ್', 'ಮದರಾಸ್ ಟು ಪಾಂಡಿಚೇರಿ'ಯಂಥಾ ಸೂಪರ್ ಹಿಟ್ ಚಿತ್ರಗಳಲ್ಲಿ ನಟನೆ. ಬಿಜಿಯೋ ಬಿಜಿ ಕಲ್ಪನಾ! ಆ ಕಾಲದಲ್ಲಿ ದಿನವೊಂದಕ್ಕೆ 3 ಶಿಫ್ಟ್‌ಗಳಲ್ಲಿ ಕೆಲಸ ಮಾಡುತ್ತಿದ್ದ ಏಕೈಕ ಕನ್ನಡ ನಟಿಯೆಂದರೆ ಕಲ್ಪನಾ!

ಸರಿ ಸುಮಾರು ಈ ಹೊತ್ತಿನಲ್ಲೇ ಪುಟ್ಟಣ್ಣ ಕಣಗಾಲ್ ಸ್ವತಂತ್ರ ನಿರ್ದೇಶಕರಾಗಿ ಪ್ರಮೋಟ್ ಪಡೆದರು! ಇವರು ನಿರ್ದೇಶಿಸಿದ ಮೊಟ್ಟ ಮೊದಲ ಕನ್ನಡ ಚಿತ್ರ 'ಬೆಳ್ಳಿಮೋಡ'. ಮೈಸೂರಿನಲ್ಲಿ ಸೆಟ್ಲ್ ಆಗಿದ್ದ ತಮಿಳರಾದ ಟಿ.ಎನ್. ಶ್ರೀನಿವಾಸನ್ ಈ ಚಿತ್ರದ ನಿರ್ಮಾಪಕರು. 'ಶ್ರೀನಿವಾಸ ಆರ್ಟ್ ಪ್ರೊಡಕ್ಷನ್ಸ್' ಲಾಂಛನದ ಈ ಚಿತ್ರದ ತಾರಾಗಣದ ಆಕರ್ಷಣೆಯೇ ಅಂಥಾದ್ದು: ಕಲ್ಪನಾ, ಕಲ್ಯಾಣ್‌ಕುಮಾರ್, ಕೆ.ಎಸ್. ಅಶ್ವತ್ಥ್, ಪಂಡರೀಬಾಯಿ, ಬಾಲಕೃಷ್ಣ, ದ್ವಾರಕೀಶ್, ಗಣಪತಿಭಟ್, ರಾಘವೇಂದ್ರರಾವ್, ಪಾಪಮ್ಮ, ಬೇಬಿರಾಣಿ ಮತ್ತಿತರರು. ಪುಟ್ಟಣ್ಣನವರಿಗೆ ಆ ಕಾಲದಲ್ಲೇ ಪ್ರಿಯರಾದ ವಿಜಯಭಾಸ್ಕರ್ 'ಬೆಳ್ಳಿಮೋಡ' ಚಿತ್ರಕ್ಕಾಗಿ ಇಂಪಾದ ಆರು ಹಾಡುಗಳನ್ನು ಕಂಪೋಸ್ ಮಾಡಿದ್ದಾರೆ: 1) ದ.ರಾ. ಬೇಂದ್ರೆಯವರ 'ಮೂಡಲ ಮನೆಯಾ ಮುತ್ತಿನ ನೀರಿನ...' 2) ಆರ್.ಎನ್. ಜಯಗೋಪಾಲ್ ಬರೆದ 'ಇದೇ ನನ್ನ ಉತ್ತರ...' 3) 'ಬೆಳ್ಳಿಮೋಡದ ಅಂಚಿನಿಂದ', 4) 'ಮುದ್ದಿನ ಗಿಣಿಯೇ ಬಾರೋ', 5) 'ಒಡೆಯಿತು ಒಲವಿನ ಕನ್ನಡಿ...' ಮತ್ತು 6) 'ವಂದೇ ಮಾತರಂ ಅಂಬಿಕಾ...'–ಒಂದೊಂದು ಹಾಡೂ ಈಗಲೂ ಜನಮಾನಸದಲ್ಲಿ ಶಾಶ್ವತವಾಗಿ ನಿಂತುಬಿಟ್ಟಿದೆ!

ಸ್ವಲ್ಪ ಹಿಂದಕ್ಕೆ ಹೋಗುವುದಿದ್ದರೆ... 1957 ರಲ್ಲಿ 'ರತ್ನಗಿರಿ ರಹಸ್ಯ' ಚಿತ್ರದ ಮೂಲಕ ಪಂತುಲು ಅವರ ಸಹಾಯಕರಾಗಿ ವೃತ್ತಿ ಬದುಕು ಆರಂಭಿಸಿದ ಪುಟ್ಟಣ್ಣ ಸ್ವತಂತ್ರ ನಿರ್ದೇಶಕರಾದದ್ದು ತೆಲುಗಿನ 'ಪಕ್ಕಲೋ ಬಲ್ಲೆಂ' ಚಿತ್ರದ ಮೂಲಕ! ನಂತರ ಪುಟ್ಟಣ್ಣ ನಿರ್ದೇಶಿಸಿದ ಚಿತ್ರ 'ಪೂಚೆಕಣ್ಣಿ'. ಈ ಮಲಯಾಳ ಚಿತ್ರಕ್ಕೆ ಪುಟ್ಟಣ್ಣ ಆಯ್ಕೆ ಮಾಡಿಕೊಂಡದ್ದು ತ್ರಿವೇಣಿಯವರ 'ಬೆಕ್ಕಿನಕಣ್ಣು' ಕಾದಂಬರಿಯನ್ನು! ಹೀಗಾಗಿ ತಮ್ಮ ನಿರ್ದೇಶನದ ಪ್ರಥಮ ಕನ್ನಡ ಚಿತ್ರಕ್ಕೂ ಪುಟ್ಟಣ್ಣ ಆಯ್ಕೆ ಮಾಡಿಕೊಂಡದ್ದು

ಇದೇ ತ್ರಿವೇಣಿಯವರ 'ಬೆಳ್ಳಿಮೋಡ' ಕಾದಂಬರಿಯನ್ನೇ! ಚಿತ್ರಕಥೆಯ ಹಂತದಲ್ಲೇ ಈ ಚಿತ್ರದ ನಾಯಕಿ ಹೇಗಿರಬೇಕೆನ್ನುವ ಕಲ್ಪನೆ ಪುಟ್ಟಣ್ಣನವರಿಗಿತ್ತು. ಈ ಪಾತ್ರದ ಆಯ್ಕೆಯ ಸಂದರ್ಭದಲ್ಲಿ ಪುಟ್ಟಣ್ಣನಿಗೆ ನೆನಪಾದದ್ದು ತಾವು ಒಂದು ಕಾಲದಲ್ಲಿ ಕಲ್ಪನಾ ಅವರಿಗೆ ಕೊಟ್ಟ ಪ್ರಾಮಿಸ್: 'ಸಾಕುಮಗಳು' ಚಿತ್ರದ ಚಿತ್ರೀಕರಣದಲ್ಲಿ ಪಂತುಲು ಅವರಿಂದ ಅವಮಾನಿತರಾದ ಕಲ್ಪನಾಗೆ ಪುಟ್ಟಣ್ಣ ಪ್ರಾಮಿಸ್ ಮಾಡಿರುತ್ತಾರೆ: 'ಎಂದಾದರೊಂದು ದಿನ ನಿನ್ನನ್ನು ದೊಡ್ಡ ಸ್ಟಾರ್ ಮಾಡುತ್ತೇನೆ, ಚಿಂತೆ ಮಾಡಬೇಡ...'–ಈ ಪ್ರಾಮಿಸ್ ನೆನಪಾಗಿ 'ಬೆಳ್ಳಿಮೋಡ' ಚಿತ್ರಕ್ಕೆ ಕಲ್ಪನಾರನ್ನೇ ನಾಯಕಿಯನ್ನಾಗಿ ಆಯ್ಕೆ ಮಾಡಿಕೊಳ್ಳುತ್ತಾರೆ ಪುಟ್ಟಣ್ಣ...

ಅಲ್ಲಿಂದ ಶುರುವಾದ ಪುಟ್ಟಣ್ಣ–ಕಲ್ಪನಾ ಕಾಂಬಿನೇಷನ್ ನಿರಂತರ ನಾಲ್ಕು ವರ್ಷಗಳ ಕಾಲ ಮುಂದುವರಿಯುತ್ತದೆ. ಈ ಅವಧಿಯಲ್ಲಿ ಅನೇಕ ವೈವಿಧ್ಯಮಯ ಪಾತ್ರಗಳಲ್ಲಿ ನಟಿಸಿ ಕರ್ನಾಟಕದಾದ್ಯಂತ ಮನೆಮಾತಾಗಿ ಅಭಿಮಾನಿಗಳಿಂದ 'ಮಿನುಗುತಾರೆ' ಎಂಬ ಸಾರ್ಥಕ ಬಿರುದನ್ನು ಪಡೆಯುತ್ತಾರೆ ಕಲ್ಪನಾ. ಮಧ್ಯಮವರ್ಗದ ಚಿತ್ರಾಸಕ್ತರನ್ನು, ಅದರಲ್ಲೂ ಮಹಿಳೆಯರನ್ನು ದೊಡ್ಡ ರೀತಿಯಲ್ಲಿ ಆಕರ್ಷಿಸಿದ ಮೊಟ್ಟ ಮೊದಲ ಕನ್ನಡದ ನಿರ್ದೇಶಕ ಪುಟ್ಟಣ್ಣ. ಇದಕ್ಕೆ ಪೂರಕವಾಗಿ ಕಾದಂಬರಿ ಆಧಾರಿತ ಚಿತ್ರಗಳ ಪಾತ್ರಕ್ಕೆ ಜೀವ ತುಂಬಿ ನಟಿಸಿದ ಖ್ಯಾತಿ ಕಲ್ಪನಾಗೆ ಸಲ್ಲಬೇಕು. ನಾಯಕ ಪ್ರಧಾನ ಚಿತ್ರರಂಗದಲ್ಲಿ ನಿರ್ದೇಶಕನಿಗೂ ಸಮಾನವಾದ ಸ್ಥಾನಮಾನ ತಂದು ಕೊಟ್ಟ ನಿರ್ದೇಶಕನೆಂಬ ಖ್ಯಾತಿ ಪಡೆದ ಪುಟ್ಟಣ್ಣ ತಮ್ಮ ಮೊದಲ ಚಿತ್ರಕ್ಕಾಗಿ ಆಯ್ಕೆ ಮಾಡಿಕೊಂಡ

ನಾಯಕ ಕಲ್ಯಾಣ್‌ಕುಮಾರ್. ನೆಗೆಟಿವ್ ಪಾತ್ರವಾದರೂ ಅಭಿನಯದಿಂದಲೇ ಪಾಸಿಟಿವ್ ಫೀಲ್ ಪಡೆದುಕೊಂಡ ನಟ ಈ ಕಲ್ಯಾಣಕುಮಾರ್! 'ಬೆಳ್ಳಿಮೋಡ' ಚಿತ್ರ ಕನ್ನಡ ಚಿತ್ರರಂಗದಲ್ಲಿ ಒಂದು ಹೊಸ ಅನುಭವವನ್ನೇ ಉಂಟು ಮಾಡಿತು. ಚಿತ್ರಪ್ರೇಮಿಗಳಲ್ಲಿ ಒಂದು ಹೊಸ ಸಂಚಲನವನ್ನೇ ಸೃಷ್ಟಿಸಿತು. ಕಾದಂಬರಿ ಸಾಹಿತ್ಯದಿಂದ ಆಯ್ದ ಅನೇಕ ಸ್ತ್ರೀ ಪಾತ್ರಗಳನ್ನು ತಮ್ಮದೇ ಶೈಲಿಯಲ್ಲಿ ಜೀವಂತವಾಗಿಸಿದ ವಿಶಿಷ್ಟ ಅಭಿನೇತ್ರಿ ಕಲ್ಪನಾ. ಹೀಗೆ ಯಾವ ದಿಕ್ಕಿನಿಂದ ನೋಡಿದರೂ 'ಬೆಳ್ಳಿಮೋಡ' ಚಿತ್ರ ಕನ್ನಡ ಚಿತ್ರರಂಗದಲ್ಲಿ ಒಂದು ಮೈಲುಗಲ್ಲಾಗಿ ನಿಂತಿತು.

ಹಾಗೆಯೇ ಕಲ್ಪನಾ ಅವರಿಗೂ ಒಳ್ಳೇ ಬ್ರೇಕ್ ನೀಡಿದ ಸಿನಿಮಾ ಇದಾಯಿತು. ಮುಂದೆ ತೆರೆಕಂಡ ಅದೇ ಪುಟ್ಟಣ್ಣ ನಿರ್ದೇಶನದ 'ಶರಪಂಜರ' ಚಿತ್ರ ಕಲ್ಪನಾ ಬದುಕಿನ ಅಲ್ಟಿಮೇಟ್ ಚಿತ್ರವಾಯಿತು. ಆದರೆ ಪುಟ್ಟಣ್ಣ-ಕಲ್ಪನಾ ಸಂಬಂಧ ಚಿರಕಾಲ ಉಳಿಯಲಿಲ್ಲ. 'ನಾಗರಹಾವು' ಚಿತ್ರದ ಒನಕೆ ಓಬವ್ವನ ಪಾತ್ರವನ್ನು ಪುಟ್ಟಣ್ಣ ಮೊದಲು ಆಫರ್ ನೀಡಿದ್ದು ಇದೇ ಕಲ್ಪನಾಗೆ. ಆದರೆ ಕಲ್ಪನಾ ಒಲ್ಲೆಯೆಂದರು. ಬದಲಿಗೆ ಶುಭಾ ಪಾತ್ರವನ್ನು ತಮಗೆ ನೀಡುವಂತೆ ಒತ್ತಡ ಏರಿದರು. ಪುಟ್ಟಣ್ಣ ಒಪ್ಪಲಿಲ್ಲ. ಹೀಗಾಗಿ ಓಬವ್ವನ ಪಾತ್ರ ಜಯಂತಿ ಪಾಲಾಯಿತು. ಪುಟ್ಟಣ್ಣ ಮತ್ತು ಕಲ್ಪನಾ ನಡುವಿನ ವಿರಸಕ್ಕೆ ಈ ಸಿನಿಮಾನೇ ಕಾರಣವಾಯಿತು.

ಮಿನುಗುತಾರೆ ಇಲ್ಲಿ ಮಲಗಿದ್ದಾರೆ...

ಒಂದು ಹಂತದಲ್ಲಿ ರಾಜ್‌ಕುಮಾರ್-ಕಲ್ಪನಾ ಜೋಡಿ ಜನಪ್ರಿಯವಾಗಿ ಜನರನ್ನು ರಂಜಿಸಿದವು. ಆದರೆ ಈ ಜೋಡಿ ಹೆಚ್ಚು ಕಾಲ ಬಾಳಲಿಲ್ಲ. ಇದಕ್ಕೆ ಕಲ್ಪನಾ ಅವರ 'ಅಹಂ' ಕಾರಣವಾಯಿತು. ಒಂದು ಗಾಸಿಪ್ ಚಾಲ್ತಿಯಲ್ಲಿದೆ: ಒಮ್ಮೆ ರಾಜ್‌ಕುಮಾರ್ ಅವರು ಕಲ್ಪನಾಗಾಗಿ ಕಾಯುತ್ತಾ ಕೂತಿದ್ದರಂತೆ. ಎಷ್ಟು ಹೊತ್ತಾದರೂ ಕಲ್ಪನಾ ಬರಲಿಲ್ಲ. ಬದಲಿಗೆ ಅವರ್ಸ್ ಖಡಕ್ ವಾಯ್ಸ್ ರಾಜ್‌ಕುಮಾರ್ ಅವರಿಗೆ ಕೇಳಿಸಿತಂತೆ: 'ಅಯ್ಯೋ ಕಾಯಲಿ ಬಿಡ್ರೀ, ನಾನು ಅವರಿಗಾಗಿ ಅದೆಷ್ಟು ಕಾದಿಲ್ಲ? ಈಗ ನನ್ನ ಸರದಿ ಕಾಯಲಿ ಬಿಡಿ...'-ಅಂದದ್ದು ರಾಜ್ ಅವರಿಗೆ ಕೇಳಿಸಿತಂತೆ. ಮತ್ತೊಂದು ಕ್ಷಣವನ್ನೂ ವ್ಯರ್ಥ ಮಾಡದೇ ರಾಜ್ ಎದ್ದು ಹೊರಟು ಬಿಟ್ಟರಂತೆ. ಅಲ್ಲಿಗೆ ರಾಜ್‌ಕುಮಾರ್-ಕಲ್ಪನಾ ಜೋಡಿ ಮುರಿದು ಬಿತ್ತು.

ಕೊನೆಗೆ ಸಿನಿಮಾಗಳಲ್ಲಿ ಯಾವ ಅವಕಾಶವೂ ಇಲ್ಲದೆ ಖಾಲಿ ಕೂತಿದ್ದ ಕಲ್ಪನಾರನ್ನು ಕರೆದು ನಾಟಕಗಳಲ್ಲಿ ಅಭಿನಯಿಸುವ ಅವಕಾಶ ಮಾಡಿಕೊಟ್ಟದ್ದು ಉತ್ತರ ಕರ್ನಾಟಕದ ನಾಟಕ ಕಂಪೆನಿ ಓನರ್ ಬಸವರಾಜ... ಅಲ್ಲಿಗೆ ಕಲ್ಪನಾ ಅವರ ಸಿನಿಮಾ ಸಂಬಂಧ ಕೂಡಾ ಮುರಿದು ಬಿತ್ತು. ಕೊನೆಗೆ ಬಸವರಾಜ... ರಿಂದ ಯಾವ ಪರಿ ಚಿತ್ರಹಿಂಸೆಗೆ ಒಳಗಾದರೆಂದರೆ ಆತ್ಮಹತ್ಯೆಯಲ್ಲದೇ ಬೇರೆ ದಾರಿ ಕಾಣಲಿಲ್ಲ ಕಲ್ಪನಾಗೆ. ಒಂದು ಕಾಲದ ಮಿನುಗುತಾರೆಯ ಅಂತ್ಯ ಹೀಗೆ ದುರಂತಕ್ಕೀಡಾಯಿತು...

ಚೆನ್ನೈ ಜೋಪಡಿಯಲ್ಲೇ ಕಳೆದು ಹೋದ ಕನ್ನಡದ ರತ್ನ!

'ಅಮ್ಮಾ ನಿನ್ನ ತೋಳಿನಲ್ಲಿ ಕಂದಾ ನಾನು'–ಎಂಬ ಹಾಡಿಗೆ ಸಂಗೀತ ಸಂಯೋಜಿಸಿದ ಆರ್. ರತ್ನ ಅವರ ಬದುಕಿನ ಪಡಿ ಪಾಟಲು

ಅಕ್ಷರಶಃ ಅದೊಂದು ಜೋಪಡಿ. ಚೆನ್ನೈನ ಕೆಳವರ್ಗದ ಕೂಲಿಕಾರರು ಬದುಕು ಕಂಡುಕೊಳ್ಳಬಹುದಾದಂಥಾ ಶೀಟಿನ ಪುಟ್ಟ ಹಟ್! ಸುಣ್ಣ ಬಣ್ಣ ಕಾಣದೇ ಅವೆಷ್ಟು ವರ್ಷಗಳಾಗಿದ್ದುವೋ? ಅಲ್ಲಲ್ಲಿ ಸಿಂಬಳದ ಗಲೀಜು. ಗೋಡೆ ತುಂಬಾ ತಿಗಣೆ ಕೊಂದ ಗುರುತುಗಳು. ಬಿರುಕು ಬಿಟ್ಟ ಗಾರೆಯ ಪ್ಲಾಸ್ಟರ್. ಒಂದೇ ಒಂದು ಕೋಣೆ. ಆ ಕೋಣೆಯ ಮೂಲೆಯೊಂದರಲ್ಲಿ ಹಾಸಿದ್ದ ಹರಕಲು ಚಾಪೆಯ ಮೇಲೆ ತೊಂಬತ್ತರ ವೃದ್ಧರೊಬ್ಬರ ಮೂಳೆಗಳ ಚಕ್ಕಳ. ಗಬ್ಬು ವಾಸನೆ ಬೀರುವ ದಿಂಬು. ಅದರ ಮೇಲೆ ಹರಿದು ಚಿಂದಿಯಾದ ಹಳೆಯ ಬಣ್ಣ ಮಾಸಿದ ಶಾಲು!

ನನ್ನನ್ನು ನೋಡುತ್ತಲೇ ಹುಬ್ಬಿಗೆ ಅಡ್ಡವಾಗಿ ಕೈ ಹಿಡಿಯುತ್ತಾ, ಹೊರಗಿನ ಬೆಳಕಿಗೆ ಕಣ್ಣು ಹೊಂದಿಸಲಾಗದೇ ಚಡಪಡಿಸುತ್ತಾ ಆ ವೃದ್ಧ ಎದ್ದು ನಿಲ್ಲುವ ಪ್ರಯತ್ನ ಪಟ್ಟರು. ಕೊನೆಗೆ ವಿಫಲರಾಗಿ ಹಾಸಿಗೆ ಮೇಲೆ ಕುಕ್ಕರಿಸಿದರು.

ಹಾಗೆ ಹಾಸಿಗೆ ಮೇಲೆ ಕುಕ್ಕರಿಸಿದ ವೃದ್ಧರ ಹೆಸರೇ ಆರ್. ರತ್ನ! ಇವರ ಪೂರ್ಣ ಕಥೆ ಕೇಳುವ ಮೊದಲೊಮ್ಮೆ ಈ ಗೀತೆಗಳನ್ನು ಗಮನಿಸಿ: 'ಅಮ್ಮಾ ನಿನ್ನ ತೋಳಿನಲ್ಲಿ ಕಂದಾ ನಾನು', 'ಈ ಚಂದದ

ಮನೆಯಲ್ಲಿ', 'ಈಶ್ವರನೆಂದರೂ ಒಬ್ಬನೇ', 'ಹೋಗದಿರೀ ಸೋದರರೇ', 'ಚೆಲುವಿನ ಗಣಿಯಾಗಿ ನಮ್ಮೂರ', 'ಮಮತೆಯ ತೋಟದ ಮನೆಯಲ್ಲಿ', 'ಚೂರಾಯಿತೇ ಒಲವಿನ ಚಿತ್ರ', 'ಕದ್ದು ನೋಡುವೆ ಏಕೆ ಎಲೆ ಹೆಣ್ಣೇ', 'ಇಂದು ನಿನ್ನ ಜನುಮ ದಿನ ಇರಲಿ ನಿನಗೆ ಬುದ್ಧಿ ಮನ', 'ನಾನೋಡಿ ನಲಿಯುವ ಕಾರವಾರ', 'ಬೆಳೆದಿದೆ ನೋಡಾ ಬೆಂಗಳೂರು ನಗರ'...

ಇಂಥಾ ಇಂಪಾದ ಗೀತೆಗಳಿಗೆ ಸಂಗೀತ ಸಂಯೋಜಿಸಿದವರು ಬೇರೆ ಯಾರೂ ಅಲ್ಲ, ಅದೇ ಕೊಳಕು ಹಾಸಿಗೆ ಮೇಲೆ ಮುದ್ದೆಯಾಗಿ ಬಿದ್ದಿರುವ ಆರ್. ರತ್ನ! ಕ್ಷಣ ಕಾಲ ದಿಗ್ಭ್ರಮೆಗೊಂಡದ್ದು ನಿಜ. ಬರೋಬ್ಬರಿ ಅರವತ್ತು ಕನ್ನಡ ಸಿನಿಮಾಗಳಿಗೆ ಸಂಗೀತ ನಿರ್ದೇಶಕರಾಗಿ ಕೆಲಸ ಮಾಡಿದ್ದು ಇವರೇನಾ? ಈಗಲೂ ದಿನ ಬೆಳಗಾದರೆ ಬೆಂಗಳೂರಿನ ಸಂಗೀತ ಪ್ರಿಯರಿಗೆ FM ಮೂಲಕ, ಆಕಾಶವಾಣಿ, ದೂರದರ್ಶನ ಚಂದನ ಮೂಲಕ ಸಂಗೀತ ರಸದೌತಣ ನೀಡುತ್ತಿರುವ ಸಂಗೀತ ಸಾರ್ವಭೌಮ ಇವರೇನಾ? ನನಗೆ ನಂಬಲಾಗಲಿಲ್ಲ. ಆದರೆ ನಂಬಲೇಬೇಕು, ಏಕೆಂದರೆ ಇದು ನಿಜ...

ರತ್ನ ಸ್ವಲ್ಪ ಚುರುಕಾದಂತೆ ಕಂಡರು. ಬಹಳ ವರ್ಷಗಳ ನಂತರ ಕನ್ನಡಿಗರನ್ನು ಭೇಟಿಯಾದ ಸಂಭ್ರಮ ಅವರ ಮುಖದಲ್ಲಿತ್ತು. ನಮಸ್ಕರಿಸಿದ ಕೈಯನ್ನು ಬೇರ್ಪಡಿಸಲು ಮರೆತ ಅವರು ಒಂದು ಕ್ಷಣ ವಿಚಲಿತರಾದಂತೆ ಕಂಡರು. ಮರುಕ್ಷಣ ಸಾವರಿಸಿಕೊಂಡು ಗೋಡೆಗೆ ಒರಗಿಸಿದ್ದ ದಿಂಬಿಗೆ ಬೆನ್ನನ್ನು ಆನಿಸುತ್ತಾ ಪಕ್ಕದಲ್ಲಿರಿಸಿದ್ದ ಪುಟ್ಟ ಪ್ಲಾಸ್ಟಿಕ್ ಡಬ್ಬಾದೊಳಗಿನ

ಕಲ್ಲುಸಕ್ಕರೆಯ ತುಂಡೊಂದನ್ನು ಬೊಚ್ಚು ಬಾಯಿಗಿಟ್ಟು ಪಚಪಚ ಅಂತ ಚಪ್ಪರಿಸತೊಡಗಿದರು.

ನನ್ನನ್ನು ಕಾಡುತ್ತಿದ್ದ ಒಂದೇ ಒಂದು ಪ್ರಶ್ನೆ ಅಂದರೆ: 'ಒಂದು ಕಾಲದಲ್ಲಿ ಕನ್ನಡ ಚಿತ್ರರಂಗದಲ್ಲಿ ಮೆರೆದ ಸಂಗೀತ ಸಾಮ್ರಾಟನ ಈ ಚಿಂತಾಜನಕ ದುಃಸ್ಥಿತಿಗೆ ಯಾರು ಕಾರಣ?'–ನನ್ನ ಪ್ರಶ್ನೆ ಕೇಳಿ ಬೊಚ್ಚು ಬಾಯಿಯಡಿ ನಗುತ್ತಾ ರತ್ನ ಉತ್ತರಿಸಿದರು: 'ನಾನೇ, ನನಗೆ ನಾನೇ ಕಾರಣ. ಹಣ ಕೂಡಿಡಲಿಲ್ಲ. ಕೂಡಿಡಲು ಹಣ ಸಾಕಾಗುತ್ತಿರಲಿಲ್ಲ. ಅಪ್ಪ ನನ್ಗೆ ಒಂದು ಮದ್ವೆ ಮಾಡಿದರು. ನಾನು ಮತ್ತೊಂದು ಮಾಡಿಕೊಂಡೆ. ಎರಡು ಸಂಸಾರ. ನಾಲ್ಕು ಮಕ್ಕಳು. ಆರ್ಥಿಕವಾಗಿ ದಿವಾಳಿ ಎದ್ದು ಹೋದೆ. ಆದ್ರೆ ಮಾನಸಿಕವಾಗಿ ಈಗಲೂ ಸದೃಢವಾಗಿದ್ದೇನೆ. ಯಾರಾದ್ರೂ ಕರೆದು ಅವಕಾಶ ಮಾಡಿ ಕೊಟ್ರೆ ಈಗಲೂ ಸಂಗೀತ ನಿರ್ದೇಶಿಸಲೂ ರೆಡಿ...'–ಎಂದು ಹೇಳುತ್ತಾ ಹೇಳುತ್ತಾ ರತ್ನ ಮೂಡಿಗೆ ಬಂದವರಂತೆ ಹಾಡತೊಡಗಿದರು: 'ಅಮ್ಮ ನಿನ್ನ ತೋಳಿನಲ್ಲಿ ಕಂದಾ ನಾನು...'–ಪುಟ್ಟಣ್ಣ ಕಣಗಾಲ್ ನಿರ್ದೇಶಿಸಿದ 'ಕಪ್ಪು ಬಿಳುಪು' ಚಿತ್ರದ ಈ ಹಾಡನ್ನು ಸುಶ್ರಾವ್ಯವಾಗಿ ಹಾಡುತ್ತಿರುವಂತೆಯೇ ರತ್ನ ಅವರಿಗೆ ಅದೇನು ನೆನಪಾಯಿತೋ ಏನೋ... ಫ್ಲ್ಯಾಶ್ ಬ್ಯಾಕ್‌ಗೆ ಮರಳಿದರು: 'ಆ ಸಿನಿಮಾದ ಪ್ರೀವ್ಯೂ ಸಂದರ್ಭದಲ್ಲಿ ನೋಡಿದವರೆಲ್ಲಾ ನನ್ನ ಸಂಗೀತವನ್ನು ಹೊಗಳೋರು. ನಿರೂಪಣೆ, ಅಭಿನಯ, ಲೊಕೇಶನ್, ಸಾಹಿತ್ಯ, ಸಂಭಾಷಣೆಗಳನ್ನೆಲ್ಲಾ ಬಿಟ್ಟು ನನ್ನ ಸಂಗೀತದ ಬಗ್ಗೆ ಮಾತ್ರ ಜನ ಕಾಮೆಂಟ್ ಮಾಡುತ್ತಿದ್ದುದರಿಂದಲೇ ರೊಚ್ಚಿಗೆದ್ದ ಪುಟ್ಟಣ್ಣ ಸಿಡುಕೋರು. ಈ ಕಾರಣಕ್ಕಾಗಿಯೇ ಅವರು ತಮ್ಮ ಮುಂದಿನ ಚಿತ್ರಗಳಲ್ಲಿ ನನಗೆ ಅವಕಾಶ ನೀಡಲಿಲ್ಲ...'–ಎಂದು ಹೇಳುತ್ತಾ ರತ್ನ ತಮ್ಮ ಬೊಚ್ಚು ಬಾಯಿ ತುಂಬಾ ನಕ್ಕರು... ರತ್ನ ವರಿಗೆ ಮತ್ತೊಂದು ಹಾಡು ನೆನಪಾಗಿರಬೇಕು. ಕಂಠವನ್ನು ಸರಿಪಡಿಸುತ್ತಾ ಹಾಡತೊಡಗಿದರು: 'ಈಶ್ವರನೆಂದರೂ ಒಬ್ಬನೇ, ಅಲ್ಲಾ ಎಂದರೂ ಒಬ್ಬನೇ, ರಾಮನು ಅವನೇ, ರಹೀಮನೂ ಅವನೇ...'–ಹಿಂದೆಯೇ ಮತ್ತೊಂದು: 'ಮಮತೆಯ ತೋಟದ ಮಡಿಲಲ್ಲಿ... ಮರುಗುವೆ ಏತಕೆ ನೀನಿಲ್ಲಿ...'–ಇವರೇನು ಸಂಗೀತ ನಿರ್ದೇಶಕರೋ ಅಥವಾ ಗಾಯಕರೋ ಎನ್ನುವ ಅನುಮಾನ ಮೂಡುವಷ್ಟು ಚೆನ್ನಾಗಿ ಹಾಡಿದರು!

ನಂತರ ಏನೋ ನೆನಪಾದವರಂತೆ ತಮ್ಮಲ್ಲಿ ತಾವೇ ಗೊಣಗುತ್ತಾ ಹೇಳಿಕೊಂಡರು: 'ನನ್ನ ಇಷ್ಟು ವರ್ಷಗಳ ಸಾಧನೆ ಗುರುತಿಸಿ ಸರ್ಕಾರ ನನಗೆ ಪ್ರಶಸ್ತಿ ಕೊಟ್ಟು ಗೌರವಿಸಬೇಕಿತ್ತು. ಆದರೆ ಅದರದ್ದು ಜಾಣ ಕಿವುಡು. ಆದ್ರೂ ಬೇಜಾರಿಲ್ಲ. ಅಭಿಮಾನಿಗಳ ಅಭಿಮಾನದ ಮೆಚ್ಚುಗೆಯೇ ನನಗೆ ಪ್ರಶಸ್ತಿ. ಅಭಿಮಾನಿ ಅಂದಾಗ ನನಗೆ ನೆನಪಾಗುವ ಹೆಸರು ಬೆಂಗಳೂರಿನ ವೆಂಕಟರಾಮಯ್ಯ. ಸಾಮಾನ್ಯವಾಗಿ ಮಕ್ಕಳನ್ನು ದತ್ತು ತಗೋತಾರೆ, ಆದ್ರೆ ವೆಂಕಟರಾಮಯ್ಯ ಈ ತಂದೆಯನ್ನೇ ದತ್ತು ತಗೊಂಡಿದ್ದಾರೆ! ನನ್ನನ್ನು ಬೆಂಗಳೂರಿಗೆ ಕರೆದಿದ್ದಾರೆ. 'ಅಲ್ಲೇ ಇರಿ ನನ್ನೊಟ್ಟಿಗೆ' ಎಂದೂ ಆಶ್ವಾಸನೆ ಕೊಟ್ಟಿದ್ದಾರೆ...

'ಇನ್ನು ನನ್ನ ಬಗೆಗಿನ ಇತರ ವಿವರ ಹೀಗಿವೆ: 'ವಾಲ್ಮೀಕಿ' ಎಂಬ ಹೆಸರಿನ ಕನ್ನಡ ಸಿನಿಮಾವನ್ನು ಮದರಾಸಿನಲ್ಲಿ ತೆಲುಗಿಗೆ ಡಬ್ ಮಾಡುತ್ತಿದ್ದರು. ಸಿ.ವಿ. ಶಿವಶಂಕರ್ ಅವರ ಉಸ್ತುವಾರಿ. ನಾನು ಹಾರ್ಮೋನಿಯಂ ಹಿಡಿದು ಕೂತಿದ್ದೆ. ಶಿವಶಂಕರ್‌ಗೆ ಏನನ್ನಿಸಿತೋ ಏನೋ, ಒಂದು ಪಲ್ಲವಿ ಬರೆದು ಕೊಟ್ಟು ರಾಗ ಸಂಯೋಜಿಸುವಂತೆ ಹೇಳಿ ಕಾಫಿಗೆ ಹೊರಟರು. ಅವರು ಹಿಂದಿರುಗಿ ಬರುವಷ್ಟರಲ್ಲಿ ಹಾಡು ರೆಡಿ ಮಾಡಿಟ್ಟುಕೊಂಡಿದ್ದೆ: 'ಮನೆ ಕಟ್ಟಿ ನೋಡು ಮದುವೆ ಮಾಡಿ ನೋಡು...'-ಹಾಡುತ್ತಾ ಹೋದರು ರತ್ನ. ಸಾಹಿತ್ಯ ಮರೆತ ಕಡೆ ರಾಗವಾಗಿ ಏನನ್ನೋ ಗೊಣಗುತ್ತಾ, ಹಾಡುತ್ತಾ ಭಾವ ಪರವಶರಾದರು ಅವರು. ನಂತರ ಮಾತಿಗಿಳಿದರು: 'ಕೆ.ಎನ್. ಟೇಲರ್ ಅವರ ಒಂದು ತುಳು ಸಿನಿಮಾಕ್ಕೆ ಸಂಗೀತ ನೀಡಿದ್ದೇನೆ. 'ರಾಜ್ ದುಲ್ಹಾರಿ' ಎಂಬ ಹಿಂದಿ ಸಿನಿಮಾಕ್ಕೆ 1961 ರಲ್ಲಿ ಸಂಗೀತ ಸಂಯೋಜಿಸಿದ್ದೇನೆ. ಅದರಲ್ಲಿ ಮನ್ನಾಡೇ, ಮಹೇಂದ್ರ ಕಪೂರ್, ಸುಮನ್ ಕಲ್ಯಾಣ್‌ಪುರ್ ಹಾಡಿದ್ದಾರೆ. ಲತಾ ನನ್ನ ಫೇವರಿಟ್. ಆಕೆಯೇ ಬೇಕೂಂತ ಹಠ ಹಿಡಿದೆ. ಆದ್ರೆ ಆಕೆ ಮಹಾ ಗರ್ವಿಷ್ಠೆ. ಒಪ್ಪಲಿಲ್ಲ, ಸಿಗಲಿಲ್ಲ. ಒಂದು ಇಂಗ್ಲೀಷ್ ಸಿನಿಮಾಕ್ಕೂ ಸಂಗೀತ ನೀಡಿದ್ದೇನೆ. ಅದರ ಹೆಸರು: 'ಮಿರರ್ ಆಫ್ ಇಂಡಿಯಾ'...

ಈಯಪ್ಪನಿಗೆ ಒಂದು ಕೀಟಲೆಯ ಪ್ರಶ್ನೆ ಕೇಳುವ ಮನಸ್ಸಾಯಿತು: 'ನಿಮ್ಗೆ ಗುಂಡು-ಗಿಂಡು ಹಾಕುವ ಅಭ್ಯಾಸವೇನಾದ್ರೂ ಇದೆಯಾ?'- ಪ್ರಶ್ನೆ ಕೇಳಿ ಮುಸಿ ಮುಸಿ ನಕ್ಕರು ರತ್ನ: 'ಹೌದು, ಬೆಂಗ್ಳೂರು ಹವೆ ನನ್ಗೆ ಹಿಡಿಸೋದಿಲ್ಲ. ಚಳಿ ಮೈಗೆ

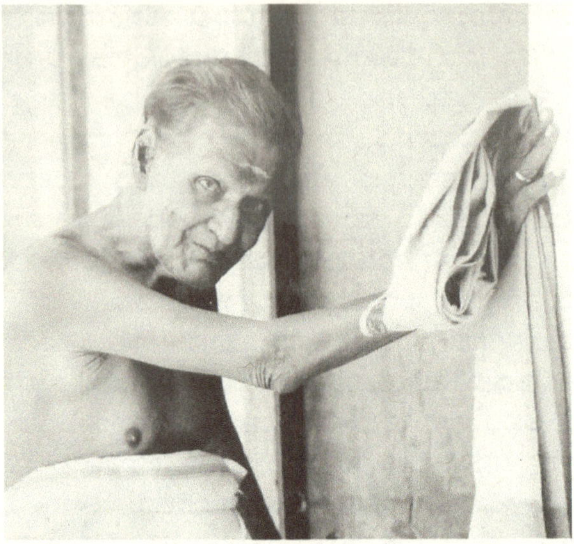

ಆಗೋದಿಲ್ಲ. ದಮ್ಮು ಕಟ್ಟುತ್ತದೆ. ಹೀಗಾಗಿ ಸ್ವಲ್ಪ ಗುಂಡು ಹಾಕ್ಕೊಂಡು ಮಲಗಿ ಬಿಡುತ್ತೇನೆ...'–ಎಂದು ಹೇಳುತ್ತಾ ಬೊಚ್ಚು ಬಾಯಿಯ ತುಟಿಗಳೆಡೆಯಿಂದ ತೂರಿ ಬಂದ ಕಫವನ್ನು ನಾಲಗೆಯಿಂದ ಸವರುತ್ತಾ ಮತ್ತೊಂದು ಹಾಡಿನತ್ತ ಹೊರಳಿಕೊಂಡರು: 'ಮಮತೆಯ ತೋಟದ ಮಡಿಲಲ್ಲಿ ಮರುಗುವೆ ಏತಕೆ ನೀನಿಲ್ಲಿ...'–ಹಾಡುತ್ತಾ ಹಾಡುತ್ತಾ ಮೈ ಮರೆತ ರತ್ನ ಹಾಡುತ್ತಲೇ ಮಾತಾಡುತ್ತಿದ್ದರೋ ಅಥವಾ ಮಾತಾಡುತ್ತಾ ಹಾಡುತ್ತಿದ್ದರೋ ಎನ್ನುವ ಸಂಶಯ ಕಾಡಿತು ನನಗೆ..

ಸಂದರ್ಶನ ಮುಗಿದಿತ್ತು. ಫೋಟೋ ಸೆಷನ್ ನಂತರ ನಾನು ಎದ್ದು ನಿಂತೆ. ಹೊರಟು ನಿಂತ ಆ ಘಳಿಗೆಯಲ್ಲಿ ರತ್ನ ಕೂಡಾ ಎದ್ದು ನಿಂತರು! ಹತ್ತಿರ ಬಂದು ಗಾಢವಾಗಿ ಕೈ ಹಿಡಿದು ಕಣ್ಣ ರೆಪ್ಪೆಯಲ್ಲಿ ನೀರು ತಂದುಕೊಂಡರು. ಅವ್ಯಕ್ತ ನೋವಿನಿಂದ ಚಡಪಡಿಸುತ್ತಲೇ ನನ್ನನ್ನು ಬೀಳ್ಕೊಟ್ಟರು ರತ್ನ...

ಈ ಭೇಟಿ ಮುಗಿದು ವರ್ಷಗಳೇ ಕಳೆದು ಹೋದುವು. ಒಂದು ಮುಂಜಾನೆ ವೆಂಕಟರಾಮಯ್ಯ ಫೋನ್ ಮಾಡಿ 'ಅಪ್ಪ ಹೋಗ್ಬಿಟ್ರು' ಅಂದ್ರು...

ಕಥೆಗಾರನ ಬದುಕೇ ಕಥೆಯಾದ ಕಥೆ!

ಗಾರೆ ಕರಣೆ ಹಿಡಿದು ಬಂದವನಿಗೆ
ಕರುಣೆ ತೋರಲಿಲ್ಲ ಪಳನಿ ಸ್ವಾಮಿ!

ಅಬ್ಬಾಯಿ ನಾಯ್ಡು ಸ್ಟುಡಿಯೋ ಗೊತ್ತು. ಆದರೆ ಯಾರು ಈ ಅಬ್ಬಾಯಿ ನಾಯ್ಡು? ಕನ್ನಡ ಚಿತ್ರರಂಗ ಕಂಡ ಒಂದು ಕಾಲದ ಪ್ರತಿಷ್ಠಿತ ನಿರ್ಮಾಪಕರಾಗಿದ್ದ ಅಬ್ಬಾಯಿ ನಾಯ್ಡು ಈಗಿನ ಪೀಳಿಗೆಯ ಮಂದಿಗೆ ನೆನಪಾಗಿ ಕೂಡಾ ಉಳಿದಿಲ್ಲ. ಹೀಗಾಗಿ ಈ ಚಿತ್ರ ಸಾಹಸಿಯ ರೋಚಕ ಬದುಕಿನ ಬಗ್ಗೆ ಒಂದು ಪುಟ್ಟ ಪರಿಚಯ ಇಲ್ಲಿದೆ:

ಕೇವಲ 4ನೇ ಕ್ಲಾಸು ಓದಿದ, ವೃತ್ತಿಯಲ್ಲಿ ಗಾರೆ ಕಾರ್ಮಿಕರಾಗಿದ್ದ ಅಬ್ಬಾಯಿ ನಾಯ್ಡು ಒಂದು ಕಾಲದಲ್ಲಿ ಇಡಿಯ ಕನ್ನಡ ಚಿತ್ರರಂಗವನ್ನೇ ತಮ್ಮ ಬಿಗಿ ಮುಷ್ಟಿಯಲ್ಲಿ ಹಿಡಿದಿಟ್ಟುಕೊಂಡಿದ್ದ ಮಹಾನ್ ಸಾಹಸಿ. ಬೆಂಗಳೂರಿನ ಚಿಕ್ಕಲಸಂದ್ರದಲ್ಲಿರುವ ಇವರ ಸ್ಟುಡಿಯೋದ ನಿಜವಾದ ಹೆಸರು: 'ಅಬ್ಬಾಯಿ ನಾಯ್ಡು ಸ್ಟುಡಿಯೋ' ಎಂದಲ್ಲ. ಅಬ್ಬಾಯಿ ನಾಯ್ಡು ತಮ್ಮ ಮಗ ಮಧುಕರನ ಹೆಸರಿನಲ್ಲಿ ಸ್ಥಾಪಿಸಿದ 'ಮಧು ಆರ್ಟ್ ಸ್ಟುಡಿಯೋ'.

ಇದೊಂದು ಸಾಹಸಗಾಥೆ. ಕರಣೆ ಕೈಯ್ಯಲ್ಲಿ ಹಿಡಿದು ಗಾರೆ ಕೆಲಸ ಮಾಡಿಕೊಂಡಿದ್ದ

ಶ್ರಮಿಕನೊಬ್ಬನ ಯಶೋಗಾಥೆ! ಇವರ ವೃತ್ತಿ ಬದುಕು ಆರಂಭವಾದದ್ದು ಗಾರೆ ಕೆಲಸದಿಂದ. ನಂತರ ಮನೆ ಕಟ್ಟುವ ಕೆಲಸಕ್ಕೆ ಹೊರಟರು ಅಬ್ಬಾಯಿ ನಾಯ್ಡು. ಕ್ರಮೇಣ ಕಂಟ್ರಾಕ್ಟರ್ ಆದರು. ಆ ಮೇಲೆ ಹತ್ತಾರು ಮಂದಿಯನ್ನಿಟ್ಟುಕೊಂಡು ಕೆಲಸ ಮಾಡಿಸುವ ಮೇಸ್ತ್ರಿಯಾದರು. ಈ ನಡುವೆ ನಾಟಕಗಳಲ್ಲಿ ನಟಿಸುತ್ತಲೇ ಸಿನಿಮಾಕ್ಕೆ ಎಂಟ್ರಿ ಕೊಟ್ಟರು ನೋಡಿ...!

ಚಿತ್ತೂರು ಹತ್ತಿರದ ರಂಗಾಪುರಂನಿಂದ ಬೆಂಗಳೂರಿಗೆ ಬಂದ ಅಬ್ಬಾಯಿ ನಾಯ್ಡು ತಾವು ಕೈಲಿ ಹಿಡಿದ ಗಾರೆ ಕೆಲಸದ ಕರಣೆಯನ್ನೇ ತಮ್ಮ ಪ್ರೊಡಕ್ಷನ್‌ನ ಲಾಂಛನವನ್ನಾಗಿ ಮಾಡಿಕೊಂಡು ಸಿನಿಮಾ ನಿರ್ಮಾಣದ ಕಂಕಣ ತೊಟ್ಟರು. ಹೀಗೆ ಅಬ್ಬಾಯಿ ನಾಯ್ಡು ಕಟ್ಟಿಕೊಂಡ ಸಂಸ್ಥೆಗೆ ಇಟ್ಟ ಹೆಸರು: 'ಮಧು ಆರ್ಟ್ ಫಿಲಂಸ್'. ತಯಾರಿಸಿದ ಮೊದಲ ಚಿತ್ರ: 'ಹೂವು ಮುಳ್ಳು'. ನಾಯಕ: ಉದಯಕುಮಾರ್.

ಬರೆಯಲು ಬಾರದಿದ್ದರೂ ಕಥೆಗಾರರಾದರು! ಇವರು ಬೇರೆಯವರಿಗೆ ಕಥೆ ಹೇಳಿ ಅವರಿಂದ ಬರೆಸಿಕೊಂಡರು. ಹೀಗೆ ಬರೆಸಿದ ಎರಡು ಕಥೆಗಳ ಸಿನೆಮಾಗಳನ್ನು ತಾವೇ ನಿರ್ಮಿಸಿದರು: 'ಮಾತೃಭೂಮಿ' ಮತ್ತು 'ಹೂವುಮುಳ್ಳು'. ಸ್ವಲ್ಪ ಗ್ಯಾಪ್ ನಂತರ ನಿರ್ಮಿಸಿದ ಮೂರನೇ ಚಿತ್ರ: 'ಸೇಡಿಗೆ ಸೇಡು'. ಯಾರೋ ಛೇಡಿಸಿದರು: 'ಮೂರಕ್ಕೆ ಮುಕ್ತಾಯ'! ಅಬ್ಬಾಯಿ ಸೆಟೆದು ನಿಂತರು. ಈ ಸಾರಿ ಡಾ. ರಾಜ್‌ಕುಮಾರ್ ಕಾಲ್‌ಶೀಟ್ ಪಡೆದು 'ಬಂಗಾರದ ಪಂಜರ' ಚಿತ್ರವನ್ನು ನಿರ್ಮಿಸಿದರು. ಆ ಮೂಲಕ ಕನ್ನಡ ಚಿತ್ರರಂಗದ ಪ್ರತಿಷ್ಠಿತ ನಿರ್ಮಾಪಕರಾದರು! ಈ ಚಿತ್ರ ಚೆನ್ನಾಗಿ ದುಡ್ಡು ಮಾಡಿತು. ಆದರೆ

ಲಾಭವಾದದ್ದು ಹಂಚಿಕೆದಾರರಿಗೆ! ಅಬ್ಬಾಯಿ ತಲೆ ಕೆಡಿಸಿಕೊಳ್ಳಲಿಲ್ಲ. ಮತ್ತೊಮ್ಮೆ ರಾಜಕುಮಾರ್ ಕಾಲ್‌ಶೀಟ್ ಪಡೆದು 'ರಾಜಾ ನನ್ನ ರಾಜಾ' ಚಿತ್ರವನ್ನು ನಿರ್ಮಿಸಿದರು. 1976ನೇ ಜೂನ್ 4 ರಂದು ಈ ಚಿತ್ರ ತೆರೆ ಕಂಡಿತು. ಇದರೊಂದಿಗೆ ಅಬ್ಬಾಯಿ ಅವರ ಇಮೇಜ್ ಕೂಡಾ ಆಕಾಶಕ್ಕೇರಿತು! ಯಕಃಶ್ಚಿತ್ ಗಾರೆ ಕೆಲಸದವ ಈ ಮಟ್ಟಕ್ಕೇರಿದ್ದು ಹಿತಶತ್ರುಗಳ ಅಚ್ಚರಿಗೆ ಕಾರಣವಾಯಿತು! 'ರಾಜಾ ನನ್ನ ರಾಜಾ' ಚಿತ್ರದ

ನಂತರ ಅಬ್ಬಾಯಿಯವರಿಗೆ ರಾಜ್‌ಕುಮಾರ್ ಕಾಲ್‌ಶೀಟ್ ಸಿಗಲಿಲ್ಲ. ತಕ್ಷಣವೇ ಶಂಕರನಾಗರನ್ನು ನಾಯಕರನ್ನಾಗಿ ಮಾಡಿ 'ಸೀತಾರಾಮು' ಚಿತ್ರ ನಿರ್ಮಿಸಿದರು. ಮಂಜುಳಾ ನಾಯಕಿ. ಸ್ಟಾರ್ ನಿರ್ದೇಶಕರೆಂದೇ ಹೆಸರಾದ ವಿ. ಸೋಮಶೇಖರ್ ಕೈಲಿ ನಿರ್ದೇಶಿಸಿದರು. ಯಾವ ಕಾರಣಕ್ಕೂ ಸಿನೆಮಾದ ಕ್ವಾಲಿಟಿ ಸೊರಗಬಾರದೆಂದು ಅಲ್ಲಿ ಇಲ್ಲಿಂದ ಸಾಲ ಎತ್ತಿ ದೊಡ್ಡ ಮಟ್ಟದಲ್ಲೇ ಸಿನಿಮಾ ಮಾಡಿದರು. ಈ ಚಿತ್ರದಿಂದಾಗಿ ಅಬ್ಬಾಯಿ ನೆರೆ ರಾಜ್ಯಗಳಲ್ಲೂ ಫೇಮಸ್ ಆದರು! ಶಂಕರನಾಗ್ ಮತ್ತು ಮಂಜುಳಾಗೆ ಕನ್ನಡ ಚಿತ್ರರಂಗದಲ್ಲಿ ವಿಶೇಷ ಸ್ಥಾನಮಾನ ನೀಡಿದ ಚಿತ್ರವಿದು. ಅಬ್ಬಾಯಿ ಅದೃಷ್ಟ ನೆಟ್ಟಗಿತ್ತು. ಭರ್ಜರಿ ಕಲೆಕ್ಷನ್ ಕಂಡಿತು.

'ಸೀತಾರಾಮು' ಚಿತ್ರದ ನಂತರ ತಾವು ನಿರ್ಮಿಸಲು ಉದ್ದೇಶಿಸಿದ ಚಿತ್ರಗಳಿಗೆ ತಕ್ಕ ಸ್ಟುಡಿಯೋ ಸಲಕರಣೆಗಳು ಸಿಗಲಿಲ್ಲ ಎನ್ನುವ ಕಾರಣಕ್ಕೆ ತಾವೇ ಸ್ಟುಡಿಯೋವೊಂದನ್ನು ಸ್ಥಾಪಿಸಲು ಮುಂದಾದರು! ಈ ನಡುವೆಯೇ ಶಂಕರನಾಗ್‌ರನ್ನು ಹಾಕಿಕೊಂಡು 'ಮೂಗನ ಸೇಡು' ಚಿತ್ರವನ್ನು ನಿರ್ಮಿಸಿದರು. ಆರ್ಥಿಕ ತೊಂದರೆಯಿಂದಾಗಿ ಸಾಲಸೋಲ ಮಾಡಿದರು. ಯಾರದ್ದೋ ಮಾತು ಕೇಳಿ ಇದೇ ಚಿತ್ರವನ್ನು ತೆಲುಗಿನಲ್ಲೂ ನಿರ್ಮಿಸಿದರು. ಎರಡೂ ಕೈಕೊಟ್ಟಿತು. ಅಬ್ಬಾಯಿ ಬದುಕಿನಲ್ಲಿ ದುರಾದೃಷ್ಟ ವಕ್ಕರಿಸಿ ಬಿಟ್ಟಿತು! ಆದರೆ ಹಠಮಾರಿ ಅಬ್ಬಾಯಿ ದುರಾದೃಷ್ಟಕ್ಕೂ ಸವಾಲು ಹಾಕಿ 'ತಾಯಿಯ ಮಡಿಲಲ್ಲಿ' ಎಂಬ ಚಿತ್ರವನ್ನು ನಿರ್ಮಿಸಿದರು. ಆರತಿ, ಅಶೋಕ್, ಉದಯಕುಮಾರ್, ಬಾಲಕೃಷ್ಣ, ಪ್ರಭಾಕರ್, ಮುಸುರಿ ಕೃಷ್ಣಮೂರ್ತಿ, ಲೀಲಾವತಿ ಮೊದಲಾದ ದೊಡ್ಡ ತಾರಾಗಣವೇ ಇತ್ತು. ಅಬ್ಬಾಯಿ ಅವರ ನಿಜ ಬದುಕಿನ ಕಥೆ ಹೊಂದಿದ್ದ ಈ ಸಿನೆಮಾ ಅದ್ಭುತ ಯಶಸ್ಸು ಪಡೆಯಿತು. 1982 ರಲ್ಲಿ 'ಚೆಲ್ಲಿದ ರಕ್ತ' ಚಿತ್ರ ನಿರ್ಮಿಸಿ ಮತ್ತೆ ಆರ್ಥಿಕವಾಗಿ ಕಂಗಾಲಾದರು. ಹಠ ಬಿಡದ ಅಬ್ಬಾಯಿ ವಿಷ್ಣುವರ್ಧನ್ ಕಾಲ್‌ಶೀಟ್ ಪಡೆದು 'ಕಾರ್ಮಿಕ ಕಳ್ಳನಲ್ಲ' ಎಂಬ ಚಿತ್ರವನ್ನು ನಿರ್ಮಿಸಿದರು. ಯಥಾ ಪ್ರಕಾರ ದೊಡ್ಡ ತಾರಾಬಳಗವಿತ್ತು. ವಿಷ್ಣು ಜೊತೆ ಶಂಕರನಾಗ್,

ದ್ವಾರಕೀಶ್, ಪ್ರಭಾಕರ್, ವಜ್ರಮುನಿ, ಆರತಿ, ಮಾನು... ಮತ್ತೆ ದುರಾದೃಷ್ಟ ವಕ್ಕರಿಸಿತು. ಅಬ್ಬಾಯಿ ನೆಲಕಚ್ಚಿದರು.

'ಎಲ್ಲಿ ಕಳಕೊಂಡಿದ್ದೀಯೋ ಅಲ್ಲೇ ಪಡೆ'–ಎಂಬ ಚಿತ್ರರಂಗದ ಅಘೋಷಿತ ನಿಯಮದಂತೆ ಮತ್ತೆ ಸಾಲಸೋಲ ಮಾಡಿ 'ತಾಯಿಯ ನುಡಿ' ಎಂಬ ಚಿತ್ರವನ್ನು ನಿರ್ಮಿಸಿದರು. ನಾಯಕನನ್ನಾಗಿ ಕಲ್ಯಾಣಕುಮಾರ್ ಅವರನ್ನು

ಆಯ್ಕೆ ಮಾಡಿಕೊಂಡರು. ಆಗ ಏನೇನೂ ಬೇಡಿಕೆಯಿಲ್ಲದ ಕಲ್ಯಾಣಕುಮಾರ್ ಅವರನ್ನು ಆಯ್ಕೆ ಮಾಡುವ ಮುನ್ನ ನಾಲ್ಕಾರು ನಟರ ಹೆಸರನ್ನು ಬರೆದು ಚೀಟಿ ಎತ್ತಿದಾಗ ಕಲ್ಯಾಣಕುಮಾರ್ ಹೆಸರು ಕೈಗೆ ಬಂತು! ಮತ್ತೆ ಅದೃಷ್ಟ ಅಬ್ಬಾಯಿ ಪರವಾಗಿತ್ತು. ಈ ಚಿತ್ರ ಶತದಿನ ಓಡಿ ದಾಖಲೆ ನಿರ್ಮಿಸಿತು. ಆದರೆ ಅಷ್ಟರಲ್ಲಾಗಲೇ ಅಬ್ಬಾಯಿ ಸಾಂಸಾರಿಕವಾಗಿ ನೋವುಂಡಿದ್ದರು. ಮಗ

ಬಾಲಾಜಿಯ ದುರ್ಮರಣ, ಹಂಚಿಕೆದಾರರಿಂದಾದ ಅನ್ಯಾಯಗಳು ಅಬ್ಬಾಯಿ ಅವರನ್ನು ಅಧೀರರನ್ನಾಗಿ ಮಾಡಿದ್ದವು.

ಈ ನೋವಿನ ನಡುವೆಯೇ ಸ್ಟುಡಿಯೋ ಕಟ್ಟುವ ತಮ್ಮ ಕನಸನ್ನು ನನಸುಗೊಳಿಸಬೇಕೆಂಬ ಸಂಕಲ್ಪದಿಂದ ಮತ್ತೆ ಸಾಲ ಮಾಡಿ ಚಿಕ್ಕಲಸಂದ್ರದಲ್ಲಿ 8 ಎಕರೆ ಜಮೀನು ಖರೀದಿಸಿದರು. ಕೋಟಿ ಕೋಟಿ ಸಾಲ ಮಾಡಿ 'ಮಧು ಆರ್ಟ್ ಸ್ಟುಡಿಯೋ'ವನ್ನು ನಿರ್ಮಿಸಿಯೇ ಬಿಟ್ಟರು. 1996 ರಲ್ಲಿ ಡಾ. ರಾಜ್‌ಕುಮಾರ್ ಸ್ಟುಡಿಯೋವನ್ನು ಉದ್ಘಾಟಿಸಿದರು. ತಮ್ಮದೇ ಸ್ವಂತ ಸ್ಟುಡಿಯೋದಲ್ಲೊಂದು ಫಿಲಂ ನಿರ್ಮಿಸಬೇಕೆಂಬ ಆಸೆಯಿಂದ 'ತಾಯವ್ವ' ಎಂಬ ಚಿತ್ರವನ್ನು ಶುರುವಿಟ್ಟುಕೊಂಡರು. ನಾಯಕ ಸುದೀಪ್. ಆದರೆ ಈ ಚಿತ್ರ ಅಬ್ಬಾಯಿ ಬದುಕನ್ನೇ ಬರ್ಬಾದ್ ಮಾಡಿತು! ಸಾಲದ ಬಡ್ಡಿ ಜೀವ ಹಿಂಡುತ್ತಿತ್ತು. ಕೊನೆಗೆ ಪ್ರಿಂಟ್‌ಗಳನ್ನು ಲ್ಯಾಬ್‌ನಿಂದ ತರಲು ಹನುಮಂತ ನಗರದ ತಮ್ಮ ಮನೆಯನ್ನೇ ಮಾರಬೇಕಾಯಿತು! ಕೊನೆಗೆ ಬೇರೆ ದಾರಿ ಕಾಣದೇ ಅದೇ ಸ್ಟುಡಿಯೋದಲ್ಲೇ ಸಂಸಾರ ಹೂಡಬೇಕಾಯಿತು ಒಂದು ಕಾಲದ ಪ್ರತಿಷ್ಠಿತ ನಿರ್ಮಾಪಕ ಅಬ್ಬಾಯಿ ನಾಯ್ಡು!

ದಿನದಿಂದ ದಿನಕ್ಕೆ ಮಾನಸಿಕವಾಗಿ ಕುಗ್ಗುತ್ತಾ ಹೋದ ಅಬ್ಬಾಯಿ ಹಾಸಿಗೆ ಪಾಲಾದರು. ಕೊನೆಗೆ 1999ರ ಏಪ್ರಿಲ್ 22 ರಂದು ವಿಧಿವಶರಾದರು. ದುರಂತವೆಂದರೆ ಪ್ರೀತಿಯಿಂದ ಕಟ್ಟಿದ ಆ ಸ್ಟುಡಿಯೋದ ಒಂದು ಭಾಗದಲ್ಲೇ ಅವರನ್ನು ಮಣ್ಣು ಮಾಡಲಾಯಿತು... ಕಥೆಗಾರನ ಬದುಕೇ ಕಥೆಯಾಯಿತು...!!!

ಶಂಕರನಾಗ್ ಎಂಬ ದೈತ್ಯಶಕ್ತಿಯ ಸಾಧಕನ ಬಗ್ಗೆ...

ಅನಂತನಾಗ್ ಹೇಳುತ್ತಾರೆ:
'ಶಂಕರ್ ಈಗಲೂ ಪ್ರತಿದಿನ, ಪ್ರತಿ ರಾತ್ರಿ, ಪ್ರತಿಕ್ಷಣವೂ ಕಾಡುತ್ತಿರುತ್ತಾನೆ...
ಐ ಲಾಸ್ಟ್ ಹಿಮ್ ಫೋರ್ ಎವ್ವರ್...'

ನಮಸ್ಕಾರ ಗೆಳೆಯರೇ, ನಾನೀಗ ಹೇಳ ಹೊರಟಿರುವುದು ಶಂಕರನಾಗ್ ಎಂಬ ಚಲನಶೀಲ ವ್ಯಕ್ತಿಯ ಬಗ್ಗೆ. ವ್ಯಕ್ತಿಯಲ್ಲ, ಶಕ್ತಿ! ಒಬ್ಬಾತ ಚಿತ್ರರಂಗದಲ್ಲಿ ನೆಲೆಯೂರಲು ಯೋಗ್ಯತೆಗಿಂತಲೂ ಯೋಗ ಮುಖ್ಯ ಎನ್ನುವ ವರ್ಗವೊಂದಿದೆ. ಆದರೆ ಯೋಗ ಮತ್ತು ಯೋಗ್ಯತೆ ಜತೆ ಜತೆಯಾಗಿ ಕೂಡಿ ಬಂದದ್ದು ಶಂಕರನಾಗ್ ಎಂಬ ದೈತ್ಯ ಪ್ರತಿಭೆಯ ವೃತ್ತಿ ಬದುಕಿನಲ್ಲಿ!

ತಮ್ಮನ್ನು ತಾವೇ ಕುರೂಪಿ, ಒಡ್ಡ, ಒರಟ... ಎಂದೆಲ್ಲಾ ಹೀಯಾಳಿಸುತ್ತಿದ್ದ ಶಂಕರನಾಗ್ ತಮ್ಮ ಓರೆ ನಡೆಯ ಬಗ್ಗೆಯೂ ಕಾಮೆಂಟ್ ಮಾಡಿ ತಾವೇ

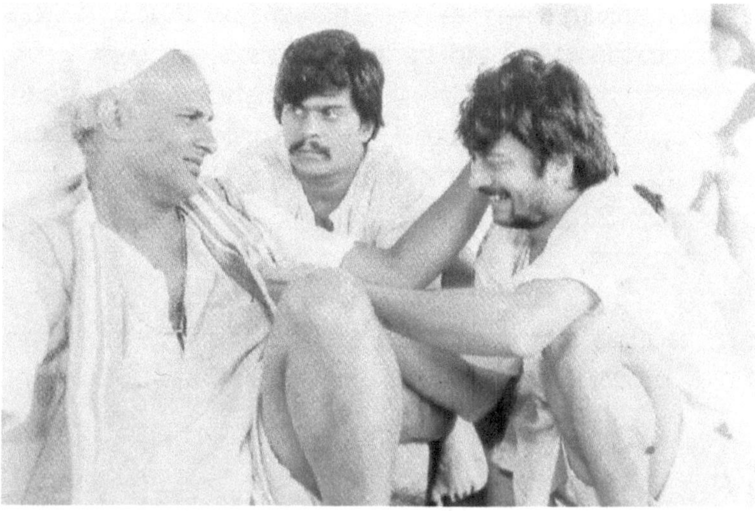

ನಕ್ಕಿದ್ದಿದೆ! ಬಲಗೈ ಬೀಸುವ ವೇಗಕ್ಕೆ ನಾಯಕಿಯರು ತರಗೆಲೆಯಂತೆ ಒದ್ದಾಡುತ್ತಿದುದೂ ಇತ್ತು!

ಇಂಥಾ ಶಂಕರನಾಗ್ ಕನ್ನಡ ಚಿತ್ರರಂಗದಲ್ಲಿ ಏರಿದ ಎತ್ತರವನ್ನು ನೀವು ನಾವೆಲ್ಲಾ ಜತೆಯಾಗಿಯೇ ನೋಡಿದ್ದೇವೆ. ಇಲ್ಲಿ ಪ್ರತಿಭೆಯೊಂದೇ ಮಾನದಂಡ. ಪರಿಶ್ರಮ, ಪ್ರಯತ್ನ, ಶ್ರದ್ಧೆಯ ದುಡಿಮೆ ಮೊದಲಾದುವು ಪೂರಕ ಅಂಶಗಳು.

ಆಶ್ಚರ್ಯ ಆದರೂ ನಿಜ! ತಮ್ಮನ್ನು ತಾವೇ ವೈಭವೀಕರಿಸಿ ಮರೆವ ನಾಯಕ ನಟರಿರುವ ಈ ಕನ್ನಡ ಚಿತ್ರರಂಗವೆಂಬ ಮಾಯಾನಗರಿಯಲ್ಲಿ ಶಂಕರನಾಗ್ ಅವರಂಥವರು ಸಿಗುವುದು ಅಪರೂಪದಲ್ಲಿ ಅಪರೂಪ! ತಮ್ಮ ರೂಪವನ್ನು ತಾವೇ ಲೇವಡಿಯಾಡುವ ಶಂಕರ್ ಎಲ್ಲೋ ಒಂದು ಕಡೆ ಹೀಗೆ ಹೇಳಿಕೊಂಡಿದ್ದಾರೆ:

'ಚಿತ್ರರಂಗಕ್ಕೆ ನನ್ನಂಥೋನು ಬರಬಾರದಿತ್ತು. ಇಲ್ಲಿ ನಾನೊಬ್ಬ ಅನಧಿಕೃತ ಅತಿಥಿ. ಈ ರಂಗದ ಬಗ್ಗೆ ನನ್ಗೆ ಏನೇನೂ ಗೊತ್ತಿರಲಿಲ್ಲ. ಗಿರೀಶ್ ಕಾರ್ನಾಡರು 'ಒಂದಾನೊಂದು ಕಾಲದಲ್ಲಿ' ಚಿತ್ರದ ನಾಯಕನನ್ನಾಗಿ ನನ್ನನ್ನು ಆಯ್ಕೆ ಮಾಡಿಕೊಂಡಾಗ ತಮಾಷೆ ಮಾಡ್ತಿದ್ದಾರೆ ಅಂತಂದುಕೊಂಡಿದ್ದೆ! ನನ್ನಂಥಾ ಕುರೂಪಿಯನ್ನು ಆಯ್ಕೆ ಮಾಡಿಕೊಂಡ ಈ ಪುಣ್ಯಾತ್ಮ ಅದಿನ್ನೆಂಥಾ ಸಿನಿಮಾ ಮಾಡ್ತಾರೋ ಎನ್ನುವ ಆತಂಕ ನನ್ನದಾಗಿತ್ತು. ಯಾವ ಕೋನದಲ್ಲಿ ನೋಡಿದರೂ ಸ್ಫುರದ್ರೂಪಿಯಾಗಿ ಕಾಣದ ನನ್ನನ್ನು ಆಯ್ಕೆ ಮಾಡಿಕೊಂಡ ಕಾರ್ನಾಡರಿಗೆ ತಲೆ ಕೆಟ್ಟಿದೆಯೆಂದೇ ಭಾವಿಸಿದ್ದೆ! ಚಿತ್ರದ ಚಿತ್ರೀಕರಣ ಸಂದರ್ಭದಲ್ಲೂ ನನ್ಗೆ ಅಭಿನಯದ ಹಿಡಿತ ಸಿಕ್ಕಿರಲಿಲ್ಲ. ಆದರೆ ಫಸ್ಟ್ ಪ್ರಿಂಟ್

ನೋಡುವ ಹೊತ್ತಿಗೆ ನಾನು ಈ ಚಿತ್ರರಂಗದ ಮಾಯಾಂಗನೆಯ ಮೋಹಕ ಕರೆಗೆ ಮರುಳಾಗಿ ಬಿಟ್ಟಿದ್ದೆ! ನಂಬಿದ್ರೆ ನಂಬಿ ಬಿಟ್ರೆ ಬಿಡಿ, ಈ ಚಿತ್ರದ ಪ್ರೀವ್ಯೂ ನೋಡಿದ ನಾನು ನನ್ನನ್ನೇ ಲವ್ ಮಾಡಲು ತೊಡಗಿದೆ! ಹೀಗಾಗಿ ಕ್ರಮೇಣ ಚಿತ್ರರಂಗವನ್ನು ಪ್ರೀತಿಸಲು ಹೊರಟೆ. ಅದು ಕೂಡಾ ನನ್ನನ್ನು ಪ್ರೀತಿಸಲು ಹೊರಟಿತು. ಜೀರೋವಾಗಿದ್ದ ನನ್ನನ್ನು ಕಾರ್ನಾಡರು ಹೀರೋ ಮಾಡಿದರು. ನಾನು ನಟನಾದದ್ದು ಹಾಗೆ...'

ಶಂಕರನಾಗ್ ಅವರ ಈ ಸ್ವವಿಮರ್ಶೆಯ ಮಾತುಗಳನ್ನು ಕೇಳಿ ನೀವು ಮೂಗಿನ ಮೇಲೆ ಬೆರಳಿಡುವ ಅಗತ್ಯವಿಲ್ಲ! ಏಕೆಂದರೆ, ನಮ್ಮ ಮುಂದೆ ಹೀಗೆ ಬೃಹದಾಕಾರವಾಗಿ ಶಂಕರನಾಗ್ ಬೆಳೆದು ನಿಂತದ್ದೇ ಅವರ ಇಂಥಾ ನಿರ್ಭಿಡೆಯ ಮಾತುಗಳಿಂದಾಗಿ ಮತ್ತು ಅಂಜಿಕೆಯಿಲ್ಲದ ವ್ಯಕ್ತಿತ್ವದಿಂದಾಗಿ...

* * *

ಈಗ ನೇರ ವಿಷಯಕ್ಕೆ ಬರೋಣ: ಶಂಕರನಾಗ್ ಹುಟ್ಟಿದ್ದು ಉಡುಪಿಯಲ್ಲಿ. 1964ರ ನವಂಬರ್ 9 ರಂದು. ಉಡುಪಿಯಲ್ಲಿ ಜನ್ಮತಾಳಿದ್ದರಿಂದ ಮೈಯೆಲ್ಲಾ

ಕಡು ಕಪ್ಪು ಕಪ್ಪು! ಹೀಗಾಗಿ 'ಶ್ರೀಕೃಷ್ಣ' ಎಂಬ ಹೆಸರಿಡುವ ಯೋಚನೆ ಇವರ ತಂದೆ ಸದಾನಂದ ನಾಗರಕಟ್ಟೆಯವರಿಗಿತ್ತೇನೋ ಗೊತ್ತಿಲ್ಲ! ಆದರೆ ಈ ಆಲೋಚನೆಯ ಬೆನ್ನು ಬಿದ್ದ ತಾಯಿ ಆನಂದಿಬಾಯಿ ಮಾತ್ರ 'ಶ್ರೀಕೃಷ್ಣ' ಎಂಬ ಹೆಸರನ್ನು ಸುತರಾಂ ಒಪ್ಪಲಿಲ್ಲ! 'ಎಂದೆಂದೂ ನಾಶವಾಗದವ' ಎಂಬರ್ಥದಲ್ಲಿ ಈ ಮಗುವನ್ನು 'ಅವಿನಾಶ' ಎಂದು ಕರೆದರು ಕೆಲವರು. ಇದು ನಕ್ಷತ್ರ ನಾಮ. ಆದರೆ ಅಪ್ಪ ಸದಾನಂದ ನಾಗರಕಟ್ಟೆಯವರಿಗೆ ಈ ಎರಡು ಹೆಸರುಗಳೂ ಇಷ್ಟವಾಗಲಿಲ್ಲ. ಕೊನೆಗೆ ತಾವೇ ಜಜ್ಮೆಂಟ್ ಕೊಟ್ಟೇ ಬಿಟ್ಟರು: 'ನಮ್ಮ ಮಠದ ದೇವರ ಹೆಸರು ಭವಾನಿಶಂಕರ. ನನ್ನ ತಂದೆಯ ಹೆಸರೂ ಭವಾನಿಶಂಕರ. ಅಜ್ಜನ ಹೆಸರನ್ನು ಮೊಮ್ಮಗನಿಗಿಡುವ ಪದ್ಧತಿ ನಮ್ಮಲ್ಲಿದೆ. ಈ ಪದ್ಧತಿಯ ಪ್ರಕಾರ ನನ್ನ ಎರಡನೇ ಮಗನನ್ನು ಭವಾನಿಶಂಕರ ಎಂದೇ ಕರೆಯುತ್ತೇನೆ...'– ಎಂದು ಹುಕುಂ ಚಲಾಯಿಸೇ ಬಿಟ್ಟರು!

ಆದರೆ ಈ ಹೆಸರು ದೊಡ್ಡದಾಯಿತೆಂಬುದು ತಾಯಿ ಆನಂದಿಬಾಯಿಯವರ ತಕರಾರು. ಕೊನೆಗೆ ಅಳೆದೂ ಸುರಿದೂ ಅದರಲ್ಲೇ 'ಭವಾನಿ'ಯನ್ನು ಕತ್ತರಿಸಿ ಹಾಕಲಾಯಿತು! 'ಶಂಕರ' ಎಂಬ ಹೆಸರು ಚಾಲ್ತಿಗೆ ಬಂದದ್ದು ಹಾಗೆ! ನಂತರದ ವೃತ್ತಿ ಬದುಕಿನ ದಿನಗಳಲ್ಲಿ ಕನ್ನಡ ಚಿತ್ರರಂಗದಲ್ಲಿ ಅಷ್ಟರಲ್ಲಾಗಲೇ ಸಾಕಷ್ಟು ಮಂದಿ 'ಶಂಕರ'ರಿದ್ದುದರಿಂದಾಗಿ ತಮ್ಮ ಪೂರ್ವಜರ ನೆನಪಿಗಾಗಿ 'ನಾಗರಕಟ್ಟೆ'ಯನ್ನು ಸೇರಿಸಿಕೊಳ್ಳಲಾಯಿತು. 'ಶಂಕರ ನಾಗರಕಟ್ಟೆ' ಎಂಬ ಹೆಸರು ಕೂಡಾ ದೀರ್ಘವಾದ್ದರಿಂದ 'ನಾಗರಕಟ್ಟೆ'ಯನ್ನು 'ನಾಗ್' ಮಾಡಿ 'ಶಂಕರನಾಗ್' ಆದರು ಅವಿನಾಶ್!

ಶಂಕರನಾಗ್ ತಂದೆ–ತಾಯಿ ತೆಂಕು ಮತ್ತು ಬಡಗು ದಿಕ್ಕುಗಳ ಸಂಗಮದಂತಿದ್ದವರು! ಅಮ್ಮ ಆನಂದಿಬಾಯಿ ಮೂಲತಃ ದಕ್ಷಿಣ ಕನ್ನಡದ ಬಂಟ್ವಾಳದವರು. ತಂದೆ ಸದಾನಂದ ಉತ್ತರಕನ್ನಡದ ಮಲ್ಲಾಪುರ, ಕುಮಟಾದ ಶಿರಾಲಿಯವರು. ಇವರ ಸುಖ ದಾಂಪತ್ಯದ ಮೂರು ಕುಡಿಗಳೆಂದರೆ ಹಿರಿಯ ಮಗಳು ಶ್ಯಾಮಲಾ, ನಂತರ ಅನಂತನಾಗ್, ಕೊನೇ ಮಗ ಶಂಕರನಾಗ್. ಬಾಲ್ಯದಲ್ಲಿ ಕಡು ಬಡತನವಿರದಿದ್ದರೂ ಅತಿಯಾದ ಶ್ರೀಮಂತಿಕೆಯ ಬದುಕನ್ನು ಕಂಡವರಲ್ಲ ನಾಗ್ ಫ್ಯಾಮಿಲಿ...

ಶಂಕರನಾಗ್ ಅವರನ್ನು 1990ರ ಸೆಪ್ಟೆಂಬರ್ 30ನೇ ತಾರೀಕಿನಂದು ಬಲಿ ತೆಗೆದುಕೊಂಡ ದಾವಣಗೆರೆ ರಸ್ತೆಯ ಅಪಘಾತಕ್ಕಿಂತಲೂ ಮೊದಲು ಅದೇ ಶಂಕರನಾಗ್ ಕನಿಷ್ಠವೆಂದರೂ ಐದಾರು ಸಣ್ಣ ಪುಟ್ಟ ಅಪಘಾತಗಳಿಗೆ ಈಡಾಗಿದ್ದರೂ ಹೆಚ್ಚು ತೊಂದರೆಗಳಿಲ್ಲದೇ ಬಚಾವಾಗಿದ್ದರು. ಆದರೆ ಅವುಗಳಲ್ಲೊಂದಾದ ಟ್ರಕ್ ಅಪಘಾತ ಮಾತ್ರ ಮರೆಯುವಂಥಾದ್ದಲ್ಲ. ಇದು ನಡೆದದ್ದು ಬಾಲ್ಯದಲ್ಲಿ. ಆಗ ಶಂಕರ ಬಲು ತುಂಟ. ಒಂದು ದಿನ

ಏನಾಯಿತೂಂದ್ರೆ... ಪುಟ್ಟ ಬಾಲಕ ಶಂಕರ್ ತನ್ನಣ್ಣ, ಅಮ್ಮ ಮತ್ತು ಅಕ್ಕನ ಜತೆ ಎಲ್ಲಿಗೋ ಹೋಗಿ ಮನೆಗೆ ಹಿಂದಿರುಗುತ್ತಿದ್ದ. ಶಂಕರ್ ಕೈಯನ್ನು ಅನಂತ್ ಹಿಡಿದಿದ್ದರು. ಕುಣಿದು ಕುಪ್ಪಳಿಸುತ್ತಿದ್ದ ಶಂಕರ್ ಆ ಒಂದು ದುರಾದೃಷ್ಟದ ಘಳಿಗೆಯಲ್ಲಿ ಏಕೆ ಅನಂತ ಕೈ ಬಿಟ್ಟರೋ ಗೊತ್ತಿಲ್ಲ. ರಸ್ತೆಯ ಈ ಕಡೆಯಿಂದ ಆ ಕಡೆಗೆ ದಿಢೀರನೆ ಓಡಿಬಿಟ್ಟ. ಗೋಧಿ ತುಂಬಿದ ಲಾರಿಯೊಂದು ಥಟ್ಟನೆ ನುಗ್ಗಿ ಬಂದೇ ಬಿಟ್ಟಿತು. ಅದೇನು ಪವಾಡವೋ ಗೊತ್ತಿಲ್ಲ, ಶಂಕರ್ ಕೈ ಮಾತ್ರ ಲಾರಿಗೆ ಬಡಿಯಿತು. ಓಡಿದ ರಭಸಕ್ಕೆ ಆ ಕಡೆ ಬಿದ್ದ ಶಂಕರ್ ಸಾವಿನಿಂದ ಬಚಾವಾದರು ನಿಜ. ಆದರೆ ಅದೇ ಕಾರಣಕ್ಕೆ ಕೈ ಊನವಾಯಿತು ಮತ್ತು ಅಂದಿನಿಂದ ಶಂಕರ್ ನಡಿಗೆಯೇ ಬದಲಾಗಿ ಹೋಯಿತು! ಪುಟ್ಟ ಶಂಕರ ತಿನ್ನುವುದರಲ್ಲಿ ನಿಸ್ಸೀಮ.

ಈತನ ಊಟದ ಪರಿಯನ್ನೊಮ್ಮೆ ನೀವು ಗಮನಿಸಲೇ ಬೇಕು: ಸಾರಸ್ವತ ಕುಟುಂಬದ ಶಂಕರನಿಗೆ ಮಾಂಸಾಹಾರದ ಪರಿಚಯವಿರಲಿಲ್ಲ. ಈತನ ಬಾಲ್ಯದ ಊಟವೆಂದರೆ–ಅನ್ನ, ಹಾಲು, ಸಕ್ಕರೆ! ಖಡಕ್ ಪಾವ್ ಅಂದರೆ ಶಂಕರನಿಗೆ ತುಂಬಾ ಇಷ್ಟ. ಅನ್ನದ ಜತೆ ಬೇಯಿಸಿದ ಆಲೂಗಡ್ಡೆ ಇದ್ದರಂತೂ ಭೂರೀ ಭೋಜನವೇ! ಅದಕ್ಕೊಂದಿಷ್ಟು ಮಸಾಲೆ ಪುಡಿ ಬೆರೆಸಿದರಂತೂ ಸ್ವರ್ಗಕ್ಕೆ ಕಿಚ್ಚು ಹಚ್ಚೆಂದ ಸರ್ವಜ್ಞ! ಹೀಗಾಗಿಯೇ ಶಂಕರ ಬಾಲ್ಯದಲ್ಲಿ ಸಾಕ್ಷಾತ್ ಗಣಪನಂತೆಯೇ ಇದ್ದನಂತೆ! ಈ ಬಾಲ ಗಣಪನನ್ನು ಎಲ್ಲರೂ 'ಅಪಾಡೋಲ್ಲ' ಅಂತಲೇ ಕರೆದು ರೇಗಿಸುತ್ತಿದ್ದರಂತೆ. ಹೀಗೆ ಕರೆದಾಗಲೆಲ್ಲಾ ಓಡಿ ಬಂದು ಕರೆದವರ ಹೆಗಲ ಮೇಲೆ ಕುಳಿತುಕೊಳ್ಳುತ್ತಿದ್ದನಂತೆ ಪುಟಾಣಿ ಶಂಕ್ರ. ಹಾಗೆ

ಕೂತು ಕೂತೇ ನಡೆಯಲು ಸಂಕಟ ಪಡುತ್ತಿದ್ದ ಶಂಕ್ರ ಕ್ರಮೇಣ ಓರೆ ನಡಿಗೆಗೆ ಖ್ಯಾತರಾದದ್ದು ಈಗ ಇತಿಹಾಸ.

ಹೊನ್ನಾವರದಲ್ಲಿರುವಾಗ ಮುಸಲ್ಮಾನ ಬಂಧುಗಳ ಕೇರಿಯಲ್ಲೇ ಬದುಕು ನಡೆಸುತ್ತಿದ್ದ ಶಂಕರ್ ಮತ್ತು ಅನಂತ್ ಅನೇಕ ಮುಸಲ್ಮಾನ ಗೆಳೆಯರ ಜತೆ ಮೊಹರಂ ಹಬ್ಬಗಳಲ್ಲೂ ಪಾಲ್ಗೊಳ್ಳುತ್ತಿದ್ದರಂತೆ. ಬಾಲ್ಯದಲ್ಲಿ ಶಂಕರನಿಗೆ ಹುಲಿವೇಷವೆಂದರೆ ಪ್ರಾಣ. ನವರಾತ್ರಿಗಳಲ್ಲಿ ಮನೆ ಮುಂದೆ ಹುಲಿ ಕುಣಿತ ನಡೆಯುವಾಗ ತಾನೂ ಅದರ ಜತೆ ಹೆಜ್ಜೆ ಹಾಕುತ್ತಿದ್ದನಂತೆ ಪುಟ್ಟ ಶಂಕರ. ನಂತರದ ದಿನಗಳಲ್ಲಿ ಹುಲಿವೇಷ ಹಾಕಿಕೊಂಡು ರಸ್ತೆಗುಂಟ ಕುಣಿದಾಡಿದ್ದೂ ಈಗ ಇತಿಹಾಸ...

ಶಂಕರ್ ಬಣ್ಣ ಹಚ್ಚಿದ್ದು ಆಗಲೇ. ಇದು ನಾಟಕಕ್ಕೆ ಪ್ರೇರಣೆ ನೀಡಿತು. ಆದರೆ ಸಿನಿಮಾ ಹುಚ್ಚು ಹಿಡಿಸಿದ್ದು ಕಾಸರಗೋಡಿನ ಆನಂದಾಶ್ರಮ. ಅಲ್ಲಿಂದ ಮುಂದೆ ಶಿರಾಲಿಯಲ್ಲಿರುವಾಗಲೂ ಇದು ಮುಂದುವರಿಯಿತು. ಆಗ ಭಟ್ಕಳದಲ್ಲಿ ಸಿನಿಮಾ ಪ್ರದರ್ಶನ ನಡೆಯುತ್ತಿತ್ತು. ಶಿರಾಲಿಯಿಂದ ಭಟ್ಕಳಕ್ಕೆ ಎತ್ತಿನ ಗಾಡಿಯಲ್ಲಿ ಹೋಗುವ ನಾಗ್ ಸೋದರರು ಅಲ್ಲಿ ವಿ. ಶಾಂತಾರಾಂ ಅವರ 'ಜನಕ್ ಜನಕ್ ಪಾಯಲ್ ಬಾಜೆ' ಸಿನಿಮಾ ನೋಡಿದರು. 'ದೋ ಆಂಖೇ ಬಾರಾ ಹಾತ್' ಸಿನಿಮಾದ ರುಚಿ ಹತ್ತಿದ್ದು ಅಲ್ಲೇ. ನಂತರದ ದಿನಗಳಲ್ಲಿ 'ರತ್ನಗಿರಿ ರಹಸ್ಯ' ಸಿನಿಮಾ ನೋಡುವ ಅವಕಾಶ ಕೂಡಾ ಒದಗಿ ಬಂತು. ಹೀಗೆ ಏಕಕಾಲದಲ್ಲಿ ನಾಟಕ ಮತ್ತು ಸಿನಿಮಾದ ಗೀಳನ್ನು ಹತ್ತಿಸಿಕೊಂಡ ಶಂಕರ್ ಮುಂದೆ ಏನೇನಾದರು ಎನ್ನುವುದು ಎಲ್ಲರಿಗೂ ಗೊತ್ತಿರುವ ವಿಚಾರವೇ...

ಶಂಕರನಾಗ್ ಮತ್ತು ಅನಂತನಾಗ್ ಬಾಲ್ಯದಲ್ಲಿ ನೋಡಿದ ಸಿನಿಮಾದ ಮೊಟ್ಟಮೊದಲ ಅನುಭವ ಯಾವುದು? ಅದು ಸಿನಿಮಾವಲ್ಲ, ಬಿಳಿಯ ಪರದೆಯ ಮೇಲೆ ನೋಡಿದ ಪ್ರಪಂಚ ಪರ್ಯಟನೆಯ ದೃಶ್ಯಾವಳಿಗಳು! ಆ ದಿನಗಳಲ್ಲಿ ಈ ನಾಗ್ ಸೋದರರು ಕಾಸರಗೋಡಿನ ಬಳಿಯ ಆನಂದಾಶ್ರಮದಲ್ಲಿ ಓದುತ್ತಿದ್ದರು. ಅಲ್ಲಿನ ಸ್ವಾಮೀಜಿಗಳಾದ ರಾಮದಾಸರು ಮಾತಾಜಿ ಜತೆ ದೇಶ ಸುತ್ತಲು ಹೊರಟರು. ಹಾಗೆ ಹೊರಟಾಗ ಅವರ ಜತೆಗಿದ್ದವರೇ ಸ್ವಾಮೀಜಿಗಳಾದ ಸಚ್ಚಿದಾನಂದರು. ಆಗ ತರುಣರಾಗಿದ್ದ ಇವರು ಪ್ರಪಂಚ ಪರ್ಯಟನೆಯನ್ನು ಕ್ಯಾಮೆರಾದಲ್ಲಿ ಸೆರೆ ಹಿಡಿದಿಡಬೇಕೆನ್ನುವ ಉದ್ದೇಶದಿಂದ 16 ಎಂಎಂ ಕ್ಯಾಮೆರಾವನ್ನು ಜತೆಗೆ ತೆಗೆದುಕೊಂಡು ಹೋಗಿದ್ದರು. ಅದರಲ್ಲಿ ಸೆರೆ ಹಿಡಿದಿದ್ದ ವಿದೇಶ ಪ್ರವಾಸದ ದೃಶ್ಯಗಳನ್ನು ದಿನಾ ರಾತ್ರಿ ಆಶ್ರಮದ 16 ಎಂಎಂ ಪರದೆ ಮೇಲೆ ಬಿಂಬಿಸುತ್ತಿದ್ದರು. ಇದನ್ನು ನೋಡುತ್ತಾ ನೋಡುತ್ತಾ ಮೈ ಮರೆಯುತ್ತಿದ್ದ ನಾಗ್ ಸೋದರರು ಕ್ರಮೇಣ ಸಿನಿಮಾಗಳ ಬಗ್ಗೆ ಆಸಕ್ತರಾದರು! ಇವರ ಈ ಆಸಕ್ತಿಯನ್ನು ಕಂಡ ಸಚ್ಚಿದಾನಂದ ಸ್ವಾಮಿಗಳು ಆ

ನಂತರದ ದಿನಗಳಲ್ಲಿ ಚಾರ್ಲಿಚಾಪ್ಲಿನ್ ಚಿತ್ರಗಳೂ ಸೇರಿದಂತೆ ಅನಿಮೇಷನ್ ಚಿತ್ರಗಳನ್ನು, ಕಾರ್ಟೂನ್ ಸಿನಿಮಾಗಳನ್ನು ತಂದು ಈ ಸೋದರರಿಗೆ ತೋರಿಸ ತೊಡಗಿದರಂತೆ. ಹೀಗೆ ಬೆಳೆದ ಆಸಕ್ತಿ ಈ ಸೋದರರನ್ನು ಫಿಲಂ ಜಗತ್ತಿನಲ್ಲಿ ಯಾವ ಎತ್ತರಕ್ಕೆ ತಂದು ನಿಲ್ಲಿಸಿತು ಎನ್ನುವುದು ಈಗ ಇತಿಹಾಸ...

* * *

ಹೊನ್ನಾವರದಲ್ಲಿ ಒಂದೇ ಒಂದು ಟೂರಿಂಗ್ ಟಾಕೀಸ್ ಇತ್ತು. ಅಲ್ಲಿಗೆ 'ಬೇಡರ ಕಣ್ಣಪ್ಪ' ಸಿನಿಮಾ ಬಂದಿದ್ದಾಗ ಶಂಕರನಿಗೆ ಎಳೆಯ ಪ್ರಾಯ. ಅನಂತ್ ಜತೆ ಈ ಸಿನಿಮಾವನ್ನು ನೋಡಲು ಹೋದ ಶಂಕರ್ ಗಡದ್ದಾಗಿ ನಿದ್ದೆ ಮಾಡಿ ಗೊರಕೆ ಹೊಡೆದಿದ್ದನಂತೆ! ಸಿನಿಮಾದ ವಿಚಾರ ಹೀಗಾದರೆ ನಾಟಕಕ್ಕೆ ಬಂದರೆ ನಿದ್ದೆಯಲ್ಲೂ ಎದ್ದು ಕೂರುತ್ತಿದ್ದನಂತೆ ಶಂಕ್ರೂ... ಇಂಥಾ ಶಂಕರ್ ಒಮ್ಮೆ ತನ್ನೂರಿನ ಗುಡ್ಡದ ತುದಿಯಲ್ಲಿದ್ದ ಸ್ಕೂಲಿಗೆ ಅಂದಿನ ರಾಷ್ಟ್ರಪತಿಗಳು ಬಂದಿದ್ದಾಗ ತನ್ನ ಎಳೆಯ ಮುಖಕ್ಕೆ ಬಣ್ಣ ಹಚ್ಚಿ ನಾಟಕವಾಡಿದ್ದು ಕೂಡಾ ಈಗ ಇತಿಹಾಸದ ಒಂದು ಅಧ್ಯಾಯ!

ಶಂಕರನದ್ದು ಬಾಲ್ಯದಲ್ಲೇ ಎಂಟೆದೆಯ ಧೈರ್ಯ. ಕಗ್ಗತ್ತಲ ರಾತ್ರಿಯಲ್ಲೂ ಏಕಾಂಗಿಯಾಗಿ ಮನೆಯಿಂದ ಹೊರ ಹೋಗುತ್ತಿದ್ದ. ಆದರೆ ಅನಂತ್ ಪುಕ್ಕಲ. ಒಮ್ಮೆ ಶಂಕರ್‌ಗೆ ಈಜು ಕಲಿಯ ಬೇಕೆಂದೆನಿಸಿತು. ಅನಂತ್‌ಗೆ ನೀರೆಂದರೆ ಭಯ. ಶಂಕರ್ ನೇರವಾಗಿ ಹೋದದ್ದು ಅಪ್ಪನ ಬಳಿ. ಒಂದೇ ಹಠ, ಈಜು ಕಲಿಸಬೇಕು! ಸದಾನಂದ ಅವರಿಗೆ ಪೇಚಿಗಿಟ್ಟುಕೊಂಡಿತು. ಮಾಡುತ್ತಿದ್ದ ಕೆಲಸ ಬಿಟ್ಟು ಎರಡು ತೆಂಗಿನಕಾಯಿಗಳಿಗೆ ಹಗ್ಗ ಕಟ್ಟಿ ಶಂಕರ್‌ಗೆ ಈಜು ಕಲಿಸಿದ್ದೋ ಕಲಿಸಿದ್ದು. ಕೇವಲ ಎರಡೇ ಎರಡು ಗಂಟೆಗಳಲ್ಲಿ ತೆಂಗಿನಕಾಯಿ ಬಿಟ್ಟು ಸಲೀಸಾಗಿ ಈಜುತ್ತಾ ಸಾಗಿದಾಗ ಅಪ್ಪನಿಗೆ ಅಚ್ಚರಿ...

ಹೀಗೆ ಬಾಲ್ಯ ಕಳೆದ ಶಂಕರ ಯುವಕನಾದ ಮೇಲೂ ಹಠವನ್ನು

ಬಿಡಲಿಲ್ಲ, ನಾಟಕದ ಹುಚ್ಚನ್ನೂ ಬಿಡಲಿಲ್ಲ. ಓದು ಮುಗಿಸಿ ಮುಂಬೈಯ ಬ್ಯಾಂಕ್ ಸೇರಿಕೊಂಡ ಶಂಕರ್ ಅಲ್ಲೂ ರಂಗಭೂಮಿಯ ಸೆಳೆತಕ್ಕೊಳಗಾದ. ಶಂಕರ್ ಪಾಲಿಗೆ ಮುಂಬೈ ನಾಟಕಗಳ ಸ್ವರ್ಗ. ನಟನೆಗಿಂತಲೂ ನಿರ್ದೇಶನದಲ್ಲಿ ಆಸಕ್ತಿ. ಅದರಲ್ಲೂ ಬ್ಯಾಕ್ ಸ್ಟೇಜ್, ಲೈಟಿಂಗ್ ಅಂದರೆ ಪ್ರಾಣ. ಇಂಥಾದ್ದೇ ಕೆಲಸಗಳನ್ನು ಮಾಡಿ ರಾಶಿ ರಾಶಿ ಪ್ರಶಸ್ತಿಗಳನ್ನು ಬಾಚಿಕೊಂಡಿದ್ದ ಶಂಕರ್ ಮರಾಠಿ ಮತ್ತು ಬಂಗಾಳಿ ರಂಗಭೂಮಿಯಲ್ಲಿ ಖ್ಯಾತರಾಗಿದ್ದರು. ಇಂಥಾ ಶಂಕರ್ ಕೈಲಿದ್ದ ಬ್ಯಾಂಕ್ ಕೆಲಸವನ್ನು ಮತ್ತು ಅಂಟಿಕೊಂಡಿದ್ದ ನಾಟಕಗಳ ನಂಟನ್ನು ಬಿಟ್ಟು ಬೆಂಗಳೂರು ಸೇರಿಕೊಂಡದ್ದೇ ಒಂದು ಪವಾಡ...

ಸದಾ ಪಾದರಸದಂತೆ ಓಡಾಡಿಕೊಂಡಿದ್ದ ಶಂಕರ್ ಪೂನಾ ಫಿಲಂ ಇನ್ಸ್ಟಿಟ್ಯೂಟ್‌ನಲ್ಲಿ ಕ್ರಾಶ್ ಕೋರ್ಸ್ ಮೂಲಕ ಚಲನಚಿತ್ರ ಕ್ಷೇತ್ರದ ತಾಂತ್ರಿಕತೆಯ ಬಗ್ಗೆ ಅಭ್ಯಾಸ ಮಾಡಿದ್ದೇ ತಡ, ನಟನೆ ಬಿಟ್ಟು ನಿರ್ದೇಶನದತ್ತ ಒಲವು ಬೆಳೆಸಿಕೊಂಡು ಬಿಟ್ಟರು. ಆದರೆ ಗೆಳೆಯರು ಬಿಡಬೇಕಲ್ಲಾ? ಅನಿವಾರ್ಯವಾಗಿ ಒಪ್ಪಿಕೊಂಡ ನಾಟಕವೊಂದರಲ್ಲಿ ನಟಿಸುತ್ತಿದ್ದಾಗಲೇ ಶಂಕರ್ ನಮ್ಮ ಗಿರೀಶ್ ಕಾರ್ನಾಡ್ ಕಣ್ಣಿಗೆ ಬಿದ್ದದ್ದು!

ಆ ಹೊತ್ತಿಗೆ ಸರಿಯಾಗಿ ಕಾರ್ನಾಡರು 'ಒಂದಾನೊಂದು ಕಾಲದಲ್ಲಿ' ಚಿತ್ರದ ಪ್ರಾಜೆಕ್ಟ್ ಕೈಗೆತ್ತಿಕೊಂಡಿದ್ದರು. ಆಗ ಕಣ್ಣಿಗೆ ಬಿದ್ದವರೇ ಶಂಕರನಾಗ್. ಆದರೆ ಶಂಕರ್ ನಟಿಸಲು ಒಪ್ಪಲಿಲ್ಲ. ಕಾರ್ನಾಡರ ಅಸಿಸ್ಟೆಂಟಾಗಿ ಕೆಲಸ ಮಾಡಲು ಅವರು ರೆಡಿಯಾಗಿದ್ದರು! ಆದರೆ ಅನಂತ್ ಮತ್ತು ಕಾರ್ನಾಡರದ್ದು ಒಂದೇ ಹಠ ಗಂಡುಗಲಿ ಪಾತ್ರವನ್ನು ಶಂಕರ್ರೆ ಮಾಡಬೇಕು! ಕೊನೆಗೆ ಇವರಿಬ್ಬರ ಒತ್ತಾಯಕ್ಕೆ ಮಣಿದು ಶಂಕರ್ 'ಒಂದಾನೊಂದು ಕಾಲದಲ್ಲಿ' ಚಿತ್ರದಲ್ಲಿ ನಟಿಸಲು ಒಪ್ಪಿಕೊಂಡರು. ಇದು ನಡೆದದ್ದು 1978 ರಲ್ಲಿ...

'ಒಂದಾನೊಂದು ಕಾಲದಲ್ಲಿ' ಚಿತ್ರದ ನಂತರ ಶಂಕರನಾಗ್ ಅವರ ಡಿಮಾಂಡ್ ಏರಿತು. ಕೇವಲ ಮೂರೇ ಮೂರು ವರ್ಷಗಳಲ್ಲಿ 25 ಸಿನಿಮಾಗಳಲ್ಲಿ ನಟಿಸುವ ಅವಕಾಶ! ಒಂದು ಕಡೆ ಸೀತಾರಾಮು, ನ್ಯಾಯ ಗೆದ್ದಿತು, ಚಂಡಿ ಚಾಮುಂಡಿ... ಥರದ ಕಮರ್ಷಿಯಲ್ ಚಿತ್ರಗಳು ಶಂಕರ್ ಅವರನ್ನು ಬೆಳ್ಳಿತೆರೆಯತ್ತ ಸೆಳೆದರೆ, ಬ್ಯಾರಿಸ್ಟರ್, ಅಂಜು ಮಲ್ಲಿಗೆ, ನೋಡಿಸ್ವಾಮಿ ನಾವಿರೋದೇ ಹೀಗೆ-ಮೊದಲಾದ ನಾಟಕಗಳು ರಂಗಭೂಮಿಯ ಹೆಜ್ಜೆ ಗುರುತುಗಳಾದುವು. ಚಿತ್ರರಂಗದ ಆಕರ್ಷಣೆ ಇಲ್ಲವಾದರೂ ದುಡ್ಡಿಗಾಗಿ ಅನಿವಾರ್ಯವಾಗಿ ಕ್ಯಾಮೆರಾ ಮುಂದೆ ನಿಲ್ಲಬೇಕಾಯಿತು! ಈ ಕಡೆ ನಾಟಕಗಳು ಆತ್ಮತೃಪ್ತಿಯ ಸಾಧನವಾದುವು...

* * *

ಚಿತ್ರರಂಗದಲ್ಲಿ ನಾಗ್ ಸೋದರರದ್ದು ಅಕ್ಷರಶಃ ಮಿಂಚಿನ ಓಟ! ಹೌದು. ನಿಜವಾದ ಅರ್ಥದಲ್ಲಿ ಅದು ಮಿಂಚಿನ ಓಟವೇ ಆಗಿತ್ತು! 1980 ರಲ್ಲಿ 'ಮಿಂಚಿನ ಓಟ' ಚಿತ್ರ ತಯಾರಾಯಿತು. ಈ ಚಿತ್ರದ ಮೂಲಕ ಅನಂತ್–ಶಂಕರ್ ಸೋದರರು ನಿರ್ಮಾಪಕರೂ ಆದರು. ಚಿತ್ರ ಪ್ರಚಂಡ ಯಶಸ್ಸು ಗಳಿಸಿತು...

ದುಡ್ಡಿನ ಜತೆ ಸಾಕಷ್ಟು ಪ್ರಶಸ್ತಿಗಳನ್ನೂ ಬಾಚಿಕೊಂಡವು. ಇದೇ ಹುರುಪಿನಿಂದ 1981 ರಲ್ಲಿ 'ಜನ್ಮ ಜನ್ಮದ ಅನುಬಂಧ' ಮತ್ತು 'ಗೀತಾ' ಚಿತ್ರಗಳನ್ನು ನಿರ್ಮಿಸಿದರು ನಾಗ್ ಸೋದರರು. ಪತ್ರಿಕೆಗಳಿಂದ ಮತ್ತು ಪ್ರೇಕ್ಷಕರಿಂದ ಮುಕ್ತ ಕಂಠದ ಪ್ರಶಂಸೆ ಪಡೆದರೂ ಈ ಎರಡೂ ಚಿತ್ರಗಳು ಬಾಕ್ಸ್ ಆಫೀಸ್ನಲ್ಲಿ ಶೋಚನೀಯ ಸೋಲು ಕಂಡವು.

1983 ರಲ್ಲಿ 'ನೋಡಿಸ್ವಾಮಿ ನಾವಿರೋದೇ ಹೀಗೆ' ಮತ್ತು 1984 ರಲ್ಲಿ 'ಆಕ್ಸಿಡೆಂಟ್' ಚಿತ್ರಗಳನ್ನು ನಾಗ್ ಸೋದರರು ತೆರೆಗರ್ಪಿಸಿದರು. ಇವೆರಡರಲ್ಲಿ ಮೊದಲನೆಯದ್ದು ಪ್ರೇಕ್ಷಕರ ಪ್ರಶಂಸೆಗೆ ಪಾತ್ರವಾದರೆ ಎರಡನೇ ಚಿತ್ರ ಪ್ರಶಸ್ತಿ ಬಾಚಿಕೊಂಡಿತು. ಆದರೂ ಸೋದರರಿಬ್ಬರೂ ಸಾಲದಲ್ಲಿ ಮುಳುಗುವಂತಾಯಿತು!

ಇದರಿಂದಾಗಿ ನೊಂದು ಬೆಂದ ಶಂಕರನಾಗ್ ಇಷ್ಟವಿಲ್ಲವಾದರೂ ಮತ್ತೆ ಅಭಿನಯದತ್ತ ವಾಲಿಕೊಂಡರು. ಆರ್ಥಿಕ ಕಾರಣಕ್ಕಾಗಿ ಈ ನಿರ್ಧಾರ ಅನಿವಾರ್ಯವಾಗಿತ್ತು. ನಂಬಿದ್ರೆ ನಂಬಿ ಬಿಟ್ರೆ ಬಿಡಿ, ಸವಾಲು ಹಾಕಿ 1984 ರಲ್ಲಿ ಶಂಕರನಾಗ್ ನಟಿಸಿದ ಒಟ್ಟು ಚಿತ್ರಗಳ ಸಂಖ್ಯೆ 14! ಕೈತುಂಬಾ ದುಡ್ಡು ಸೇರಿತು ನಿಜ, ಆದರೆ ತಾವು ಬಂದ ಉದ್ದೇಶ ವ್ಯರ್ಥವಾಯಿತು ಎಂದುಕೊಂಡು ಚಿಂತೆಗೀಡಾದರು! ಅಭಿನಯ ಎನ್ನುವುದು ತಮ್ಮ ವ್ಯಾಪ್ತಿಯ ಕ್ಷೇತ್ರವಲ್ಲ ಎನ್ನುವುದನ್ನು ಮನಗಂಡು ನಗರದ ಗಜಿಬಿಜಿಯಿಂದ ದೂರವಾಗಲೆಂದೇ 15 ಕಿ.ಮೀ. ದೂರದ ಫಾರ್ಮ್ ಹೌಸೊಂದರಲ್ಲಿ ನೆಲೆಗೊಂಡರು. ಈ ನಡುವೆ ಹಸುಗಳನ್ನು ಸಾಕಿ ಡೈರಿ ಪರಿಕಲ್ಪನೆಗೆ ಬಿದ್ದ ಶಂಕರ್ ಅಲ್ಲೂ ಲಾಸ್ ಮಾಡಿಕೊಂಡರು.

ಶಂಕರನಾಗ್ ಅವರ ವೃತ್ತಿ ಬದುಕಿನ ಮತ್ತೊಂದು ಮುಖ ತೆರೆದುಕೊಂಡದ್ದು 1985ರ ಹೊತ್ತಿನಲ್ಲಿ. ಅನಂತ್ ನಟನೆಯ 'ಬರ' ಚಿತ್ರದ ರೀರೆಕಾರ್ಡಿಂಗ್ ಕೆಲಸಕ್ಕಾಗಿ ಮುಂಬೈಯ ಸ್ಟುಡಿಯೋವೊಂದನ್ನು ಹೊಕ್ಕ ಶಂಕರನಾಗ್ ಅಲ್ಲಿಂದ ಹಿಂದಿರುಗಿದಾಗ ಹೊಸತೊಂದು ಯೋಜನೆಯ ಪಟ್ಟಿಯನ್ನು ರೆಡಿ ಮಾಡಿಟ್ಟು ಕೊಂಡಿದ್ದರು! ಮುಂಬೈಯಲ್ಲಿ ಅಷ್ಟೊಂದು ನಯನಾಜೂಕಾದ ರೆಕಾರ್ಡಿಂಗ್ ಸ್ಟುಡಿಯೋ ಇರುವಾಗ ಬೆಂಗ್ಳೂರಿನಲ್ಲೇಕೆ ಇರಬಾರದು ಎಂಬ ಪ್ರಶ್ನೆಯೊಂದಿಗೆ ಆಗಿನ ವಾಣಿಜ್ಯ ಮಂಡಳಿ ಅಧ್ಯಕ್ಷರಾದ

ಸಿ.ವಿ.ಎಲ್. ಶಾಸ್ತ್ರೀಯವರನ್ನು ಭೇಟಿಯಾಗಿ ಚರ್ಚಿಸಿದರು. ಅವರು ಅದೇ ವಾಣಿಜ್ಯ ಮಂಡಳಿಯ ಮಹಡಿಯ ದಾರಿ ತೋರಿಸಿದರು. ಹಾಗೆ ಆರಂಭವಾದದ್ದೇ 'ಸಂಕೇತ್ ಎಲೆಕ್ಟ್ರಾನಿಕ್ ಸ್ಟುಡಿಯೋ'...

ಆದರೆ 'ಸಂಕೇತ್' ಕೂಡಾ ಕೈಹಿಡಿಯಲಿಲ್ಲ. ಮತ್ತೆ ಮತ್ತೆ ಸಾಲ ಮಾಡ ಬೇಕಾಯಿತು. ಹೀಗೆ ಶಂಕರನಾಗ್ ಅವರು ಸಾಲದ ಸುಳಿಯಲ್ಲಿ ಸಿಲುಕುತ್ತಾ ಹೋದರು. ಅಣ್ಣ ಅನಂತನಾಗ್ ಈ ಹಿಂದೆ ಸಾಕಷ್ಟು ಬಾರಿ ಈ ಬಗ್ಗೆ ಎಚ್ಚರಿಸುತ್ತಾ ಹೋದದ್ದು ನಿಜ. ಆದರೆ ಶಂಕರ್ ಅಣ್ಣನ ಮಾತನ್ನು ಕೇಳುವ ಸ್ಥಿತಿಯಲ್ಲಿರಲಿಲ್ಲ. ಕೈ ಮೀರಿ ಸಾಲದ ಮೊತ್ತ ಏರುತ್ತಾ ಹೋಯಿತು...

* * *

1985ರ ಆಗಸ್ಟ್ 15 ರಂದು ಆರಂಭವಾದ ಸಂಕೇತ್ ಸ್ಟುಡಿಯೋ ವಿವಾದಗಳಿಂದಲೂ ಮುಕ್ತವಾಗಿರಲಿಲ್ಲ. ತೀರ ಹತ್ತಿರದವರೇ ಕಾಲೆಳೆದರು. ಸರಿಯಾದ ತಂತ್ರಜ್ಞಾನವಿಲ್ಲವೆಂದು ದೂರಿದರು. ಆಪರೇಟ್ ಮಾಡಲು ನುರಿತ ತಂತ್ರಜ್ಞರೂ ಇಲ್ಲವೆಂದು ಕಂಪ್ಲೇಂಟ್ ಮಾಡಿದರು. ಅನಂತ್ ಮತ್ತು ಶಂಕರ್ ಈ ಬಗೆಗಿನ ಚರ್ಚೆಯಲ್ಲಿ ಅವೆಷ್ಟು ರಾತ್ರಿಗಳನ್ನು ಕಳೆದರೋ ಆ ದೇವರೇ ಬಲ್ಲ!

ದೇವರು ಅಂದಾಗ ನೆನಪಾಯಿತು: ಹೌದು, ಶಂಕರ್ ಕೈ ಹಿಡಿದದ್ದು ಮತ್ತದೇ ದೇವರು! ಟಿ.ಎಸ್. ನರಸಿಂಹನ್ ಎಂಬ ಹೆಸರಿನ ಸಾಹಸಿ ನಿರ್ಮಾಪಕರೊಬ್ಬರು ಕರೆದು ಶಂಕರ್ ಅವರಿಗೆ ಆರ್.ಕೆ. ನಾರಾಯಣ್ ಅವರ 'ಮಾಲ್ಗುಡಿ ಡೇಸ್' ಪ್ರಾಜೆಕ್ಟನ್ನು ಒಪ್ಪಿಸದಿದ್ದರೆ ಆಗಲೇ ಅವರು ಪೂರ್ತಿ ಸೋತು ಹೋಗಿರುತ್ತಿದ್ದರು. ಆರ್.ಕೆ. ನಾರಾಯಣ್ ಅವರ ಕಾದಂಬರಿ ಆಧರಿಸಿ ಸಿದ್ಧವಾದ 'ಮಾಲ್ಗುಡಿ ಡೇಸ್' ಧಾರಾವಾಹಿ ರಾಷ್ಟ್ರಾದ್ಯಂತ ಸಂಚಲನ ಸೃಷ್ಟಿಸಿತು. ದೂರದರ್ಶನಕ್ಕೊಂದು ಕಿರೀಟ ಪ್ರಾಯವಾದ ಈ ಧಾರಾವಾಹಿ

ಶಂಕರ್ ಅವರಿಗೆ ದೊಡ್ಡ ಹೆಸರು ಮತ್ತು ದುಡ್ಡು ತಂದು ಕೊಟ್ಟಿತು. ಜತೆಗೇ ಅನಂತನಾಗ್ ಮತ್ತು ಮಾ. ಮಂಜುನಾಥ್ ಕೂಡಾ ರಾಷ್ಟ್ರಮಟ್ಟದ ಖ್ಯಾತಿಗೆ ಪಾತ್ರರಾದರು.

ನಂತರದ ದಿನಗಳಲ್ಲಿ ಈ ಧಾರಾವಾಹಿ ಅಂತಾರಾಷ್ಟ್ರೀಯ ಖ್ಯಾತಿಗೂ ಪಾತ್ರವಾಯಿತು. ಭಾರತದ ನಂ. 1 ಧಾರಾವಾಹಿ ಎನ್ನುವ ಹೆಗ್ಗಳಿಕೆಗೂ ಪಾತ್ರವಾಯಿತು. ಈ ಎಲ್ಲಾ ಬೆಳವಣಿಗೆಗಳಿಂದಾಗಿ ಶಂಕರ್ ಅವರು ಮತ್ತಷ್ಟು ಪ್ರಾಜೆಕ್ಟ್‌ಗಳನ್ನು ತಲೆಗೆ ತುಂಬಿಕೊಂಡರು. ಒಂದಾ, ಎರಡಾ? ಲೆಕ್ಕ ಹಾಕಿದರೆ ಭರ್ತಿ ಐವತ್ತು ಪ್ರಾಜೆಕ್ಟ್‌ಗಳು ಈ ಸಾಹಸಿಯ ಫೈಲ್ ಸೇರಿಕೊಂಡವು!

ಶಂಕರ್ ಪ್ರಕಾರ ಒಂದೊಂದೇ ಪ್ರಾಜೆಕ್ಟನ್ನು ಒಂದೊಂದೇ ಸಾರಿ ಕೈಗೆತ್ತಿ ಕೊಳ್ಳುವುದಕ್ಕಿಂತಲೂ ಎಲ್ಲಾ ಪ್ರಾಜೆಕ್ಟ್‌ಗಳನ್ನು ಏಕಕಾಲದಲ್ಲಿ ಕೈಗೆತ್ತಿಕೊಳ್ಳುವುದೇ ಲಾಭದಾಯಕ! ಒಂದು ಬಿದ್ದು ಹೋದರೆ ಆಧಾರಕ್ಕೆ ಮತ್ತೊಂದು ಇದ್ದೇ ಇದೆಯಲ್ಲಾ ಎನ್ನುವ ನಂಬಿಕೆ ಶಂಕರ್ ಅವರದ್ದು!

* * *

ಮೊದಲ ಸಾಹಸ: ಕಂಟ್ರಿ ಕ್ಲಬ್. ಸಾರ್ವಜನಿಕರಿಂದ ಹಣ ಸಂಗ್ರಹಿಸಿ ನಡೆಸಬಹುದಾದ ಈ ಪ್ರಾಜೆಕ್ಟ್‌ನಿಂದಾಗಿ ಹಣ ಕಳೆದುಕೊಳ್ಳುವುದೇನೂ ಇಲ್ಲ!

ಎರಡನೇ ಸಾಹಸ: ಅಮ್ಯೂಸ್‌ಮೆಂಟ್ ಪಾರ್ಕ್. ಅಣ್ಣ ಅನಂತನಾಗ್ ಜತೆ ಕೆನಡಾಕ್ಕೆ ಹೋಗಿದ್ದಾಗ ನೋಡಿ ಬಂದ ಅಮ್ಯೂಸ್‌ಮೆಂಟ್ ಪಾರ್ಕ್ ಬೆಂಗ್ಳೂರಿಗೂ ಅತ್ಯಗತ್ಯ ಎನ್ನುವುದು ಶಂಕರ್ ಭಾವನೆಯಾಗಿತ್ತು.

ಮೂರನೇ ಸಾಹಸ: ನಂದಿಬೆಟ್ಟಕ್ಕೆ ರೋಪ್‌ವೇ ನಿರ್ಮಾಣ. ಸಾರ್ವಜನಿಕರನ್ನು ಸೆಳೆಯಲು ಇದೊಂದು ತುರ್ತು ದಾರಿ. ಮಕ್ಕಳ ಮನಸ್ಸನ್ನು ಅರಿತು ನಡೆಸಬಹುದಾದ ಈ ಪ್ರಾಜೆಕ್ಟ್ ಲಾಭದಾಯಕ ಎನ್ನುವುದು ಶಂಕರ್ ನಿರೀಕ್ಷೆಯಾಗಿತ್ತು.

ನಾಲ್ಕನೇ ಸಾಹಸ: ನಂದಿಬೆಟ್ಟದ ಪಕ್ಕದ ಬೆಟ್ಟಕ್ಕೊಂದು ರೂಪು ಕೊಟ್ಟು ಅದರ ಮೇಲೊಂದು ಫೈವ್‌ಸ್ಟಾರ್ ಹೋಟೆಲೊಂದನ್ನು ಕಟ್ಟುವುದು! ಒಂದು ರೀತಿಯಲ್ಲಿ ಮೈಸೂರಿನ ಚಾಮುಂಡಿ ಬೆಟ್ಟದಂತೆ ಅಭಿವೃದ್ಧಿ ಪಡಿಸುವುದು.

ಐದನೇ ಸಾಹಸ: ಇಟ್ಟಿಗೆ ಫ್ಯಾಕ್ಟರಿ. ಮಧ್ಯಮ ವರ್ಗದ ಮಂದಿಗೆ ಅಗ್ಗದ ದರದಲ್ಲಿ ಮನೆ ಕಟ್ಟಲು ಅನುಕೂಲವಾಗುವಂತೆ ಬೆಂಗ್ಳೂರಿನಲ್ಲೊಂದು ಇಟ್ಟಿಗೆ ಫ್ಯಾಕ್ಟರಿ ಸ್ಥಾಪಿಸುವುದು ಶಂಕರ್ ಪ್ರಾಜೆಕ್ಟ್.

ಆರನೇ ಸಾಹಸ: ಅಗ್ಗದ ಖರ್ಚಿನಲ್ಲಿ ಸುಸಜ್ಜಿತ ಮನೆ ನಿರ್ಮಾಣ. ನಗರದ ಯಾರಿಗೆ ಸ್ವಂತ ಮನೆಯ ಕಣಸಿಲ್ಲ ಹೇಳಿ? ಇಂಥವರನ್ನೆಲ್ಲಾ ಸೇರಿಸಿದರೆ 45 ಸಾವಿರ ರೂಪಾಯಿಗಳಿಗೊಂದು ಮನೆಯ ನಿರ್ಮಾಣ.

ಏಳನೇ ಸಾಹಸ: ಸಿದ್ಧ ಉಡುಪು ತಯಾರಿಕೆ. ಸಾವಿರಾರು ಮಂದಿ ನಿರುದ್ಯೋಗಿಗಳಿಗೆ ಉದ್ಯೋಗ. ಸಿದ್ಧ ಉಡುಪು ರಫ್ತಿನಿಂದ ವಿದೇಶಿ ವಿನಿಮಯದ ಕನಸು ಕಂಡವರು ಶಂಕರನಾಗ್.

ಎಂಟನೇ ಸಾಹಸ: ಬೆಂಗ್ಳೂರಿಗೊಂದು ಮೆಟ್ರೋ ರೈಲಿನ ಯೋಜನೆ. ಈಗ ಇದು ಕಾರ್ಯರೂಪಕ್ಕೆ ಬಂದಿದೆಯಾದರೂ ಶಂಕರನಾಗ್‌ರಂಥಾ ದೂರದೃಷ್ಟಿಯ ಸಾಹಸಿ ಸುಮಾರು 30 ವರ್ಷಗಳ ಹಿಂದೆಯೇ ಮೆಟ್ರೋ ರೈಲಿನ ಕನಸು ಕಂಡವರು.

ಒಂಬತ್ತನೇ ಸಾಹಸ: ಎರಡು ಮೂರು ಶಿಫ್ಟ್‌ಗಳಲ್ಲಿ ದುಡಿಯುವ ಬಿಜಿ ಕಲಾವಿದರಿಗಾಗಿ ಒಂದು ಮೊಬೈಲ್ ಡಬ್ಬಿಂಗ್ ಥಿಯೇಟರನ್ನು ಹುಟ್ಟು ಹಾಕುವ ಬಗ್ಗೆಯೂ ಶಂಕರ್ ಯೋಚಿಸಿದ್ದರು!

–ಹೀಗೆ ಒಂದರ ಹಿಂದೊಂದರಂತೆ ಪ್ರಾಜೆಕ್ಟ್‌ಗಳ ಸರಮಾಲೆಯನ್ನೇ ನೇಯುತ್ತಾ ಸಾಲದ ಶೂಲಕ್ಕೇರುವ ಹಂತಕ್ಕೆ ಬಂದು ತಲುಪುವ ನಿರೀಕ್ಷೆಯಿಂದ ಅನಂತನಾಗ್ ಸೋದರ ಶಂಕರನಾಗ್‌ಗೆ ದುಗುಡದಿಂದಲೇ ಕೆಲವು ಬುದ್ಧಿ ಮಾತು ಹೇಳಿದ್ದರು:

'ಹೀಗೆ ಹೇಳ್ತಿದ್ದೇನೆ ಅಂತ ಬೇಜಾರ್ ಮಾಡ್ಕೋಬೇಡ ಶಂಕ್ರೂ. ಬೇರೆ ದಾರಿ ಕಾಣದೇ ನೇರವಾಗಿ ನಿನ್ನ ಹತ್ರ ಹೇಳ್ತಿದ್ದೇನೆ: ಏನಾಗಿದೆ ನಿನ್ಗೆ? ಯಾಕೆ ಈ ಸ್ಪೀಡ್? ನಿಧಾನವೇ ಪ್ರಧಾನ ಅನ್ನೋದನ್ನು ಮರೆತೆಯಾ? ಏನಿದ್ದರೂ ಸ್ಲೋ ಆಗಿಯೇ ಸಾಧಿಸ್ಬೇಕು. ಇಂದು ನಾವಿಬ್ರೂ ಇದ್ದೀವಿ. ಕೇಳಿದಷ್ಟು ಸಾಲ ಕೊಡೋರು ಇದ್ದಾರೆ. ನಾನು ನಿನ್ಗೆ, ನೀನು ನನ್ಗೆ ಸಿಗ್ನೇಚರ್ ಮಾಡಿದ್ರೆ ಸಾಕು ಕೋಟಿಗಟ್ಲೆ ಸಾಲ ಸುರಿದು ಬರ್ತದೆ. ಇದು ಎಲ್ಲಿಯವರೆಗೆ? ಸ್ಕೈ ಈಸ್ ದಿ ಲಿಮಿಟ್ ಅನ್ನೋದು ನಮ್ಮ ನಮ್ಮ ಸಾಧನೆಗೆ ಸಂಬಂಧಿಸಿದ್ದು. ಸಾಲಕ್ಕಲ್ಲ ತಿಳ್ಕೋ. ಮತ್ತೆ ಮತ್ತೆ ಹೊಸ ಹೊಸ ಪ್ರಾಜೆಕ್ಟ್‌ಗಳನ್ನು ಮಾಡೋದನ್ನು ಇನ್ನಾದ್ರೂ ನಿಲ್ಸು. ಒಂದ್ವೇಳೆ... ಆಲೋಚನೆ ಮಾಡು ಶಂಕರಾ ನಮ್ಮಿಬ್ಬರಲ್ಲಿ ಒಬ್ರಿಗೆ ಏನಾದ್ರೂ ಆದ್ರೆ... ಹೋದವ ಮುಕ್ತ, ಉಳಿದವ ಸತ್ತ... ಹೌದೋ ಅಲ್ವೋ?'

–ಇದು ಒಂದು ಹಂತದಲ್ಲಿ ಅನಂತ್ ಅವರು ಶಂಕರ್ ಅವರಿಗೆ ಕೊಟ್ಟ ನೇರ ಎಚ್ಚರಿಕೆ... ಅನಂತನಾಗ್ ಮಾತು ನಿಜವಾಗಲು ಹೆಚ್ಚು ಸಮಯ ಬೇಕಾಗಲಿಲ್ಲ...

1989ರ ಹೊತ್ತಿಗೆ ಶಂಕರನಾಗ್ ಅವರಿಗೆ ತಾವು ಎಲ್ಲಿಗೆ ಬಂದು ನಿಂತಿದ್ದೇವೆ ಎನ್ನುವುದರ ಸ್ಪಷ್ಟ ಅರಿವು ಮೂಡತೊಡಗಿತು. ಶಂಕರ್ ಅವರ ಈ ಸ್ಪೀಡನ್ನು ಕಂಡು ಸಾಲ ಕೊಡುವವರು ಬೆಚ್ಚಿಬಿದ್ದರು. ಈಗಾಗಲೇ ಸಾಲ ಕೊಟ್ಟವರು ಪೀಡಿಸ ತೊಡಗಿದ್ದರು. ಅಲ್ಲಲ್ಲಿ ಗುಸುಗುಸು ಶುರುವಾಗಿ ಬಿಟ್ಟಿತು. ಏಕಕಾಲದಲ್ಲಿ ಹತ್ತು ಪ್ರಾಜೆಕ್ಟ್‌ಗಳನ್ನು ಮಾಡುವ ಕನಸು ಕಾಣುತ್ತಿದ್ದ

ಶಂಕರನಾಗ್ ಅವರನ್ನು ದುಡ್ಡಿದ್ದವರು ದೂರವಿಡತೊಡಗಿದರು. ಶಂಕರ್ ತಮ್ಮ ಈ ಸ್ಪೀಡ್‌ಗೆ ಬ್ರೇಕ್ ಹಾಕ ತೊಡಗಿದ್ದು ಆಗಲೇ...

1989ರ ಹೊತ್ತಿಗೆ ಶಂಕರ್ ಮನಸ್ಸು ಮತ್ತೊಂದು ಹೊಸ ಪ್ರಾಜೆಕ್ಟ್‌ನತ್ತ ಹೊರಳಿತು. ಅದು ಚಂದ್ರಶೇಖರ ಕಂಬಾರರ 'ಜೋಕುಮಾರಸ್ವಾಮಿ' ಸಿನಿಮಾದ ಪ್ರಾಜೆಕ್ಟ್. ಗಿರೀಶ್ ಕಾರ್ನಾಡ್ ಕೈಲಿ ನಿರ್ದೇಶನ ಮಾಡಿಸುವುದೆಂದೂ, ಭಾಸ್ಕರ್ ಚಂದಾವರ್ಕರ್‌ರಿಂದ ಸಂಗೀತದ ಕೆಲಸವನ್ನು ತೆಗೆಸುವುದೆಂದೂ ನಿರ್ಧರಿಸಲಾಯಿತು. ಆದರೆ ಶಂಕರ್ ಅವರ ಈ ಸಾಹಸಕ್ಕೆ ಅನಂತ್ ಸ್ಪಷ್ಟವಾಗಿ ವಿರೋಧ ವ್ಯಕ್ತಪಡಿಸಿದ್ದರು. "ಮಾಡೋದಿದ್ರೆ 'ತಲೆದಂಡ' ನಾಟಕವನ್ನು ಸಿನಿಮಾ ಮಾಡೋಣ. ಈ ಪ್ರಯೋಗಾತ್ಮಕ ನಾಟಕದ ಸಹವಾಸವೇ ಬೇಡ"–ಎಂದು ಅನಂತನಾಗ್ ಎಷ್ಟು ಬುದ್ಧಿ ಹೇಳಿದರೂ ಶಂಕರ್ ಕಿವಿಗೇ ಹಾಕಿಕೊಳ್ಳಲಿಲ್ಲ.

ದುರಂತವೆಂದರೆ ಅದೇ 'ಜೋಕುಮಾರಸ್ವಾಮಿ' ಚಿತ್ರದ ಚಿತ್ರೀಕರಣಕ್ಕೆಂದು ಲೋಕಾಪುರಕ್ಕೆ ಹೊರಟಿದ್ದ ಶಂಕರನಾಗ್ ಕೊನೆಗೂ 'ತಲೆದಂಡ' ತೆರಬೇಕಾಯಿತು...

* * *

ಹುಟ್ಟಾ ಗೆಳೆಯರಂತಿದ್ದ ಅನಂತ್ ಮತ್ತು ಶಂಕರ್ ಯಾವತ್ತೂ ಪರಸ್ಪರರನ್ನು ದೂಷಿಸಿದವರಲ್ಲ. ಶಂಕರ್ ಭೀಕರ ರಸ್ತೆ ಅಪಘಾತದಲ್ಲಿ ತೀರಿಕೊಂಡಾಗ ಮಾನಸಿಕ ಸ್ಥಿಮಿತವನ್ನೇ ಕಳಕೊಂಡಂತಿದ್ದ ಅನಂತ್ ಆ ಮೇಲೆ ಸುಧಾರಿಸಿಕೊಂಡು ತಮ್ಮ ಸೋದರನ ಬಗ್ಗೆ ಬರೆದುಕೊಂಡದ್ದು ಈಗ ಇತಿಹಾಸ. 'ಲಂಕೇಶ್ ಪತ್ರಿಕೆ'ಯಲ್ಲಿ ಶಂಕರ್ ಬಗ್ಗೆ ಬರೆಯಲು ಕಾರಣವಾದ ಘಟನೆಯನ್ನು ಅನಂತ್ ಹೀಗೆ ಮೆಲುಕು ಹಾಕಿಕೊಂಡಿದ್ದಾರೆ:

'1990 ರಲ್ಲಿ ಶಂಕರನ ನಿಧನದ ನಂತರ ನನ್ನ ಮನಃಸ್ಥಿತಿ ತುಂಬಾ ಹದಗೆಟ್ಟಿತ್ತು. ಒಮ್ಮೆ ಸಿಕ್ಕಾಗ ಲಂಕೇಶ್ ನನ್ನ ಮಾನಸಿಕ ದುಃಸ್ಥಿತಿಯ ಬಗ್ಗೆ ಕಳವಳಗೊಂಡರು. ನಂತರ 'ಹೀಗೆ ಕೊರಗುವ ಬದಲು ಪ್ರತಿವಾರ ಶಂಕರ್ ಬಗ್ಗೆ ನಮ್ಮ ಪತ್ರಿಗೆ ಬರೆಯಿರಿ. ಮನಸ್ಸು ಹಗುರವಾದೀತು' ಅಂತಂದರು. ಹೀಗಾಗಿ ನಾನು 'ನನ್ನ ತಮ್ಮ ಶಂಕರ'ನನ್ನು ಬರೆಯುವಂತಾಯಿತು...'

* * *

ಮೊದಲೇ ಹೇಳಿರುವಂತೆ ಶಂಕರ್ ಸಾವಿನ ನಂತರ ಡಿಪ್ರೆಷನ್‌ಗೊಳಗಾಗಿದ್ದ ಅನಂತ್ ಆ ದಿನಗಳಲ್ಲಿ ಅನುಭವಿಸಿದ ಯಾತನೆಯನ್ನು ಹೀಗೆ ಹೇಳಿಕೊಂಡಿದ್ದಾರೆ:

'ಶಂಕರ ನನಗೆ ಅವಿಸ್ಮರಣೀಯ. ಬಂಧುವಾಗಿ ಮಾತ್ರವಲ್ಲ, ಓರ್ವ ವ್ಯಕ್ತಿಯಾಗಿ, ಪರಿಪೂರ್ಣ ವ್ಯಕ್ತಿತ್ವ ಪಡೆದವನಾಗಿ, ಅವನ ಎಲ್ಲಾ ನೆನಪುಗಳನ್ನು ಸಂಪೂರ್ಣವಾಗಿ ದಾಖಲಿಸಲು ಸಾಧ್ಯವಾಗುವುದಿಲ್ಲ. ಅವನನ್ನು ನಾನು 'ನೆನಪಿಸುತ್ತೇನೆ' ಅಂದರೆ ಸಾಕೆನಿಸುವುದೇ ಇಲ್ಲ. ಅವನು ಈಗಲೂ ಪ್ರತಿ ದಿನ, ಪ್ರತಿ ರಾತ್ರಿ, ಪ್ರತಿ ಕ್ಷಣವೂ ಕಾಡುತ್ತಿರುತ್ತಾನೆ... ಐ ಲಾಸ್ಟ್ ಹಿಮ್ ಫೋರ್ ಎವ್ವರ್...'

'ಸಂಪತ್ತಿಗೆ ಸವಾಲ್' ಹಾಕಿದ 'ಘಟವಾಣಿ' ಮಂಜುಳಾ ಮತ್ತೆ ನೆನಪಾದಳು

ಒಂದು ಇಮೋಷನಲ್ ಸ್ಟೋರಿ ಹೇಳುವ ಮೊದಲು ಪುಟ್ಟದೊಂದು ಇಂಟ್ರಡಕ್ಷನ್ ಕೊಟ್ಟು ಬಿಡುತ್ತೇನೆ:

ಯಥಾಪ್ರಕಾರ ಉಜಿರೆಯ ಅಲೋಕನ ಮನೆಯಿಂದ ಹೊರಟವರು ಶಿರಾಡಿಘಾಟ್, ಹಾಸನ, ಹೊಳೆನರಸೀಪುರ, ಕೆ.ಆರ್. ನಗರ ದಾಟಿ ಮೈಸೂರು ಸೇರಿಕೊಂಡಾಗ ಮಧ್ಯಾಹ್ನದ 2 ಗಂಟೆ. ಹೆಬ್ಬಾಳುವಿನಲ್ಲಿ ನನ್ನ ಅಕ್ಕ ಭಾನುಮತಿ ನಮಗಾಗಿ ಕಾಯುತ್ತಿದ್ದಳು. ಘೊಗದಸ್ತಾದ ಊಟದ ನಂತರ ಒಂದಷ್ಟು ಹಳೆಯ ಫೋಟೋಗಳನ್ನು ನಮ್ಮ ಮುಂದೆ ಹರವಿ ಕೂತಳು ಭಾನಕ್ಕ. ನಾನು ಮತ್ತು ಗಾಯತ್ರಿ ಅವುಗಳನ್ನು ನೋಡುತ್ತಿರುವಂತೆಯೇ 20–30 ವರ್ಷಗಳಷ್ಟು ಹಿಂದಕ್ಕೆ ಹೋಗಿದ್ದೆವು! ತಕ್ಷಣವೇ ಮತ್ತೆ ವಾಸ್ತವಕ್ಕೆ ಮರಳಲು ಕಾರಣವಾದದ್ದು ಒಂದು ಫೋಟೋ. ಅದು ಚಿತ್ರನಟಿ ಮಂಜುಳಾ ಒಂದು ಮಗುವನ್ನು ಎತ್ತಿಕೊಂಡಿರುವ ಅದ್ಭುತವಾದ ಫೋಟೋ. ಅದನ್ನು ಕೈಲಿ ಹಿಡಿದು ಪ್ರಶ್ನಾರ್ಥಕವಾಗಿ ಭಾನಕ್ಕನ ಮುಖ ನೋಡಿದೆ. ಆಕೆ ಹೇಳಿದಳು: 'ನಂಗೆ ಮಂಜುಳಾ ಅಂದ್ರೆ ತುಂಬಾ ಇಷ್ಟ. ಆಕೆ ಅಗ್ನಿ ದುರಂತದಲ್ಲಿ ತೀರಿಕೊಂಡಾಗ ನಾನೆಷ್ಟು ಅತ್ತಿದ್ದೇನೋ ನೆನಪಿಲ್ಲ.

ಈ ಫೋಟೋವನ್ನು ಆಕೆಯ ನೆನಪಿಗಾಗಿ ತೆಗೆದಿಟ್ಟಿದ್ದೇನೆ...'-ಭಾನಕ್ಕನನ್ನೇ ದಿಟ್ಟಿಸಿದೆ. ಮಂಜುಳಾ ಕಂಡಳಾ ಗೊತ್ತಿಲ್ಲ...

ಬೆಂಗಳೂರಿಗೆ ಬಂದ ತಕ್ಷಣ ಮಾಡಿದ ಮೊದಲ ಕೆಲಸವೆಂದರೆ ಮಂಜುಳಾ ಫೋಟೋವನ್ನು ಆಕೆಯ ಮಗ ಅಭಿಷೇಕ್‌ಗೆ ವಾಟ್ಸಾಪ್ ಮಾಡಿದ್ದು. ಆ ಫೋಟೋ ನೋಡಿ ಅಭಿ ಎಷ್ಟು ಖುಷಿಪಟ್ಟ ಅಂದ್ರೆ ಮೆಸೇಜ್ ಮಾಡಿ ಥ್ಯಾಂಕ್ಸ್ ಹೇಳಿದ: 'I will never forget u in my life'-ಅಂತ ಮೆಸೇಜ್ ಮಾಡಿದ. ನಾನು ಉತ್ತರಿಸಿದೆ: 'ನಿನ್ನನ್ನು ನಾನು ಮರೆಯಲಾರೆ, ಯಾಕಂದ್ರೆ ನನ್ನ ಹಿರಿ ಮಗನ ಹೆಸರು ಅಭಿಷೇಕ್...!'

ಈಗ ನೇರವಾಗಿ ವಿಷಯಕ್ಕೆ ಬರುತ್ತೇನೆ: ಈ ಹಿಂದೆ ನಾನು 'ವಿಜಯವಾಣಿ' ಪತ್ರಿಕೆಯಲ್ಲಿ ಇದೇ ಮಂಜುಳಾ ಬಗ್ಗೆ ಬರೆದಾಗ ಒಂದು ಪುಟ್ಟ ವಾಕ್ಯವನ್ನು ಸೇರಿಸಿದ್ದೆ: 'ಕೋಟೆ ಕಟ್ಟಿ ಮೆರೆದ ಮಂಜುಳಾ ಏನಾದರು? ನಿಜ ಹೇಳಬೇಕಂದರೆ ಮಂಜುಳಾ ಅವರದ್ದು ದುರಂತ ಬದುಕು ಮತ್ತು ಸಾವು. 1980 ರಿಂದ ಅವರು ಸಿನಿಮಾದಿಂದ ಬಹುತೇಕ ದೂರವಾದರು. ದೂರವಾಗುವುದಕ್ಕೆ ಕಾರಣವಾದದ್ದು ಅವರ ನಿಷ್ಠುರ ವ್ಯಕ್ತಿತ್ವ ಮತ್ತು ದುರಹಂಕಾರದ ಇಮೇಜ್ ಎಂದು ಅವರನ್ನು ತುಂಬಾ ಹತ್ತಿರದಿಂದ ಬಲ್ಲವರೊಬ್ಬರು ಹೇಳುವ ಮಾತು. ಬಹದ್ದೂರ್ ಹೆಣ್ಣಿನಂತೆ ಬದುಕು ನಡೆಸಿದ ಮಂಜುಳಾ ಅವಕಾಶ ಕಮ್ಮಿಯಾಗುತ್ತಿರುವಂತೆಯೇ ಕೈಗೆ ಸಿಕ್ಕ ಕಾಮಿಡಿ ಪಾತ್ರಗಳಲ್ಲಿ ಅಭಿನಯಿಸುವಂತಾಯಿತು!'-ಇದನ್ನು ಓದಿದ ಅಭಿಷೇಕ್ ತಕ್ಷಣವೇ ನನ್ನನ್ನು ಸಂಪರ್ಕಿಸಿ ಹೇಳಿದ್ದೇನು ಗೊತ್ತಾ? 'ಶುದ್ಧ ಸುಳ್ಳು ಸಾರ್. ನನ್ನಮ್ಮ ಕೋಟೆಕಟ್ಟಿ ಮೆರೀಲಿಲ್ಲ. ಅವರದ್ದು ನಿಷ್ಠುರ ವ್ಯಕ್ತಿತ್ವ ಅಲ್ಲ. ಅವರು ದುರಹಂಕಾರಿ ಖಂಡಿತಾ ಅಲ್ಲ. ಅವಳದ್ದು ಮಾತೃಹೃದಯ. ನನ್ನಮ್ಮ ಇಷ್ಟು ದೊಡ್ಡ ಕಲಾವಿದೆ

ಅಂತ ನನ್ಗೆ ಗೊತ್ತೇ ಇರಲಿಲ್ಲ. ಸ್ಕೂಲಲ್ಲಿ ಎಲ್ರೂ ಹೇಳ್ತಾ ಇದ್ರೆ ನಂಗೆ ಆಶ್ಚರ್ಯ ಆಗೋದು. ಅಂಥಾ ಅಮ್ಮ ಈಗಲೂ ನನ್ನ ಜೊತೆ ಇರ್ಬೇಕಾಗಿತ್ತು...'–ಎಂದು ಹೇಳಿ ಮೌನವಾಗಿದ್ದ ಅಭಿಷೇಕ್...

ಈ ಲೇಖನದ ಎಮೋಷನಲ್ ಹಂತಕ್ಕೆ ಹೋಗೋದಿದ್ರೆ... ಅಂದು ಹೆಣವಾಗಿ ಮಲಗಿದ್ದ ಜಯನಗರದ ಮಂಜುಳಾ ಮನೆಗೆ ನಾನೂ ಹೋಗಿದ್ದೆ. 'ಚಿತ್ರತಾರ' ಆಫೀಸಿಗೆ ಕೂಗಳತೆ ದೂರದಲ್ಲಿತ್ತು ಮಂಜುಳಾ ಮನೆ. ಒಳಹೋಗುತ್ತಿರುವಂತೆಯೇ ನಟ ಶ್ರೀನಾಥ್ ನನ್ನನ್ನು ಕಂಡೊಡನೆಯೇ 'ಗೆಳೆಯಾ ನನ್ನ ಮಂಜುಳಾ ಈ ಪ್ರಣಯರಾಜನನ್ನು ಬಿಟ್ಟು ಹೊರಟು ಹೋದಳಪ್ಪಾ...'–ಎಂದು ಹೇಳುತ್ತಾ ಜೋರಾಗಿ ಅಳಲು ಶುರುಬಿಟ್ಟುಕೊಂಡದ್ದು ಈಗಲೂ ಕಣ್ಣಲ್ಲಿದೆ! ನಂತರ ನನ್ನ ತೋರು ಬೆರಳನ್ನು ಆಕೆಯ ಕೆನ್ನೆಗೆ ತಾಗಿಸಿದರು! ಅಲ್ಲೊಂದು ಪುಟ್ಟ ಹೊಂಡ! ಫಕ್ಕನೇ ಬೆರಳನ್ನು ಹಿಂಪಡೆದಿದ್ದೆ! ಬೆಂದು ಹೋದ ಮಂಜುಳಾ ಅವರ ಆ ಮುಖವನ್ನು ನಾನಿನ್ನೂ ಮರೆತಿಲ್ಲ.

ಇಷ್ಟಕ್ಕೂ ಅಂದು ನಡೆದಿದ್ದೇನು? ಬಹದ್ದೂರ್ ಹೆಣ್ಣಿನಂತೆ ಬಾಳಿದ ಮಂಜುಳಾ ಕೊನೆಕೊನೆಯಲ್ಲಿ ಎಲ್ಲರಿಂದಲೂ ದೂರವಾದರು. ಹಿಂದೆ ಮುಂದೆ

ಸುತ್ತುತ್ತಿದ್ದವರೆಲ್ಲಾ ಜಾರಿಕೊಂಡರು. ಕೆಲಸವಿಲ್ಲದೇ ಮನೆಯಲ್ಲಿ ಕೂರುವಂಥಾ ದುಃಸ್ಥಿತಿ ನಿರ್ಮಾಣವಾಯಿತು. ಇಂಥಾ ದುರ್ಭರ ದಿನಗಳಲ್ಲೇ ಮಂಜುಳಾ ಅಗ್ನಿ ಆಕಸ್ಮಿಕಕ್ಕೆ ಈಡಾಗಿ ಹಸಿಹಸಿ ಬೆಂದು ಹೋದರು. ಇದನ್ನೇ ಕೆಲವರು ಆತ್ಮಹತ್ಯೆ ಅಂದರು. ಆದರೆ ಅಂದು ನಿಜವಾಗಿಯೂ ನಡೆದದ್ದೇನು? ಅಂದು ಶುಕ್ರವಾರ. ಸೆಪ್ಟೆಂಬರ್ 5, 1986ನೇ ಇಸವಿ. ಅಂದು ಹಾಲು ಬಿಸಿ ಮಾಡಲೆಂದು ಅಡುಗೆ ಮನೆಗೆ ಹೋದರು. ಹಾಲಿನ ಪ್ಯಾಕೆಟ್ ಒಡೆದು ಬಟ್ಟಲಿಗೆ ಸುರಿದು ಸ್ಟೌ ಮೇಲಿಟ್ಟು

ಗ್ಯಾಸ್ ಲೈಟರ್ ಒತ್ತಿದರು. ಅಷ್ಟೇ... ಸಿಂಥೆಟಿಕ್ ನೈಟಿಗೆ ಬೆಂಕಿ ತಗುಲಿದ್ದೇ ತಡ ಮಂಜುಳಾ ಕಿರುಚಿಕೊಂಡು ಹೊರಬಂದರು. ಅಷ್ಟರಲ್ಲೇ ಎದೆಯ ಎಡಭಾಗ ಸಂಪೂರ್ಣ ಸುಟ್ಟು ಹೋಗಿತ್ತು. ಮುಖ ಬೆಂದು ಹೋಗಿತ್ತು. ಆಸ್ಪತ್ರೆ ಸೇರಿಕೊಂಡ ಈ ನಟಿ ಒಂದು ವಾರ ಕಾಲ ಸುಟ್ಟ ಗಾಯಗಳಿಂದ ನರಳಿದರು. ಕೊನೆಗೆ ಸೆಪ್ಟೆಂಬರ್ 12ರ ರಾತ್ರಿ 8.30ಕ್ಕೆ ಕೊನೆಯುಸಿರೆಳೆದರು. ಹೀಗೆ ದಶಕಗಳ ಕಾಲ ಕನ್ನಡ ಚಿತ್ರರಂಗವನ್ನು ತಮ್ಮ ಮುಷ್ಟಿಯಲ್ಲಿ ಬಿಗಿಯಾಗಿ ಹಿಡಿದುಕೊಂಡಿದ್ದ ಮಂಜುಳಾ ಸಾವಿನ ಮುಷ್ಟಿಯಿಂದ ತಪ್ಪಿಸಿಕೊಳ್ಳುವುದು

ಸಾಧ್ಯವಾಗಲಿಲ್ಲ. ಏಕಮೇವಾದ್ವಿತೀಯ ಅಭಿನೇತ್ರಿಯಾಗಿ ಮೆರೆದ ಮಂಜುಳಾ ನೋವಿನ ಸಾವು ಕಂಡದ್ದು ಮಾತ್ರ ದುರಂತ...

ಭಾನಕ್ಕನ ಸಂಗ್ರಹದಲ್ಲಿದ್ದ ಮಂಜುಳಾ ಮತ್ತು ಮಗು ಅಭಿಷೇಕನ ಫೋಟೋವನ್ನು ನೋಡುತ್ತಾ ಇಷ್ಟೆಲ್ಲಾ ನೆನಪಾಯಿತು...

ಮಾನಸಿಕವಾಗಿ ಪೆಟ್ಟು ಬಿದ್ದ 'ಟೈಗರ್' ನರಳಿ ನರಳಿ ಪ್ರಾಣ ಬಿಟ್ಟದ್ದು ನಿಜವಾ?

ಲಾಸ್ಟ್ ಡೇಸ್ ಆಫ್ ಲೆಜೆಂಡ್ಸ್ ಬಗ್ಗೆ ಬರೆಯ ಹೊರಟಿದ್ದೇನೆ. ಆಗಿ ಹೋದ ಲೆಜೆಂಡ್‌ಗಳ ಕೊನೆಯ ದಿನಗಳ ಬಗ್ಗೆ ಮಾತ್ರ ಬರೆಯ ಬೇಕೋ ಅಥವಾ ಈಗ ಬದುಕಿರುವ ಲೆಜೆಂಡ್‌ಗಳ ಕೊನೆಯ ದಿನಗಳ ಸಫರಿಂಗ್ ಬಗ್ಗೆ ಕೂಡಾ ಬರೆಯ ಬೇಕೋ ಎಂಬ ಕನ್ಫ್ಯೂಷನ್‌ನಲ್ಲಿದ್ದೇನೆ. ಸದ್ಯಕ್ಕೆ ಆಗಿ ಹೋದ ಲೆಜೆಂಡ್‌ಗಳ ಬಗ್ಗೆ ಮಾತ್ರ ಬರೆಯಲು ವಿಷಯ ಆಯ್ಕೆ ಮಾಡಿಕೊಂಡಿದ್ದೇನೆ. ಟೈಗರ್ ಪ್ರಭಾಕರ್: ನಿಮಗೆ ಗೊತ್ತಿಲ್ಲದಿರುವುದೇನಲ್ಲ, ಆದರೆ ಕೆಲವೊಂದು ವಿಚಾರಗಳ ಬಗ್ಗೆ ಅಧಿಕೃತ ಮಾಹಿತಿ ಬೇಕು ಎಂಬ ಕಾರಣಕ್ಕೆ ಟೈಗರ್ ಪ್ರಭಾಕರ್ ಅವರ ಪ್ರೀತಿಯ ಪುತ್ರ ವಿನೋದ್ ಪ್ರಭಾಕರ್ ಕೈಲಿ ಮಾತಾಡಿಸಿದ್ದೇನೆ. ನನಗಿಂತಲೂ ಹೆಚ್ಚಾಗಿ ಅಪ್ಪನ ಕೊನೆಯ ದಿನಗಳ ಸಫರಿಂಗ್ಸನ್ನು ಖುದ್ದು ಕಂಡವರು ವಿನೋದ್. ಒಮ್ಮೆ ಗೆಳೆಯ ಕರಿಸುಬ್ಬು ಅವರ 'ಬಾಲಾಜಿ ಡಿಜಿಟಲ್ ಸ್ಟುಡಿಯೋ'ದಲ್ಲಿ ಸಿಕ್ಕ ವಿನೋದ್ ಯಾವ ಮುಚ್ಚುಮರೆಯೂ ಇಲ್ಲದೇ ತಮ್ಮ ತಂದೆಯ ಕೊನೆಯ ದಿನಗಳ ನೋವಿನ ಬದುಕನ್ನು ನನ್ನ ಮುಂದೆ ತೆರೆದಿಟ್ಟದ್ದು ಹೀಗೆ:

'ನಿಜ ಹೇಳಬೇಕಂದ್ರೆ ಅಪ್ಪ ನನ್ನ ಪಾಲಿಗೆ ಅಪ್ಪನಾಗಿರಲಿಲ್ಲ. ಗೆಳೆಯರಾಗಿದ್ದರು, ಬಂಧುವಾಗಿದ್ದರು. ಅವರ ಸ್ವಭಾವ ಏನೂಂತ ನನ್ಗೆ

ಚೆನ್ನಾಗಿ ಗೊತ್ತಿತ್ತು. ಗೆಳೆಯರನ್ನು ಮಾತ್ರವಲ್ಲ ಶತ್ರುಗಳನ್ನು ಕೂಡಾ ಹೃದಯದಲ್ಲಿಟ್ಟು ಪೂಜಿಸುತ್ತಿದ್ದರು. ಅವರ ಏನೇ ಸಮಸ್ಯೆ ಇದ್ದರೂ ನನ್ನ ಬಳಿ ಚರ್ಚಿಸುತ್ತಿದ್ದರು. ನಾವು ಜೊತೆಯಾಗಿ ಕುಳಿತು ಗೆಳೆಯರಂತೆ ಸುಖ ದುಃಖ ಹಂಚಿಕೊಳ್ಳುತ್ತಿದ್ದೆವು...

'ಇಂಥಾ ಅಪ್ಪನ ಕೊನೆಗಾಲದಲ್ಲಿ ಅವರ ಕಾಲು ಕೊಳೆತು ಹೋಗಿತ್ತು, ಹುಳುವಾಗಿತ್ತು, ಆ ಹುಳುವಿಗಾಗಿ ಅಪ್ಪ ದನದ ಮಾಂಸವನ್ನು ಕಟ್ಟಿಕೊಳ್ಳುತ್ತಿದ್ದರು ಎನ್ನುವ ಗಾಸಿಪ್ ಹರಡಿಕೊಂಡದ್ದು ಮಾತ್ರ ದೊಡ್ಡ ದುರಂತ. ಖಂಡಿತವಾಗಿಯೂ ಹಾಗೇನೂ ಆಗಿರಲಿಲ್ಲ. ಕಾಲಿಗೆ ಗಾಯವಾಗಿತ್ತು ನಿಜ, ಆದ್ರೆ ಅದಕ್ಕೆ ತಕ್ಕುದಾದ ಟ್ರೀಟ್‌ಮೆಂಟ್ ತೆಗೆದುಕೊಳ್ಳುತ್ತಿದ್ದರು. ಕೊನೆಕೊನೆಗೆ ಹೆಚ್ಚೆಚ್ಚು ಡ್ರಿಂಕ್ಸ್ ತೆಗೆದುಕೊಳ್ಳುತ್ತಿದ್ದರು ಎನ್ನುವುದು ನಿಜ. ಸತತ ಸೋಲು, ವೈಯಕ್ತಿಕ ಬದುಕಿನ ದುರಂತಗಳು ಅವರನ್ನು ಹಣ್ಣುಗಾಯಿ ನೀರುಗಾಯಿ ಮಾಡಿಬಿಟ್ಟಿತ್ತು. ಹೀಗಾಗಿ ಅವರು ಕುಡಿತಕ್ಕೆ ದಾಸರಾಗಿ ಬಿಟ್ರು...

'ನೀವು ನಂಬ್ತೀರೋ ಬಿಡ್ತೀರೋ ಗೊತ್ತಿಲ್ಲ, ಆದ್ರೆ ಅವರಿಗೆ ಹೆಣ್ಣು ಮಕ್ಕಳ ಬಗ್ಗೆ ತುಂಬಾ ಗೌರವವಿತ್ತು. ಆದರೂ ಅವರೊಬ್ಬ ಮಹಾ ರಸಿಕ, ಮಹಾ ಹೆಣ್ಣುಬಾಕ ಎನ್ನುವಂತೆ ಮಾಧ್ಯಮಗಳು ಬಿಂಬಿಸಿದ್ದವು! ಹೀಗಾಗಿ ಹೊರ ಪ್ರಪಂಚಕ್ಕೆ ಅವರೊಬ್ಬ ಪುರುಷಕಾಮಿಯಾಗಿ ಕಂಡದ್ದು ನಿಜ. ಆದರೆ ವಾಸ್ತವ ಸಂಗತಿಯೇ ಬೇರಿತ್ತು. ಡಾಲಿ ಎಂಬ ನಟಿ ದಿನಾ ಬಂದು ಮನೆಯಲ್ಲಿ ಸೆಟ್ಲ್ ಆಗೋಳು.

ಆವಾಗೆಲ್ಲಾ ಅಪ್ಪ ನನ್ನನ್ನು ಕರೆದು ಆಕೆಯನ್ನು ಹೊರಗೆ ಕಳಿಸುವಂತೆ ಹೇಳೋರು. ಇದು ವಾಸ್ತವ. ಆದ್ರೆ ಮಾಧ್ಯಮಗಳು ಬಾಯಿಗೆ ಬಂದಂತೆ ಬರೆದವು! ಇದಕ್ಕೆಲ್ಲಾ ತಲೆ ಕೆಡಿಸಿಕೊಳ್ಳದ ಅಪ್ಪ ಯಾವುದಕ್ಕೂ ರಿಯಾಕ್ಟ್ ಮಾಡದೇ ತಮ್ಮ ಪಾಡಿಗೆ ತಾವಿರುತಿದ್ದರು...

'ಇನ್ನು ಬಿಟ್ಟು ಹೋದ ಆ ನಟಿಯ ವಿಚಾರ. ನಿಜ ಹೇಳಬೇಕಂದ್ರೆ ಅಪ್ಪ ಆಕೆಯನ್ನು ಮನಸಾರೆ ಪ್ರೀತಿಸುತ್ತಿದ್ರು. ಅದೊಂದು ಟೈಮ್, ಹಾಗಾಗಿ ಹೋಯಿತು. ಆದರೆ ಕೊನೆಗಾಲದಲ್ಲಿ ಆಕೆ ಅವರನ್ನು ಬಿಟ್ಟು ಹೊರಟು ಹೋದಾಗ ಅಪ್ಪ ವ್ಯಥೆ ಪಟ್ಟಿದ್ದನ್ನು ನಾನು ಕಣ್ಣಾರೆ ಕಂಡಿದ್ದೇನೆ. ಅಪ್ಪನ ಪಾಲಿಗೆ ಆಕೆ ಅದೃಷ್ಟದ ದೇವತೆಯಾಗಿದ್ದಳು. ಮುಟ್ಟಿದ್ದೆಲ್ಲಾ ಚಿನ್ನ! ಆದರೆ ಅಪ್ಪನ ಬದುಕಿನಿಂದ ಆಕೆ ಹೊರಟು ಹೋದ ಮೇಲೆ ಸೋಲಿನ ಸುಳಿಯಲ್ಲಿ ಸಿಕ್ಕಿಹಾಕಿಕೊಂಡರು. ಅಪ್ಪ ನಟಿಸಿದ ಚಿತ್ರಗಳೆಲ್ಲಾ ಮಕಾಡೆ ಮಲಗಿದವು. ನಿರ್ಮಿಸಿ, ನಿರ್ದೇಶಿಸಿದ ಚಿತ್ರಗಳೂ ನೆಲಕಚ್ಚಿದವು. ಸದಾ ಗೆಲುವನ್ನೇ ಕಂಡಿದ್ದ ಅಪ್ಪ ಈ ಸೋಲುಗಳಿಂದ ಕಂಗೆಟ್ಟು ಹೋದರು. ಆಗ ಅಪ್ಪ ನೋವನ್ನು ಹಂಚಿಕೊಂಡದ್ದು ನನ್ನ ಬಳಿ. ಅಪ್ಪನನ್ನು ತೀರಾ ಹತ್ತಿರದಿಂದ ಗೆಳೆಯನಾಗಿ ನೋಡುವ ಸೌಭಾಗ್ಯ ಅವರ ಕೊನೆಗಾಲದಲ್ಲಿ ಸಿಕ್ಕಿತು...

'ಇಂಥಾ ಅಪ್ಪ ಸಾಯುವ ಹೊತ್ತಿಗೆ ನಮ್ಮನ್ನೆಲ್ಲಾ ಅನಾಥರನ್ನಾಗಿ ಮಾಡಿ ಬೀದಿ ಪಾಲು ಮಾಡಲಿಲ್ಲ. ತಮ್ಮ ಯಶಸ್ಸಿನ ದಿನಗಳಲ್ಲಿ ದುಡಿದ ಹಣವನ್ನೆಲ್ಲಾ ಅವರು ಜಮೀನಿಗೆ ಹಾಕಿದ್ದರು. ಮದರಾಸಿನಲ್ಲೊಂದು ಸೈಟು, ಹೊಸಕೆರೆಹಳ್ಳಿಯಲ್ಲೊಂದು ಸೈಟು, ಒಂದಷ್ಟು ಬ್ಯಾಂಕ್ ಬ್ಯಾಲೆನ್ಸ್ ಎಲ್ಲಾ ಇತ್ತು. ನಡುವೆ ಏನೋ ತೊಂದ್ರೆ ಆಯಿತು.

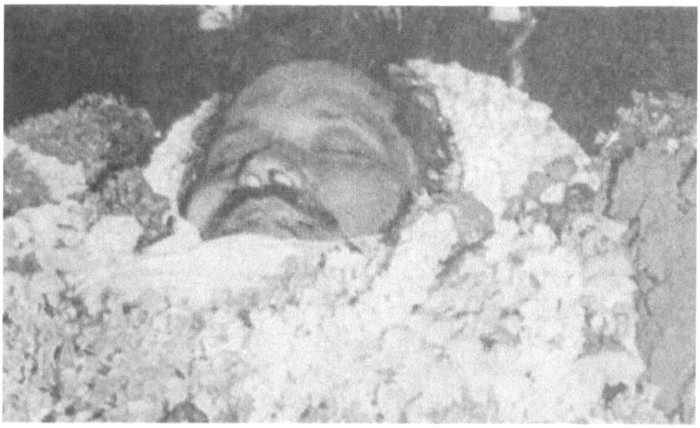

ಚೆನ್ನೈನಲ್ಲಿರೋ ಸೈಟನ್ನು ಮಾರಿದೆ. ನಂತರ ಬೆಂಗಳೂರಿನ ಸೈಟೊಂದನ್ನು ಮಾರಿದೆ. ಹೀಗೆ ಸೈಟ್ ಮಾರಿ ಬಂದ ಹಣದಲ್ಲಿ ಬದುಕು ನಡೆಸುವಂತಾಯಿತು. ನಿಮಗೆ ಗೊತ್ತೇ, ನಾವು ಕುಟುಂಬದವರೆಲ್ಲಾ ಜೊತೆಯಾಗಿ ಬದುಕು ನಡೆಸಿದ್ದೇವೆ. ಅಮ್ಮ 2006 ರಲ್ಲಿ ತೀರಿಕೊಂಡ್ರು. ಹೊಸಕೆರೆಹಳ್ಳಿಯ ಮನೆಯಲ್ಲಿ ನಾನು, ನನ್ನ ಹೆಂಡ್ತಿ ಜೊತೆ ಹಾಯಾಗಿದ್ದೇನೆ. ಉಳಿದಂತೆ ನಮ್ಮ ಜೊತೆ ದೊಡ್ಡಕ್ಕ ಭಾರತಿ, ಸಣ್ಣಕ್ಕ ಗೀತಾ ಇದ್ದಾರೆ. ಇಬ್ಬರೂ ಉದ್ಯೋಗದಲ್ಲಿದ್ದಾರೆ. ಚಿಕ್ಕ ಭಾವ ಕೆನಡಾದಲ್ಲಿದ್ದಾರೆ. ದೊಡ್ಡಕ್ಕನಿಗಿನ್ನೂ ಮದುವೆಯಾಗಿಲ್ಲ. ಅಪ್ಪನ ಬದುಕಿನ ಕಹಿಯನ್ನು ಕಣ್ಣಾರೆ ಕಂಡಿರುವ ಆಕೆ ಮದುವೆಯೇ ಬೇಡವೆಂದು ಹಠ ಹಿಡಿದು ಕುಳಿತು ಬಿಟ್ಟಿದ್ದಾಳೆ. 2014 ರಲ್ಲಿ ನನ್ನ ಮದುವೆಯಾಯಿತು. ನನ್ನ ಕೈ ಹಿಡಿದಾಕೆಯ ಹೆಸರು ಇಷಾ. ತುಂಬಾ ಹೊಂದಿಕೊಂಡಿದ್ದಾಳೆ. ನಾನು ಡಿಪ್ರೆಷನ್‌ಗೆ ಹೋದಾಗಲೆಲ್ಲಾ ಜೊತೆಗಿದ್ದು ಸಾಂತ್ವನ ಹೇಳುತ್ತಾಳೆ. ಅಂಥಾ ಹೆಂಡ್ತಿ ಪಡೆಯಲು ನಾನು ಪುಣ್ಯ ಮಾಡಿದ್ದೇನೆ...'

ಎಂಬಲ್ಲಿಗೆ ವಿನೋದ್ ಪ್ರಭಾಕರ್ ಮಾತು ಮುಗಿಯುತ್ತದೆ. ಇಲ್ಲಿ ಪ್ರಕಟಿಸ ಬಾರದ ಒಂದಷ್ಟು ಆಫ್ ದಿ ರೆಕಾರ್ಡ್ ವಿಷಯಗಳನ್ನು ಗುಟ್ಟಾಗಿಟ್ಟಿದ್ದೇನೆ!

ಅಂದಹಾಗೆ ಕನ್ನಡ ಚಿತ್ರರಂಗದ 'ಟೈಗರ್' ಸದ್ದಡಗಿ ಆಗಲೇ ಹಲವು ವರ್ಷಗಳೇ ಕಳೆದಿವೆ. ಆದರೂ ಪ್ರಭಾಕರ್ ಬಿಟ್ಟು ಹೋದ ನೆನಪುಗಳು ಮಾತ್ರ ನಿತ್ಯ ನಿರಂತರ...

ತೂಗು'ದೀಪ' ಆರುವ ಮುನ್ನ...

'ಚಾಲೆಂಜಿಂಗ್ ಸ್ಟಾರ್' ಜನಕನ ಜೀವ ಉಳಿಸಿದರೂ ವ್ಯರ್ಥವಾದ 'ಚಾಲೆಂಜಿಂಗ್ ಸ್ಟಾರಿಣಿ' ಸಾಹಸದ ಕಥೆ!

ಅಭಿಮಾನಿಗಳ ಪಾಲಿಗೆ ನಟ ದರ್ಶನ್ 'ಚಾಲೆಂಜಿಂಗ್ ಸ್ಟಾರ್' ಆಗಿರಬಹುದು. ಆದರೆ ಅವರ ಹೆತ್ತಮ್ಮ ಮೀನಾ ತೂಗುದೀಪ ಯಮನಿಗೆ ಚಾಲೆಂಜ್ ಹಾಕಿ 'ಚಾಲೆಂಜಿಂಗ್ ಸ್ಟಾರಿಣಿ' ಆದ ಕಥೆ ನಿಜಕ್ಕೂ ರೋಚಕ, ರೋಮಾಂಚಕ!: ಇದು ನಿಜ. ಒಂದು ಅಚ್ಚರಿಯ ವಿಷಯವೆಂದರೆ ದರ್ಶನ್ ಅಮ್ಮ ಮೀನಾ ಒಂದೇ ಒಂದು ಕಿಡ್ನಿ ಜತೆ ಕಳೆದ ಮೂವತ್ತು ವರ್ಷಗಳಿಂದ ಬದುಕು ನಡೆಸಿದ್ದಾರೆ! ಮತ್ತೊಂದು ಕಿಡ್ನಿಯ ಕಥೆ ಇಲ್ಲಿದೆ:

ಮೊದಲೇ ಹೇಳಿದ ಹಾಗೆ ಇದು ಮೂವತ್ತು ವರ್ಷಗಳ ಹಿಂದಿನ ಕಥೆ. ಆಗ ನಟ ತೂಗುದೀಪ ಶ್ರೀನಿವಾಸ್ ಅವರದ್ದು ಸಂತುಷ್ಟ ಕುಟುಂಬ. ಇಂಥಾ ಸಂತೃಪ್ತ ಕುಟುಂಬಕ್ಕೆ ಬರಸಿಡಿಲಿನಂತೆ ಬಂದೆರಗಿದ್ದು ತೂಗುದೀಪ ಶ್ರೀನಿವಾಸ್ ಅವರ ಕಿಡ್ನಿ ವೈಫಲ್ಯದ ಕಾಯಿಲೆಯ ಸುದ್ದಿ. ಈ ಕಾಯಿಲೆಯ ಮತ್ತು ಮೀನಾ ಅವರ ಆತಂಕದ ದಿನಗಳ ವಿವರ ಪಡೆಯಲೆಂದೇ ಮೈಸೂರಿನ ಅವರ 'ಮು.ಪಾ. ಕೃಪಾ'ಕ್ಕೆ ಭೇಟಿ ನೀಡಿದಾಗ ರಿವೀಲ್ ಆದ ಈ ಕಥೆ ಯಾವ ಎಮೋಷನಲ್ ಸಿನಿಮಾಕ್ಕೂ ಕಮ್ಮಿ ಇಲ್ಲದ್ದು. ನಿಜವಾದ ಅರ್ಥದಲ್ಲಿ ತಮ್ಮ ಪತಿಯ ಜೀವ ಉಳಿಸಿದ ಮೀನಾ ಅವರದ್ದು ಥೇಟ್ 'ಸತಿ ಸಾವಿತ್ರಿ'ಯ ಕಥೆ! ಈ ಕಥೆಯನ್ನು ಸಾಕ್ಷಾತ್ ಮೀನಾ ಅವರ ಬಾಯಲ್ಲೇ ಕೇಳಬೇಕು...

ಓವರ್ ಟು ಮೀನಾ ತೂಗುದೀಪ:

'ಆ ದಿನಗಳಲ್ಲಿ ನೀವು ಅವರನ್ನು ನೋಡಬೇಕಿತ್ತು. ತಾತನ ಹಾಗೆ ಆಗ್ಬಿಟ್ಟಿದ್ರು! ಎಂತಹ ಆಜಾನುಬಾಹು ಶರೀರ ಅವರದ್ದು. ಹೇಗಿದ್ದವರು ಹೀಗಾಗಿ ಬಿಟ್ರಲ್ಲಾ ಅಂತ ದುಃಖ ಉಮ್ಮಳಿಸಿ ಬರುತ್ತಿತ್ತು. ನನ್ನ ವ್ರತ–ಪೂಜೆ ನನ್ನನ್ನು ಕಾಪಾಡಿತು. ನನ್ನ ನಿರ್ಧಾರದ ಹಿಂದಿದ್ದದ್ದು ಒಂದೇ ಉದ್ದೇಶ: ನನ್ನಂಥಾ ಮೀನಾರು ಸಾವಿರಾರು ಇರಬಹುದು, ಆದ್ರೆ ತೂಗುದೀಪ ಶ್ರೀನಿವಾಸ್‌ರಂಥವರು ತೀರಾ ಅಪರೂಪ. ಅವರು ಕನ್ನಡಿಗರ ಸೊತ್ತು. ಆ

ಸೊತ್ತನ್ನು ಕಾಪಾಡಿಕೊಳ್ಳಬೇಕಾದದ್ದು ನನ್ನ ಕರ್ತವ್ಯ. ಕಿಡ್ನಿ ಟ್ರಾನ್ಸ್‌ಪ್ಲೇಂಟೇಷನ್ ಸಂದರ್ಭದಲ್ಲಿ ನಾನು ಸತ್ತರೂ ಪರ್ವಾಗಿಲ್ಲ, ನನ್ನವರು ಬದುಕುಳಿಯಬೇಕೆಂದು ಬಯಸಿದವಳು ನಾನು. ಅದೃಷ್ಟವಶಾತ್ ಆಪರೇಷನ್ ಸಕ್ಸಸ್ ಆಯ್ತು. ಸ್ವಲ್ಪ ದಿನಗಳ ಕಾಲ ಆರೋಗ್ಯವಾಗಿದ್ದು ಓಡಾಡಿಕೊಂಡಿದ್ದರು. ಆದರೆ ಮತ್ತೆ ಅನಾರೋಗ್ಯಕ್ಕೀಡಾಗಿ ಹೊರಟು ಹೋದರು...'

'ಆ ದಿನಗಳ ನನ್ನ ಮಾನಸಿಕ ಮತ್ತು ದೈಹಿಕ ಹೊಯ್ದಾಟವನ್ನು ನಿಮಗೆ ಹೇಳುತ್ತೇನೆ ಕೇಳಿ: 'ಇವರಿಗೆ ಕುಡಿಯೋದು, ಸಿಗರೇಟು ಸೇದೋದು ಅಭ್ಯಾಸ ಇತ್ತು. ಒಂದೆರಡು ವರ್ಷಗಳ ಹಿಂದೆ ಕುಡಿಯೋದು ಬಿಟ್ರು. ಉಪ್ಪು ತಿನ್ನೋದು ಕಮ್ಮಿ ಮಾಡಿದ್ರು. ಈ ನಡುವೆ ಉಸಿರಾಟದ ತೊಂದ್ರೆ ಕಾಣಿಸ್ತು. ಡಾಕ್ಟರ್ ಪರೀಕ್ಷಿಸಿದಾಗ ಹಾರ್ಟ್‌ನ ವೆಸಲ್ಲಿನಲ್ಲಿ ಸಣ್ಣ ಕ್ಲಾಟಾಗಿದೆ ಅಂದ್ರು. ಅದು ಸಾಮಾನ್ಯವಾದ ಔಷಧಿಯಲ್ಲಿ ಹೋಗುವಂಥಾದ್ದು. ಹೆಚ್ಚು ಟೆನ್ಷನ್ ಆಗಿರಲಿಲ್ಲ. ಆದ್ರೆ ಇವ್ರಿಗೆ ಕಿಡ್ನಿ ಪ್ರಾಬ್ಲೆಮ್ ಇದೆ ಅಂತ ತಿಳಿದಾಗ ಮಾತ್ರ ಸಣ್ಣಗೆ ನಡುಗಿ ಬಿಟ್ಟೆ. ನನಗೆ ಈ ವಿಷಯ ತಿಳಿದದ್ದು 1994ರ ಜನವರಿ 1 ರಂದು. ವರ್ಷದ ಮೊದಲ ದಿನವೇ ಈ ಶಾಕ್. ಹಿಂದಿನ ದಿನ ಮನೆಗೆ ಬಂದವರೇ ಮಲಗಿಬಿಟ್ರು. ಡಾಕ್ಟರಿಗೆ ತೋರಿಸಿದಾಗ ತಕ್ಷಣ ಅಡ್ಮಿಟ್ ಆಗುವಂತೆ ಸೂಚಿಸಿದರು. ಅಲ್ಲಿ ಪೇರಿತೋನಿಯಲ್ ಡಯಾಲಿಸಿಸ್ ಮಾಡಿಸಿದರು. ಕಿಡ್ನಿ ತೊಂದ್ರೆ ಇದೆ. ಔಷಧದಲ್ಲಿ ಸರಿ ಹೋದ್ರೂ ಹೋಗಬಹುದೆನ್ನುವ ಸಮಾಧಾನ ಸಿಕ್ಕಿತು.

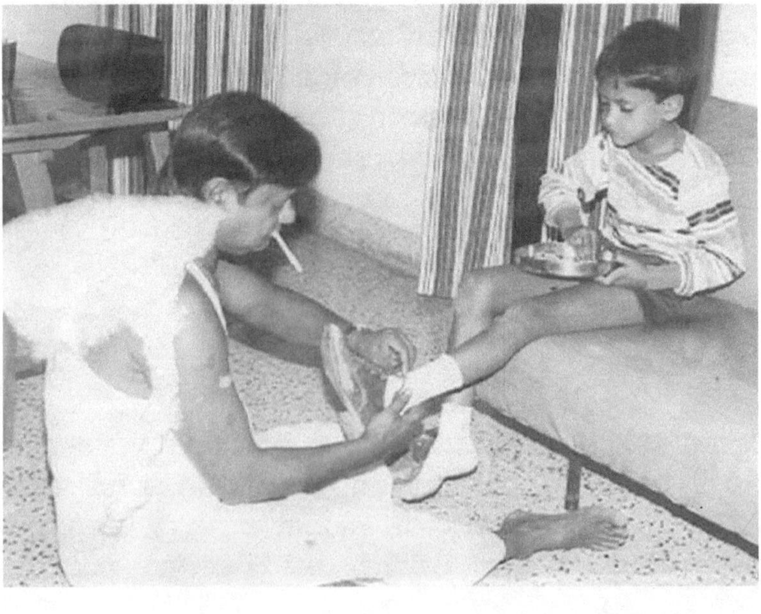

'ತಕ್ಷಣಕ್ಕೆ ಸಿಕ್ಕ ಔಷಧೋಪಚಾರದಿಂದಾಗಿ ನನ್ನವರು ಓಡಾಡುವಂತಾದರು. ದಿನಗಳುರುಳುತ್ತಿರುವಂತೆಯೇ ಇವರು ಚಿತ್ರೀಕರಣದಲ್ಲಿ ಭಾಗವಹಿಸ ತೊಡಗಿದರು... ಅಂದು ಯಾವುದೋ ಸಮಾರಂಭಕ್ಕೆ ಹೋಗಿ ಬಂದವರೇ ಚಳಿ–ಜ್ವರದಿಂದ ನಡುಗಲು ಶುರುವಿಟ್ಟುಕೊಂಡರು. ಫ್ಯಾಮಿಲಿ ಡಾಕ್ಟ್ರಿಗೆ ತೋರಿಸಿದೆ. ತಕ್ಷಣ ಅಡ್ಮಿಟ್ ಮಾಡಿಸಿ ಅಂದ್ರು. ಜೆ.ಎಸ್.ಎಸ್. ಆಸ್ಪತ್ರೆಯಲ್ಲಿ ದಾಖಲಿಸಿದೆ. ಏನಾಗಬಾರದೆಂದು ಇಷ್ಟು ದಿನಗಳ ಕಾಲ ದೇವರಲ್ಲಿ ಪ್ರಾರ್ಥಿಸಿದ್ದೇನೋ ಅದೇ ಆಯಿತು. ಮಾರನೇ ದಿನದಿಂದಲೇ ಡಯಾಲಿಸಿಸ್ ಶುರು...

'ಮೊದಮೊದಲು ವಾರಕ್ಕೆರಡು ಸಲ, ನಂತರ ಮೂರು ಸಲ ಡಯಾಲಿಸಿಸ್ ಮಾಡಿಸುತ್ತಿದ್ರು. ಈ ಹಂತದಲ್ಲೇ ಬದಲಿ ಕಿಡ್ನಿ ಜೋಡಿಸಬೇಕಾದ ಅನಿವಾರ್ಯತೆಯನ್ನು ಡಾಕ್ಟರ್ ಹೇಳಿಕೊಂಡರು. ತಕ್ಷಣಕ್ಕೆ ನಾನೊಂದು ನಿರ್ಧಾರಕ್ಕೆ ಬಂದಿದ್ದೆ: ನಾನೇ ಅವರಿಗೆ ಒಂದು ಕಿಡ್ನಿ ನೀಡುತ್ತೇನೆ... ನಾನು ಒಂದು ನಿರ್ಧಾರಕ್ಕೆ ಬಂದೇನೆಂದ್ರೆ ಆ ಬ್ರಹ್ಮ ಬಂದ್ರೂ ಬಿಟ್ಟು ಕೊಡೋದಿಲ್ಲ!

'ಮುಂದಿನ ಮೂರು ತಿಂಗಳುಗಳನ್ನು ನಾನು ಹೇಗೆ ನಿಭಾಯಿಸಿದ್ದೇನೆಂಬುದೇ ಒಂದು ಯಕ್ಷ ಪ್ರಶ್ನೆ. ಇವರಿಗೆ ಸಮಾಧಾನ ಹೇಳಬೇಕು, ಕಿಡ್ನಿ ನೀಡುವುದಕ್ಕೂ ಮೊದಲು ರಕ್ತ ಪರೀಕ್ಷೆ, ಟಿಶ್ಯೂ ಪರೀಕ್ಷೆ ಮಾಡಿಸಬೇಕು, ಮಕ್ಕಳನ್ನು ನೋಡಿಕೊಳ್ಳಬೇಕು... ಓಹ್, ಸುಸ್ತು ಹೊಡೆದು ಹೋದೆ. ನಾನು ದೇವರನ್ನು ನಂಬುತ್ತೇನೆ. ಹರಕೆ ಹೊತ್ತೆ, ಸಂಕಷ್ಟ ವ್ರತ ಮಾಡಿದೆ. ಯಾವ್ಯಾವ ದೇವರಿಗೆ ಎಷ್ಟೆಷ್ಟು ಬೇಡಿಕೆಯಿಟ್ಟೆನೋ ಗೊತ್ತಿಲ್ಲ. ನಂಜನಗೂಡಿಗೆ ಹೋಗಿ ಬರೀ ಅಂಗಳದಲ್ಲಿ ಅನ್ನ ತಿಂದು ಬೇಡಿಕೊಂಡೆ... ದುಃಖ ಉಮ್ಮಳಿಸಿ ಬರ್ತಿತ್ತು. ಆದ್ರೆ ಅವ್ರ ಎದುರು ಅಳುತ್ತಿರಲಿಲ್ಲ...

'ಕಿಡ್ನಿ ನೀಡಲು ನಾನು ನಿರ್ಧರಿಸಿದ್ದೆ. ಬಹಳಷ್ಟು ಮಂದಿ ಸಂಬಂಧಿಕರು 'ಬೇಡ ರಿಸ್ಕ್' ಅಂದರು. ನಾನೇ ಇವರ್ಯಾರ ಮಾತನ್ನೂ ಕೇಳಿಸಿಕೊಳ್ಳಲಿಲ್ಲ. ಕೊನೆಗೆ ಡಾಕ್ಟರ್ ನನ್ನ ರಕ್ತ, ಟಿಶ್ಯೂ ಪರೀಕ್ಷೆ ನಡೆಸಿ ಗ್ರೀನ್ ಸಿಗ್ನಲ್ ಕೊಟ್ಟರು. ಅಷ್ಟರ ಮಟ್ಟಿಗೆ ಸಮಾಧಾನವಾಯಿತಾದ್ರೂ ದುಡ್ಡು ಹೊಂದಿಸೋದು ಹೇಗೆ ಎನ್ನುವ ಸಮಸ್ಯೆ ಎದುರಾಯಿತು. ನಾನು ಎಲ್ಲದ್ದಕ್ಕೂ ಸಿದ್ಧವಾಗಿದ್ದೆ. ಅವ್ರ ಜೀವ ಉಳಿಸೋದಷ್ಟೇ ನನ್ನ ಆದ್ಯತೆಯಾಗಿತ್ತು. ದುಡ್ಡಿಗಾಗಿ ಮೈಸೂರಿನ ಮನೆ ಮಾರಲೂ ಸಿದ್ಧಳಾದೆ, ಇದ್ದಬದ್ದ ಚಿನ್ನಾಭರಣಗಳನ್ನು ಮಾರಲು ಯೋಚಿಸಿದೆ. ಆದ್ರೆ ನಮ್ಮ ಈ ಕಷ್ಟದ ಬದುಕಿನಲ್ಲಿ ದೇವರಂತೆ ಬಂದವರು ಪಾರ್ವತಮ್ಮ ರಾಜ್‌ಕುಮಾರ್! ಇವರೇ ನನಗೆ ಸ್ಫೂರ್ತಿ...

'ಈ ನಡುವೆ ಇವರಿಗೆ ಸರ್ಪಸುತ್ತು ವಕ್ಕರಿಸಿಬಿಟ್ಟಿತು. ಇಂಥಾ ಟೈಮಲ್ಲಿ ಕಿಡ್ನಿ ಆಪರೇಷನ್ ಮಾಡಬಾರದಂತೆ. ಆದ್ರೆ ನನ್ನವರೇ ಆರೋಗ್ಯ

ಸ್ಥಿತಿ ತೀರಾ ಹದಗೆಟ್ಟು ಹೋಯಿತು. ಅನಿವಾರ್ಯವಾಗಿ ಆಪರೇಷನ್ ಮಾಡಿಸಲೇಬೇಕಾಯಿತು. ಅಂದು ನಾನು ನನ್ನ ಕೌಟುಂಬಿಕರೆಲ್ಲರಿಗೂ ಟಾಟಾ ಮಾಡಿ ಆಪರೇಷನ್ ಥಿಯೇಟರಿಗೆ ಹೋದೆ. ನನ್ನ ಎಡಭಾಗದ ಕಿಡ್ನಿ ತೆಗೆದು ಅವರ ಬಲಭಾಗಕ್ಕೆ ಜೋಡಿಸಿದರು. ಆಪರೇಷನ್ ಸಕ್ಸಸ್ ಆಯಿತು... ಆದರೇ...

* * *

ಪತ್ನಿಯಿಂದ ಒಂದು ಕಿಡ್ನಿಯನ್ನು ದಾನವಾಗಿ ಪಡೆದ ತೂಗುದೀಪ ಶ್ರೀನಿವಾಸ್ ಅವರು ತಕ್ಷಣಕ್ಕೆ ಚೇತರಿಸಿಕೊಂಡರೂ ವರ್ಷವೊಂದರಲ್ಲೇ ತೀರಿಕೊಂಡರು. ಮೀನಾ ಅವರು ಒಂದೇ ಒಂದು ಕಿಡ್ನಿಯಲ್ಲೇ ತಮ್ಮ ಬದುಕಿನ ಮೂವತ್ತು ವರ್ಷಗಳನ್ನು ಈಗಾಗಲೇ ಕಳೆದಿದ್ದಾರೆ. ಈಗಲೂ ಆರೋಗ್ಯವಂತರಾಗಿರುವ ಮೀನಮ್ಮ ತಮ್ಮ ಮಕ್ಕಳ ಏಳಿಗೆಯನ್ನು ಕಂಡು ಸಂತೃಪ್ತರಾಗಿದ್ದಾರೆ. ಒಂದೊಂದು ತಿಂಗಳು ಒಬ್ಬೊಬ್ಬ ಮಗನ ಮನೆಯಲ್ಲಿ ವಾಸ ಮಾಡುವ ಮೀನಮ್ಮ ಕೆಲವೊಮ್ಮೆ ಮಗಳ ನೆನಪಾದಾಗ ಗೋವಾಕ್ಕೆ ಹೋಗುವುದೂ ಇದೆ. ಯಾವುದಕ್ಕೂ ಕೊರತೆಯಿಲ್ಲದ ಬದುಕು. ಆದರೂ ಮೈಸೂರಿನ ಮನೆ 'ಮುತ್ತುರಾಜ್-ಪಾರ್ವತಮ್ಮ ಕೃಪಾ'ದಲ್ಲಿರುವುದೆಂದರೆ ಇವರ ಆನಂದ-ತೃಪ್ತಿಯೇ ಬೇರೆ. ಇಂಥಾ ಹೊತ್ತಿನಲ್ಲೂ ಮೀನಾ ಅವರ ಹೃದಯ ಸದಾ ಮಿಡಿಯುತ್ತಿರುತ್ತದೆ: 'ಅವರು ಇದ್ದಿದ್ದರೆ...?'

ತಂತಿ ಕಡಿದ ವೀಣೆಯಂತೆ ಈ ಬದುಕು...

ನಮ್ಮ ನಡುವಿನ ದಂತಕಥೆ ಪ್ರೀಮಿಯರ್ ಬಸವರಾಜಯ್ಯನವರ ಕೊನೇಗಾಲದ ಒಂದು ಗಂಟೆ ಒಡನಾಟ

ಮೈಸೂರಿನ ಪ್ರೀಮಿಯರ್ ಸ್ಟುಡಿಯೋ ಸ್ಥಾಪಿಸಿ ಇಡಿಯ ಚಿತ್ರೋದ್ಯಮವೇ ಕರ್ನಾಟಕದಲ್ಲಿ ನೆಲೆಯೂರಲು ಕಾರಣಕರ್ತರಾದ ಸಾಧಕ ಬಸವರಾಜಯ್ಯನವರ ಬದುಕಿನ ಕೊನೆಯ ದಿನಗಳ ಅತ್ಯಂತ ದಾರುಣ ದುಃಸ್ಥಿತಿಯನ್ನು ಕಣ್ಣಾರೆ ಕಂಡವನು ನಾನು. 2004ನೇ ಇಸವಿಯ ಏಪ್ರಿಲ್ ತಿಂಗಳಲ್ಲಿ ನಾನು ಬಸವರಾಜಯ್ಯನವರ ಕನಸಿನ ಕೂಸಾದ ಪ್ರೀಮಿಯರ್

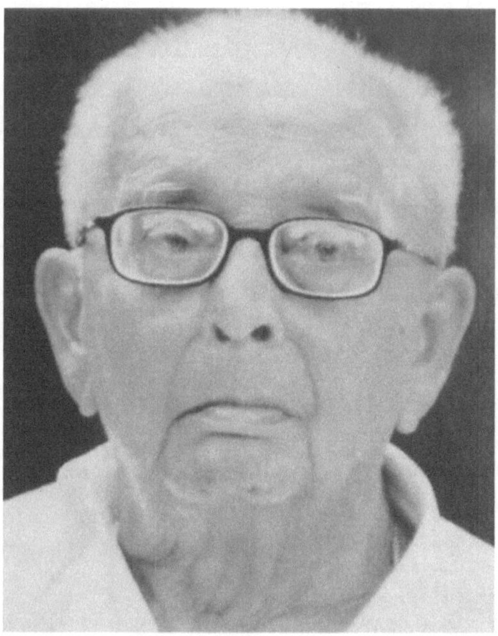

ಸ್ಟುಡಿಯೋ ಪ್ರವೇಶಿಸಿದೆ. ಅಲ್ಲಿ ಅಂದು ನಾನು ಕಂಡ ಬಸವರಾಜಯ್ಯನವರ ಕೊನೆಯ ದಿನಗಳ ವಿವರ ಇಲ್ಲಿದೆ:

'ಹೊಸ ಬೂಟು ಧರಿಸಿಕೊಂಡವನಿಗಷ್ಟೇ ಗೊತ್ತು ಒಳಗಿನ ಏಟಿನ ನೋವು...'–ಸುಮಾರು ನಲವತ್ತೈದು ವರ್ಷಗಳ ಹಿಂದೆ ಮೈಸೂರಿನ ಪ್ರೀಮಿಯರ್ ಸ್ಟುಡಿಯೋದ ಅಂಗಳದಲ್ಲಿ ಚೇರ್ ಹಾಕಿ ಕೂತು ಪತ್ರಕರ್ತರ ಮುಂದೆ ತಮ್ಮ ನೋವು–ದುಗುಡವನ್ನು ತೋಡಿಕೊಂಡಿದ್ದರು ಆ ಹಿರಿಯ ಸಾಧಕ!

ಆ ಹೊತ್ತಿನಲ್ಲಿ ತಮ್ಮ ಸುಪರ್ದಿನಲ್ಲಿದ್ದ ಈ ಸ್ಟುಡಿಯೋವನ್ನು ಹಂತಹಂತವಾಗಿ ಮುಚ್ಚುವ ನಿರ್ಧಾರಕ್ಕೆ ಬಂದಿದ್ದರು ಆ ಹಿರಿಯ. ಇದನ್ನರಿತ ಪತ್ರಕರ್ತರು 'ಸ್ಟುಡಿಯೋವನ್ನೇಕೆ ಮುಚ್ಚುತ್ತೀರಿ? ಹೇಗಾದ್ರೂ ನಡೆಸಿಕೊಂಡು ಹೋಗಬಾರದೇ?'–ಎಂದು ಪ್ರಶ್ನಿಸಿದಾಗ ಆ ಹಿರಿಯ ನೀಡಿದ ಉತ್ತರವಿದು.

ನಲವತ್ತೈದು ವರ್ಷಗಳ ನಂತರ ಅದೇ ಸ್ಟುಡಿಯೋದ ಅಂಗಳದಲ್ಲಿ ಕೂತು ಗತಕಾಲದ ವೈಭವವನ್ನು ಮೆಲುಕು ಹಾಕುತ್ತಿದ್ದ ಅರಳು ಮರಳು ವೃದ್ಧರೊಬ್ಬರು ತಮ್ಮಲ್ಲೇ ಎಂಬಂತೆ ಗೊಣಗುತ್ತಿದ್ದರು: 'ಹೊಸ ಬೂಟು ಧರಿಸಿಕೊಂಡವನಿಗಷ್ಟೇ ಗೊತ್ತು ಒಳಗಿನ ಏಟಿನ ನೋವು...' ದುರಾದೃಷ್ಟವೆಂದರೆ ಈ ವಯೋವೃದ್ಧರ ಒಂದು ಕಾಲನ್ನು ಕತ್ತರಿಸಲಾಗಿದೆ. ಮತ್ತೊಂದು ಕಾಲು ತುಂಬಾ ಬ್ಯಾಂಡೇಜು! ಧರಿಸಿದ ಬೂಟು ಕಾಲಿಗೆ ಸರಿ ಹೊಂದಲಿಲ್ಲವೇ? ಗೊತ್ತಿಲ್ಲ!

ಈ ಜ್ಞಾನ ವೃದ್ಧರ ಹೆಸರು: ಬಸವರಾಜಯ್ಯ. ಎಂ.ಎನ್. ಬಸವರಾಜಯ್ಯ. ಗೊತ್ತಾಗಲಿಲ್ಲವೇ? ಪ್ರೀಮಿಯರ್ ಬಸವರಾಜಯ್ಯ. ಬದುಕಿನುದ್ದಕ್ಕೂ ಕಾಡಿದ ಸ್ಟುಡಿಯೋದ ಹೆಸರನ್ನು ತಮ್ಮ ಹೆಸರಿಗೆ ತಗುಲಿಸಿಕೊಂಡ ಈ ಹಿರಿಯ ಜೀವಕ್ಕೀಗ ಬೂಟೂ ಇಲ್ಲ, ಕಾಲೂ ಇಲ್ಲದಂಥಾ ದುಃಸ್ಥಿತಿ...

ನಿಜ ಹೇಳಬೇಕೆಂದರೆ ಒಂದು ಕಾಲದಲ್ಲಿ ಚಿತ್ರರಂಗಕ್ಕೆ ಊರುಗೋಲಾಗಿದ್ದ ಈ ಸಾಧಕನನ್ನು ಭೇಟಿಯಾಗಿ ಸಂದರ್ಶಿಸಲೆಂದು ಹೊರಟ ನನಗೆ ಆಘಾತವಾದದ್ದು ಅವರು ಎರಡು ವರ್ಷಗಳ ಹಿಂದೆಯೇ ತೀರಿಕೊಂಡಿದ್ದಾರೆ ಎನ್ನುವ ಮಾತನ್ನು ಕೇಳಿ! ನನಗೆ ನಂಬಿಕೆಯಿತ್ತು, ಅವರಿನ್ನೂ ಬದುಕಿದ್ದಾರೆ

ಎನ್ನುವ ನಂಬಿಕೆ. ಹೀಗಾಗಿಯೇ ಒಂದು ಮುಂಜಾನೆ ಮೈಸೂರಿಗೆ ಹೊರಟು ಬಿಟ್ಟೆ. ನನ್ನ ಕಾರು ಪ್ರೀಮಿಯರ್ ಅಂಗಳದಲ್ಲಿ ನಿಂತಾಗ ಮನೆಯ ಮುಂದೆ ಬೆತ್ತದ ಕುರ್ಚಿಯಲ್ಲಿ ಕೂತು ಬೆಳಗ್ಗಿನ ತಂಗಾಳಿಯನ್ನು ಅನುಭವಿಸುತ್ತಿದ್ದ ಬಸವರಾಜಯ್ಯನವರು ಗಾಬರಿ ಬಿದ್ದವರಂತೆ ಪೇಚಾಡಿಕೊಂಡರು! ನಮ್ಮನ್ನು ನೋಡುತ್ತಲೇ ಆಳು-ಕಾಳುಗಳು ಅದೆಲ್ಲಿದ್ದರೋ ಓಡೋಡಿ ಬಂದರು. ನಾವು ನಮ್ಮ ಉದ್ದೇಶವನ್ನು ವಿವರಿಸಿ ಹೇಳಿದಾಗ ಅವರು ಪ್ರಶ್ನಿಸಿದರು: 'ಯಾರು ನೀವು? ಎಲ್ಲಿಂದ ಬಂದಿರಿ? ನನ್ನಿಂದ ಏನಾಗಬೇಕಿತ್ತು?'-ಎಂದು ಒಂದೇ ಸವನೆ ಪ್ರಶ್ನಿಸತೊಡಗಿದರು ಬಸವರಾಜಯ್ಯ.

ಸೋಡಾ ಗ್ಲಾಸಿನ ಕನ್ನಡಕ, ವಿರಳ ತಲೆಗೂದಲು, ನೆರಿಗೆ ಕಟ್ಟಿದ ಮುಖ, ನಡುಗುವ ಕೈ, ತೋಳು, ಬಿಳಿಯ ಶರ್ಟ್ ಮತ್ತು ಬಿಳಿಯ ಪಂಚೆ... ಪಂಚೆಯೊಳಗಿನ ಬಲಗಾಲನ್ನು ಕತ್ತರಿಸಲಾಗಿತ್ತು! ಎಡಗಾಲಿಗೆ ಬಿಳಿಯ ಬ್ಯಾಂಡೇಜು. ಕಾಲ ಬಳಿ ಮೆತ್ತನೆಯ ದಿಂಬು. ಬೆತ್ತದ ಕುರ್ಚಿಗೊರಗಿ ಕುಳಿತಿದ್ದ ಬಸವರಾಜಯ್ಯನವರನ್ನು ನಾನು ಪ್ರಶ್ನಿಸಿದೆ: 'ಹೇಗಿದ್ದೀರಿ ಸರ್? ಆರೋಗ್ಯ ಹೇಗಿದೆ?'-ಈ ಪ್ರಶ್ನೆಗೆ ಅವರು ತುಂಬಾ ಕ್ರೂಡಾಗಿ ಉತ್ತರಿಸಿದರು: 'ನಂಗೇನಾಗಿದೆ ದಾಡಿ? ಗುಂಡ್ಕಲ್ಲು ಇದ್ದಾಗಿದ್ದೀನಿ...'

ವರ್ಷಗಳ ಹಿಂದೆ ಗ್ಯಾಂಗ್ರೀನ್‌ಗೆ ಬಲಿಯಾದ ಬಲಗಾಲನ್ನು ಕತ್ತರಿಸಿರುವುದರಿಂದಲೂ, ವೃದ್ಧಾಪ್ಯ ಕಾಡುತ್ತಿರುವುದರಿಂದಲೂ ಬಸವರಾಜಯ್ಯನವರು ಬೆತ್ತದ ಕುರ್ಚಿ ಪಾಲಾಗಿದ್ದಾರೆ. ಈ ಮೊದಲು ಕಾಲಿಗೆ ಚಕ್ರ ಕಟ್ಟಿದಂತೆ ಓಡಾಡಿಕೊಂಡಿದ್ದ ಇವರು ಇದೀಗ ಸ್ಟುಡಿಯೋದ ಒಳಗೆ ಬಂಧಿ. ಒಳಗಡೆ ಓಡಾಡಬೇಕಿದ್ದರೆ ಇವರನ್ನು ಕುರ್ಚಿ ಮೇಲೆ ಕುಳ್ಳಿರಿಸಿಯೇ ಕೆಲಸದಾಳುಗಳು ಎತ್ತಿ ಒಯ್ಯಬೇಕಾಗಿದೆ! ಇವರಿಗೆ ಮೂವರು ಮಕ್ಕಳು: ನಾಗರಾಜ್, ನಾಗಕುಮಾರ್, ನಾಗಸುಂದರ್!

ಇಷ್ಟಕ್ಕೂ ಯಾರು ಈ ಬಸವರಾಜಯ್ಯ? ಇವರ ಹಿನ್ನೆಲೆ ಏನು? ಇವರ ಬಯೋಡಾಟ ಹೀಗಿದೆ: 1914 ರಲ್ಲಿ ಹುಟ್ಟಿದ ಇವರು ಆ ಕಾಲದಿಂದಲೇ

ಶ್ರೀಮಂತ ಮನೆತನದ ವೈಭೋಗ ಕಂಡವರು. ಆದರೆ ಆ ವೈಭೋಗದಲ್ಲಿ ಮೈ ಮರೆಯಲಿಲ್ಲ. ಮೈ ಬಗ್ಗಿಸಿ ದುಡಿದರು. ತಮ್ಮ ತಂದೆ ನಡೆಸುತ್ತಿದ್ದ ವಿಮಾ ಸಂಸ್ಥೆಯೊಂದನ್ನು 20ನೇ ವಯಸ್ಸಿನಲ್ಲೇ ಹೆಗಲಿಗೇರಿಸಿಕೊಂಡರು. ನಿಷ್ಠೆಯಿಂದ ದುಡಿದರು. ಆದರೆ ಲಾಭದಲ್ಲಿದ್ದ ಈ ವಿಮಾ ಸಂಸ್ಥೆಯನ್ನು ಕೇಂದ್ರ ಸರ್ಕಾರ ರಾಷ್ಟ್ರೀಕರಣ ಮಾಡಿಕೊಂಡಿತು. ವಾಸ್ತವವಾಗಿ ಬಸವರಾಜಯ್ಯನವರು ಬೇರೆ ಉದ್ಯೋಗವನ್ನು ಹುಡುಕಬೇಕಾಗಿತ್ತು. ಆದರೆ ಅವರು ಹಾಗೆ ಮಾಡಲಿಲ್ಲ. ಬದಲಿಗೆ, ಚಿತ್ತರಂಜನ್ ಪ್ಯಾಲೇಸ್‌ನ ಒಂದು ಭಾಗವನ್ನು ಕೊಂಡುಕೊಂಡು ಸ್ಟುಡಿಯೋವನ್ನಾಗಿ ಪರಿವರ್ತಿಸಿಕೊಂಡರು. 1954ರ ಆಗಸ್ಟ್ 6ನೇ ತಾರೀಕಿನಂದು ಈ ಸ್ಟುಡಿಯೋವನ್ನು ಅಂದಿನ ಮುಖ್ಯಮಂತ್ರಿ ಕೆಂಗಲ್ ಹನುಮಂತಯ್ಯನವರು ಉದ್ಘಾಟಿಸಿದರು. ಆಗ ಇಡಿಯ ಮೈಸೂರು ರಾಜ್ಯದಲ್ಲೇ ಬೇರೆ ಸ್ಟುಡಿಯೋದ ವ್ಯವಸ್ಥೆಯಿರಲಿಲ್ಲ. ಇರುವ ತಮ್ಮ ಈ ಸ್ಟುಡಿಯೋಕ್ಕೆ ಡಿಮಾಂಡ್ ಏರುತ್ತಿರುವುದನ್ನು ಕಂಡು ಮತ್ತಷ್ಟು ಜಮೀನನ್ನು ಖರೀದಿಸಿ ಏಳು ಫ್ಲೋರುಗಳ ಸ್ಟುಡಿಯೋ ಕಟ್ಟಲು ಹೊರಟರು ಬಸವರಾಜಯ್ಯ. ಜತೆಗೇ ಆ ಕಾಲಕ್ಕೆ ಅತ್ಯಾಧುನಿಕವೆನಿಸುವ ಧ್ವನಿಗ್ರಹಣ ವ್ಯವಸ್ಥೆ, ಲ್ಯಾಬೊರೇಟರಿ ಹಾಗೂ ಚಿತ್ರೀಕರಣಕ್ಕೆ ಬೇಕಾಗುವ ಉತ್ಕೃಷ್ಟ ಸಲಕರಣೆಗಳನ್ನು ತಂದು ಹಾಕಿದರು. ಇವರ ಅದೃಷ್ಟ ಚೆನ್ನಾಗಿತ್ತು. ದಿನಕ್ಕೆ ನಾಲ್ಕೈದು ಸಿನಿಮಾಗಳ ಚಿತ್ರೀಕರಣ ಈ ಸ್ಟುಡಿಯೋದಲ್ಲಿ ನಡೆಯಲಾರಂಭಿಸಿತು. ತಮಿಳು, ತೆಲುಗು, ಮಲಯಾಳಂ ಹಾಗೂ ಹಿಂದಿ ಚಿತ್ರೋದ್ಯಮ ಕೂಡಾ ಈ ಕಡೆ ಕಣ್ಣು ಹಾಯಿಸುವಂತಾಯಿತು!

ಎಂ.ಜಿ.ಆರ್., ಶಿವಾಜಿ ಗಣೇಶನ್, ರಜನಿಕಾಂತ್, ಜಯಲಲಿತಾ, ನಾಗೇಶ್ವರರಾವ್, ಎನ್.ಟಿ.ಆರ್., ಮಧು, ಸತ್ಯನ್ ಮೊದಲಾದವರೆಲ್ಲಾ ಈ ಸ್ಟುಡಿಯೋದ ಮಾಮೂಲಿ ಗಿರಾಕಿಗಳಾದರು! ಪ್ರೀಮಿಯರ್ ಸ್ಟುಡಿಯೋ ತಾರಾಮಯವಾಯಿತು. ಸದಾ ಗಿಜಿಗಿಜಿ, ಚಟುವಟಿಕೆ... ಬಸವರಾಜಯ್ಯನವರು ಭಾರತದ ಅತ್ಯುತ್ತಮವೆನಿಸಿದ ಸ್ಟುಡಿಯೋವೊಂದರ ಮಾಲೀಕರೆನ್ನುವ ಹೆಮ್ಮೆಗೆ ಪಾತ್ರರಾದರು...

ನಟ ಕೆ.ಎಸ್. ಅಶ್ವಥ್ ಅವರನ್ನು ಸರ್ಕಾರಿ ಉದ್ಯೋಗದಿಂದ ಚಿತ್ರರಂಗಕ್ಕೆ ಎಳೆದು ತಂದು 'ಸ್ತ್ರೀರತ್ನ' ಚಿತ್ರವನ್ನು ನಿರ್ಮಿಸಿದ ಕೀರ್ತಿ ಬಸವರಾಜಯ್ಯನವರಿಗೆ ಸಲ್ಲಬೇಕು. ಮುಂದೆ ಹತ್ತಾರು ಸಿನಿಮಾಗಳನ್ನು ನಿರ್ಮಿಸಿದ್ದಲ್ಲದೇ ಬವಣೆಗೀಡಾದ ನಿರ್ಮಾಪಕರಿಗೆ ಆರ್ಥಿಕ ಸಹಾಯ ನೀಡಿ ತಮ್ಮ ಸ್ಟುಡಿಯೋದಲ್ಲೇ ಚಿತ್ರೀಕರಿಸುವ ವ್ಯವಸ್ಥೆಯನ್ನೂ ಮಾಡಿಕೊಟ್ಟರು ಬಸವರಾಜಯ್ಯನವರು. ಕನ್ನಡ ಚಿತ್ರರಂಗಕ್ಕೆ ಮೌಲಿಕ ಸಿನಿಮಾಗಳನ್ನು ನೀಡಿದ ಮಹಾತ್ಮ ಸಂಸ್ಥೆಯ ಶಂಕರ್ ಸಿಂಗ್ (ರಾಜೇಂದ್ರಸಿಂಗ್ ಬಾಬು ತಂದೆ) ತಮ್ಮ ಬಹುಪಾಲು ಚಿತ್ರಗಳನ್ನು ಇದೇ ಸ್ಟುಡಿಯೋದಲ್ಲೇ ಚಿತ್ರಿಸಿದ್ದರು. ಶಂಕರ್ ಸಿಂಗ್ ಮತ್ತು ಬಿ.ಆರ್. ಪಂತುಲು ಜಿದ್ದಿಗೆ ಬಿದ್ದವರಂತೆ 'ಶಿವಶರಣೆ ನಂಬಿಯಕ್ಕ' ಸಿನಿಮಾವನ್ನು ಏಕಕಾಲದಲ್ಲಿ ನಿರ್ಮಿಸಲು ಹೊರಟಾಗ ಇದೇ ಬಸವರಾಜಯ್ಯನವರು ಶಂಕರ್ ಸಿಂಗ್ ಬೆನ್ನಿಗೆ ನಿಂತು ಇಪ್ಪತ್ತೆರಡು ದಿನಗಳಲ್ಲಿ ಚಿತ್ರೀಕರಣ ಮುಗಿಸಿ ಮೂವತ್ತೊಂದನೇ ದಿನ ತೆರೆ ಕಾಣುವಂತೆ ಮಾಡಿದ ಸಾಹಸವೊಂದು ದಾಖಲೆಯಾಗುಳಿದಿದೆ!

ನಿಮಗೆ ಗೊತ್ತೇ? ಈಗಿನ ಪೀಳಿಗೆಯ ನಿರ್ಮಾಪಕರು ಎಂಜಾಯ್ ಮಾಡುತ್ತಿರುವ ಸಬ್ಸಿಡಿ ನೀತಿಗೆ ಸರ್ಕಾರದಿಂದ ಒಪ್ಪಿಗೆ ಪಡೆಯಲು ಒತ್ತಾಯಿಸಿದ್ದೇ ಈ ಬಸವರಾಜಯ್ಯನವರು! ವೀರೇಂದ್ರ ಪಾಟೀಲರು ಮುಖ್ಯಮಂತ್ರಿಗಳಾಗಿದ್ದ ಕಾಲದಲ್ಲಿ ಫೈನಾನ್ಸ್ ಮಿನಿಸ್ಟರ್ ಆಗಿದ್ದ ರಾಮಕೃಷ್ಣ ಹೆಗಡೆಯವರನ್ನು ತಮ್ಮ ಸ್ಟುಡಿಯೋಕ್ಕೆ ಕರೆಸಿ ಪತ್ರಕರ್ತರ ಸಮ್ಮುಖದಲ್ಲಿ ಈ ಸಬ್ಸಿಡಿ ಯೋಜನೆಗೆ ಒತ್ತು ನೀಡಿದ್ದ ಪುಣ್ಯಾತ್ಮನೇ ಈ ಬಸವರಾಜಯ್ಯ!

ದುರಂತವೆಂದರೆ ಯಾವ ಉದ್ಯಮಕ್ಕಾಗಿ ಬಸವರಾಜಯ್ಯ ತಮ್ಮ ಇಡೀ ಆಯುಷ್ಯವನ್ನು ಧಾರೆಯೆರೆದರೋ ಆ ಉದ್ಯಮವೇ ಅವರಿಗೆ ಕೈಕೊಟ್ಟಿತು. ಹೊರಾಂಗಣದ ಚಿತ್ರೀಕರಣದ ಭರಾಟೆಯಲ್ಲಿ ನಿರ್ಮಾಪಕರು ಸ್ಟುಡಿಯೋವನ್ನು ಮರೆತರು. ಬಸವರಾಜಯ್ಯ ಕಂಗಾಲಾದರು. ಈ ನಡುವೆ 'ಟಿಪ್ಪು ಖಡ್ಗ' ಚಿತ್ರೀಕರಣ ನಡೆಸುತ್ತಿದ್ದಾಗ ಆದ ಬೆಂಕಿ ಅನಾಹುತ ಸ್ಟುಡಿಯೋಕ್ಕೆ ಕೆಟ್ಟ ಹೆಸರು ತಂದಿತು. ನೂರಾರು ಮಂದಿಯ ಮಾರಣಹೋಮ, ಸಾವಿರಾರು ತಂತ್ರಜ್ಞರ ನಿರುದ್ಯೋಗದ ಶಾಪ ಸ್ಟುಡಿಯೋಕ್ಕೆ ತಟ್ಟಿಕೊಂಡಿತು. ಹತಾಶರಾದ

ಬಸವರಾಜಯ್ಯ ಮುಂದೇನು ಮಾಡುವುದೆಂದು ತೋಚದ ಸ್ಥಿತಿಯಲ್ಲಿ ಸ್ಟುಡಿಯೋದ ಫ್ಲೋರುಗಳನ್ನು ಒಂದೊಂದಾಗಿಯೇ ಮುಚ್ಚತೊಡಗಿದರು. ಒಂದು ಹಂತದಲ್ಲಿ ಸ್ಟುಡಿಯೋವನ್ನು ಸಂಪೂರ್ಣವಾಗಿ ಮುಚ್ಚಲು ನಿರ್ಧರಿಸಿದಾಗಲೇ ಪತ್ರಕರ್ತರಿಗೆ ಇದೇ ಬಸವರಾಜಯ್ಯ ಬೂಟು ಮತ್ತು ಏಟಿನ ಕಥೆ ಹೇಳಿದ್ದು...!

ಇಂಥಾ ಸಾಧಕ ಬಸವರಾಜಯ್ಯನವರಿಗೆ 1996-97ನೇ ಸಾಲಿನ ಡಾ. ರಾಜ್‌ಕುಮಾರ್ ಪ್ರಶಸ್ತಿ ನೀಡಿ ಸರ್ಕಾರ ತನ್ನ ಗೌರವವನ್ನು ಹೆಚ್ಚಿಸಿಕೊಂಡಿತು...

ಈಗ ಬಸವರಾಜಯ್ಯ ಇಲ್ಲ, ಪ್ರೀಮಿಯರ್ ಸ್ಟುಡಿಯೋ ಕೂಡಾ ಇಲ್ಲ. ಆ ಜಾಗದಲ್ಲಿ ತ್ರೀಸ್ಟಾರ್ ಹೋಟೆಲೊಂದು ಕಾಣಿಸಿಕೊಂಡಿದೆ. ಇದರ ಹೆಸರು: 'ದಿ ಗ್ರೀನ್ ಹೋಟೆಲ್.' ಕ್ಯಾಮೆರಾ, ಲೈಟ್, ಆಕ್ಷನ್-ಕಟ್, ನಟ, ನಟಿಯರಿದ್ದ ಜಾಗದಲ್ಲಿ ವೇಟರ್, ಚಿಕನ್ ಮಂಚೂರಿ, ಮಟನ್ ಪಲಾವ್ ಓಡಾಡುತ್ತಿದೆ!

ನಾನು ಮಾತಾಡಿ ಬಂದ ತಿಂಗಳಲ್ಲೇ ಪ್ರೀಮಿಯರ್ ಬಸವರಾಜಯ್ಯನವರು ಇಹಲೋಕ ತ್ಯಜಿಸಿದ ಸುದ್ದಿ ಬಂತು. ಆ ಕಡೆ ಹೋದಾಗಲೆಲ್ಲಾ ಬಸವರಾಜಯ್ಯನವರ ಮಾತುಗಳು ನೆನಪಾಗುತ್ತವೆ: 'The wearer knows where the shoe pinches...'

ಗಾಯಕ ಸಿ. ಅಶ್ವಥ್ : ಒಂದು ನೆನಪು

ಅಂದು ಎದ್ದು ನಿಲ್ಲಲು ಆರ್ಡರ್ ಮಾಡಿದ್ದೆ; ಇಂದು ನಾನೇ ಎದ್ದು ನಿಂತಿದ್ದೇನೆ...?

‘ಸಂಯುಕ್ತ ಕರ್ನಾಟಕ’ ಪತ್ರಿಕೆಯ ‘ಚಿತ್ರಸೌರಭ’ ಸಿನೆಮಾ ಸಪ್ಲಿಮೆಂಟರಿಯ ಇನ್‌ಚಾರ್ಜ್ ಆಗಿದ್ದಾಗಲೊಮ್ಮೆ ಗಾಯಕ ಸಿ. ಅಶ್ವಥ್ ಬಿರುಗಾಳಿಯಂತೆ ಒಳ ನುಗ್ಗಿದ್ದರು! ಅದ್ಯಾವ ರಭಸದಿಂದ ಒಳಕೋಣೆಯಲ್ಲಿ ಕುಳಿತಿದ್ದ ನನ್ನ ಟೇಬಲ್ ಬಳಿ ಬಂದಿದ್ದರೆಂದರೆ ಎಲ್ಲಾ ಸ್ಟಾಫ್ ಅಚ್ಚರಿಯಿಂದ ದಿಗ್ಮೂಢರಾಗಿದ್ದರು. ಕೆಲವರಿಗಂತೂ ಖುಷಿಯೋ ಖುಷಿ! ‘ಆ ಸಿಡುಕನನ್ನು ಈ ಸಿಡುಕ ಇಂದು ಬಲಿ ಹಾಕಿ ಬಿಡ್ತಾನೆ’–ಎನ್ನುವ ವಿಕೃತ ಸಂತೋಷಿಗಳೂ ಇದ್ದರೆನ್ನಿ!

ಒಳ ಬಂದವರೇ ಅಂದಿನ ‘ಚಿತ್ರಸೌರಭ’ ಸಂಚಿಕೆಯನ್ನು ಟೇಬಲ್ ಮೇಲೆ ಎಸೆದು ‘ಅವನ್ಯಾವ ಘನಂಧಾರಿ ಮನುಷ್ಯ ಅಂತ ಇಷ್ಟು ದೊಡ್ಡ ಐಟಮ್ ಹಾಕಿದ್ದಿ? ಆತ ಜಸ್ಟ್ ಪೋಸ್ಟ್ ಮ್ಯಾನ್. ವರ್ಷಾನುಗಟ್ಟಲೆಯಿಂದ ಸಂಗೀತ ಸಾಧನೆ ಮಾಡುತ್ತಿರುವ ನನ್ನ ಬಗ್ಗೆ ಇಷ್ಟೊಂದು ಪುಟ್ಟ ಐಟಮ್ ಹಾಕಿ, ಆ ಪುಟಗೋಸಿ ಫಲ್ಗುಣನ ಬಗ್ಗೆ ಅರ್ಧ ಪುಟ ಬರ್ದಿದ್ದೀಯಲ್ಲಾ? ನಿಂಗೇನು ತಲೆಗಿಲೆ ನೆಟ್ಟಾಗಿದೆಯಾ ಹೇಗೆ?’– ಅಶ್ವಥ್ ಮೇಲಿನ ಗೌರವ ಹೊರಟು ಹೋಗಿತ್ತು. ಅರ್ಧಕ್ಕೇ ತಡೆದು ನಾನು ಆರ್ಭಟಿಸಿದೆ:

'ಎದ್ದೇಳೋ ಮೇಲೆ, ಬಂದ್ಬಿಟ್ಟ ಮಹಾ ದೊಡ್ಡ ಮನುಷ್ಯ. ಜಾಗ ಖಾಲಿ ಮಾಡು. ನಮ್ಮಲ್ಲಿ ಸಂಪಾದಕ ಮಂಡಳಿ ಇದೆ. ಯಾವುದನ್ನು ಹಾಕಬೇಕು, ಯಾವುದನ್ನು ಬಿಡ ಬೇಕು ಅನ್ನೋದನ್ನು ಅವರು ನನ್ಗೆ ಸೂಚಿಸ್ತಾರೆ. ನೀನ್ಯಾರೋ ನನ್ಗೆ ಹೇಳಲು? ನಿನ್ನ ತಲೆ ನೆಟ್ಟಾಗಿದ್ಯಾ ಮೊದ್ಲು ಚೆಕ್ ಮಾಡ್ಕೋ...'–ಎಂದು ಹೇಳುತ್ತಾ ಕುರ್ಚಿಯನ್ನು ಎಳೆದು ಬಿಟ್ಟೆ!

ಕ್ಷಣಕಾಲ ತಬ್ಬಿಬ್ಬಾದರು ಅಶ್ವಥ್. ನಂತರ ಕೂಲಾಗಿ ನನ್ನ ಕಿವಿಯಲ್ಲಿ ಹೇಳಿದರು: 'ಸ್ವಲ್ಪ ಮೆಲ್ಲಗೆ ಮಾತಾಡಿ ಗಣೇಶ್. ನಿಮ್ಮ ಸ್ಟಾಫ್ ನನ್ನ ಬಗ್ಗೆ ತಪ್ಪು

ತಿಳ್ಕೊತಾರೆ, ದಯವಿಟ್ಟು ರೇಗ್ಬೇಡಿ...'–ಇಷ್ಟು ಹೇಳಿದ್ದಲ್ಲದೇ ಕ್ಷಮೆ ಕೇಳುತ್ತಾ ಹೊರಟು ಹೋಗಿದ್ದರು ವಿಶ್ವಖ್ಯಾತಿಯ ಗಾಯಕ ಅಶ್ವಥ್!

ಇಂಥಾ ಅಶ್ವಥ್ ಅವರ ಮತ್ತೊಂದು ಮುಖವನ್ನು ನಾನು ನೋಡಿದ್ದು 'ಕನ್ನಡವೇ ಸತ್ಯ' ಎಂಬ ಬೃಹತ್ ಸಂಗೀತ ಸಮಾರಾಧನೆಯಲ್ಲಿ. ಇದಕ್ಕೆ ಸಂಬಂಧಿಸಿದ ಪತ್ರಿಕಾಗೋಷ್ಠಿಯಲ್ಲಿ ಅಶ್ವಥ್ 'ಹತ್ತು ಸಾವಿರ ಜನ ಸೇರಿದರೆ ಸಾಕಪ್ಪಾ... ಸೇರದಿದ್ದರೆ ನಮ್ಮ ಗತಿ ಏನಪ್ಪಾ?'–ಎಂದು ರಾಗವೆಳೆದಿದ್ದರು. ಆದರೆ ಅಂದು ಅರಮನೆ ಮೈದಾನದಲ್ಲಿ ಕಂಡದ್ದೇನು?

ಕೆಳಗಡೆ ಜನಪ್ರವಾಹ; ಮೇಲ್ಗಡೆ ಮೋಡಗಳ ಪ್ರವಾಹ! ಇಂಥಾದ್ದೊಂದು ಕ್ರೌಡನ್ನು ಕಂಡು ಕೇಳರಿಯದ ಅಶ್ವಥ್ ವೇದಿಕೆಯ ಎಡ ಬದಿಯ ಶಾಮಿಯಾನದೊಳಗೆ ಏಕಾಂಗಿಯಾಗಿ ಕುಳಿತಿದ್ದರು. ಹೇಗೋ ಒಳ ಸೇರಿಕೊಂಡ ನನ್ನನ್ನುದ್ದೇಶಿಸಿ ಅಶ್ವಥ್ ಗೊಣಗಿಕೊಂಡರು: 'ಮಳೆ ಬರುತ್ತೇನಪ್ಪಾ ಗಣೇಶಾ? ಇಷ್ಟೊಂದು ಜನ ಸೇರಿರುವಾಗ ಮೋಡ ಕೈಕೊಟ್ಟರೆ ಗತಿಯೇನಪ್ಪಾ...?'–ಎಂದು ಹೇಳುತ್ತಾ ಹೇಳುತ್ತಾ ಗದ್ಗದಿತರಾಗಿದ್ದರು ಅಶ್ವಥ್.

ಸುಮ್ಮನೇ ಹೆಗಲ ಮೇಲೆ ಕೈ ಹಾಕಿ ಮೃದುವಾಗಿ ಸ್ಪರ್ಶಿಸಿದೆ: 'ಅಶ್ವಥ್‌ಜೀ ಇದೊಂದು ಯಜ್ಞ, ಸಂಗೀತ ಯಜ್ಞ, ವರುಣನಿಗೂ ಜವಾಬ್ದಾರಿಯಿದೆ. ಸುಮ್ಮನೇ ಆತಂಕ ಪಡಬೇಡಿ. ನಿಮಗಾಗಿಯೇ ಲಕ್ಷಾಂತರ ಮಂದಿ ಇಲ್ಲಿ ಜಮಾಯಿಸಿದ್ದಾರೆ. ಹಾಡಿ ರಂಜಿಸಿ. ನಿಮಗೆ ಒಳ್ಳೆದಾಗುತ್ತದೆ...'–ಎಂದು ಹಾರೈಸುತ್ತಾ ವೇದಿಕೆ ಕೆಳಗೆ ಹೊರಟು ಹೋದೆ.

ಮಳೆ ಬರಲಿಲ್ಲ. ಅಶ್ವಥ್ ಹಾಡಿದರು. ಕುಣಿದರು. ಕುಣಿಸಿದರು. ಒಂದು ಅಭೂತಪೂರ್ವ ಸಂಗೀತ ಯಜ್ಞಕ್ಕೆ ನಾವೆಲ್ಲಾ ಸಾಕ್ಷಿಯಾದೆವು. ಮಾರನೇ ದಿನ ಅಶ್ವಥ್ ಫೋನ್ ಮಾಡಿದರು: 'ಬದುಕು ಸಾರ್ಥಕ ಕಣಪ್ಪ ಗಣೇಶ...'–ಒಂದು ಕ್ಷಣ 'ಸಂಯುಕ್ತ ಕರ್ನಾಟಕ' ಪತ್ರಿಕಾ ಕಚೇರಿಯಲ್ಲಿ ನಾನು ಅಶ್ವಥ್ ಅವರಿಗೆ ಹಾಕಿದ ಧಮಕಿ ನೆನಪಾಯಿತು: 'ಎದ್ದೇಳೋ ಮೇಲೆ, ಬಂದ್ಬಿಟ್ಟ ಮಹಾ ದೊಡ್ಡ ಮನುಷ್ಯ...'–ಇನ್ನೂ ಏನೇನೋ... ಹೌದು ಪ್ರಾಂಜಲ ಮನಸ್ಸಿನಿಂದ ಒಪ್ಪಿಕೊಳ್ಳುತ್ತಿದ್ದೇನೆ, ಅಶ್ವಥ್ ದೊಡ್ಡ ಮನುಷ್ಯನೇ... ಅಂದು ಎದ್ದು ನಿಲ್ಲಲು ಅಶ್ವಥ್ ಅವರಿಗೆ ಆರ್ಡರ್ ಮಾಡಿದ್ದೆ, ಇಂದು ಎದ್ದು ನಿಂತು ನಾನೇ ಗೌರವಿಸುತ್ತಿದ್ದೇನೆ: 'ಒಪ್ಪಿಸಿಕೋ ಗುರುವೇ...'

ಅದೊಂದು ಸಂಗೀತ ಒಡ್ಡೋಲಗ! ಎನ್ನಾರ್ ಕಾಲೋನಿಯ ಅಶ್ವಥ್ ಅವರ ಮನೆಯ ಟೆರೇಸ್. ಅಲ್ಲಿ ಕೂತರೆ ಮುಗಿಯಿತು, ಅಶ್ವಥ್ ಹಾಡುತ್ತಿದ್ದರು, ಕುಣಿಯುತ್ತಿದ್ದರು, ಜಗಳವಾಡುತ್ತಿದ್ದರು, ರಮಿಸುತ್ತಿದ್ದರು, ಕಂಠಪೂರ್ತಿ ಗುಂಡು ಹಾಕುತ್ತಿದ್ದರು! ವರ್ಷವೊಂದರ ದಿನ ಮುಹೂರ್ತವಿಟ್ಟಂತೆ ಅಶ್ವಥ್ ನಮ್ಮನ್ನೆಲ್ಲಾ ಕರೆದು ಆ ಟೆರೇಸ್ ಮೇಲೆ ಗುಡ್ಡೆ ಹಾಕುತ್ತಿದ್ದರು! ಕೇವಲ ಏಳೆಂಟು ಮಂದಿ ಆತ್ಮೀಯ ಪತ್ರಕರ್ತ ಮಿತ್ರರಿಗೆ ಮಾತ್ರ ಅಲ್ಲಿ ಎಂಟ್ರಿ. ರಾತ್ರಿ ಎಂಟಕ್ಕೆ ಶುರುವಾಗುವ ಅಶ್ವಥ್ ಗಾನ ಲಹರಿ ನಡುರಾತ್ರಿ ತನಕ ನಡೆಯುತ್ತಿತ್ತು. ಅದು ಕೊನೆಯ ಒಡ್ಡೋಲಗವೆಂದು ನಮಗ್ಯಾರಿಗೂ ಗೊತ್ತಿರಲಿಲ್ಲ. ಅಶ್ವಥ್ ಅವರಿಗೂ ಗೊತ್ತಿರಲಿಲ್ಲ. ಎಲ್ಲರೂ ಸೇರಿದ್ದೆವು. ಯಥಾಪ್ರಕಾರ ಮೊದಲು ಗುಂಡು ಗ್ಲಾಸು, ನಂತರ ಉಳಿದದ್ದೆಲ್ಲಾ... ಗುಂಡು ಸಪ್ಲೈ ಮಾಡುತ್ತಿರುವಾಗ ಅಶ್ವಥ್ ಗೊಣಗುತ್ತಿದ್ದರು: 'ಈ ಗಣೇಶ ಇದ್ದಾನಲ್ಲಾ... ನಾಲಾಯಕ್ಕು ಮನುಷ್ಯ, ಗುಂಡು ಹಾಕದೇ ಕೂತಿರ್ತಾನೆ. ಗುಂಡು ಹಾಕಿದವರಿಗಿಂತ ಹೆಚ್ಚು ಮಾತಾಡ್ತಾನೆ...'

ಮೊದಲೇ ಹೇಳಿದ ಹಾಗೇ ಅಶ್ವಥ್ ಅಂದು ವಿಪರೀತ ಟೆನ್ಸ್ ಆಗಿದ್ದರು. ಯಾಕೆಂದು ನಾವೂ ಕೇಳಲಿಲ್ಲ, ಅವರೂ ಹೇಳಲಿಲ್ಲ. ಗುಂಡು ಮತ್ತು ಹಾಡುಗಳ ನಡುವೆ ಒಮ್ಮೆ ಅತ್ತು ಬಿಟ್ಟಿದ್ದರು ಅಶ್ವಥ್! ತಾವು ರಚಿಸಿದ ಡಜನ್ ಹಾಡುಗಳ ಸಿಡಿಗಳನ್ನು ನಮ್ಮ ಮುಂದೆ ಹರಡಿ ಯಾರಿಗೋ ಬಯ್ಯುತ್ತಿದ್ದರು! ನಡು ನಡುವೆ ಹಾಡು... ಭರ್ತಿ ಎರಡು ಗಂಟೆ. ನಾನು ಎದ್ದು ಹೊರಟೆ. ಎಲ್ಲರೂ ಎದ್ದರು. ಅಶ್ವಥ್ ಕುಳಿತೇ ಇದ್ದರು! ನಾವೆಲ್ಲಾ ಸೇರಿ ಎಬ್ಬಿಸಿದೆವು. ಊಟದ ನಂತರ ಅವರ ಧರ್ಮಪತ್ನಿ ಚಂದ್ರಾ ಕೈಯ್ಯಾರೆ ಮಾಡಿದ ಬೀಡಾ ಸೇವನೆ.

ಮತ್ತೊಂದು ಬೀಡಾವನ್ನು ನನ್ನ ಬಾಯಿಗಿಡುತ್ತಾ ಅಶ್ವಥ್ ಹೇಳಿದರು: 'ಗಣೇಶಾ, ಈ ಬೀಡದ ರುಚಿ ಎಂದೆಂದೂ ನಿನ್ನ ನಾಲಗೆಯಲ್ಲಿರಲಿ. ನಾನು ಹೋಗಲಿ, ಬಿಡಲಿ ಆ ರುಚಿ ನಿನ್ನನ್ನು ಕಾಡುತ್ತಲೇ ಇರುತ್ತದೆ...'–ಹೀಗೆಂದು ಹೇಳಿದ ತಿಂಗಳಲ್ಲೇ ಅಶ್ವಥ್ ತೆರೆಮರೆಗೆ ಸರಿದಿದ್ದರು. ಆದರೇನಂತೆ, ಅಶ್ವಥ್ ಅವರೇ ಹೇಳಿರುವಂತೆ ಅಂದು ಅವರು ಬಾಯಿಗಿಟ್ಟ ಬೀಡದ ನಾಲಗೆ ರುಚಿ ಈಗಲೂ ಕಾಡುತ್ತಿದೆ ನವಿರಾಗಿ...

ಧೂಳಿನಿಂದ ಸುಧೀರ್ ಬದುಕು ಧೂಳೀಪಟವಾದ ಕಥೆ!

ಒಂದು ತೊಟ್ಟು ಸಾರಾಯಿ ಕುಡಿಯಲಿಲ್ಲ. ಸಿನಿಮಾದ ಪಾತ್ರಕ್ಕಾಗಿ ಬಿಟ್ಟರೆ ಒಂದೇ ಒಂದು ಸಿಗರೇಟು ಸೇದಿದವರಲ್ಲ. ಇಸ್ಪೀಟಾಟ ಗೊತ್ತೇ ಇಲ್ಲ. ಕುದುರೆ ಬಾಲ ಹಿಡಿದವರಲ್ಲ. ಗುಟ್ಕಾ, ಜರ್ದಾ ಅಂದರೇನೆಂದೇ ಗೊತ್ತಿಲ್ಲ. ಪರಸ್ತ್ರೀಯರ ಮೇಲೆ ಕಣ್ಣು ಹಾಕಿದವರಲ್ಲ... ಇಷ್ಟೆಲ್ಲಾ ಸದ್ಗುಣಗಳಿರುವ ಕನ್ನಡದ 'ಉತ್ತಮ ವಿಲ್ಲನ್' ಸುಧೀರ್ ಇವೆಲ್ಲವನ್ನೂ ಕ್ಯಾಮೆರಾ ಮುಂದೆ ಮಾತ್ರ ಸಲೀಸಾಗಿ ಮತ್ತು ಅಷ್ಟೇ ಸಹಜವಾಗಿ ಮಾಡುತ್ತಿದ್ದ ಅಪ್ಪಟ ಕಲಾವಿದ!

ಇಂಥಾ ಒಬ್ಬ ಸಜ್ಜನ ಕಲಾವಿದ ಇದ್ದಕ್ಕಿದ್ದಂತೆಯೇ ತೀರಿಕೊಂಡರು. ಹೆಂಡತಿ, ಮಕ್ಕಳು ಅನಾಥರಾದರು. ಕಂಡ ಕನಸು ನುಚ್ಚುನೂರಾಯಿತು. ಸುಧೀರ್ ತೀರಿಕೊಂಡಾಗ ಹಿರಿಯ ಮಗ ನಂದ ಕಿಶೋರ್ SSLC ಓದುತ್ತಿದ್ದ. ಕಿರಿಯ ಮಗ ತರುಣ್ ಒಂಬತ್ತನೇ ಕ್ಲಾಸು. ಹೆಂಡತಿ ಮಾಲತಿಗೆ ಕೇವಲ ನಲವತ್ತು! ಭವಿಷ್ಯ ಕತ್ತಲು ಕತ್ತಲು...

ಇಷ್ಟಕ್ಕೂ ಸುಧೀರ್ ದಿಢೀರೆಂದು ಸಾವಿನ ಬಾಗಿಲು ತಟ್ಟಿದ್ದಾರಾದರೂ ಹೇಗೆ? ಅದೊಂದು ರೋಚಕ ಕಥೆ. ಸಂಕ್ಷಿಪ್ತವಾಗಿ ಹೇಳೋದಿದ್ರೆ: ಆ ದಿನ ಯಾವುದೋ ಸಿನಿಮಾದ ಚಿತ್ರೀಕರಣಕ್ಕೆಂದು ಕಂಠೀರವ ಸ್ಟುಡಿಯೋಕ್ಕೆ ಹೋಗಿದ್ದರು. ಹೀರೋ ಜತೆ ಬಡಿದಾಡುವ ಸನ್ನಿವೇಶದ

ಚಿತ್ರೀಕರಣ. ಫ್ಲೋರ್ ತುಂಬಾ ಧೂಳೋ ಧೂಳು. ಎರಡು ದಿನಗಳ ಕಾಲ ಅಲ್ಲೇ ಶೂಟಿಂಗ್. ಬೆಳಗ್ಗಿನಿಂದ ಸಂಜೆ ತನಕ ಆ ಭಯಂಕರ ಧೂಳಿನಲ್ಲೇ ಚಿತ್ರೀಕರಣ. ಸುಧೀರ್‌ಗೆ ಡಸ್ಟ್ ಅಲರ್ಜಿ ಇತ್ತು. ಸಾಮಾನ್ಯ ರಸ್ತೆಯಲ್ಲಿ ಓಡಾಡಿದರೂ ನೆಗಡಿಯಾಗಿ ಇಡೀ ವಾರ ಹಾಸಿಗೆ ಹಿಡಿದಿರುತ್ತಿದ್ದರು. ಇಂಥಾ ಸುಧೀರ್ ಎರಡು ದಿನಗಳ ಕಾಲ ಸತತ ಧೂಳಿನಿಂದ ಕೂಡಿದ ಫ್ಲೋರ್‌ನಲ್ಲಿ ಅಭಿನಯಿಸುವುದೆಂದರೆ ಅವರ ಆರೋಗ್ಯದ ಪರಿಸ್ಥಿತಿ ಹೇಗಾಗಿರಬೇಡ ನೀವೇ ಹೇಳಿ? ಎರಡನೇ ದಿನದ ಸಂಜೆ ಹೊತ್ತಿಗೆ ಅವರ ಶ್ವಾಸಕೋಶದ ತುಂಬಾ ಧೂಳೋ ಧೂಳು! ಇನೆಕ್ಷನ್ ಆಗಿ ಆಸ್ಪತ್ರೆ ಸೇರಿಕೊಂಡ ಸುಧೀರ್ ಮತ್ತೆ ಮನೆ ಸೇರಿಕೊಳ್ಳಲಿಲ್ಲ. ಹಲವು ಬಡ ಕಲಾವಿದರಿಗೆ ಅಕ್ಷರಶಃ ಉಸಿರು ನೀಡಿದ ಸುಧೀರ್ ಉಸಿರಾಟದ ತೀವ್ರ ತೊಂದರೆಯಿಂದಾಗಿ ಅಸ್ವಸ್ಥರಾದರು. ಬಾಳಸಂಗಾತಿ ಮಾಲತಿಯವರು ನೋಡನೋಡುತ್ತಿರುವಂತೆಯೇ ಸುಧೀರ್ ಕೊನೆಯುಸಿರೆಳೆದಿದ್ದರು.

ಇದು ಒಬ್ಬ ಕಲಾವಿದನ ಅಂತ್ಯವಾದರೆ, ಇವರನ್ನೇ ನಂಬಿಕೊಂಡಿದ್ದ ಕುಟುಂಬದ ನೋವಿನ ವ್ಯಥೆ ಆರಂಭ. ನಾಟಕ ಕಂಪೆನಿಯಿತ್ತು. ಇದರ ಜವಾಬ್ದಾರಿಯನ್ನು ಮಾಲತಿ ಮೇಡಂ ಹೊತ್ತುಕೊಂಡರು. ಮಕ್ಕಳು ಚಿಕ್ಕಪುಟ್ಟ ಸಹಾಯಕ್ಕಿದ್ದರು. ಊರಿಂದೂರಿಗೆ ಪಯಣ. ಸಾವಿರ ಅನುಭವಗಳು. ಹಿರಿಯ ಮಗ ನಂದ ವಿಪರೀತ ದಢೂತಿ ಆಸಾಮಿ! ಓಮ್ನಿ ಕಾರಿನಲ್ಲಿ ಡ್ರೈವ್ ಮಾಡಲು ಹೊರಟರೆ ಸ್ಟೇರಿಂಗ್‌ಗೆ ಹೊಟ್ಟೆ ತಡೆಯುತ್ತಿತ್ತು. ಈ

ತರುಣ್ ಕಿಶೋರ್ ಹಾಗೂ ನಂದ ಕಿಶೋರ್‌ರೊಂದಿಗೆ ಮಾಲತಿ ಸುಧೀರ್

ಕಾರಣಕ್ಕಾಗಿ ಸ್ಟೇರಿಂಗ್ ವ್ಯವಸ್ಥೆಯನ್ನೇ ಬದಲಿಸಿಕೊಳ್ಳಲಾಯಿತು! ಬದುಕು ಹೀಗೆಯೇ ಸಾಗುತ್ತಿರುವಂತೆಯೇ ದೂರದಲ್ಲೆಲ್ಲೋ ನಿರೀಕ್ಷೆಯ ನಕ್ಷತ್ರ ಮಿನುಗ ತೊಡಗಿತು! ಮಾಲತಿ ಮೇಡಂ ನಾಟಕ ಅಕಾಡೆಮಿ ಅಧ್ಯಕ್ಷೆಯಾದರು. ಮಕ್ಕಳು ಚಿತ್ರರಂಗದಲ್ಲೇ ತಳವೂರುವ ಲಕ್ಷಣ ಕಂಡು ಬಂತು. ಒಂದೊಂದೇ ಮೆಟ್ಟಿಲು ಏರುತ್ತಿರುವಂತೆಯೇ ಅದೃಷ್ಟವೂ ಕೈಹಿಡಿಯಿತು. ನಂದ ಕಿಶೋರ್ ನಿರ್ದೇಶಿಸಿದ ಚಿತ್ರಗಳೆಲ್ಲವೂ ಹಿಟ್ ಆದವು. ಜತೆಗೆ ತರುಣ್ ಕಿಶೋರ್. ಈ ಜೋಡಿ ಸೋದರರು ಈಗ ಏನೇನಾಗಿದ್ದಾರೆ ಎನ್ನುವುದು ಎಲ್ಲರಿಗೂ ಗೊತ್ತು...

ಒಂದು ಕಾಲದಲ್ಲಿ ಬಳಲಿ ಬಸವಳಿದ ಕುಟುಂಬ ಈಗ ತೃಪ್ತಿಯ ಬದುಕಿನ ಬೆಳಕನ್ನು ಕಾಣುತ್ತಿದೆ. ಇದೆಲ್ಲವೂ ನನ್ನ ಕಣ್ಣ ಮುಂದೆಯೇ ನಡೆದ ಪವಾಡ. ಯೋಗ್ಯತೆಯ ಜತೆಗೆ ಅವಿರತ ಶ್ರಮ, ಶ್ರದ್ಧೆ, ಶಿಸ್ತು ಮತ್ತೊಂದಿಷ್ಟು ಯೋಗ ಸೇರಿಕೊಂಡು ಸುಧೀರ್ ಕುಟುಂಬ ಸಾರ್ಥಕ ಬದುಕಿನ ಸವಿಯನ್ನುಣ್ಣುತ್ತಿದೆ. ಅವರಿಗೆ ನಿಮ್ಮದೊಂದು ಶುಭ ಹಾರೈಕೆ ಇರಲಿ...

ಸಾಟಿಯಿಲ್ಲದ ಕೋಟಿ ನಿರ್ಮಾಪಕ : ರಾಮು

**‘ಗಾಲ್ ಕ್ಲಬ್’ನ ಬಾರ್ ಕೌಂಟರಿನಲ್ಲಿ
ಗ್ಲಾಸಿಗೆ ಗುಂಡು ಬಗ್ಗಿಸಿ ಸಪ್ಲೈ ಮಾಡುತ್ತಿದ್ದ ರಾಮು ಎಂಬ ಸಾಹಸಿ
ಕೋಟಿ ನಿರ್ಮಾಪಕನಾಗಿ ಬೆಳೆದ ಕಥೆ...!**

ಶಿವಾನಂದ ಸರ್ಕಲ್ ಬಳಿಯ ಅಪಾರ್ಟ್‌ಮೆಂಟ್‌ನಲ್ಲಿ ಭೇಟಿಯಾದ ತಕ್ಷಣವೇ ರಾಮು ಅವರಲ್ಲಿ ನಾನು ಕೇಳಿದ ಮೊದಲ ಪ್ರಶ್ನೆ: ‘ನೀವು ಪ್ರೊಡಕ್ಷನ್ ಬಾಯ್ ಆಗಿದ್ದುಕೊಂಡು ಕೆಟಲ್‌ನಲ್ಲಿ ಟೀ, ಕಾಫಿ ಸಪ್ಲೈ ಮಾಡಿಕೊಂಡಿದ್ದೀರಂತೆ ಹೌದಾ?’

ಒಂದು ಕ್ಷಣ ರಾಮು ತಟಸ್ಥರಾದರು! ನನ್ನ ಉದ್ದೇಶ ಅವರಿಗೆ ಅರ್ಥವಾಗಿತ್ತು. ಒಮ್ಮೆ ತಲೆಯನ್ನು ಬಾಗಿಸಿಕೊಂಡು ಅದೇನನ್ನೋ ನಿರ್ಧರಿಸಿದವರಂತೆ ರಾಮು ಹೇಳತೊಡಗಿದರು: ‘ನಾನು ಆಗರ್ಭ ಶ್ರೀಮಂತ

ಮನೆತನದಿಂದ ಬಂದವನು. ಬೆಂಗಳೂರಿನಿಂದ 80 ಕಿ.ಮೀ. ದೂರವಿರುವ ಕುಣಿಗಲ್ ಪಕ್ಕದ ಕೊಡಗಿಹಳ್ಳಿಯಲ್ಲಿ ನಮಗೆ ಎಕರೆಗಟ್ಟಲೆ ಜಮೀನಿದೆ. ನಮ್ಮ ಹೆತ್ತವರಿಗೆ ನಾವು ಒಟ್ಟು ಆರು ಜನ ಮಕ್ಕಳು. ನಾಲ್ಕು ಗಂಡು ಎರಡು ಹೆಣ್ಣು. ನಾನೇ ಕೊನೆಯವನು. ಸಿನಿಮಾ ಹುಚ್ಚಿಗೆ ಬಿದ್ದು ಬೆಂಗಳೂರು ಸೇರಿಕೊಂಡವನು. ಒಂದು ಹಂತದಲ್ಲಿ ಹೊಟ್ಟೆಪಾಡಿಗಾಗಿ ಗಾಲ್ ಕ್ಲಬ್ಬಿನಲ್ಲಿ ಗ್ಲಾಸಿಗೆ ಡ್ರಿಂಕ್ಸ್ ಹಾಕಿ ಸಪ್ಲೈ ಮಾಡಿಕೊಂಡಿದ್ದೆ!'–ಇಷ್ಟು ಹೇಳಿ ಮಾತು ನಿಲ್ಲಿಸಿದರು ರಾಮು.

ನಾನು ಬಂದಿರುವ ಉದ್ದೇಶವನ್ನು ಅರ್ಥ ಮಾಡಿಕೊಂಡ ರಾಮು ಐದು ನಿಮಿಷಗಳ ನಂತರ ತಮ್ಮ ಬದುಕಿನ ಎಳೆಎಳೆಯನ್ನು ನಾಜೂಕಾಗಿ ಬಿಚ್ಚಿಡತೊಡಗಿದರು: 'SSLC ಮಾಡಿ ಊರು ಬಿಟ್ಟೆ. ಬೆಂಗಳೂರಿನಲ್ಲಿ PUC ಓದುವುದು ಉದ್ದೇಶವಾಗಿತ್ತು. ಆದರೆ ಓದು ನನ್ನ ತಲೆಗೆ ಹತ್ತಲಿಲ್ಲ. ಚಿತ್ರರಂಗದ ವಿಚಿತ್ರ ಆಕರ್ಷಣೆಯಿಂದಾಗಿ ಓದನ್ನು ಅರ್ಧಕ್ಕೇ ನಿಲ್ಲಿಸಬೇಕಾಯಿತು. ಊರು ಬಿಟ್ಟು ಬರುವಾಗ ಮನೆಯಲ್ಲಿ ಯಾವುದಕ್ಕೋ ಇಟ್ಟಿದ್ದ 50 ಸಾವಿರ ರೂಪಾಯಿಗಳನ್ನು ತಂದಿದ್ದೆ. ಅದು ಕ್ರಮೇಣ ಕರಗಿತು. ನಂತರ ನನ್ನ ಬಳಿ ಉಳಿದದ್ದು ಗಟ್ಟಿಯಾದ ಆತ್ಮವಿಶ್ವಾಸ ಮಾತ್ರ! ಆಗ ನಾನು ಮಲ್ಲೇಶ್ವರದ ರಘು ಲಾಡ್ಜ್‌ನಲ್ಲಿ ವಾಸವಿದ್ದೆ. ಜತೆಗೆ ಓಂಪ್ರಕಾಶ್ ರಾವ್, ಶಿವಮಣಿ, ಎಂ.ಎಸ್. ರಮೇಶ್ ಇದ್ದರು. ಕನಸು ಕಾಣುವ ಪ್ರಾಯ. ದಿಕ್ಕುತಪ್ಪಿದ ಬದುಕು. ಗುರಿಯಿತ್ತು. ಆದರೆ ಗುರು ಇರಲಿಲ್ಲ. ಆನೆ ನಡೆದದ್ದೇ ದಾರಿ. ದಿನಾ ಸಿನಿಮಾ ನೋಡುತ್ತಿದ್ದೆವು, ಚರ್ಚಿಸುತ್ತಿದ್ದೆವು. ಬೆಳಗ್ಗಿನಿಂದ ಸಂಜೆ ತನಕ ಇದೇ ಕೆಲಸ. ಹರಟೆ, ನಗು, ಸಿನಿಮಾ ವಿಶ್ಲೇಷಣೆ! ಇದುವೇ ಬದುಕಲ್ಲ ಎಂಬ ನಿರ್ಧಾರಕ್ಕೆ ಬರಲು ಹೆಚ್ಚು ಸಮಯ ಬೇಕಾಗಲಿಲ್ಲ. ಅವರವರ ದಾರಿಯನ್ನು ಅವರವರೇ ಹುಡುಕಿಕೊಳ್ಳಬೇಕಾಗಿತ್ತು. ಆದರೆ ಆ ದಾರಿ ಯಾವುದು? ಓಂಪ್ರಕಾಶ್ ರಾವ್, ಶಿವಮಣಿ ಮತ್ತು ರಮೇಶ್‌ಗೆ ನಿರ್ದೇಶಕರಾಗಬೇಕೆನ್ನುವ ಆಸೆಯಿತ್ತು. ಆದರೆ ನಾನು ನಿರ್ಮಾಪಕನಾಗುವ ಕನಸು ಕಾಣುತ್ತಿದ್ದೆ! ನನ್ನಾಸೆ ಕಂಡೆ ಮೂವರೂ ಬಿದ್ದು ಬಿದ್ದು ನಗೋರು! ನನ್ನ ಕೈಲಿ ಚಿಕ್ಕಾಸಿರಲಿಲ್ಲ. ಆದ್ರೂ ನಿರ್ಮಾಪಕನಾಗುವ ನನ್ನ ಕನಸಿಗೆ ನನಗೇ ನಗು ಬರುತ್ತಿತ್ತು!

'ಕಾಲ ಹೆಚ್ಚು ಕಾಯಿಸಲಿಲ್ಲ. ಓಂಪ್ರಕಾಶ್ ರಾವ್ ಅದು ಹೇಗೋ ಸಹಾಯಕ ನಿರ್ದೇಶಕನಾಗಿ ಬಿಟ್ಟ. ನಾನು ಉಂಡಾಡಿಗುಂಡನಾಗಿಬಿಟ್ಟೆ! ಬೇರೆ ದಾರಿಯಿರಲಿಲ್ಲ, ಗತ್ಯಂತರವಿಲ್ಲದೇ ಪ್ರೊಡಕ್ಷನ್ ಮ್ಯಾನೇಜರ್ ಬದರೀಪ್ರಸಾದ್ ಅವರಿಗೆ ಅಸಿಸ್ಟೆಂಟಾಗಿ ಸೇರಿಕೊಂಡೆ. ಒಂದೊಂದೇ ಅನುಭವಗಳು ನನ್ನ ನಿಲುವನ್ನು ಗಟ್ಟಿ ಮಾಡತೊಡಗಿದವು. ದುಡ್ಡು ಸಾಕಾಗುತ್ತಿರಲಿಲ್ಲ. ಊರಿನಿಂದ ತಂದ ಹಣ ಯಾವ ಮೂಲೆಗೆ? ಹೀಗಾಗಿ ಮಲ್ಲೇಶ್ವರದ 'ಸಂಪಿಗೆ' ಮತ್ತು

'ಗೀತಾಂಜಲಿ' ಟಾಕೀಸಿನ ವ್ಯವಹಾರಕ್ಕಿಳಿದೆ. ವಾರಕ್ಕೆ ಒಂದು ಸಿನಿಮಾಕ್ಕೆ ಇಂತಿಷ್ಟು ಎನ್ನುವ ಲೆಕ್ಕಾಚಾರದಲ್ಲಿ ವ್ಯವಹಾರ ಆರಂಭವಾಯಿತು. ಇದೇ ಹೊತ್ತಿಗೆ ನಿರ್ದೇಶಕ ನಾಗಾಭರಣ ಅವರು 'ತೆನಾಲಿ ರಾಮ' ಧಾರಾವಾಹಿಯ ಸಿದ್ಧತೆಯಲ್ಲಿದ್ದರು. ಅವರ ಪ್ರೊಡಕ್ಷನ್ ಮ್ಯಾನೇಜರ್ ಆಗಿದ್ದ ರಾಮಚಂದ್ರ ಅವರಿಗೆ ಅಸಿಸ್ಟೆಂಟಾಗಿ ಸೇರಿಕೊಂಡೆ. ಅನಂತರ 'ಸಂತ ಶಿಶುನಾಳ ಶರೀಫ' ಚಿತ್ರದ ರಿಲೀಸಿಗಾಗಿ ನಾಗಾಭರಣ ಓಡಾಡುತ್ತಿದ್ದಾಗ ಅವರೊಂದಿಗೆ ಕೈಜೋಡಿಸಿದೆ. ಅದೆಲ್ಲಿಂದ ಧೈರ್ಯ ಬಂತೋ ಗೊತ್ತಿಲ್ಲ, ನಾನೇ ಮುಂದೆ ನಿಂತು ಈ ಚಿತ್ರವನ್ನು ರಿಲೀಸ್ ಮಾಡಿಸಿದೆ. ಹೈದರಾಬಾದ್ ಕರ್ನಾಟಕಕ್ಕೆ ನಾನೇ ಹಂಚಿಕೆಗೆ ಪಡೆದುಕೊಂಡು ಮೂರು ಲಕ್ಷ ರೂಪಾಯಿಗಳ ಲಾಭ ಮಾಡಿಕೊಂಡೆ! ನಂತರ ಹಿಂದಿರುಗಿ ನೋಡಿದ್ದೇ ಇಲ್ಲ. ಮುಂದಿನ ಎರಡೇ ಎರಡು ವರ್ಷಗಳಲ್ಲಿ ಒಟ್ಟು 20 ಸಿನಿಮಾಗಳನ್ನು ಹಂಚಿಕೆಗೆ ಪಡೆದುಕೊಂಡೆ. ಕಂಡ ಕನಸು ನಿರ್ಮಾಪಕನದ್ದು, ಆದದ್ದು ಹಂಚಿಕೆದಾರ! ವ್ಯವಹಾರ ಕುದುರಿತು. ಕೈಯಲ್ಲಿ ದುಡ್ಡು ಓಡಾಡತೊಡಗಿತು. ಮತ್ತೆ ನಿರ್ಮಾಪಕನಾಗುವ ನನ್ನ ಕನಸು ಚಿಗುರೊಡೆದದ್ದು ಹೀಗೆ...

ಆಗ 'ಎಸ್.ಪಿ. ಭಾರ್ಗವಿ' ಎಂಬ ಚಿತ್ರಕ್ಕೆ ಗೆಳೆಯ ಓಂಪ್ರಕಾಶ್ ರಾವ್ ಸಹಾಯ ನಿರ್ದೇಶಕನಾಗಿ ದುಡಿಯುತ್ತಿದ್ದ. ನನ್ನ ಕನಸನ್ನು ನನಸು ಮಾಡಲು ಈತನೇ ಸೂಕ್ತ ವ್ಯಕ್ತಿ ಅಂತಂದುಕೊಂಡು ನನಗಾಗಿ ಒಂದು ಸಿನಿಮಾ ಮಾಡಿಕೊಡಲು ಕೇಳಿಕೊಂಡೆ. 2 ಲಕ್ಷ ಅಡ್ವಾನ್ಸನ್ನೂ ಕೊಟ್ಟೆ. ಈ

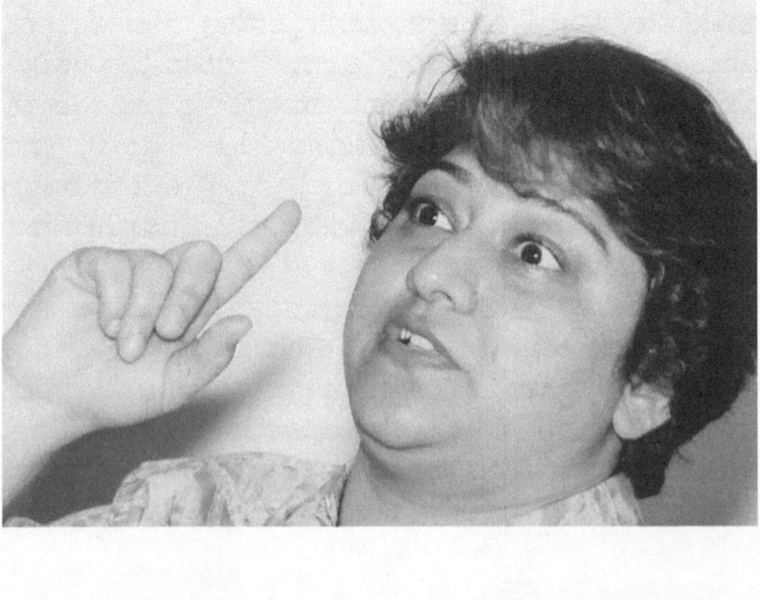

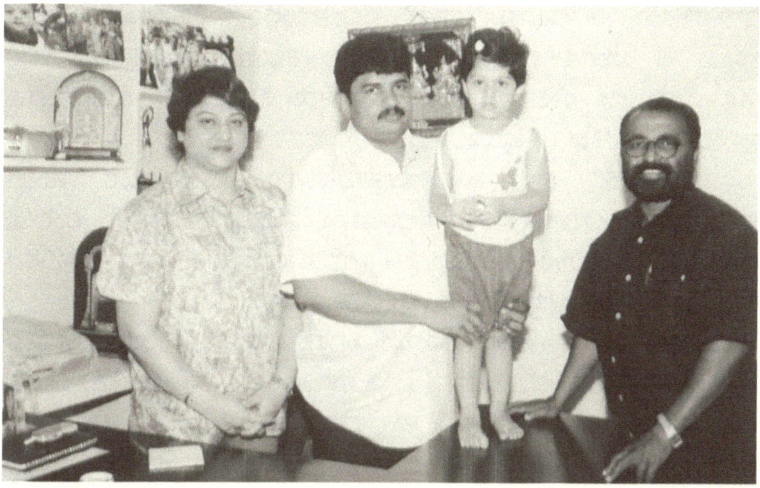

ಸಿನಿಮಾದ ಮೂಲಕ ನನ್ನ ಮಿತ್ರ ಸ್ವತಂತ್ರ ನಿರ್ದೇಶಕನಾಗಲಿ ಎನ್ನುವುದು ನನ್ನ ಆಸೆಯಾಗಿತ್ತು. ಆದರೊಂದು ಕಂಡೀಷನ್: ಮಾಲಾಶ್ರೀ ನಾಯಕಿಯಾಗಿ ನಟಿಸಬೇಕು! ಓಂಪ್ರಕಾಶ್ ಒಪ್ಪಿಕೊಂಡ. ಆದ್ರೆ ಮಾಲಾಶ್ರೀ ಆ ಕಾಲದಲ್ಲಿ ತುಂಬಾ ಬ್ಯುಸಿ ನಟಿಯಾಗಿದ್ದುದರಿಂದ ಇದು ಸಾಧ್ಯವಾಗಲಿಲ್ಲ. ಪ್ರಾಜೆಕ್ಟ್ ಡ್ರಾಪಾಯಿತು. ಮತ್ತೆ ಹಂಚಿಕೆಯತ್ತ ಗಮನ ಹರಿಸಿದೆ. ರವಿಚಂದ್ರನ್ ಅವರ 'ರಾಮಾಚಾರಿ' ಬಗ್ಗೆ ಒಳ್ಳೆಯ ಮಾತಿತ್ತು. ಆದ್ರೆ ಅಷ್ಟರಲ್ಲಾಗಲೇ ಅದರ ವ್ಯಾಪಾರ ಮುಗಿದಿತ್ತು. ಹೀಗಾಗಿ 'ರೌಡಿ ಎಂ.ಎಲ್.ಎ.' ಸಿನಿಮಾವನ್ನು ಬಿ.ಕೆ.ಟಿ.ಗೆ ಕೊಂಡುಕೊಂಡೆ. 16 ಲಕ್ಷ ರೂಪಾಯಿಗಳ ವ್ಯವಹಾರ. ಸಿನಿಮಾ ನೆಗೆದು ಬಿತ್ತು! ಆರೇಳು ಲಕ್ಷ ಕೈ ಕಚ್ಚಿತು. ಆಮೇಲೆ ಪಡೆದದ್ದೇ ಎಸ್. ನಾರಾಯಣ್ ಅವರ 'ಚೈತ್ರದ ಪ್ರೇಮಾಂಜಲಿ' ಚಿತ್ರವನ್ನು. ನನ್ನ ಅದೃಷ್ಟದ ಬಾಗಿಲನ್ನು ತೆರೆದದ್ದೇ ಈ ಚಿತ್ರ. ಈ ಸಿನಿಮಾ ಸೂಪರ್ ಹಿಟ್ ಆಯಿತು. ಈ ರಾಮು ಯಾರು ಅಂತ ಉದ್ಯಮಕ್ಕೆ ಗೊತ್ತಾದದ್ದೇ ಆವಾಗ! ಮತ್ತೆ ಹಿಂದುರುಗಿ ನೋಡಲಿಲ್ಲ. 'ತವರಿಗೆ ಬಾ ತಂಗಿ' ಚಿತ್ರದವರೆಗೆ ನೂರು ಚಿತ್ರಗಳನ್ನು ಹಂಚಿಕೆಗೆ ಪಡೆದೆ. ಗೋಲಿಬಾರ್, AK 47, ಲಾಕಪ್ ಡೆತ್, ಸಿಂಹದ ಮರಿ, ಸರ್ಕಲ್ ಇನ್ಸ್‌ಪೆಕ್ಟರ್, ಲೇಡಿ ಕಮಿಷನರ್, ಚಾಮುಂಡಿ... ಮೊದಲಾದ 18 ಹಿಟ್ ಸಿನಿಮಾಗಳನ್ನು ನಿರ್ಮಿಸಿದೆ. ಉದ್ಯಮದಲ್ಲಿ ಕೋಟಿ ನಿರ್ಮಾಪಕನೆಂಬ ಹೆಸರು ಬಂದದ್ದೇ ಆಗ!

'ಅಲ್ಲಿಯವರೆಗೆ ಎಲ್ಲವೂ ಚೆನ್ನಾಗಿತ್ತು. ಆದರೆ ಯಾವಾಗ 'ಹಾಲಿವುಡ್' ಸಿನಿಮಾಕ್ಕೆ ಕೈಹಾಕಿದೆನೋ ವ್ಯವಹಾರಗಳೆಲ್ಲಾ ತಲೆಕೆಳಗಾದುವು. ಇದಕ್ಕೆ ಸ್ವಯಂಕೃತಾಪರಾಧವೇ ಕಾರಣ. ಮೊದಲು ಈ ಸಿನಿಮಾವನ್ನು ಉಪೇಂದ್ರರ ಫ್ರೆಂಡ್ ಮುರಳಿ ಮೋಹನ್ ನಿರ್ದೇಶಿಸುವುದೆಂದಿತ್ತು. ಆದರೆ ದಿಢೀರ್

ನಿರ್ದೇಶಕರು ಬದಲಾದರು. ಸಾಫ್ಟ್ ನಿರ್ದೇಶಕರೆಂದೇ ಹೆಸರಾದ ದಿನೇಶ್ ಬಾಬು ಆ ಜಾಗಕ್ಕೆ ಬಂದರು. ಕೈ ಮೀರಿ ಹೋಗಿತ್ತು. ಚಿತ್ರ ತೋಪೆದ್ದು ಹೋಯಿತು. ಆ ಕಾಲದಲ್ಲಿ ನಾನು ಸುಮಾರು ಒಂದೂವರೆ ಕೋಟಿ ನಷ್ಟ ಅನುಭವಿಸಿದೆ. 'ಕಿಚ್ಚ' ಚಿತ್ರದ್ದೂ ಇದೇ ಕಥೆ. ಇದೇ ಅವಸ್ಥೆ...

'ನಂಜುಂಡಿ' ಚಿತ್ರವನ್ನು ನಿರ್ಮಿಸುವಾಗಲೂ ಬೇರೊಬ್ಬರ ಮೇಲೆ ಭರವಸೆಯಿಟ್ಟೆ. ಅಣ್ಣಾವ್ರು ಈ ಸಿನಿಮಾವನ್ನು ನೋಡಿ 'ಇದೇನಿದು ರಾಮು, ಹೀಗೆ ಮಾಡಿಬಿಟ್ಟಿದ್ದೀರಿ?' ಅಂದಾಗಲೇ ಅದರ ಹಣೆಬರಹ ನಿರ್ಧಾರವಾಗಿತ್ತು! 'ನಂಜುಂಡಿ' ಚಿತ್ರ ತೀವ್ರ ಆರ್ಥಿಕ ಹೊಡೆತ ನೀಡಿತು...

'ಇನ್ನು ಮುಂದೆ ನನ್ನದೇ ಟೇಸ್ಟಿನ ಸಿನಿಮಾ ಮಾಡಬೇಕೆಂದು ಹೊರಟು 'AK 47' ನಿರ್ಮಿಸಿದೆ. ಯಾರ ಬ್ಯಾಕಿಂಗ್ ಇಲ್ಲದೇ ಈ ಫೀಲ್ಡಿಗೆ ಬಂದೆ. ಲಾಭ–ನಷ್ಟದ ಬಗ್ಗೆ ಯೋಚಿಸದೇ ವ್ಯವಹಾರಕ್ಕಿಳಿದೆ. ಹಳ್ಳಿಯಿಂದ ಬಂದವನು ನಾನು. 'ಲಾಕಪ್ ಡೆತ್'ಗಾಗಿ ಒಂದೂವರೆಕೋಟಿ ಖರ್ಚು ಮಾಡಿದೆ. ಅಷ್ಟೇ ಲಾಭ ಪಡೆದೆ. ಅಲ್ಲಿಂದ ಶುರುವಾಯಿತು ನೋಡಿ ಕೋಟಿ ನಿರ್ಮಾಪಕನ ಯಾತ್ರೆ...!'–ರಾಮು ಇಷ್ಟನ್ನು ಒಂದೇ ಉಸಿರಿಗೆ ಹೇಳಿ ಮನವಾದರು...

ಇವಿಷ್ಟೂ 18 ವರ್ಷಗಳ ಹಿಂದಿನ ಕಥೆ. ಮುಂದೆ ಮಾಲಾಶ್ರೀಯನ್ನು ಮದುವೆಯಾದರು, ಮಕ್ಕಳಾಯಿತು. ಹತ್ತಾರು ಸಿನಿಮಾ ನಿರ್ಮಿಸಿದರು. ಲಾಭಕ್ಕಿಂತಲೂ ನಷ್ಟದಲ್ಲೇ ಮುಳುಗಿ ಹೋದರು. ಆಳಿಗೊಂದು ಕಲ್ಲು ಹೊಡೆದರು. ಆಸ್ತಿ–ಪಾಸ್ತಿ ಇದ್ದಿರಬಹುದು. ಆದರೆ ಹಿಂದಿನ ಹೆಸರು ಮತ್ತು ಲಾಭ ಸೊನ್ನೆ. ಮತ್ತೆ ಮತ್ತೆ ಸಿನಿಮಾ ಮಾಡಬೇಕೆಂದುಕೊಂಡರು. ಆದರೆ ಕೊರೊನಾ ಮಾರಿ ಬಿಡಲಿಲ್ಲ. ಎಂತೆಂಥಾ ಹೊಡೆತವನ್ನು ಸಹಿಸಿಕೊಂಡು ತಲೆಯೆತ್ತಿ ನಿಂತಿದ್ದ ರಾಮು ಕೋವಿಡ್ ಅಟ್ಟಹಾಸಕ್ಕೆ ತಲೆ ಬಾಗಿದರು... ಓಂ ಶಾಂತಿ...

ಅವರಿಲ್ಲ ಎನ್ನುವ ಕೊರಗೊಂದನ್ನು ಬಿಟ್ಟರೆ...

ಸುಂದರನೂ ಹೌದು, ಕೃಷ್ಣನೂ ಹೌದು, ಅರಸನೂ ಹೌದು.
ಇವರೇ ಸುಂದರಕೃಷ್ಣ ಅರಸು!

'ಕೊನೆಯಲ್ಲಿ ಎಲ್ಲರೂ ಸುಖವಾಗಿದ್ದರು'-ಎನ್ನುವ ವಾಕ್ಯದೊಂದಿಗೆ ಈ ಕಥೆಯನ್ನು ಮುಗಿಸಬಹುದಿತ್ತು. ಆದರೆ ಇದಕ್ಕೆ ವ್ಯತಿರಿಕ್ತವಾಗಿ ನಾನು ಈ ಕಥೆಯನ್ನು ಆರಂಭಿಸುತ್ತಿದ್ದೇನೆ. ನೇರವಾಗಿ ಮತ್ತು ಸ್ಪಷ್ಟವಾಗಿ ಹೇಳಬೇಕೆಂದರೆ ಇದು ಕನ್ನಡ ಚಿತ್ರರಂಗದಲ್ಲಿ ಬಾಳಿ ಬದುಕಿ, ಮೆರೆದ ಚರಿತ್ರ ನಟ ಸುಂದರಕೃಷ್ಣ ಅರಸ್ ಕುಟುಂಬದ ಕಥೆ...

ಪೀಠಿಕೆಯನ್ನು ಹೆಚ್ಚು ಲಂಭಿಸದೇ ಸುಂದರಕೃಷ್ಣ ಅರಸ್ ಅವರ ಕುಟುಂಬದ ಹಿರಿಯ ಸದಸ್ಯೆಯೊಬ್ಬರನ್ನು ನಿಮಗೆ ಪರಿಚಯಿಸುತ್ತಿದ್ದೇನೆ. ಇವರ ಹೆಸರು: ಲಕ್ಷ್ಮೀ ಅರಸ್. ಸುಮಾರು ಅರವತ್ತೈದರ ಹರೆಯದ ಲಕ್ಷಣ ಮುಖಭಾವ ಹೊಂದಿರುವ ಹೌಸ್ ವೈಫ್. ಗುಂಡಗಿದ್ದಾರೆ. ಬೆಳ್ಳಗಿದ್ದಾರೆ. ಮಾತು ಬೆಳ್ಳಿ ಮೌನ ಬಂಗಾರ ಎಂಬ ಗಾದೆ ಮಾತಿಗೆ ಹೇಳಿ ಮಾಡಿಸಿದ ಹೆಂಗಸು. ಫಕ್ಕನೇ ನೋಡಿದರೆ ಸುಂದರಕೃಷ್ಣ ಅರಸ್ ಅವರ ಹಿರಿ ಮಗಳೇನೋ ಎನ್ನುವ ಸಂಶಯ ಕಾಡುವುದು ಸಹಜವೇ! ಈ ಕಾರಣಕ್ಕೇ ಈ ಹೆಣ್ಣು ಮಗಳು ಹೇಳುತ್ತಾರೆ: 'ಅವರು ನನ್ನನ್ನು ಹೆಂಡತಿಯಂತೆ ಸಾಕಲಿಲ್ಲ. ಸ್ವಂತ ಮಗಳಂತೆ ಪೋಷಿಸಿದರು. ಅಂಥಾದ್ದೊಂದು ಪ್ರೀತಿಯನ್ನು ಹೆಚ್ಚು ಕಾಲ ಅನುಭವಿಸುವ

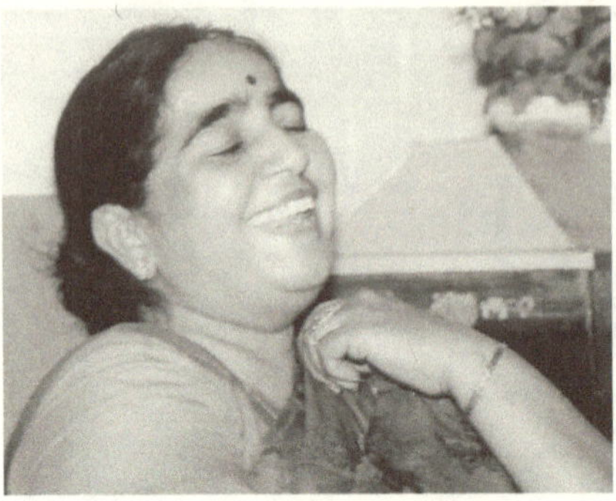

ಯೋಗ ನಮಗಿಲ್ಲವಾಯಿತು. ನಾವು ದುರಾದೃಷ್ಟವಂತರು...'

ನಾನು ಇಂಥಾದ್ದೊಂದು ಐಡಿಯಾ ಇಟ್ಟುಕೊಂಡು ಪ್ರಕಾಶನಗರದಲ್ಲಿರುವ ದಿವಂಗತ ಸುಂದರಕೃಷ್ಣ ಅರಸ್ ಅವರ ಪುಟ್ಟ ಮನೆಗೆ ಹೋಗಿ ಕಾಲಿಂಗ್ ಬೆಲ್ ಒತ್ತಿದಾಗ ಈ ಲಕ್ಷ್ಮೀ ಅರಸ್ ಮೊಬೈಲ್‌ನಲ್ಲಿ ಮಾತನಾಡುತ್ತಾ ಬಂದು ಬಾಗಿಲು ತೆರೆದರು. ಲಕ್ಷಣವಾದ ಗೃಹಿಣಿ. ಸುಖ ಸಮೃದ್ಧಿಯ ಸಂಕೇತವಾದ ತೃಪ್ತಿ ಮುಖದಲ್ಲಿತ್ತು. ಇವರು ನಮ್ಮ ಸುಂದರಕೃಷ್ಣ ಅರಸ್ ಅವರ ಹೆಂಡತಿ ಅಂದರೆ ನಂಬುವುದು ಕಷ್ಟ. ಆದರೆ ಇದು ನಿಜ!

ನಾನು ನನ್ನ ಪರಿಚಯ ಹೇಳಿಕೊಂಡೆ. ಮನೆಯೊಳಗೆ ಸ್ವಾಗತಿಸಿದ ಲಕ್ಷ್ಮೀ ಅವರು ಮಾತಾಡುವ ಮೂಡಿನಲ್ಲಿರಲಿಲ್ಲ. ನಾನು ನನ್ನ ಪಾಡಿಗೆ ಸೋಫಾದ ಮೇಲೆ ಕೂತೆ. ಆಗಲೇ ಉದ್ಯಮದಲ್ಲಿ ಹೆಸರು ಮಾಡಿರುವ ಸಂಕಲನಕಾರ, ನಿರ್ದೇಶಕ ನಾಗೇಂದ್ರ ಅರಸ್ ಸ್ನಾನದ ಮನೆಯಲ್ಲಿದ್ದರು. ನನ್ನನ್ನು ಒಳ ಕರೆದು ಅಡುಗೆ ಮನೆ ಸೇರಿಕೊಂಡ ಮಹಿಳೆ ಹೊರ ಬರಲೇ ಇಲ್ಲ!

ಹೊರಗಿನ ಕಿರಿದಾದ ಚಾವಡಿಯ ಸೋಫಾದ ಮೇಲೆ ಕುಳಿತಿದ್ದ ನಾನು ಗೋಡೆಯನ್ನಳತೆ ಮಾಡತೊಡಗಿದೆ! ಅಲ್ಲೊಂದು ಬೃಹತ್ತಾದ ಸುಂದರಕೃಷ್ಣ ಅರಸ್ ಅವರ ಫೋಟೋವಿತ್ತು. ಫೋಟೋಕ್ಕೆ ಗಂಧದಹಾರ ಹಾಕಲಾಗಿತ್ತು. ಪಕ್ಕದಲ್ಲೇ ಪುಟ್ಟಣ್ಣ ಕಣಗಾಲ್ ಅವರ ಫೋಟೋ. ಅಷ್ಟೊಂದು ಅದ್ದೂರಿಯಲ್ಲದ ಮನೆ. ಮನೆಗೆ 'ನಾಗರಹೊಳೆ ನಿಲಯ' ಎಂಬ ಹೆಸರಿಟ್ಟಿದ್ದರು ಅರಸ್. 'ನಾಗರಹೊಳೆ' ಸಿನಿಮಾದ ಮೂಲಕವೇ ಪ್ರಸಿದ್ಧಿಗೆ ಬಂದಿರುವುದಕ್ಕಾಗಿ ಅರಸ್ ಈ ಹೆಸರಿಟ್ಟಿದ್ದರು...

ಹತ್ತು ನಿಮಿಷಗಳ ನಂತರ ನಿಗಿನಿಗಿ ಸ್ನಾನ ಮುಗಿಸಿ ಬೈರಾಸ ಧರಿಸಿ ನಾಗೇಂದ್ರ ಅರಸ್ ಹೊರಬಂದರು. ಥೇಟ್ ಅಪ್ಪನ ರೂಪ! 'ಹಾಯ್ ಸರ್' ಎಂದು ವಿಶ್ ಮಾಡುತ್ತಾ ಅಡುಗೆ ಕೋಣೆಯಲ್ಲಿ ಪಾತ್ರೆ ಪಗಡಗಳೊಂದಿಗೆ ಬೆರೆತು ಹೋದ ಅಮ್ಮನನ್ನು ಹೊರ ಕರೆದು ಪರಿಚಯಿಸಿದರು. ನಾಗೇಂದ್ರ ಅರಸ್. ನಾನು ಮಾತಾಡಲು ಬಯಸಿ ಬಂದಿರುವ ವ್ಯಕ್ತಿ ಅವರೇ ಆಗಿದ್ದರು. ಸುಮಾರು ಮುನ್ನೂರಕ್ಕೂ ಹೆಚ್ಚು ಸಿನಿಮಾಗಳಲ್ಲಿ ನಟಿಸಿ, ಕರ್ನಾಟಕದ ಜನತೆಯ ಹೃದಯ ಸೂರೆಗೊಂಡಿರುವ ಗಂಡು ನಟ ಸುಂದರಕೃಷ್ಣ ಅರಸ್ ಅವರ ಧರ್ಮಪತ್ನಿಯ ಜತೆ ಮಾತಾಡುವುದು ನನ್ನ ಉದ್ದೇಶವಾಗಿತ್ತು.

ಆದರೆ ಅವರು ಮುದುರಿ ಕೂತಿದ್ದರು. ಹತ್ತು ಪ್ರಶ್ನೆಗೆ ಒಂದೇ ಉತ್ತರ! ಅದು ಮುತ್ತಿನಂಥಾ ಮಾತು...

'ಈಗ ಹೇಳೀಮ್ಮಾ, ನೀವೆಲ್ಲಾ ಹೇಗಿದ್ದೀರಿ?'–ನನ್ನ ಈ ಪ್ರಶ್ನೆ ಕೇಳಿ ಏನನ್ನಿಸಿತೋ ಏನೋ, ಲಕ್ಷ್ಮೀ ಅರಸ್ ಮುಸಿಮುಸಿ ಅಳತೊಡಗಿದರು. ಗಾಬರಿ ಬಿದ್ದೆ. ಇಷ್ಟು ವರ್ಷಗಳಿಂದ ಕಟ್ಟಿಕೊಂಡಿದ್ದ ದುಃಖವೊಂದು ಕಟ್ಟೆಯೊಡೆದು ಹೊರ ಬಂದಂತೆ ಲಕ್ಷ್ಮೀ ಅರಸ್ ಸೊರಸೊರ ಮೂಗನ್ನು ತಿಕ್ಕುತ್ತಾ ಸೀರೆಯ ಸೆರಗಿನಿಂದ ಮುಖ ಒರೆಸಿಕೊಂಡರು. ಎರಡು ನಿಮಿಷ ಮನ. ಸುಂದರಕೃಷ್ಣ ಅವರ ಆತ್ಮ ಚಡಪಡಿಸಿತೋ ಏನೋ? ಅದನ್ನರಿತವರಂತೆ ಸ್ವಲ್ಪ ಸುಧಾರಿಸಿಕೊಂಡ ಲಕ್ಷ್ಮೀ ಅರಸ್ ಮೆಲ್ಲನೇ ಮನ ಮುರಿದು ಮಾತಾದರು: 'ಅವರು ಹೋಗಿ ಇಪ್ಪತ್ತೈದು ವರ್ಷಗಳೇ ಕಳೆದು ಹೋದುವು. ಈವರೆಗೆ ಇಂಡಸ್ಟ್ರಿಯ ಒಬ್ಬನೇ ಒಬ್ಬ ಬಂದು ಹೇಗಿದ್ದೀರಿ ಅಂತ ವಿಚಾರಿಸಲಿಲ್ಲ. ಹೆಣವನ್ನು ಸ್ಮಶಾನಕ್ಕೆ ಕೊಂಡೊಯ್ದುವರು ಮತ್ತೆ ಈ ಕಡೆ ಸುಳಿದಾಡಲಿಲ್ಲ. "ಬದುಕಿದ್ದೀರಾ? ಸತ್ತಿದ್ದೀರಾ?" ಎಂದು ಕೇಳಲು ಅವರ ಗೆಳೆಯರೆಂದುಕೊಂಡವರೇ ಬರಲಿಲ್ಲ...'–ಲಕ್ಷ್ಮೀ ಅರಸ್ ಅವರ ದುಃಖಕ್ಕೆ ಕಾರಣ ತಿಳಿಯಿತು. ಮತ್ತೆ ಒಂದೆರಡು ಸಾರಿ ಸೆರಗಿನಿಂದ ಮೂಗೊರೆಸಿಕೊಂಡ ಅವರು ಮತ್ತಷ್ಟು ಸುಧಾರಿಸಿಕೊಂಡು ಮಾತು ಮುಂದುವರಿಸಿದರು:

'ಅವರು ಅಜಾತಶತ್ರುವಾಗಿದ್ದರು. ಉದ್ಯಮ ತುಂಬಾ ಗೆಳೆಯರೇ. ನಡೆಯುವಾಗ ಇರುವೆ ಅಡ್ಡ ಬಂದರೂ ದಾರಿ ಬದಲಿಸಿಕೊಂಡು ಹೋಗೋರು! ಎಲ್ಲರಿಗೂ ಉಪಕಾರ ಮಾಡಿದರು. ಕೇಳಿಕೇಳಿದವರಿಗೆಲ್ಲಾ ಸಾವಿರ, ಹತ್ತು ಸಾವಿರ, ಹದಿನೈದು ಸಾವಿರ ಕೊಟ್ಟರು. ಮುಂದಿನ ಬದುಕಿಗೆ ಏನು ಎನ್ನುವುದನ್ನೂ ಯೋಚಿಸದೇ ಕೈಲಿದ್ದುದನ್ನೆಲ್ಲಾ ದಾನ ಮಾಡಿದರು. ಕೊಟ್ಟದ್ದನ್ನು ವಾಪಸ್ಸು ಕೇಳಲಿಲ್ಲ. ಅವರ ಈ ಗುಣವೇ ನಮ್ಮನ್ನು ಈಗ ಕಾಪಾಡುತ್ತಿದೆ...'–ಇಷ್ಟು ಹೇಳಿ ಲಕ್ಷ್ಮೀ ಅರಸ್ ಮಾತು ನಿಲ್ಲಿಸಿದಾಗ ಅವರ ಮತ್ತಿಬ್ಬರು ಮಕ್ಕಳು ಚಾವಡಿ ಸೇರಿಕೊಂಡರು: ಮೊದಲಿನವನ ಹೆಸರು ನಾಗೇಂದ್ರ ಅರಸ್, ಎರಡನೆಯವನ ಹೆಸರು ರಾಘವೇಂದ್ರ ಅರಸ್, ಮೂರನೆಯವನ ಹೆಸರು

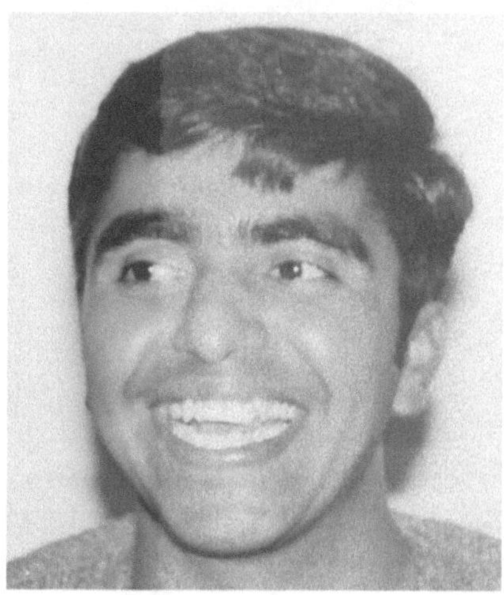

ರಾಜೇಂದ್ರ ಅರಸ್. ಇಡಿಯ ಭಾರತೀಯ ಚಿತ್ರರಂಗದಲ್ಲಿ ಹೆಸರು ಮಾಡಿರುವ ಸಂಕಲನಕಾರ ಸುರೇಶ್ ಅರಸ್ ಸುಂದರಕೃಷ್ಣ ಅರಸ್ ಅವರ ಸೋದರ...

ಇವಿಷ್ಟು ಪುಟ್ಟ ಪರಿಚಯದೊಂದಿಗೆ ಮತ್ತೆ ಲಕ್ಷ್ಮೀ ಅರಸ್ ಕಡೆ ಬರೋಣ. ಅವರು ಮಾತಾಡುವ ಮೂಡಿಗೆ ಬಂದಿದ್ದರು: 'ಅವ್ರು ಎಂದೂ ಹೊರಗಿನ ವಿಷಯಗಳನ್ನು ಮನೆವರೆಗೆ ತರುತ್ತಿರಲಿಲ್ಲ. ಬಲಗೈ ಕೊಟ್ಟದ್ದು ಎಡಗೈಗೆ ಗೊತ್ತಾಗಬಾರದೆನ್ನುವ ನಿಲುವಿನವರು ಅವರು. ಕೇಳಿದವರಿಗೆಲ್ಲಾ ಹಣದ ಸಹಾಯ ಮಾಡುತ್ತಿದ್ರೂ ಅವರೆಂದೂ ಮನೆಯನ್ನು ಮರೆತವರಲ್ಲ...

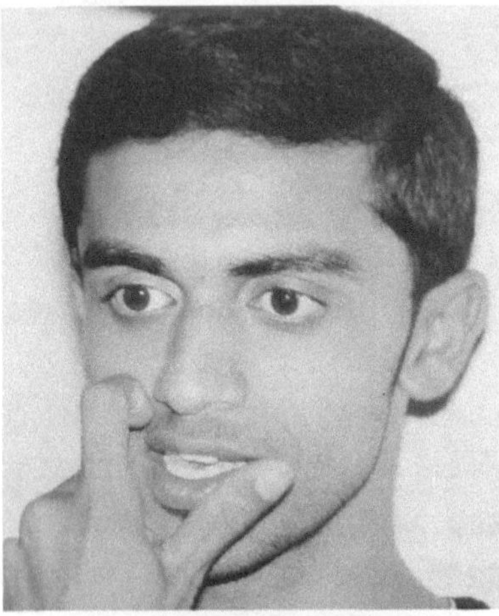

'ಮೂವರು ಗಂಡು ಮಕ್ಕಳು. ಆದ್ರೆ ಹೆಣ್ಣು ಮಕ್ಕಳಿಲ್ಲ ಎನ್ನುವ ಕೊರಗು ಅವರಿಗಿರಲಿಲ್ಲ. ಏಕಂದ್ರೆ, ನನ್ನನ್ನೇ ದೊಡ್ಡ ಮಗಳಂತೆ ಸಾಕಿದವರು ಅವರು! ಆರತಿ ಎತ್ತಿದರೆ ಉಷ್ಣ, ತೀರ್ಥ ಕುಡಿದರೆ ಶೀತವಾದೀತೆಂದೇ ಬೆಳೆಸಿದರು. ಒಟ್ಟಿನಲ್ಲಿ ಕುಟುಂಬವೆಂದ್ರೆ ಅವ್ರಿಗೆ ಪ್ರಾಣ, ಉಸಿರು, ಜೀವ ಎಲ್ಲವೂ ಆಗಿತ್ತು. ಮನೆಯ ಯಜಮಾನರಿಲ್ಲ ಎನ್ನುವ ಕೊರತೆಯ ಹೊರತಾಗಿ ನಮಗೆ ಏನನ್ನೂ ಕಮ್ಮಿ ಮಾಡಿಲ್ಲ. ರಾಗಿ ರೊಟ್ಟಿ ಅಂದ್ರೆ ಅವರಿಗಿಷ್ಟ. ರಾತ್ರಿ ಒಂದು ಹಿಡಿ ರೈಸ್. ಚಪಾತಿ, ಮುದ್ದೆ ಕೂಡಾ ಇಷ್ಟವೇ. ನನ್ನ ಕೈಯ ಬಸ್ಸಾರು ಅಂದ್ರೆ ಅವರಿಗಿಷ್ಟ. ಎಷ್ಟೋ ಸಾರಿ ಶೂಟಿಂಗ್‌ಗೆ ಹೋಗೋವಾಗ ಅಂಬರೀಶ್ ಅವರಿಗಾಗಿ ರಾಗಿಮುದ್ದೆ, ಬಸ್ಸಾರು ಕಟ್ಟಿಸಿಕೊಂಡು ಹೋಗೋರು. ಸಮಯ ಸಿಕ್ಕಾಗಲೆಲ್ಲಾ ನಮ್ಮನ್ನೆಲ್ಲಾ ಕರ್ಕೊಂಡು ನಾಟಕಕ್ಕೆ ಹೋಗೋರು. ಬೇಸಿಗೆ ರಜಾದಲ್ಲಿ ಮಕ್ಕಳ ಜತೆ ಆಟ ಆಡೋರು. ಫ್ರೆಂಡ್ಶಿಪ್ ಮಾಡಿದ್ರೆ ಬಡವರ ಫ್ರೆಂಡ್ಶಿಪ್ ಮಾಡಿ ಅನ್ನೋರು.

ಮಕ್ಕಳನ್ನು ಶಾಲೆಗೆ ಕರ್ಕೊಂಡು ಹೋಗೋರು. ಕಾರಿದ್ದರೂ ಅದನ್ನು ಸ್ಕೂಲ್ ತನಕ ತೆಗೆದುಕೊಂಡು ಹೋಗುತ್ತಿರಲಿಲ್ಲ. ನಡ್ಕೊಂಡೇ ಹೋಗೋರು. ತಾವೊಬ್ಬ ಸ್ಟಾರ್ ಥರಾ ಎಂದು ಯಾವತ್ತೂ ವರ್ತಿಸಲೇ ಇಲ್ಲ. ಸಾಮಾನ್ಯರಲ್ಲಿ ಸಾಮಾನ್ಯರಾಗಿರೋರು. ನಿಜ ಹೇಳಬೇಕೆಂದರೆ ಅವ್ರು ಎಂದೂ ನನ್ನ ಹೆಸರಿಡಿದು ಕರೆದೋರೇ ಅಲ್ಲ. ಅವ್ರು ನನ್ನನ್ನು ಮುದ್ದು ಮಾಡುವ ರೀತಿಯನ್ನು ಕಂಡು ವಿಷ್ಣುವರ್ಧನ್ ಅವರು 'ಅರಸು ಬೊಂಬೆ' ಅಂತ ಸದಾ ಛೇಡಿಸೋರು! ಶೂಟಿಂಗಿಗೂ ಕರ್ಕೊಂಡು ಹೋಗೋರು. ಇಂಥಾ ಜೀವದ ಗೆಳೆಯ ತೀರಿಕೊಂಡಾಗ ನನ್ನ ಪರಿಸ್ಥಿತಿ ಏನಾಗಬೇಡ ನೀವೇ ಹೇಳಿ? ಬೆಡ್‌ನಲ್ಲಿ ಮಲಗಿದ್ದಾಗ ಸದಾ ಅಳೋರು. ನನ್ನ ಕೈ ಹಿಡಿದು 'ಮಕ್ಕಳನ್ನು ಚೆನ್ನಾಗಿ ನೋಡ್ಕೋ' ಅನ್ನೋರು. 'ಅರ್ಧಕ್ಕೇ ಬಿಟ್ಟು ಹೋಗ್ತಿದ್ದೇನೆ ಅಂತ ಬೇಜಾರು ಮಾಡ್ಕೋ ಬೇಡ' ಅನ್ನೋರು.

'ಮುಂದಿನ ಏಳೇಳು ಜನ್ಮದಲ್ಲೂ ನೀನೇ ನನ್ನ ಮಡದಿಯಾಗಿರು' ಅಂತ ಹಾರೈಸೋರು. 'ಹೆಂಡತಿಯಾಗುವ ಭಾಗ್ಯವಿಲ್ಲವಾದ್ರೆ ಮಗಳಾಗಿಯಾದ್ರೂ ಹುಟ್ಟು ಅನ್ನೋರು...'–ಎಂದು ಹೇಳುತ್ತಾ ಹೇಳುತ್ತಾ ಲಕ್ಷ್ಮೀ ಅರಸ್ ಕೆನ್ನೆ ಕೆಂಪು ಮಾಡಿಕೊಂಡರು. ಅಳು ಉಕ್ಕುಕ್ಕಿ ಬಂತು. ದುಃಖ ತಡೆದುಕೊಳ್ಳಲಾಗದೇ ಮತ್ತೆ ಸೆರಗನ್ನು ಮುಖಕ್ಕೆ ಒತ್ತಿಕೊಂಡು ಗೋಳೋ ಅಂತ ಅಳುತ್ತಾ ಕೂತು ಬಿಟ್ಟರು ಲಕ್ಷ್ಮೀ ಅರಸ್...

ಕಾಲವಾದ ಗೀತಪ್ರಿಯರಿಗೇಕೆ ಸ್ಮಾರಕ?
ಕುಟುಂಬಕ್ಕೊಂದು ಸೈಟ್ ಕೊಡಿಸಿ ಸಚಿವರೇ...

ಶವದ ಮುಂದೆ ಪ್ರಾಮಿಸ್ ಮಾಡಿದ ಸೈಟ್ ಎಲ್ಲಿದೆ ಮಂತ್ರಿಗಳೇ?

ಕೈ ಕಾಲು ತುಂಬಾ ಬೊಬ್ಬೆ. ಅಂತಿಂಥಾ ಬೊಬ್ಬೆಯಲ್ಲ. ಮಕ್ಕಳು ಓದುವ ಪೀಪೀಯಿಂದ ಬರುತ್ತಲ್ವಾ ಗುಳ್ಳೆ, ಅಂಥಾ ಗುಳ್ಳೆ! ಗಳಿಗೆಗೊಮ್ಮೆ ಒಂದೊಂದೇ ಗುಳ್ಳೆ ಒಡೆದು ಹೊರ ಸೂಸುವ ಕೀವು. ಗಬ್ಬು ದುರ್ವಾಸನೆ. ವಾಸನೆಯನ್ನಾದರೂ ಸಹಿಸಿಕೊಳ್ಳಬಹುದು ಆದರೆ ಆ ನೋವನ್ನು, ಹಿಂಸೆಯನ್ನು ಸಹಿಸಿಕೊಳ್ಳುವುದು ಹೇಗೆ?

ಇದು ಒಂದು ಕಾಲದಲ್ಲಿ ಕನ್ನಡ ಚಿತ್ರರಂಗದಲ್ಲಿ ಮೆರೆದ ನಿರ್ದೇಶಕ, ಗೀತೆರಚನಕಾರ ಗೀತಪ್ರಿಯ ಅವರ ಕೊನೆಯ ದಿನಗಳ ಪಡಿಪಾಟಲು. ಅಲ್ಲೇ ಪಕ್ಕದಲ್ಲೇ ಕಂಠೀರವ ಸ್ಟುಡಿಯೋ. ಒಂದು ಕೂಗು ಹಾಕಿದರೆ ಸಾಕು ಯಾರಾದರೂ ಬರಬಹುದಿತ್ತು. ಆದರೆ ಯಾರೂ ಬರಲಿಲ್ಲ. ಒಂದು ಕಾಲದಲ್ಲಿ ಇವರು ಕೂಗಿದರೆ ಸಾಕೆಂದು ಕಾದು ಕುಳಿತಿರುತ್ತಿದ್ದ ನಟರಿದ್ದರು, ನಟಿಯರಿದ್ದರು, ತಂತ್ರಜ್ಞರಿದ್ದರು... ಆದರೆ ಗೀತಪ್ರಿಯರ ಕೊನೆ ಗಾಲದಲ್ಲಿ ಇವರ್ಯಾರೂ ಕ್ಯಾರೇ ಅನ್ನಲಿಲ್ಲ. ಗೋಗರೆದರೂ ಬರಲಿಲ್ಲ.

ಈ ಹಿಂದೆ ಇವರು ಗಂಟಲ ತೊಂದರೆಗೊಳಗಾಗಿದ್ದರು. ಮಾತೇ ಹೊರಡದ ದುಃಸ್ಥಿತಿ. ಆಗ ಇವರಿಗೆ ನೆರವಾದವರು ಹಿರಿಯ ಪತ್ರಕರ್ತ ಬಿ.ಎನ್. ಸುಬ್ರಹ್ಮಣ್ಯ. ಇವರ ಸಹಕಾರದಿಂದ ನಡೆದ

ಸೂಕ್ತ ಟ್ರೀಟ್‌ಮೆಂಟ್‌ನಿಂದ ಸ್ವಲ್ಪ ದಿನ ಚೇತರಿಸಿಕೊಂಡರೂ ಮತ್ತೆ ಮತ್ತೆ ಗಂಟಲು ಕಿರಿಕಿರಿ ಮಾಡತೊಡಗಿತು. ಕ್ಯಾನ್ಸರ್ರೋ ಗೊತ್ತಿಲ್ಲ. ನಂತರ ಗೀತಪ್ರಿಯರನ್ನು ಕಾಡಿದ್ದು ಇದೇ ಕೀವು ಗುಳ್ಳೆಯ ಯಮ ಯಾತನೆ...

ಇವೆರಡು ಯಾತನೆಗಳೊಂದಿಗೇ ಬದುಕು ಮುಗಿಸಿ ಶವವಾಗಿ ಮಲಗಿದ್ದಾಗ ಬಂದರಲ್ಲಾ ಮಂತ್ರಿಮಾಗಧರು! ಸುತ್ತುವರಿದ ಕ್ಯಾಮೆರಾಗಳ ಮುಂದೆ ತಲೆಗೊಂದು ಹೇಳಿಕೆ ಕೊಟ್ಟರು: 'ಇಂಥಾ ಮೇಧಾವಿ ನಿರ್ದೇಶಕನ ಗೌರವಾರ್ಥವಾಗಿ ಇವರ ಕುಟುಂಬಕ್ಕೆ ಸೈಟು ಕೊಡಿಸುತ್ತೇನೆ' ಅಂದರು. 'ಸ್ಮಾರಕ ನಿರ್ಮಿಸುತ್ತೇವೆ' ಅಂದರು. 'ಪುತ್ಥಳಿ ಅನಾವರಣ ಮಾಡುತ್ತೇವೆ' ಅಂದರು. ಎಲ್ಲವೂ ಬರೀ ಬೊಗಳೆ! ಹೀಗೆ ಹೇಳಿ ಹಾಗೆ ಹೋದವರು ಮತ್ತೆ ಬರಲಿಲ್ಲ. ಇಂಥಾ ಬೊಗಳೆದಾಸರ ಮಾತನ್ನು ನಂಬಿ ಗೀತಪ್ರಿಯರ ಧರ್ಮಪತ್ನಿ ಸುಶೀಲಮ್ಮ ವಾಣಿಜ್ಯ ಮಂಡಳಿ ಬಾಗಿಲು ಬಡಿದರು. ಅವರೆಂದರು: 'ಇವೆಲ್ಲಾ ಇಲ್ಲಿ ಕಾಮನ್ ತಾಯೀ. ಸತ್ತಾಗ ಹೆಣದ ಮುಂದೆ ನಿಂತು ಚಾನಲ್‌ಗಳ ಕ್ಯಾಮೆರಾ ಮುಂದೆ ಮಾತು ಕೊಡುತ್ತಾರೆ. ಹೆಣ ಸ್ಮಶಾನಕ್ಕೆ ಇವರು ವಿಧಾನಸೌಧಕ್ಕೆ! ನಿರೀಕ್ಷೆ ಇಟ್ಟುಕೊಳ್ಳಬೇಡಿ. ಈ ವಿಚಾರವಾಗಿ ಮತ್ತೆ ಈ ಕಡೆ ಬರಬೇಡಿ...'-ಇವು ವಾಣಿಜ್ಯ ಮಂಡಳಿ ಪದಾಧಿಕಾರಿಗಳ ಸಮಜಾಯಿಷಿ.

ಈಗ ಗೀತಪ್ರಿಯರ ಧರ್ಮಪತ್ನಿ ಸುಶೀಲಮ್ಮ ಅದೇ ಕಂಠೀರವ ಸ್ಟುಡಿಯೋದ ಕೂಗಳತೆ ದೂರದಲ್ಲಿರುವ ಅದೇ ಅಪಾರ್ಟ್‌ಮೆಂಟ್‌ನ ಮಗಳ ಆಶ್ರಯದಲ್ಲಿ ಬದುಕು ನಡೆಸಿದ್ದಾರೆ.

ಬೆಳಕಿನಲ್ಲಿ ಚಿತ್ರಿಸಿ ಕತ್ತಲಲ್ಲಿ ತೋರಿಸುವ ಸಿನಿಮಾದಂತೆಯೇ ಗೀತಪ್ರಿಯರ ಬದುಕು ಕೂಡಾ ಆದದ್ದು ಮಾತ್ರ ದೊಡ್ಡ ದುರಂತ...

'ಅಂತಿಂಥಾ ಹೆಣ್ಣು ನೀನಲ್ಲ, ನಿನ್ನಂಥಾ ಹೆಣ್ಣು ಇನ್ನಿಲ್ಲ...'

ಗಾಯಕ ಕಾಳಿಂಗರಾಯರ ಧರ್ಮಪತ್ನಿ ಮೀನಾಕ್ಷಮ್ಮನ ಜತೆ...

'ಯಾರು ಹಿತವರು ನಿನಗೆ ಈ ಮೂವರೊಳಗೆ...'– ಹಳೆಯ ಟೇಪ್ ರೆಕಾರ್ಡರಿನಲ್ಲಿ ಅಷ್ಟೇ ಹಳೆಯದಾದ ಹಾಡು ಹೊರಹೊಮ್ಮುತ್ತಿತ್ತು. ಹಾಡು ಹಳೆಯದಾದರೇನು ಭಾವ ನವನವೀನ... ಈ ಗಂಡು ಕಂಠದ ಮಾಧುರ್ಯವನ್ನು ಸವಿಯುತ್ತಿದ್ದುದರ ಸಂಕೇತವಾಗಿಯೋ ಅಥವಾ ಭಾವೋನ್ಮಾದದಿಂದ ಹೃದಯ ಕಲಕಿಯೋ ಆಯಮ್ಮ ತಮ್ಮ ದಪ್ಪ ಕನ್ನಡಕದೊಳಗಿನಿಂದಲೇ ಕಣ್ಣೀರು ಸುರಿಸುತ್ತಿದ್ದರು. ಉಕ್ಕಿ ಬಂದ ಅಳುವನ್ನು ತಡೆಹಿಡಿಯಲಾಗದೇ ಮೀನಾಕ್ಷಮ್ಮ ಒಮ್ಮೆ ಸರ್ರಂತ ಕೈಯಿಂದ ಮೂಗು ಒರೆಸಿ, ಕನ್ನಡಕವನ್ನು ತೆಗೆದು ಸೀರೆಯ ಚುಂಗನ್ನು ಕಣ್ಣಿಗೊತ್ತಿಕೊಂಡರು...

ಇವರ ಹೆಸರು: ಮೀನಾಕ್ಷಮ್ಮ. ಇವರು ಬೇರೆ ಯಾರೂ ಅಲ್ಲ, ಕನ್ನಡ ಗಂಡು ಕೋಗಿಲೆ ಎಂದೇ ಹೆಸರಾದ ಪಾಂಡೇಶ್ವರ ಕಾಳಿಂಗ ರಾಯರ ಧರ್ಮಪತ್ನಿ. ಅದು ಅವರ ಬಾರ್ಕೂರಿನ ಮನೆ. ಅರ್ಧ ಎಕರೆ ಜಾಗದಲ್ಲೊಂದು ಪುಟ್ಟ ಹೆಂಚಿನ ಮನೆ. ನಾವು ಕುಳಿತ ಜಗುಲಿಯಾಕಾರದ ಹಜಾರಾದಲ್ಲಿ ಪುಟ್ಟಪುಟ್ಟ ಬೆಟ್ಟದ ಕುರ್ಚಿ. ಹೊಚ್ಚಹೊಸದಾದ ಒಂದು ಟಿವಿ ಸೆಟ್. ಅದರ ಕೆಳಗೊಂದು ದೃಷ್ಟಿಬೊಟ್ಟಿನಂತಿದ್ದ ಹಳೆಯದಾಗಿ ಧೂಳು ಹಿಡಿದ ಟೇಪ್ ರೆಕಾರ್ಡರ್. ಅಷ್ಟೇ ಹಳೆಯದಾದ ಕೆಸೆಟ್‌ನಲ್ಲಿ ಗೊರಗೊರ ಸದ್ದಿನೊಂದಿಗೆ ಕಾಳಿಂಗರಾಯರು ಹಾಡುತ್ತಿದ್ದರು. ಹಾಡು ಮನೆ ತುಂಬುತ್ತಿರುವಂತೆಯೇ ಭಾವ ಮನಸ್ಸು ತುಂಬಿಕೊಳ್ಳುತ್ತಿತ್ತು...

ಇದು 18 ವರ್ಷಗಳ ಹಿಂದಿನ ಕಥೆ. ಆಗ ಮೀನಾಕ್ಷಮ್ಮನಿಗೆ ಎಂಬತ್ತು ವರ್ಷ ವಯಸ್ಸು. ಒಮ್ಮೆ ತಮ್ಮ ಅರವತ್ತೈದನೇ ವಯಸ್ಸಿನಲ್ಲಿ ಶಿವಮೊಗ್ಗದ ಖಾಸಗಿ ಆಸ್ಪತ್ರೆಯಲ್ಲಿ ಕಣ್ಣಿನ ಶಸ್ತ್ರಚಿಕಿತ್ಸೆಕ್ಕೊಳಗಾದರು. ಆ ಸಮಯದಲ್ಲಿ ವೈದ್ಯರು ಕೊಟ್ಟ ಗುಳಿಗೆಗಳಿಂದಾಗಿ ತುರಿಕೆ ಆರಂಭವಾಯಿತು. ನಂತರ ಮೈ ಚರ್ಮದ ಬಣ್ಣ ಬಿಳಿಯ ತೋನ್ನಿನಂತಾಗತೊಡಗಿತು. ಈ ಸುದ್ದಿಯ ಬೆನ್ನುಹತ್ತಿ ಮಂಗಳೂರಿನಿಂದ ಎಂಬತ್ತು ಕಿಲೋಮೀಟರ್ ದೂರವಿರುವ ಬಾರ್ಕೂರಿನ ಕಾಳಿಂಗರಾಯರ ಮನೆಗೆ ಹೋದಾಗ ನಡೆದ ಘಟನೆಯ ವಿವರವಿದು:

ಮನೆಯಲ್ಲಿ ಕಿರಿಯ ಮಗ ಸಂತೋಷ್, ಅವರ ಪತ್ನಿ ವತ್ಸಲಾ ಮತ್ತು ಮಗ ಕೌಶಿಕ್ ಇದ್ದರು. ಮೀನಾಕ್ಷಮ್ಮನನ್ನು ಮಾತಾಡಿಸಲೆಂದೇ ನಾವು ಬರುವ ಸುದ್ದಿಯನ್ನು ಬೆಂಗಳೂರಿನಲ್ಲಿರುವ ಹಿರಿಯ ಮಕ್ಕಳಾದ ವಸಂತ್ ಮತ್ತು ಶರತ್ ಆಗಲೇ ತಿಳಿಸಿದ್ದರಿಂದ ಅವರು ಪ್ರಿಪೇರ್ ಆಗಿದ್ದರು. ಚಾಪೆ ಮೇಲೆ ಕುಳಿತು ಸಕ್ಕರೆ ತಿಂದು, ನೀರು ಕುಡಿದಾದ ಮೇಲೆ ಮೋಟು ಗೋಡೆಗೊರಗಿ ಗುಬ್ಬಚ್ಚಿಯಂತೆ ಕುಳಿತಿದ್ದ ಮೀನಾಕ್ಷಮ್ಮ ಮತ್ತೆ ಟೇಪ್ ರೆಕಾರ್ಡರಿನ ಹಾಡು ಕೇಳುತ್ತಾ ಕೂತುಬಿಟ್ಟರು: ಬಾರಯ್ಯ ಬೆಳದಿಂಗಳೇ, ಮಾಡು ಸಿಕ್ಕದಲ್ಲಾ, ಬ್ರಹ್ಮ

ನಿಂಗೆ ಜೋಡಿಸ್ತೀನಿ, ನಗೆಯು ಬರುತಿದೆ... ಹೀಗೆ ಒಂದರ ಹಿಂದೊಂದರಂತೆ ಹಾಡುಗಳು ವಿಜೃಂಭಿಸುತ್ತಿರುವಂತೆಯೇ 'ಅಂತಿಂಥಾ ಹೆಣ್ಣು ನೀನಲ್ಲ, ನಿನ್ನಂಥಾ ಹೆಣ್ಣು ಇನ್ನಿಲ್ಲ...'-ಎಂಬ ಹಾಡಿನ ನೆನಪಾಯಿತು. ಈ ಹಾಡು ಆ ಕೆಸೆಟ್ಟಿನಲ್ಲಿರಲಿಲ್ಲ. ಕೆಸೆಟ್ಟಿನಲ್ಲೇ ಏಕೆ, ಆ ಮನೆಯಲ್ಲೇ ಇರಲಿಲ್ಲ. ಮನೆಯಲ್ಲಿ ಮಾತ್ರವಲ್ಲ ಕಾಳಿಂಗರಾಯರ ಹೃದಯದಲ್ಲೂ ಇರಲಿಲ್ಲವೇ?

ಮೀನಾಕ್ಷಮ್ಮ ಹೇಳತೊಡಗಿದರು: 'ಇಪ್ಪತ್ತೆರಡು ವರ್ಷ ವಯಸ್ಸಿನ ಅವರೊಂದಿಗೆ ಮದುವೆಯಾದಾಗ ನನಗೆ ಹನ್ನೆರಡು ವರ್ಷ. ಪ್ರಪಂಚ ಏನೂಂತ ಗೊತ್ತಿರಲಿಲ್ಲ. ಗೊತ್ತಿದ್ದದ್ದು ಒಂದೇ, ಅವರು ಬಟ್ಟಲಲ್ಲಿ ಬಿಟ್ಟು ಹೋದ ಅನ್ನವನ್ನು ತಿನ್ನುವುದು, ಮುಸುರೆ ತಿಕ್ಕುವುದು, ಮನೆಯನ್ನು ಗುಡಿಸುವುದು ಅಷ್ಟೇ... ಬೆಂಗಳೂರಿನಲ್ಲಿರುವ ಅವರು ಏನು ಮಾಡುತ್ತಾರೆ, ಹೇಗಿದ್ದಾರೆ ಒಂದೂ ಗೊತ್ತಾಗುತ್ತಿರಲಿಲ್ಲ. ಮೋಹನ್‌ಕುಮಾರಿ, ಸೋಹನ್‌ಕುಮಾರಿ ಅನ್ನುವ ಶಿಷ್ಯೆಯಂದಿರಿದ್ದಾರೆಂದು ಅವರಿವರು ಹೇಳುತ್ತಿದ್ದರು. ಅಕ್ಕಪಕ್ಕದ ಮನೆಯವರು ಇದನ್ನೇ ಹೇಳಿಕೊಂಡು ಗೇಲಿ ಮಾಡುತ್ತಿದ್ದರು. ಹೀಗೇಕೆ ಎಂದೇ ಅರ್ಥವಾಗುತ್ತಿರಲಿಲ್ಲ. ನಾನು ಮಾಡಿರುವ ತಪ್ಪೇನು, ನಮ್ಮವರು ಮಾಡುತ್ತಿರುವ ತಪ್ಪೇನು ಒಂದೂ ಅರ್ಥವಾಗದೇ ಚಡಪಡಿಸುತ್ತಿದ್ದೆ. ಅವರಿವರು ಏನೇನೋ ಹೇಳುತ್ತಿದ್ದರು. ಕಥೆ ಕಟ್ಟುತ್ತಿದ್ದರು. ಇವನ್ನೆಲ್ಲಾ ಮನವಾಗಿ ಕೇಳಿಸಿಕೊಳ್ಳುತ್ತಿದ್ದೆ. ವರ್ಷಕ್ಕೆರಡು ಸಾರಿ ಊರಿಗೆ ಬರುತ್ತಿದ್ದರು. ಬಂದಾಗ ಅವರದ್ದೇ ಲೋಕ. ನನಗಂತೂ ಸಂಭ್ರಮ. ಭಾವತುಂಬಿ ಹಾಡುತ್ತಿದ್ದರು. ಇದುವೇ ಇವರ ಉದ್ಯೋಗ, ಇದುವೇ ವರಮಾನಕ್ಕೆ ದಾರಿ ಎಂದೆಲ್ಲಾ ನನಗೆ ತಿಳಿಯುತ್ತಿರಲಿಲ್ಲ. ಇವರು ಹೊರಗೆ ಹೋಗಿ ಬರುವಷ್ಟರಲ್ಲಿ ರಾತ್ರಿಯಾಗಿರುತ್ತಿತ್ತು. ನಾನು ಬಟ್ಟಲಿಟ್ಟು ಕಾಯುತ್ತಿದ್ದೆ. ಅವರು ಗದರುತ್ತಿದ್ದರು. ನೀನೇಕೆ ಇನ್ನೂ ಊಟ ಮಾಡಿಲ್ಲ, ನನ್ನನ್ನೇಕೆ ಕಾಯುತ್ತಿದ್ದೆ ಎಂದೆಲ್ಲಾ ಪ್ರಶ್ನಿಸುತ್ತಿದ್ದರು. ಕೊನೆಗೆ ಅವರು ಬಿಟ್ಟುಹೋದ ಬಟ್ಟಲಿನ ಎಂಜಲಿನ ಜತೆ ಅನ್ನ-ಸಾರು ಕಲೆಸಿ ನಾನು ಊಟ ಮಾಡುತ್ತಿದ್ದೆ...

'ಆಗಲೆಲ್ಲಾ ಅವರ ಬಳಿ ಬೆಂಗಳೂರಿನ ಬಗ್ಗೆ, ಅಲ್ಲಿ ಇವರ

ಜತೆಗಿರುವ ಕುಮಾರಿಯರ ಬಗ್ಗೆ, ಅವರಿವರು ಆಡಿಕೊಳ್ಳುತ್ತಿರುವ ಮಾತುಗಳ ಬಗ್ಗೆ ಕೇಳಬೇಕೆಂದೆನಿಸುತ್ತಿತ್ತು. ಆದರೆ ಭಯ! ನಾನು ಓದಿದವಳಲ್ಲ. ಅವರೂ ಅಷ್ಟೇ, ಎರಡನೇ ಕ್ಲಾಸು ಪಾಸಾಗಿದ್ದರಂತೆ! ಅಂಥವರೊಂದಿಗೆ ನಿರಕ್ಷರಕುಕ್ಷಿಯಾದ ನಾನು ಮಾತಾಡಲು ಸಾಧ್ಯವೇ? ಸುಮ್ಮನಾಗಿ ಬಿಡುತ್ತಿದ್ದೆ. ಅವರು ಊರಿನಲ್ಲಿರುವಷ್ಟು ಸಮಯ ಖುಷಿಯಿಂದಿರುವಂತೆ ನೋಡಿಕೊಳ್ಳುತ್ತಿದ್ದೆ. ಹಾಗೆಂದು ಅವರ ಪ್ರೀತಿಗೇನೂ ಕೊರತೆಯುಂಟಾಗಿರಲಿಲ್ಲ. ಬೆಂಗಳೂರಿಗೆ ಹೋದಾಕ್ಷಣ ಮನಿಯಾರ್ಡರ್ ಕಳಿಸುತ್ತಿದ್ರು. ಆದರೇ ಅವರು ಮನಿಯಾರ್ಡರ್ ಮಾಡಲು ಕೊಟ್ಟಿರುವ ಅಷ್ಟೂ ಹಣ ಮಾತ್ರ ನಮ್ಮ ಕೈ ಸೇರುತ್ತಿರಲಿಲ್ಲ. ಯಾರದ್ದೋ ಕೈಲಿ ನೂರು ರೂಪಾಯಿ ಮನಿಯಾರ್ಡರ್ ಮಾಡಲು ಕೊಟ್ಟರೆ ಅವರು ಐವತ್ತು ರೂಪಾಯಿ ಕಳಿಸಿಕೊಡುತ್ತಿದ್ದರು! ಹೀಗೆ ಮಾಡುತ್ತಿದ್ದವರು ಯಾರು ಅಂತ ನಾನು ಬಾಯ್ಬಿಟ್ಟು ಹೇಳುವುದಿಲ್ಲ. ಇಷ್ಟೇ ಅಲ್ಲ, ನಾವು ಬರೆದ ಪತ್ರ ಕೂಡಾ ಅವರ ಕೈ ಸೇರುತ್ತಿರಲಿಲ್ಲ. ಕೊನೆಕೊನೆಗೆ ತಿಳಿದು ಬಂದದ್ದೆಂದರೆ ಅವರ ಆರ್ಥಿಕ ಲಾಭವನ್ನು ಪಡೆಯುತ್ತಿದ್ದವರು ಅಕ್ಕಪಕ್ಕದಲ್ಲಿದ್ದ ಕುಮಾರಿಯರು...'

ಮೀನಾಕ್ಷಮ್ಮ ಇಷ್ಟು ಹೇಳಿ ಕನ್ನಡಕ ತೆಗೆದು ಸೀರೆಯ ಚುಂಗಿನಿಂದ ಮತ್ತೆ ಒರೆಸಿಕೊಂಡರು. ಅವರ ಸೊಸೆ ವತ್ಸಲಾ ಹಲಸಿನ ಹಪ್ಪಳ ಕರಿದು ತಂದಿಟ್ಟರು. ಒಂದೊಂದನ್ನೇ ಪುಡಿಗಟ್ಟುತ್ತಾ ನಾನು ಮೀನಾಕ್ಷಮ್ಮನ ಮುಂದೆ ಕಿವಿಯಾಗಿ ಕುಳಿತೆವು: 'ಅವರು ಇಷ್ಟೊಂದು ಚೆನ್ನಾಗಿ ಹಾಡುತ್ತಾರೆ, ಆ ಹಾಡುಗಳನ್ನು ಕೇಳಿಸಿಕೊಳ್ಳಲು ಜನ ತಂಡೋಪತಂಡವಾಗಿ ಬರುತ್ತಾರೆ ಅಂತ ಗೊತ್ತಾದದ್ದೇ ಅವರ ಜತೆ ಸಭೆ, ಸಮಾರಂಭಗಳಿಗೆ ಹೋದಾಗಲೇ. ಹಾರ ಹಾಕುವುದೇನು? ಶಾಲು ಹೊದಿಸುವುದೇನು? ಕೈ ಕುಲುಕುವುದೇನು? ನನ್ನವರ ಬಗ್ಗೆ ಹೆಮ್ಮೆಯೆನಿಸತೊಡಗಿದ್ದು ಆಗಲೇ. ಅವರ ಜತೆ ನನಗೂ ಸನ್ಮಾನವಿರುತ್ತಿತ್ತು. ಹೂವಿನ ಜತೆ ನಾರೂ ಸ್ವರ್ಗ ಸೇರುವಂಥ ಅವಕಾಶ! ಊರಿನಲ್ಲಿರುವಾಗ ಇಷ್ಟೊಂದು ಪ್ರೀತಿ ತೋರಿಸುವವರು ಬೆಂಗಳೂರಿಗೆ ಹೋದ ತಕ್ಷಣ ಯಾಕೆ ಬದಲಾಗುತ್ತಿದ್ದರೋ ನನಗಿದು ಯಕ್ಷಪ್ರಶ್ನೆ. ಕೊನೆಕೊನೆಗೆ ಅವರ ಕುಡಿತ ಹೆಚ್ಚಾಯಿತಂತೆ. ಆಗಾಗ ಆಸ್ಪತ್ರೆಗೂ ಹೋಗುತ್ತಿದ್ದ ವರ್ತಮಾನವಿತ್ತು. ಒಮ್ಮೆ ಹೀಗೊಂದು

ದಿನ ಆಸ್ಪತ್ರೆಯಲ್ಲಿ ಮಲಗಿದ್ದಾಗ ನಾನು ಬೆಂಗಳೂರಿಗೆ ಹೋಗಿದ್ದೆ. ಪಕ್ಕದಲ್ಲಿ ಕೂಡಿಸಿಕೊಂಡು ಅವರು ಹೇಳಿದ್ದಿಷ್ಟು: "ಮೀನಾ, ಆರ್ಥಿಕವಾಗಿ ನಾನು ನಿನಗೆ ಏನನ್ನೂ ಮಾಡಿಲ್ಲ. ಮಕ್ಕಳಾದರೆ ಅವರು ಅವರ ಪಾಡಿಗಿರುತ್ತಾರೆ. ಆದರೆ ನಾನು ವಿನಾಕಾರಣ ನಿನಗೆ ಅನ್ಯಾಯ ಮಾಡಿಬಿಟ್ಟೆ. ಸರಿಪಡಿಸಲಾಗದ ತಪ್ಪು ಮಾಡಿಬಿಟ್ಟೆ. ನನ್ನನ್ನು ಕ್ಷಮಿಸು ಮೀನಾ..."–ಇಷ್ಟು ಹೇಳಿ ನನ್ನ ಕೈ ಹಿಡಿದು ಜೋರಾಗಿ ಅತ್ತುಬಿಟ್ಟಿದ್ದರು. ನಾನೂ ಅತ್ತು ಬಿಟ್ಟಿದ್ದೆ. ಅಳುವೊಂದರ ಹೊರತಾಗಿ ನಾವು ಏನೂ ಮಾಡುವಂತಿರಲಿಲ್ಲ. ಅದೇ ಕೊನೆ. ನಾನು ಬೆಂಗಳೂರು ಬಿಟ್ಟು ಊರಿಗೆ ಬಂದಾಕ್ಷಣ ಅವರ ಸಾವಿನ ಸುದ್ದಿ ಬಂತು. ಮತ್ತೆ ಬೆಂಗಳೂರಿಗೆ ಓಡಿ ಹೋದರೆ ಅವರ ಹೆಣವನ್ನು ಕುಮಾರಿಯರು ಕೊಂಡೊಯ್ದು ವಿಲ್ಸನ್ ಗಾರ್ಡನ್ ಸ್ಮಶಾನದಲ್ಲಿ ಉರಿಸಲು ವ್ಯವಸ್ಥೆ ಮಾಡಿದ್ದರು. ಅಲ್ಲಿನ ಮ್ಯಾನೇಜರಿಗೆ ವಿಷಯ ತಿಳಿಸಿ, ನಾವೆಲ್ಲಾ ಹೋಗಿ ಆ ಕುಮಾರಿಯರ ಕೈಯಿಂದ ಬಲವಂತವಾಗಿ ಹೆಣವನ್ನು ಪಡೆದು ನಾವೇ ಮಣ್ಣು ಮಾಡಿದೆವು. ಅದೇ ಕೊನೆ, ಆ ನಂತರ ಆ ಮೋಹನಕುಮಾರಿ, ಸೋಹನಕುಮಾರಿಯರನ್ನು ನಾನು ನೋಡಿಲ್ಲ...'–ಇಷ್ಟು ಹೇಳಿ ಮೀನಾಕ್ಷಮ್ಮ ಮಾತು ನಿಲ್ಲಿಸಿದರು. ಟೇಪ್ ರೆಕಾರ್ಡರ್ ಹಾಡನ್ನು ಮುಂದುವರಿಸಿತು: 'ಯಾರು ಹಿತವರು ನಿನಗೆ ಈ ಮೂವರೊಳಗೆ...?'

ಸರಿಸಾಟಿ ಇಲ್ಲದ ದೃಶ್ಯಶಿಲ್ಪಿ : ವಿ.ಕೆ. ಮೂರ್ತಿ

ಛಾಯಾಗ್ರಹಣಕ್ಕಾಗಿ ಫಾಲ್ಕೆ ಪ್ರಶಸ್ತಿ ಪುರಸ್ಕೃತರಾದ ಏಕೈಕ ಕನ್ನಡಿಗನ ಜೀವನ ಕಥನ

ಅಚಾನಕವಾಗಿ ನಡೆಯುವ ಒಂದು ಘಟನೆ ವ್ಯಕ್ತಿಯೊಬ್ಬನ ಬದುಕಿನ ದಿಕ್ಕನ್ನೇ ಬದಲಿಸಿ ಬಿಡುತ್ತದೆ ಎನ್ನುವುದಕ್ಕೆ ಸಾಕ್ಷಿಯಾಗಿ ನಮ್ಮ ಮುಂದಿದೆ ಹಿರಿಯ ಛಾಯಾಗ್ರಾಹಕ ವಿ.ಕೆ. ಮೂರ್ತಿಯವರ ವೃತ್ತಿ ಬದುಕು! ಅದು ನಡೆದದ್ದು ಹೀಗೆ: ಇವರು ಉದ್ಯೋಗ ಅರಸಿ ಮುಂಬೈಗೆ ಹೋದ ಮೇಲೆ ಖ್ಯಾತ ನಿರ್ಮಾಪಕರೂ ಆಗಿರುವ ನಿರ್ದೇಶಕ, ನಟ ಗುರುದತ್ ಅವರ ಸಿನಿಮಾಗಳಿಗೆ ಸಹಾಯಕ ಕ್ಯಾಮರಾಮನ್ ಆಗಿ ಕೆಲಸ ಮಾಡುತ್ತಿದ್ದರು. ಚಿತ್ರದ ಹೆಸರು: 'ಬಾಜಿ'. ಇದು ಗುರುದತ್ ನಿರ್ದೇಶನದ ಪ್ರಥಮ ಚಿತ್ರ. ಈ ಚಿತ್ರದ ಹಾಡೊಂದರ ಚಿತ್ರೀಕರಣಕ್ಕಾಗಿ: 'ಲಾಂಗ್ ಶಾಟ್‌ನಲ್ಲಿ ಚಲಿಸುವ ನಾಯಕನ ಕನ್ನಡಿಯ ಪ್ರತಿಬಿಂಬ ಬೇಕು'–ಅಂದರು ಗುರುದತ್. ಮುಖ್ಯ

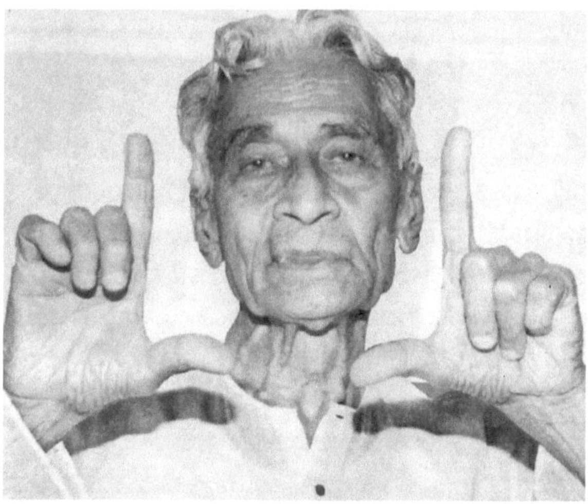

ಛಾಯಾಗ್ರಾಹಕರು ಗುರುದತ್ ಅವರ ಈ ವಿನಂತಿಯನ್ನು ಸಾರಾಸಗಟಾಗಿ ತಳ್ಳಿ ಹಾಕಿಬಿಟ್ಟರು! ನಿರ್ದೇಶಕರಿಗೆ ಅವಮಾನವಾಗುವ ಈ ಸನ್ನಿವೇಶದಲ್ಲಿ ತಕ್ಷಣವೇ ಮುಂದೆ ಬಂದವರು ಅಲ್ಲೇ

ಜೊತೆಗಿದ್ದ ಚೂಟಿ ಮೂರ್ತಿ: 'ಸರ್, ನಾನು ಮಾಡ್ತೀನಿ, ಒಂದು ಅವಕಾಶ ಕೊಟ್ಟು ನೋಡಿ ಪ್ಲೀಸ್...'-ಅಂತಂದುಬಿಟ್ಟರು ಮೂರ್ತಿ! ಅಷ್ಟೇ. ಆ ಸನ್ನಿವೇಶದ ಚಿತ್ರೀಕರಣ ಮಾಡಲು ಗುರುದತ್ ಅನುಮತಿ ನೀಡಿದರು. ಯಾವ ಅಂಜಿಕೆಯೂ ಇಲ್ಲದೇ ಮೂರ್ತಿಯವರು ಅತ್ಯಂತ ಸಲೀಸಾಗಿ ಒಂದೇ ಟೇಕ್‌ನಲ್ಲಿ ಚಿತ್ರೀಕರಿಸಿದರು. ಸೆಟ್‌ನಲ್ಲಿದ್ದ ಅಷ್ಟೂ ಮಂದಿ ಕ್ಲಾಪ್ ಹಾಕಿ ಮೂರ್ತಿಯವರನ್ನು ಅಭಿನಂದಿಸಿದರು! ಗುರುದತ್ ಫುಲ್ ಖುಷ್: 'ನನ್ನ ಮುಂದಿನ ಚಿತ್ರಕ್ಕೆ ನೀನೇ ಪ್ರಧಾನ ಸ್ವತಂತ್ರ ಛಾಯಾಗ್ರಾಹಕ...'-ಎಂದು ಅಲ್ಲೇ, ಆ ಕ್ಷಣದಲ್ಲೇ ಅನೌನ್ಸ್ ಮಾಡಿಬಿಟ್ಟರು ಗುರುದತ್! ವಿ.ಕೆ. ಮೂರ್ತಿ ಎಂಬ ಹೆಸರಿನ ಈ ವ್ಯಕ್ತಿ ಮುಂದೆ ಭಾರತೀಯ ಚಿತ್ರರಂಗದ ಮಹಾನ್ ಛಾಯಾಗ್ರಾಹಕರಾಗಿ ಬೆಳೆಯಲು ಸಾಧ್ಯವಾದ ಅಪರೂಪದ ಘಟನೆಯಿದು. ಛಾಯಾಗ್ರಹಣದ ಪ್ರಾಯೋಗಿಕ ತರಬೇತಿಗಾಗಿ ಮುಂಬೈ ಸೇರಿಕೊಂಡ ಮೂರ್ತಿ ತಮ್ಮ ಬದುಕನ್ನೇ ಪ್ರಯೋಗಕ್ಕೊಡ್ಡಿ 'ದಾದಾ ಸಾಹೇಬ್ ಫಾಲ್ಕೆ' ಪ್ರಶಸ್ತಿ ಪಡೆದು ಇತಿಹಾಸ ಸೃಷ್ಟಿಸಿದ್ದು ಹೀಗೆ!

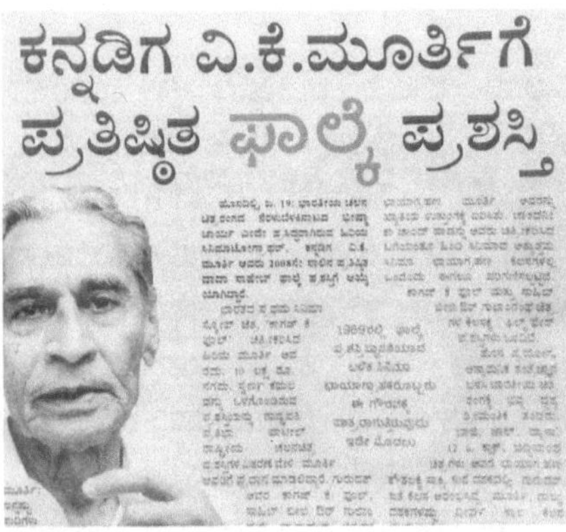
ಕನ್ನಡಿಗ ವಿ.ಕೆ.ಮೂರ್ತಿಗೆ ಪ್ರತಿಷ್ಠಿತ ಫಾಲ್ಕೆ ಪ್ರಶಸ್ತಿ

ಇಂಥ ವಿ.ಕೆ. ಮೂರ್ತಿ ಜನಿಸಿದ್ದು 1922ರ ನವೆಂಬರ್ 26 ರಂದು; ಮೈಸೂರಿನಲ್ಲಿ. ಇವರ ಪೂರ್ತಿ ಹೆಸರು: ವೆಂಕಟರಾಮ ಪಂಡಿತ್ ಕೃಷ್ಣಮೂರ್ತಿ. ತಂದೆ ವೆಂಕಟರಾಮ ಪಂಡಿತ್ ಸರ್ಕಾರಿ ಆಸ್ಪತ್ರೆಯ ಆಯುರ್ವೇದ ವೈದ್ಯರು. ತಾಯಿ ನಾಗಮ್ಮ, ಹೌಸ್ ವೈಫ್. ಈ ದಂಪತಿಗಳ ಐದು ಮಂದಿ ಮಕ್ಕಳಲ್ಲಿ ಮೂರ್ತಿಯವರಿಗೆ ಎಲ್ಲರಿಂದಲೂ ಗುರುತಿಸಿಕೊಳ್ಳಬೇಕೆಂಬ ಬಯಕೆ. ಹೀಗಾಗಿ ಚಿತ್ರನಟರಾಗುವ ಹಂಬಲ! ಆದರೆ ಒಮ್ಮೆ ಕನ್ನಡಿ ನೋಡಿಕೊಂಡ ಮೂರ್ತಿ 'ಇದು ಅಸಾಧ್ಯ' ಎಂಬ ತೀರ್ಮಾನಕ್ಕೆ ಬಂದರು! ನಂತರ ಇವರು ಪಿಟೀಲು ಕಲಿಯಲು ಹೊರಟರು. ಆದರೆ ತಾಳ್ಮೆಯಿರಲಿಲ್ಲ. ಕೊನೆಗೆ ಕ್ಯಾಮೆರಾ ಕೆಲಸ ಕಲಿಯಲೆಂದು ಬೆಂಗಳೂರಿನ ಜಯಚಾಮರಾಜೇಂದ್ರ ಪಾಲಿಟೆಕ್ನಿಕ್

ಸೇರಿಕೊಂಡರು. ಇಲ್ಲಿನ ಪ್ರಾಯೋಗಿಕ ಅಭ್ಯಾಸಕ್ಕಾಗಿ ಮುಂಬೈಗೆ ಹೋದ ಮೂರ್ತಿ ಅಲ್ಲಿ ಗುರುದತ್ ಜೊತೆ ಸೇರಿಕೊಂಡರು. ಅದೊಂದು ಇವರ ಪಾಲಿನ ಭದ್ರ ಬೆಸುಗೆಯಾಯಿತು. ಮುಂದೆ ಗುರುದತ್ ಅವರ ಎಲ್ಲಾ ಚಿತ್ರಗಳಿಗೆ ಮುಖ್ಯ ಛಾಯಾಗ್ರಾಹಕರಾಗಿ ಕೆಲಸ ಮಾಡಿದ್ದು ಮತ್ತು ಇದಕ್ಕಾಗಿಯೇ ಫಾಲ್ಕೆ ಪ್ರಶಸ್ತಿ ಪಡೆದದ್ದು ಈಗ ಇತಿಹಾಸ! ಕನ್ನಡಕ್ಕೆ ಎರಡು ಫಾಲ್ಕೆ ಪ್ರಶಸ್ತಿ ಬಂದುವು: ಮೊದಲ ಫಾಲ್ಕೆ ಬಂದದ್ದು ಡಾ. ರಾಜ್‌ಕುಮಾರ್ ಅವರಿಗೆ 1995 ರಲ್ಲಿ. ಮತ್ತೊಂದು ಫಾಲ್ಕೆ ಬಂದದ್ದು ವಿ.ಕೆ. ಮೂರ್ತಿಯವರಿಗೆ 2010 ರಲ್ಲಿ. ಆದರೆ ಇದು 2008ರ ಸಾಲಿನ ಫಾಲ್ಕೆ ಪ್ರಶಸ್ತಿ!

ನಿಮಗೆ ಗೊತ್ತೇ? ಇವರ ವೃತ್ತಿಯ ಗುರು ಗುರುದತ್ ಅವರಿಗೆ ಆತ್ಮಹತ್ಯಾ ಫೋಬಿಯಾ ಇತ್ತಂತೆ! ಈ ಹಿಂದೆ ನಾಲ್ಕಾರು ಸಲ ಆತ್ಮಹತ್ಯೆಯ ಪ್ರಯತ್ನ ಪಟ್ಟದ್ದೂ ಉಂಟಂತೆ. ಆಗಲೆಲ್ಲಾ ಗುರುದತ್ ಅವರನ್ನು ಬದುಕಿಸಿದ್ದು ಇದೇ ಮೂರ್ತಿಗಳು! ಅವರನ್ನು ಬದುಕಿಸಿದಂತೆಯೇ ಅವರ ಸಿನೆಮಾವನ್ನೂ ಬದುಕಿಸಿದ್ದು ಮತ್ತಿದೇ ಮೂರ್ತಿಗಳು ಎನ್ನುವುದಕ್ಕೆ ಸಾಕ್ಷಿ ಇದೆ! 1960 ರಲ್ಲಿ ತೆರೆಕಂಡ 'ಕಾಗಜ್ ಕೆ ಫೂಲ್' ಉದ್ಯಮದ ದೃಷ್ಟಿಯಲ್ಲಿ ದೊಡ್ಡ ಫ್ಲಾಪ್ ಸಿನೆಮಾ. ಈ ಸೋಲಿನಿಂದ ಆರ್ಥಿಕವಾಗಿ

ಮತ್ತು ಮಾನಸಿಕವಾಗಿ ಕಂಗಾಲಾದ ಗುರುದತ್ ಆತ್ಮಹತ್ಯೆ ಮಾಡಿಕೊಳ್ಳಲು ಮುಂದಾಗಿದ್ದರಂತೆ! ಆಗ ಇದನ್ನು ತಪ್ಪಿಸಿದ್ದು ಮೂರ್ತಿಗಳು. ನಂತರದ ದಿನಗಳಲ್ಲಿ ಇದೇ ಸಿನೆಮಾ ಮರು ತೆರೆಕಂಡಾಗ ಹೊಸ ಪೀಳಿಗೆಯ ಪ್ರೇಕ್ಷಕರು ಈ ಚಿತ್ರಕ್ಕೆ 'ಕ್ಲಾಸಿಕ್ ಸಿನೆಮಾ' ಎಂಬ ಲೇಬಲ್ ನೀಡಿ ಗೌರವಿಸಿತು! ಆಗ ತಮ್ಮನ್ನು ಬದುಕಿಸಿದ್ದಕ್ಕೆ ಗುರುದತ್ ಸಾಹೇಬರು ಮೂರ್ತಿಯವರಿಗೆ ಥ್ಯಾಂಕ್ಸ್ ಹೇಳಿದ ಕಥೆಯನ್ನು ಸ್ವತಃ ಮೂರ್ತಿಯವರ ಮಾತಲ್ಲೇ ನೀವು ಕೇಳಬೇಕು! ಈಗ ಈ ಚಿತ್ರವನ್ನು ಸಾರ್ವಕಾಲಿಕ ಶ್ರೇಷ್ಠ ಚಿತ್ರವೆಂದು ಇಡೀ ಜಗತ್ತೇ ಗುರುತಿಸುತ್ತಿದೆ! ಇದಕ್ಕೆ ಪ್ರಮುಖ ಕಾರಣ ಮೂರ್ತಿಯವರ ಕ್ಯಾಮೆರಾದ ಕುಸುರಿ ಕೆಲಸ ಎನ್ನುವುದು ಸರ್ವವೇದ್ಯ!

ನಿಮಗೆ ಗೊತ್ತಿಲ್ಲ, ಹಲವು 'ಪ್ರಥಮಗಳ ಸಾಹಸಿ ಈ ವಿ.ಕೆ. ಮೂರ್ತಿ ಸಾಹೇಬರು! ಇವರು ಕ್ಯಾಮೆರಾ ಕೆಲಸ ಮಾಡಿದ 'ಕಾಗಜ್ ಕೆ ಫೂಲ್' ಚಿತ್ರ ದೇಶದ ಪ್ರಥಮ ಸಿನೆಮಾಸ್ಕೋಪ್ ಚಿತ್ರ! ಹೆಲಿಕಾಪ್ಟರ್‌ನಲ್ಲಿ ಕುಳಿತು ಚಿತ್ರೀಕರಿಸಿದ ಭಾರತದ ಪ್ರಥಮ ಸಾಹಸಿ ಇವರೇ. ಮೈಸೂರಿನ ಬೃಂದಾವನದಲ್ಲಿ ಚಿತ್ರೀಕರಿಸಿದ ಪ್ರಥಮ ಛಾಯಾಗ್ರಾಹಕರು ಇವರೇ. 'ಗನ್ಸ್ ಆಫ್ ನವರೋನ್' ಚಿತ್ರಕ್ಕಾಗಿ ಹಾಲಿವುಡ್ ಪ್ರವೇಶ ಪಡೆದ ಪ್ರಥಮ ಕ್ಯಾಮರಾಮನ್ ಇವರೇ. ಅಂದಹಾಗೆ, 1969 ರಲ್ಲಿ ದಾದಾ ಸಾಹೇಬ್ ಫಾಲ್ಕೆ ಪ್ರಶಸ್ತಿ ಸ್ಥಾಪನೆಯಾದ ನಂತರ ಛಾಯಾಗ್ರಾಹಕರೊಬ್ಬರು ಈ ಗೌರವಕ್ಕೆ ಪಾತ್ರರಾಗಿರುವುದು ಇದೇ ಪ್ರಥಮ!

ಈಗಿನವರಂತೆ ವೃತ್ತಿ ಬದುಕಿನಲ್ಲಿ ಇವರು ಲಕ್ಷ ಲಕ್ಷ ರೂಪಾಯಿಗಳನ್ನು ನೋಡೇ ಇಲ್ಲ; ಪ್ರಥಮ ಬಾರಿಗೆ ನೋಡಿದ್ದು ಫಾಲ್ಕೆ ಪ್ರಶಸ್ತಿಯ 10 ಲಕ್ಷ ರೂಪಾಯಿಗಳನ್ನು! ಈ ಬಗ್ಗೆ ಮೂರ್ತಿಯವರು ಪತ್ರಕರ್ತರೊಬ್ಬರ ಬಳಿ ಹೇಳಿಕೊಂಡದ್ದು ಹೀಗೆ: 'ನಾನು ಲಕ್ಷ ರೂಪಾಯಿಗಳನ್ನು ನೋಡಿದ್ದು ಪ್ರಶಸ್ತಿ ಬಂದ ಮೇಲೆಯೇ. ಆದರೆ ಖರ್ಚು ಮಾಡಬೇಕಾದ ಸಂದರ್ಭದಲ್ಲಿ ಸಿಗದ ಈ ಮೊತ್ತ ಈಗ ಸಿಕ್ಕಿದೆ. ಈ ವಯಸ್ಸಲ್ಲಿ ನಾನು ಇದನ್ನು ನಾನು ಹೇಗೆ ಖರ್ಚು ಮಾಡಲಿ ಹೇಳಿ?'–ಎಂದು ಪ್ರಶ್ನಿಸಿದ್ದರು ಅಂದು!

'ಹತ್ತನೇ ಕ್ಲಾಸಿನಲ್ಲಿರುವಾಗ ಶಾಲೆಗೆ ಚಕ್ಕರ್ ಹೊಡೆದು ಸ್ವಾತಂತ್ರ್ಯ ಹೋರಾಟದಲ್ಲಿ ಭಾಗವಹಿಸಿ ಜೈಲು ಸೇರಿದ್ದರಿಂದಾಗಿಯೇ ಈಗ ತಮಗೆ ಮಾಸಿಕ ಮೂರು ಸಾವಿರ ರೂಪಾಯಿಗಳ ಪಿಂಚಣಿ ಬರುತ್ತಿದೆ, ಇದುವೇ ನನ್ನ ಈಗಿನ ಸಂಪಾದನೆ'–ಎಂದು ತಮಾಷೆಯಾಗಿ ಹೇಳುತ್ತಿದ್ದರು ಮೂರ್ತಿ ಸಾಹೇಬರು!

ಫಾಲ್ಕೆ ಪ್ರಶಸ್ತಿ ಘೋಷಣೆಯಾದಾಗ ಮೂರ್ತಿಯವರು ಮುಂಬೈ ಬಿಟ್ಟು ಬೆಂಗಳೂರು ಸೇರಿಕೊಂಡಿದ್ದರು. ಶಂಕರಮಠದಲ್ಲೊಂದು ಸ್ವಂತ ಬಂಗಲೆಯಿತ್ತು. ಸಂಜೆ ಹೊತ್ತು ಆ ಬಂಗಲೆಯ ಮುಂದಿನ ಗೇಟಿನ ಬಳಿ ನಿಂತುಕೊಳ್ಳುತ್ತಿದ್ದರು ಮೂರ್ತಿಗಳು. ಈಗ ಆ ಬಂಗಲೆ ಇಲ್ಲ. ಗೇಟೂ ಇಲ್ಲ. ಎಲ್ಲಾ ನೆಲಸಮ. ಮೂರ್ತಿ ಸಾಹೇಬರು ಮಣ್ಣಲ್ಲಿ ಮಣ್ಣಾಗಿ ಹೋಗಿದ್ದಾರೆ. ಆದರೆ ಅವರು ಸೃಷ್ಟಿಸಿದ ಮಾಯಾಲೋಕದ ದೃಶ್ಯಾವಳಿಗಳು ಎಂದೆಂದೂ ಜೀವಂತ. ಅಮರ...

ತಬ್ಬಲಿಯು ನೀನಾದೆ ಹಿರಿಯನೇ?

ಬೆಳ್ಳಿತೆರೆಯ ಶಾಶ್ವತ ಪೂಜಾರಿ ಸದಾಶಿವ ಬ್ರಹ್ಮಾವರ ಅವರ ಕೊನೆಯ ದಿನಗಳ ಹೃದಯ ಹಿಂಡುವ ಕಥೆ...?

ಸ್ವಲ್ಪ ದೀರ್ಘವಾಗಿದೆ, ಸಹಿಸಿಕೊಳ್ಳಿ. ವೃತ್ತಿ ಬದುಕಿನಲ್ಲಿ ನನ್ನನ್ನು ತುಂಬಾ ಕಾಡಿದ, ಮತ್ತು ಬೆಚ್ಚಿ ಬೀಳಿಸಿದ ಈ ಘಟನೆಯನ್ನು ಅಂದು ಸದಾಶಿವ ಬ್ರಹ್ಮಾವರ್ ಆಡಿದ ಮಾತಿನಲ್ಲೇ ಇಲ್ಲಿ ಮುಂದುವರಿಸುತ್ತಿದ್ದೇನೆ:

'ನಾನು ಮನಸ್ಸು ಮಾಡಿರುತ್ತಿದ್ದರೆ ಮಗ, ಸೊಸೆ ಕೊಡುವ ಊಟ ತಿಂದುಕೊಂಡೇ ಬೈಲಹೊಂಗಲದ ಮನೆಯಲ್ಲಿ ಹಾಯಾಗಿರುತ್ತಿದ್ದೆ. ಆದರೆ ನನ್ನವಳಿಗೆ ಇದು ಇಷ್ಟವಿರಲಿಲ್ಲ.

ಆಕೆ ಮಹಾ ಸ್ವಾಭಿಮಾನಿ. ಹೀಗಾಗಿ ಬೆಂಗಳೂರಿನಿಂದ ಒಂದು ಕರೆ ಬಂದರೂ ಸಾಕು 'ಹೋಗಿ ಅಭಿನಯಿಸಿ ಬನ್ನಿ' ಅನ್ನೋಳು. ನಾನು ಗಂಟುಮೂಟೆ ಕಟ್ಟಿಕೊಂಡು ಬೆಂಗಳೂರಿಗೆ ಬರುತ್ತಿದ್ದೆ. ಯಥಾಪ್ರಕಾರ ಗಾಂಧಿನಗರದ ಜನಾರ್ದನ ಹೋಟೆಲ್ ನನ್ನ ಮನೆ! ಅಲ್ಲಿನ ಯಜಮಾನರು, ಆಳುಕಾಳುಗಳೇ ನನ್ನ ಬಂಧು ಬಳಗದವರು. ಪಾತ್ರ ಯಾವುದಾದರೇನು? ಬಣ್ಣ ಹಚ್ಚಿ ಕೂತಿರುತ್ತೇನೆ. ಕರೆದರೆ ಉಂಟು, ಇಲ್ಲವಾದರೆ ಇಲ್ಲ. ಸಂಭಾವನೆ ಕೊಟ್ಟರೆ ಉಂಟು, ಇಲ್ಲವಾದರೆ

ಇಲ್ಲ. ಮತ್ತೆ ಬೈಲಹೊಂಗಲಕ್ಕೆ ಹೋದರೆ ಮತ್ತೊಂದು ಕರೆ ಬರುವವರೆಗೆ ಹೆಂಡತಿಯ ಆರೈಕೆ, ಹಾರೈಕೆ. ಆಕೆ ನನ್ನ ಹೆಂಡತಿಯಲ್ಲ, ಸಾಕ್ಷಾತ್ ತಾಯಿ. ಅಂಥಾ ಮಹಾತಾಯಿ ಕ್ಯಾನ್ಸರ್‌ಗೆ ತುತ್ತಾಗಿ ಪಟ್ಟಪಾಡನ್ನು ನಾನು ನಿಮಗೆ ಹೇಗೆ ಹೇಳಲಿ?

'ಆಕೆ ಆರೋಗ್ಯದಿಂದಿರುವವರೆಗೆ ಎಲ್ಲವೂ ಸರಿಯಾಗಿತ್ತು, ಚೆನ್ನಾಗಿತ್ತು. ಯಾವಾಗ ಕ್ಯಾನ್ಸರ್ ಅಟ್ಯಾಕ್ ಆಯಿತೋ ಸೊಸೆ ಎದ್ದು ನಿಂತಳು. ಆವರೆಗೆ ಆ ಮನೆಗೆ ನನ್ನಾಕೆ ಯಜಮಾನಿಯಾಗಿದ್ದಳು. ಯಾವಾಗ ಆಕೆ ಮೂಲೆಗುಂಪಾದಳೋ ಸೊಸೆಗೆ ಯಜಮಾನಿಯ ಪಟ್ಟ ಸಿಕ್ಕಿದಂತಾಯಿತು! ಇದ್ದಕ್ಕಿದ್ದ ಹಾಗೆಯೇ ಮನೆಯ ವಾತಾವರಣವೇ ಬದಲಾಗಿ ಹೋಯಿತು. ಅಧಿಕಾರ ದಾಹ ಯಾರನ್ನೂ ಬಿಟ್ಟಿಲ್ಲ ಅಂತಂದುಕೊಂಡು ಹೊಸ ಬದುಕಿಗೆ ಹೊಂದಿಕೊಳ್ಳಲು ಪ್ರಯತ್ನಿಸಿದೆ. ಆದರೆ ದಿನೇ ದಿನೇ ಮನೆಯ ಪರಿಸ್ಥಿತಿ ಹದಗೆಡುತ್ತಾ ಹೋಯಿತು. ಜತೆಗೇ ನನ್ನಾಕೆಯ ಬದುಕು ನರಕವಾಯಿತು. ಅವಳೇ ತನಗೆ ಸೊಸೆಯಾಗಬೇಕೆಂದು ಹಠ ಹಿಡಿದು ಮಗನಿಗೆ ಮದುವೆ ಮಾಡಿಸಿದ್ದು ನನ್ನ ಹೆಂಡತಿಯೇ! ಈಗ ಆ ನನ್ನ ತಾಯಿಯ ಒಂದು ಭಾಗ ನಿಶ್ಚಲವಾಗಿದೆ. ಸಾವು ಬದುಕಿನ ನಡುವೆ ಹೋರಾಟ ನಡೆದಿರುವಂತೆಯೇ ಒಂದು ಮುಂಜಾನೆ ನನ್ನ ಮಗ ಒಂದು ಸಲಹೆಯನ್ನು ಮುಂದಿಟ್ಟ: 'ಅಮ್ಮನನ್ನು ಬೆಂಗಳೂರಿನ ಆಸ್ಪತ್ರೆಗೋ, ಅನಾಥಾಶ್ರಮಕ್ಕೋ ಸೇರಿಸಿದರೆ ಹೇಗೆ?'

'ನನ್ನ ಎದೆ ಧಸಕ್ಕೆಂದಿತು. ಕೈತುತ್ತು ಹಾಕಿ ಬೆಳೆಸಿದ ಅಮ್ಮನನ್ನೇ ಅನಾಥಾಶ್ರಮಕ್ಕೆ ಸೇರಿಸುವಂತೆ ಸಲಹೆ ನೀಡುವ ಮಗನನ್ನೇನಾದರೂ ನೀವು ನೋಡಿದ್ದೀರಾ? ಸಹಿಸಿಕೊಂಡೆ. ದಿನಗಳೆದಂತೆ ಕಿರುಕುಳ, ಕಿರಿಕಿರಿ ಜಾಸ್ತಿಯಾಯಿತು. ನನಗೆ ಗೊತ್ತಿತ್ತು, ನನ್ನಾಕೆ ಹೆಚ್ಚು ದಿನ ಬದುಕುವುದಿಲ್ಲವೆಂದು. ಮನೆಯಲ್ಲಿ ಮಗ ಮತ್ತು ಸೊಸೆಯ ಒತ್ತಡ ಅತಿಯಾದಾಗ ಬೇರೆ ವಿಧಿ ಇಲ್ಲದೇ ಬೆಂಗಳೂರಿಗೆ ಹೊರಟು ನಿಂತೆ. ಹೊರಡುವ ಮೊದಲು ನನ್ನಾಕೆಯ ಬಳಿ ಹೋಗಿ ಮೌನವಾಗಿಯೇ ಅಳುತ್ತಾ ನಿಂತುಬಿಟ್ಟೆ. ಬದುಕು ಪೂರ್ತಿ ನಮಗಾಗಿ ದುಡಿದ ಜೀವವೊಂದು ಅನಾರೋಗ್ಯಕ್ಕೆ ತುತ್ತಾಗಿ, ಅಸಹಾಯಕಳಾಗಿ ಹಾಸಿಗೆ ಪಾಲಾದಾಗ, ಹೀಗೆ ನಿರ್ದಯವಾಗಿ ಮನೆಯಿಂದಾಚೆ, ಅಪರಿಚಿತ ಜಾಗಕ್ಕೆ ಕಳುಹಿಸುತ್ತಿರುವ ನನ್ನ ಅಸಹಾಯಕತೆಗಾಗಿ ಪೇಚಾಡಿಕೊಂಡೆ. ಆಕೆ ನನ್ನ ಕೈ ಹಿಡಿದು ಕಣ್ಣೀರಿಟ್ಟಳು.

'ನಾನು ಮಾನಸಿಕವಾಗಿ ಸತ್ತು ಹೋಗಿದ್ದೆ. ಹೃದಯವನ್ನು ಕಲ್ಲು ಮಾಡಿಕೊಂಡು ಬೆಂಗಳೂರಿಗೆ ಹೊರಟೆ. ಹೇಗೋ ಕ್ಯಾನ್ಸರ್ ಆಶ್ರಮದ ವಿಳಾಸ ಪತ್ತೆ ಹಚ್ಚಿ ಒಳ ಹೋದರೆ ನನ್ನ ಹೃದಯ ಹೊಡೆದುಕೊಂಡಿತು. ಅದು ಸಾಯಲು ತಯಾರಾಗಿರುವ ಕ್ಯಾನ್ಸರ್ ರೋಗಿಗಳನ್ನು ಕೊನೆಯ ಬಾರಿಗೆ ನೋಡಿಕೊಳ್ಳುವ ಆಶ್ರಮ! ನಾನು ಕುಸಿದು ಕುಳಿತೆ. ನನ್ನ ಗುರುತು ಹಿಡಿದ ಕೆಲವು ಹೆಣ್ಣುಮಕ್ಕಳು ಒಳಗೆ ಕರೆದುಕೊಂಡು ಹೋಗಿ ಬಿಸಿಬಿಸಿ ಚಹಾ ಕೊಟ್ಟರು. ಒಬ್ಬಾಕೆ ಕೇಳಿದಳು: 'ಏನಾದ್ರೂ ಶೂಟಿಂಗ್ ಇತ್ತಾ? ಯಾಕೆ ಇಲ್ಲಿಗೆ ಬಂದ್ರಿ?' ನಾನಂದೆ: 'ಹಾಗೇನಿಲ್ಲ, ನಮ್ಮ ಕಡೆಯವರೊಬ್ಬರನ್ನು ಅಡ್ಮಿಟ್ ಮಾಡಬೇಕಾಗಿತ್ತು ...' ಅರ್ಧದಲೇ ತಡೆದು ಮತ್ತೊಬ್ಬಾಕೆ ಹೇಳಿದಳು: 'ತಾತಾ, ಇಲ್ಲಿನ ವಿಚಾರ ನಿಮಗೆ ಗೊತ್ತಿಲ್ಲ. ಇದು ಕೊನೆಯ ಜಾಗ. ಬೀದಿಯಲ್ಲಿ ಬಿದ್ದು ಹೆಣವಾಗಿ ಹೋಗುವ ಕ್ಯಾನ್ಸರ್ ರೋಗಿಗಳನ್ನು ಮಾತ್ರ ಇಲ್ಲಿಗೆ ತರ್ತಾರೆ. ಇದೊಂದು ನರಕ. ಇಂಥಾ ಜಾಗಕ್ಕೆ ನಿಮಗೆ ಸಂಬಂಧಿಸಿದ ಯಾರನ್ನೇ ಆದರೂ ಕರೆದುಕೊಂಡು ಬರಬೇಡಿ...' ಆಕೆಯ ಮಾತು ಕೇಳಿ ನಾನು ಮತ್ತಷ್ಟು ಕುಗ್ಗಿಹೋದೆ. ನಾನು ಕರೆದುಕೊಂಡು ಬರಬೇಕೆಂದಿರುವವಳು ನನ್ನ ಕೈ ಹಿಡಿದ ಹೆಂಡತಿಯನ್ನೇ ಎಂದು ನಾನು ಹೇಗೆ ಹೇಳಲಿ?

'ನಂತರ ನನ್ನಿಂದ ತಡೆದುಕೊಳ್ಳುವುದು ಸಾಧ್ಯವಾಗಲಿಲ್ಲ. ಗೋಳೋ ಅಂತ ಅತ್ತೆ. ಇದು ಸಿನೆಮಾ ಅಲ್ಲ, ನನ್ನ ನಿಜ ಬದುಕಿನ ಕಥೆ. ಹೆಣವಾಗಿ ನಟಿಸಿದ್ದೇನೆ, ಪೂಜಾರಿಯಾಗಿ ನಟಿಸಿದ್ದೇನೆ, ನೂರು ಮಂದಿಗೆ ಸಾಂತ್ವನ ಹೇಳುವ ಹಿರಿಯನಾಗಿ ನಟಿಸಿದ್ದೇನೆ. ಆದರೆ ನಿಜ ಬದುಕಿನಲ್ಲಿ ಹೀಗೊಂದು ದುರಂತವನ್ನು ಮುಂದಿಟ್ಟುಕೊಂಡು ಉಸಿರಾಡುವುದಿದೆಯಲ್ಲಾ, ಭಗವಂತ ನನಗೊಂದು ಸಾವು ಕೊಡು ಅಂತ ಬೇಡಿಕೊಂಡೆ. ಆದರೆ ಆ ಭಗವಂತ

ಅನ್ಯಾಯ ಮಾಡಿದ: ಸಾವನ್ನು ನನ್ನ ಹೆಂಡತಿಗೆ ದಯಪಾಲಿಸಿದ! ಹೌದು, ಆ ನರಕ ಸದೃಶ ಆಶ್ರಮದಿಂದ ಹತಾಶನಾಗಿ ಬೈಲಹೊಂಗಲಕ್ಕೆ ಹಿಂದಿರುಗಿದ ಮೇಲೆ ನನ್ನಾಕೆ ಕೊನೆಯುಸಿರೆಳೆದಳು. ಅದು ಕೊನೆಯ ಉಸಿರೆಂದು ಆಕೆಗೆ ಗೊತ್ತಿತ್ತೋ ಏನೋ? ನನ್ನ ಕೈ ಹಿಡಿದು ಏನನ್ನೋ ಹೇಳಲು ಹೊರಟಳು. ಸಾಧ್ಯವಾಗಲಿಲ್ಲ. ಬಿಟ್ಟ ಕಣ್ಣು ಹಾಗೆಯೇ ಇದ್ದುವು. ಉಸಿರು ನಿಂತು ಹೋಗಿತ್ತು... ಮಣ್ಣು ಮಾಡಿ ಬೆಂಗಳೂರಿಗೆ ಬಂದಾಗ ಸತ್ತ ಹೆಂಡತಿಯ ಹೆಣದ ಮುಂದೆ ಅಳುವ ಪಾತ್ರ ನನಗಾಗಿ ಕಾಯುತ್ತಿತ್ತು...'

ಇದು ಆ ಹಿರಿಯ ಜೀವ ಸದಾಶಿವ ಬ್ರಹ್ಮಾವರ್ ನನ್ನಲ್ಲಿ ಹೇಳಿಕೊಂಡು ಕಣ್ಣೀರಿಟ್ಟ ಕಥೆ. ಈಗ ಅವರೂ ಉಳಿದಿಲ್ಲ. ಎಲ್ಲೋ ಆಕಾಶದಲ್ಲಿ ಎರಡು ನಕ್ಷತ್ರಗಳಾಗಿ ಕಾಣಿಸಿಕೊಳ್ಳುವರೇನೋ ಅಂತ ದಿನಾ ರಾತ್ರಿ ಕಪ್ಪು ಆಕಾಶವನ್ನು ದಿಟ್ಟಿಸುತ್ತಲೇ ಇರುತ್ತೇನೆ...

ಕೊರಗಿನಲ್ಲೇ ಕಾಲವಾದರಾ ಕಾಶೀನಾಥ್?

'ಶಾಂತಿ, ನೆಮ್ಮದಿಯನ್ನು ಹಾಳು ಮಾಡಿಕೊಂಡು ಸಿನಿಮಾ ಮಾಡುವ ದರ್ದು ನನಗಿಲ್ಲ...'–ಕೊನೇಗಾಲದಲ್ಲಿ ಕಾಶೀನಾಥ್ ಹೀಗೇಕೆ ಹೇಳಿದರು?

ಕನ್ನಡ ಚಿತ್ರರಂಗಕ್ಕೊಂದು ಮಾಂತ್ರಿಕ ಸ್ಪರ್ಶ ನೀಡಿದ ನಟ, ನಿರ್ದೇಶಕ ಕಾಶೀನಾಥ್ ನಟಿಸಿದ 'ಚೌಕ' ಚಿತ್ರವನ್ನು ನೋಡಿ ಮನೆಗೆ ಬರುವ ದಾರಿಯಲ್ಲಿ ಜಯನಗರದ ಅವರ ಮನೆಯತ್ತ ಕಾರು ಓಡಿಸಿದೆ. ಜತೆಗೆ ಗಾಯತ್ರಿಯೂ ಇದ್ದಳು. ಈ ಸಿನಿಮಾ ನಮ್ಮಿಬ್ಬರ ಮೇಲೆ ಎಷ್ಟೊಂದು ಪ್ರಭಾವ ಬೀರಿತ್ತೆಂದರೆ ಅಟ್ ಎನಿ ಕಾಸ್ಟ್ ಕಾಶೀನಾಥ್ ಅವರನ್ನು ಭೇಟಿಯಾಗಲೇ ಬೇಕೆನ್ನುವ ತುಡಿತ ಹುಟ್ಟು ಹಾಕಿತ್ತು. ಅಂಥಾ ಪರ್ಫಾರ್ಮೆನ್ಸ್ ಅವರದ್ದು.

ಕಾರನ್ನು ಅಲ್ಲೇ ಎಲ್ಲೋ ಪಾರ್ಕ್ ಮಾಡಿ ಜಯನಗರದ 'ಗಾಯತ್ರಿ ನಿಲಯ'ಕ್ಕೆ ಫೋನ್ ಮಾಡಿದರೆ ರಿಸೀವರ್ ಎತ್ತಿಕೊಂಡದ್ದು ಸಾಕ್ಷಾತ್ ಕಾಶೀನಾಥ್ ಅವರೇ! 'ಸರ್, ನಿಮ್ಮನ್ನು ಮೀಟ್ ಮಾಡ್ಬೇಕು, ಬರಲೇ?'–ಎಂದು ಪ್ರಶ್ನಿಸಿದಾಗ ಕೂಲಾಗಿ ಕಾಶೀನಾಥ್ ಉತ್ತರಿಸಿದರು: 'ಬೇಡ ಗಣೇಶ್, ಜ್ವರ ಬಂದುಬಿಟ್ಟಿದೆ. ಯಾವ ಜ್ವರವೋ ಗೊತ್ತಿಲ್ಲ. ಕಂಬಳಿ ಹೊದ್ದು ಮಲಗಿದ್ದೇನೆ. ವಿಪರೀತ ಚಳಿ...'

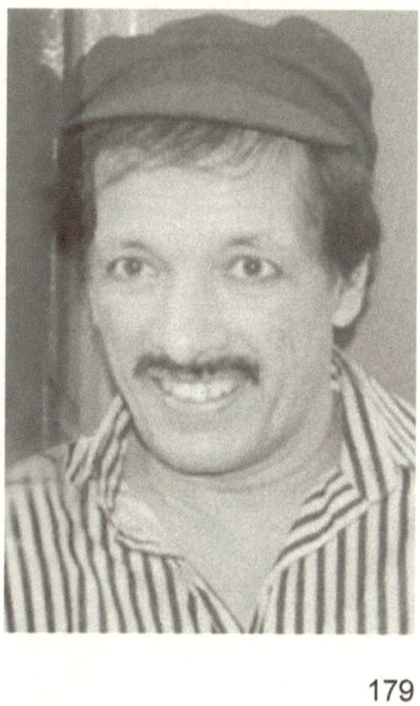

ನಿರಾಶೆಯಾಯಿತು. ಕಾಶೀನಾಥ್ ಎಂದೂ ಈ ರೀತಿಯ ನೆಗೆಟಿವ್ ಉತ್ತರ ಕೊಟ್ಟವರಲ್ಲ. ಆದರೆ ಇಂದೇಕೆ ಹೀಗೆ? ನಾನು ಪಟ್ಟು ಬಿಡಲಿಲ್ಲ: 'ಸರ್, ಈಗ ತಾನೇ 'ಚೌಕ' ಸಿನಿಮಾ ನೋಡಿಕೊಂಡು ಬರ್ತಿದ್ದೇವೆ. ನನಗೆ ನಿಮ್ಮ ಪರ್ಫಾರ್ಮೆನ್ಸ್

ಎಷ್ಟು ಇಷ್ಟವಾಯಿತೋ ನನ್ನ ಪತ್ನಿಗೂ ಇಷ್ಟವಾಗಿದೆ. ಒಂದೇ ಒಂದು ಅಭಿನಂದನೆ ತಿಳಿಸಿ ನಮ್ಮ ಪಾಡಿಗೆ ನಾವು ಹೊರಟು ಹೋಗುತ್ತೇವೆ. ಒಂದೇ ಒಂದು ನಿಮಿಷದ ದರ್ಶನ... ಪ್ಲೀಸ್...'–ಸಿನಿಮಾ ಹೆಸರು ಕೇಳಿದಾಕ್ಷಣ ಮೈ ಚಳಿ ಬಿಟ್ಟವರಂತೆ ಹೇಳಿದರು: 'ಅಯ್ಯೋ, ಬನ್ನಿ ಗಣೇಶ್... 'ಚೌಕ' ಇಷ್ಟವಾಯಿತೋ? ನನ್ನ ಪರ್ಫಾರ್ಮೆನ್ಸ್ ಲೈಕ್ ಆಯಿತೋ? ಮೇಲೆ ಬನ್ನಿ ಮಾತಾಡೋಣ...'–ಕಾಶೀನಾಥರಿಂದ ಪರ್ಮಿಷನ್ ಸಿಕ್ಕಿದ್ದೇ ತಡ ಮುಂದಿನ ನಿಮಿಷದಲ್ಲಿ ನಾವಿಬ್ಬರೂ ಅವರ ಮುಂದಿದ್ದೆವು...!

ಹೊಗಳಿಕೆ ಯಾರಿಗೆ ಇಷ್ಟವಾಗೋದಿಲ್ಲ ಹೇಳಿ? ನಾವು ಏಕಕಂಠದಿಂದ 'ಚೌಕ' ಚಿತ್ರವನ್ನು, ಅದರ ಕಾಶೀನಾಥರ ಪಾತ್ರವನ್ನು, ಇದನ್ನು ಅವರು ನಿರ್ವಹಿಸಿದ ರೀತಿಯನ್ನು ಹೊಗಳಿದೆವು. ಕಾಶೀನಾಥ್ ಖುಷಿಪಟ್ಟರು. ಆದರೆ ಈ ಖುಷಿ ಹೆಚ್ಚು ಕಾಲ ಉಳಿಯಲಿಲ್ಲ. ನಮ್ಮ ಈ ಭೇಟಿಯ ನಂತರದ ತಿಂಗಳಲ್ಲೋ, ಎರಡು ತಿಂಗಳಲ್ಲೋ ಕಾಶೀನಾಥ್ ಕಾಲವಾದ ಸುದ್ದಿ ಬಂತು...

ನಾನು ಈಗ ಇಲ್ಲಿ ಹೇಳಹೊರಟಿರುವುದು ಹದಿನೆಂಟು ವರ್ಷಗಳ ಹಿಂದಿನ ಕಥೆಯನ್ನು. ಆಗ ನಾನು 'ವಿಜಯ ಕರ್ನಾಟಕ' ಪತ್ರಿಕೆಯ ಸಿನಿಮಾ ವಿಭಾಗದ ಮುಖ್ಯಸ್ಥನಾಗಿದ್ದೆ. ಒಮ್ಮೆ ಕಾಶೀನಾಥರನ್ನು ಭೇಟಿಯಾಗಿ ಮಾತು–ಕತೆಯಾಡುವ ಮನಸ್ಸಾಯಿತು. ಫೋನ್ ಮಾಡಿದೆ. ಅವರೇ ರಿಸೀವರನ್ನು ಎತ್ತಿಕೊಂಡರು: 'ಸಾರಿ ಇವ್ರೆ... ನನ್ನಲ್ಲಿ ಸಿನಿಮಾಕ್ಕೆ ಸಂಬಂಧಿಸಿದ ಸುದ್ದಿಯಿಲ್ಲ. ಸುದ್ದಿಯಿದ್ದರೂ ಅದನ್ನು ಈಗ ಹೇಳಲಾರೆ. ಹೇಳಿದರೆ ನೀವು ಬರೆದು ಬಿಡುತ್ತೀರಿ. ನನ್ನ ಯೋಜನೆ ತಲೆ ಕೆಳಗಾದರೆ ನೀವೇ ಮತ್ತೆ ಚುಚ್ಚಿ ಬರೀತೀರಿ.

ನಾನು ಸುಖವಾಗಿದ್ದೇನೆ. ನಿಮ್ಮ ಸಹವಾಸ ಬೇಡವೇ ಬೇಡ...'–ಎಂದು ಕಡ್ಡಿ ತುಂಡು ಮಾಡಿದಂತೆ ಹೇಳಿ ಮನವಾದರು!

ಕಾಶೀನಾಥ್ ಯಾಕೆ ಹೀಗಾದರು? ನನ್ನ ಜತೆ ತುಂಬಾ ಆತ್ಮೀಯ ಸಂಬಂಧವನ್ನಿಟ್ಟುಕೊಂಡಿದ್ದ ಕಾಶೀನಾಥ್ ಹೀಗೆ ವರ್ತಿಸಲು ಕಾರಣವೇನು? ನನ್ನ ಮನವನ್ನು ಜೀರ್ಣಿಸಿಕೊಳ್ಳಲಾಗದೇ ಕಾಶೀನಾಥ್ ಮತ್ತೆ ಆರ್ಭಟಿಸಿದರು: 'ಹೇಳಿದೆನಲ್ಲಾ, ನಾನೇನೂ ಮಾಡುತ್ತಿಲ್ಲ. ಸಿನಿಮಾದ ಬಗ್ಗೆ ಮಾತಾಡಲು ನಾನು ಸಿದ್ಧನಿಲ್ಲ. ಒಮ್ಮೆ ಬರೆಯೋದು, ಆಮೇಲೆ ಕಾಲೆಳೆಯೋದು... ಯಾವುದೂ ಬೇಕಾಗಿಲ್ಲ. ನನ್ನನ್ನು ನನ್ನ ಪಾಡಿಗೆ ಬಿಟ್ಟು ಬಿಡಿ ಪ್ಲೀಸ್...'–ಮತ್ತೊಂದು ಕಡ್ಡಿ ತುಂಡು ಮಾಡಿದರು ಕಾಶೀನಾಥ್!

ಕಾಶೀನಾಥ್ ಎಂದೂ ಹೀಗೆ ನಿಷ್ಠುರವಾಗಿ ಮಾತಾಡಿದವರಲ್ಲ. ಮೃದು ಹೃದಯಿ, ಮೃದು ಮಾತು, ಮೃದು ಮನಸ್ಸು... ಏನಾಯಿತಪ್ಪಾ ನಮ್ಮ ಈ ಕಾಶೀನಾಥ್‌ಗೆ ಎನ್ನುವ ಗಾಬರಿ, ಆತಂಕದೊಂದಿಗೇ ಮತ್ತೆ ಛಲ ಬಿಡದ ತ್ರಿವಿಕ್ರಮನಂತೆ ಗೋಗರೆದೆ: 'ನನಗೆ ನಿಮ್ಮ ಸಿನಿಮಾದ ಸುದ್ದಿ ಬೇಡ. ನಮ್ಮ ಕಾಶೀನಾಥ್ ಬೇಕು. ಆಕಾಶದ ಬಗ್ಗೆ ಮಾತಾಡಿ, ಪ್ರಕೃತಿ ಬಗ್ಗೆ ಮಾತಾಡಿ. ಆಧ್ಯಾತ್ಮ, ಜ್ಯೋತಿಷ್ಯ, ಹಕ್ಕಿ–ಪಕ್ಕಿಗಳ ಬಗ್ಗೆ ಮಾತಾಡಿ. ಆದರೆ ಭೇಟಿ ಮಾಡುವುದು ಬೇಡ ಅಂತ ಮಾತ್ರ ಹೇಳ್ಬೇಡಿ...'–ಅಂದೆ.

ಅದೇನನ್ನಿಸಿತೋ ಏನೋ ಘನ ಗಂಭೀರರಾಗಿದ್ದ ಕಾಶೀನಾಥ್ ಜೋರಾಗಿ ನಕ್ಕು ಬಿಟ್ಟರು: 'ಬನ್ನಿ, ನಾಳೆ ಬೆಳಗ್ಗೆ ಹನ್ನೊಂದಕ್ಕೆ ಕಾಯ್ತಿರ್ತೀನಿ...'–ಎಂದು ಹೇಳಿ ಫೋನಿಟ್ಟು ಬಿಟ್ಟರು...

ಯಾವ ಪೂರ್ವಸಿದ್ಧತೆಯನ್ನು ಮಾಡಿಕೊಳ್ಳದೇ ಜಯನಗರ 4ನೇ ಬ್ಲಾಕ್‌ನಲ್ಲಿರುವ 'ಗಾಯತ್ರಿ ನಿಲಯ'ಕ್ಕೆ ಹೋದಾಗ ಪಂಚೆಧಾರಿಯಾಗಿದ್ದ ಕಾಶೀನಾಥ್ ನನ್ನ ದಾರಿ ಕಾಯುತ್ತಿದ್ದರು. ಮುಖದಲ್ಲೊಂದು ಕಳೆಯಿತ್ತು. ಮನೆಯೊಳಗೇ ಕೂತು ಕೂತು ಮುಖದ ಚರ್ಮ ಫೇರ್ ಆಗಿತ್ತು...

ಎಲ್ಲಿಂದ ಶುರು ಮಾಡುವುದೆಂದು ತಿಳಿಯದೇ ಇಬ್ಬರೂ ಪರದಾಡುವಂತಾಯಿತು! ಕೊನೆಗೆ ನಾನೇ ಮಾತಿಗಿಳಿದೆ: 'ನಿಮ್ಗೆ ಎಷ್ಟು ಮಂದಿ ಶಿಷ್ಯಂದಿರಿದ್ದಾರೆ?'

ಅವರು ಸಣ್ಣ ತಿದ್ದುಪಡಿ ಮಾಡಿ ಉತ್ತರಿಸಿದರು: 'ಶಿಷ್ಯಂದಿರಲ್ಲ, ಸಹಪಾಠಿಗಳು! ಇವರ್ಯಾರಿಗೂ ನಾನು ಬಾಸ್ ಆಗಲಿಲ್ಲ. ಗೆಳೆಯನಾಗಿದ್ದೆ. ಅವರು ನನ್ನಿಂದ ಕಲಿತರು. ಅವರಿಂದಲೂ ನಾನು ಕಲಿತೆ. ಪರಸ್ಪರ ಬೆಳೆದೆವು. ಇವರ್ಯಾರೂ ಪರ್ಮನೆಂಟಾಗಿ ನನ್ನ ಬಳಿ ಉಳಿಯಲು ಬಂದವರಲ್ಲ ಅಂತ ನನ್ಗೆ ಮೊದಲೇ ಗೊತ್ತಿತ್ತು. ಅವರಿಗೂ ಗೊತ್ತಿತ್ತು. ಕೆಲಸ ಕಲಿತ ನಂತರ ತಮ್ಮ ಬದುಕಿನ ಪಾಡು ತಮ್ಮದೆಂದು ಹೊರಟು ಹೋಗುತ್ತಿದ್ದರು. ಲೆಕ್ಕ ಹಾಕಿದರೆ ಇಂಥಾ ಡಜನ್ ಮಂದಿ ಸಹಪಾಠಿಗಳಿದ್ದಾರೆ. ಉಪೇಂದ್ರ, ಸುನಿಲ್‌ಕುಮಾರ್ ದೇಸಾಯಿ, ಎ. ಬಾಲಕೃಷ್ಣ, ಸುಂದರನಾಥ ಸುವರ್ಣ, ವಿ. ಮನೋಹರ್, ಕೃಷ್ಣ ಮಾಸಡಿ, ಸುಕುಮಾರ ಪೆರ್ವೋಡಿ, ಡಾ. ಜನಾರ್ದನ ಅಗ್ನಿಹೋತ್ರಿ, ಮುರಳಿ ಮೋಹನ್, 'ಸೃಷ್ಟಿ' ಬಸವರಾಜ್, ಸುಶೀಲ್ ಮೊಖಾಶಿ... ಹೀಗೆ ಪಟ್ಟಿ ಬೆಳೆಯುತ್ತದೆ...

'ನನ್ನದು ಪ್ರೊಫೆಸ್ಸರ್ ಸೈಕಾಲಜಿ. ಹೇಳಿ ಕೊಡುತ್ತಿದ್ದೆ. ಇವರೆಲ್ಲಾ ಮರಳಿನ ವ್ಯಕ್ತಿತ್ವದವರಲ್ಲ. ಜೇಡಿ ಮಣ್ಣಿನ ಗುಣದವರು. ರೂಪಿಸಲು ಕಷ್ಟವಾಗಲಿಲ್ಲ. ನಾವೆಲ್ಲಾ ಒಂದೇ ಕುಟುಂಬದ ಥರಾ ಕೆಲಸ ಮಾಡುತ್ತಿದ್ದೆವು. ಒಬ್ಬರು ಹೋದ್ರೆ ಮತ್ತೊಬ್ಬರು ರೆಡಿಯಾಗುತ್ತಿದ್ರು. ನನ್ನದು ನಿರ್ದೇಶಕರನ್ನು ತಯಾರು ಮಾಡು ಕಾರ್ಖಾನೆ...!

'ನಿಮ್ಮನ್ನು ನೀವು ಗುರುತಿಸಿಕೊಂಡದ್ದು ಯಾವಾಗ?'–ನನ್ನ ಪ್ರಶ್ನೆ ಕೇಳಿ ಮುಖವನ್ನು ಫ್ರೀಜ್ ಮಾಡಿ ಹೇಳತೊಡಗಿದರು: 'ಅಪರೂಪದ ಅತಿಥಿಗಳು' ನನ್ನ ಮೊದಲ ಚಿತ್ರ. ಆಗ ನಾನೇನೆಂದು ನನಗೇ ಗೊತ್ತಿರಲಿಲ್ಲ. 'ಅಪರಿಚಿತ' ಚಿತ್ರದ ಸಂದರ್ಭದಲ್ಲಿ ಅವರಿವರು ನನ್ನನ್ನು ವಿನಾಕಾರಣ ಮಾತಾಡಿಸುತ್ತಿದ್ದುದನ್ನು ಕಂಡು ನನ್ನಲ್ಲೇನೋ ಇದೆ ಎಂದೆನಿಸತೊಡಗಿತು!

ನನ್ನ ಬೆನ್ನನ್ನು ನಾನೇ ತಟ್ಟಿಕೊಂಡ್ರೆ ಏನು ಪ್ರಯೋಜನ? ಮತ್ತೊಬ್ಬರು ತಟ್ಟಿದರೆ ಮಾತ್ರ ಬೆಲೆ ಅಂತಂದುಕೊಂಡೆ. ನಿಜ ಹೇಳಬೇಕೆಂದರೆ ನಾನು ಜಯನಗರದ ಸಂಸ್ಕೃತಿಯಲ್ಲಿ ಬೆಳೆದವನು. ಗಾಂಧಿನಗರದ ಸಂಸ್ಕೃತಿ ಗೊತ್ತಿರಲಿಲ್ಲ. ಮನಸ್ಸಿಗೆ ತೋಚಿದ್ದನ್ನು ಮಾಡುತ್ತಿದ್ದೆ. ನಾನೆಂದೂ ಹೊಟ್ಟೆಕಿಚ್ಚು ಪಟ್ಟವನಲ್ಲ. ನಾನೆಂದೂ ಬೇರೆಯವರ ಕಾಲೆಳೆದವನೂ ಅಲ್ಲ...'–ಇಷ್ಟು ಹೇಳಿದ್ದೇ ತಡ ಕಾಶೀನಾಥ್ ಮಾತಾಡುವ ಮೂಡಿಗೆ ಬಂದಿದ್ರು. ಇಲ್ಲಿಂದ ಮುಂದೆ ಅವರಿಗೆ ಪ್ರಶ್ನೆಯ ಅವಶ್ಯಕತೆಯಿರಲಿಲ್ಲ. ಅವರು ಮಾತಾಡುತ್ತಾ ಹೋದರು. ಅವರ ಮಾತಿಗೆ ನಾನು ಕಿವಿಯಾಗುತ್ತಾ ಹೋದೆ: 'ನನ್ನ ಆತ್ಮ ಏನು ಹೇಳುತ್ತದೋ ಅದನ್ನೇ ನಾನು ಮಾಡೋದು. ಅದು ಬೇರೆಯವರಿಗೆ ತಪ್ಪು ಎಂದೆನಿಸಿದರೂ ನಾನು ನಿಲ್ಲುವುದಿಲ್ಲ. ನಿಜ, ಪ್ರೇಕ್ಷಕರು ಬದಲಾಗಿದ್ದಾರೆ ಅಂತಾರೆ. ತಪ್ಪೇನು? 50 ವರ್ಷಗಳ ಹಿಂದೆಯೇ ಕಾಲ ಬದಲಾಗಿದೆಯಪ್ಪಾ ಅಂತ ಜನ ಗೊಣಗುತ್ತಿದ್ದರು. 50 ವರ್ಷಗಳ ನಂತರವೂ ಇದೇ ಡಯಲಾಗ್ ಚಾಲ್ತಿಯಲ್ಲಿರುತ್ತದೆ. ಈ ವಾಸ್ತವವನ್ನು ನಾವು ಒಪ್ಪಿಕೊಳ್ಳಲೇಬೇಕು. ಆಗ ಟಿವಿ ಇರಲಿಲ್ಲ. ಮೊಬೈಲು ಇರಲಿಲ್ಲ. ಇಂಟರ್ನೆಟ್, ಟ್ವಿಟ್ಟರ್, ಇನ್ಸ್ಟಾಗ್ರಾಮ್ ಯಾವುದೂ ಇರಲಿಲ್ಲ. ಈಗ ಅವೆಲ್ಲವುಗಳೊಂದಿಗೆ ಪೈಪೋಟಿ ನಡೆಸಿ ಸಿನಿಮಾ ಉಳಿಯಬೇಕಾದರೆ ಕ್ವಾಲಿಟಿ ಸಿನಿಮಾ ಕೊಡಬೇಕು...

'ನನ್ನ ಸಹಪಾಠಿಗಳು ಬೆಳೆದ ಮೇಲೆ ನನ್ನನ್ನು ಕೇರ್ ಮಾಡದೇ ಇರಬಹುದು. ಇದಕ್ಕಾಗಿ ನಾನೇಕೆ ತಲೆ ಕೆಡಿಸಿಕೊಳ್ಳಲಿ? ಅವರೆಲ್ಲಾ ನನ್ನ ಬಳಿ ಬಂದಿರುವುದು ನನಗಾಗಿ ಅಲ್ಲ. ಅವರಿಗಾಗಿ. ಯಾರೂ ಎಲ್ಲದರಲ್ಲೂ ಪರ್ಫೆಕ್ಟ್

ಅಲ್ಲ. ಅಮಿತಾಬನಂಥ ಅಮಿತಾಬನೇ 'ಕೂಲಿ' ಸಿನಿಮಾದ ಶೂಟಿಂಗಿನಲ್ಲಿ ಏಟಾಗಿ ಆಸ್ಪತ್ರೆ ಸೇರಿಕೊಂಡಾಗ ಆತ ಉಬ್ಬಸ ರೋಗಿ ಅಂತ ಗೊತ್ತಾಯ್ತು! ಮಂಡಿ ನೋವೆಂದು ಗೊತ್ತಾಯ್ತು. ಆಗಾಗ ಕಾಯಿಲೆ ಬೀಳುತ್ತಾನೆಂದೂ ಗೊತ್ತಾಯ್ತು. ಹಾಗೆಂದೇ ಯಾರೇ ಆದ್ರೂ ಎಲ್ಲದರಲ್ಲೂ ಪರ್ಫೆಕ್ಟ್ ಅಂತ ತೀರ್ಮಾನಿಸುವುದಕ್ಕಾಗಲ್ಲ...

'ಸಿರಿವಂತಿಕೆ ಮೇಲೆ ನನ್ಗೆ ವ್ಯಾಮೋಹವಿಲ್ಲ. ನಾನೆಂದೂ ದುಡ್ಡಿನ ಹಿಂದೆ ಬಿದ್ದವನಲ್ಲ. ರಾಮೋಜಿರಾವ್ ಕೋಟ್ಯಧೀಶ. ಏನಾಯ್ತು? ಬೇಯಿಸಿದ ತರಕಾರಿ, ಕಷಾಯ, ಸೊಪ್ಪು ಬಿಟ್ರೆ ಬೇರೇನೂ ತಿನ್ನುತ್ತಾನೆ ಹೇಳಿ?

'ಹಾಗೆಂದೇ ಜೀವನದ ಸತ್ಯಾಸತ್ಯತೆಯ ಅರಿವಾದಾಗ ದುಡ್ಡಿನ ಹಿಂದೆ ಬೀಳುವ ಪ್ರಶ್ನೆಯೇ ಇಲ್ಲ. ಹತ್ತು ಕಾರು ಬೇಕು ಅನ್ನುವವನಿಗೆ ದುಡ್ಡು ಬೇಕು. ಒಂದು ಕಾರು ಸಾಕು ಅನ್ನುವವನಿಗೆ ಅಷ್ಟೇ ದುಡ್ಡಿದ್ದರೆ ಸಾಕು! ನಾನು ಪಿಯೂಸಿಯಲ್ಲಿ ಓದುತ್ತಿದ್ದಾಗ ಚಪ್ಪಲಿ ಇಲ್ಲದೇ ಓಡಾಡುತ್ತಿದ್ದೆ. ಮೂರು ಕಿಲೋ ಮೀಟರ್ ದೂರದ ಕಾಲೇಜಿಗೆ ನಡೆದುಕೊಂಡೇ ಓಡಾಡುತ್ತಿದ್ದೆ. ಆಗ ಚಪ್ಪಲಿ ಇದ್ರೆ ಚೆನ್ನಾಗಿತ್ತು ಎನ್ನುವ ಆಸೆಯಿತ್ತು. ಚಪ್ಪಲಿ ಬಂತು. ಮುಂದೆ ಸೈಕಲ್ ಇದ್ರೆ ಚೆನ್ನಾಗಿತ್ತು ಅಂತ ಅನಿಸ್ತಿತ್ತು. ಸೈಕಲ್ ಬಂತು. ಮಳೆಗೆ ನೆನೆಯದಿರಲು ಒಂದು ಕಾರಿದ್ದರೆ ಚೆನ್ನಾಗಿತ್ತು ಅನಿಸ್ತು, ಕಾರು ಬಂತು... ಹೀಗೆಯೇ ಬೆಳೆಯುತ್ತಿರುತ್ತದೆ ಡಿಮಾಂಡು. ನನ್ನ ಮಗನ ಕಾಲದಲ್ಲಿ ಇವೆಲ್ಲವೂ ಇದೆ. ಆದ್ರೆ ಅವ್ನ ಡಿಮಾಂಡೇ ಬೇರೇನೋ...'–ಎಂದು ಹೇಳುತ್ತಿರುವಂತೆಯೇ ನಾನು ಕೇಳಿದೆ: 'ಈಗ ಕೈಲಿ ಸಿನಿಮಾ ಇಲ್ಲ. ಹೊಟ್ಟೆಪಾಡಿನ ಗತಿಯೇನು?'–ಈ ನೇರ ಪ್ರಶ್ನೆಗೆ ಕಾಶೀನಾಥ್ ಅವರದ್ದು ನೇರ ಉತ್ತರ: 'ಊಟಕ್ಕೆ ತೊಂದ್ರೆ ಇಲ್ಲ. ವಾಸಕ್ಕೆ ಹಿರಿಯರು ಮಾಡಿಕೊಟ್ಟ ಈ ಮನೆಯಿದೆ. ಹೆಸರಿನ ವ್ಯಾಮೋಹವಂತೂ ಇಲ್ವೇ ಇಲ್ಲ. ನನ್ನ ಕಲ್ಪನೆಯಲ್ಲಿ ನಾನು ಯಾವ ಎತ್ತರಕ್ಕೆ ರೀಚ್ ಆಗಬೇಕೆಂದು ಬಯಸಿದ್ದೇನೋ ಆ ಎತ್ತರಕ್ಕೆ ರೀಚ್ ಆಗಿದ್ದೇನೆ. ಮೊದಲೇ ಹೇಳಿದ ಹಾಗೆ ನನ್ಗೆ ಗಾಂಧಿನಗರದ ಕಾಲೆಳೆತದ ವ್ಯವಹಾರ ಗೊತ್ತಿಲ್ಲ. ನಾನು ಸೀರಿಯಸ್ಸಾಗಿ ಸಿನಿಮಾ ಮಾಡುತ್ತಿದ್ದ ಕಾಲದಲ್ಲಿ ಎಲ್ಲವೂ ಒಬ್ಬನ ಕೈಲಿತ್ತು. ಫೈನಾನ್ಸ್ ಹಿಂದೆ ಬೀಳುವುದೆಂದರೆ ಸರ್ಕಸ್ ಕಲಿತಂತೆ! ಒಂದು ಲೆವೆಲ್‌ವರೆಗೆ ದುಡ್ಡಿನ ವ್ಯಾಮೋಹ ಇರುತ್ತದೆ. ಆಮೇಲೆ ಇರುವುದಿಲ್ಲ. ಆರೋಗ್ಯ, ಮನಶ್ಶಾಂತಿ, ನೆಮ್ಮದಿ ಈ ಮೂರನ್ನೂ ಹಾಲುಗೆಡವಿ ಸಿನಿಮಾ ಮಾಡುವ ದರ್ದು ನನಗಿಲ್ಲ. ಆರಂಭದಲ್ಲೇ ಮಾಡಬೇಕಾದುದನ್ನೆಲ್ಲಾ ಮಾಡಿದ್ದೇನೆ. ನಿದ್ದೆಗೆಟ್ಟಿದ್ದೇನೆ. ಅಪಾರ ಟೆನ್ಷನ್ ಅನುಭವಿಸಿದ್ದೇನೆ. ಆಗ ಹಠವಿತ್ತು, ಛಲವಿತ್ತು. ಆದರೆ ಆಗಿನ ಮಾನಸಿಕ ದೃಢತೆ ಈಗಿಲ್ಲ. ಮನಸ್ಸು ಶಾಂತಿ, ನೆಮ್ಮದಿಯನ್ನು ಬಯಸುತ್ತಿದೆ...'–ಎಂದು ಹೇಳುತ್ತಾ ಕಾಶೀನಾಥ್ ಮೌನವಾದರು. ನಾನು ಬಂದ ಕೆಲಸವಾಯಿತೆಂದು ಹೊರಟೆ...

'ಮುಸ್ಲಿಂ ಬ್ರಾಹ್ಮಣ'ನ ಪುರಾಣ ಪುಣ್ಯ ಕಥೆ!

ಇದು ಆರು ದಶಕಗಳ ಹಿಂದಿನ ಕಥೆ. 'ಶ್ಯಾಮ್ ಪ್ರಸಾದ್ ಮೂವೀಸ್' ಲಾಂಛನದಲ್ಲಿ ಡಿ.ಆರ್. ನಾಯ್ಡು ಅನ್ನುವವರು 'ಸ್ವರ್ಣಗೌರಿ' ಎಂಬ ಪುರಾಣ ಪುಣ್ಯಕಥೆಯ ಚಿತ್ರವನ್ನು ನಿರ್ಮಿಸಲು ಯೋಚಿಸಿದಾಗ ನಿರ್ದೇಶಕರಾಗಿ ಆಯ್ಕೆ ಮಾಡಿಕೊಂಡದ್ದು ವೈ.ಆರ್. ಸ್ವಾಮಿಯವರನ್ನು. ಜವಾಬ್ದಾರಿ ಹೆಗಲೇರಿದ ಮೇಲೆ ಕಥೆ, ಸಂಭಾಷಣೆ ಮತ್ತು ಗೀತೆಗಳಿಗಾಗಿ ವೈ.ಆರ್. ಸ್ವಾಮಿಯವರು ದುಂಬಾಲು ಬಿದ್ದದ್ದು ಮುಸಲ್ಮಾನ ಜಾನಪದ ಕವಿಗಳಾದ ಎಸ್.ಕೆ. ಕರೀಂಖಾನ್ ಸಾಹೇಬರನ್ನು! ಕನ್ನಡದ ಪೌರಾಣಿಕ ಚಿತ್ರವೊಂದರ ಜವಾಬ್ದಾರಿಯನ್ನು ಮುಸಲ್ಮಾನರಿ ಗೊಪ್ಪಿಸಿದ ವೈ. ಆರ್. ಸ್ವಾಮಿಯವರ ನಿಲುವನ್ನು ಆ ಕಾಲದಲ್ಲಿ ಬಹಳಷ್ಟು ಮಂದಿ ಸಂಪ್ರದಾಯ ವಾದಿಗಳು ಟೀಕಿಸಿದರು. ಇನ್ನೂ ಒಂದಷ್ಟು ಮಂದಿ ಕಾಲೆಳೆದರು. ಆದರೆ ಸ್ವಾಮಿಗಳಿಗೆ ಈ ಕರೀಂಖಾನ್ ಅವರ ಮೇಲೆ ಅದೇನೋ ನಂಬಿಕೆ. ಇಟ್ಟ ಹೆಜ್ಜೆಯನ್ನು ಹಿಂದಿಡಲಿಲ್ಲ. ನಿರ್ಮಾಪಕರಾದ ನಾಯ್ಡು ಅವರನ್ನು ಕನ್ವಿನ್ಸ್ ಮಾಡಿಸಿ

ನಿರ್ದೇಶನದ ಹೊರತಾದ ಎಲ್ಲಾ ಕೆಲಸ ಕಾರ್ಯಗಳನ್ನು ಕರೀಂಖಾನ್ ಸಾಹೇಬರ ಹೆಗಲಿಗೇರಿಸಿದರು.

'ಸ್ವರ್ಣಗೌರಿ' ಚಿತ್ರದ ಕಾಳಿಂಗ ಪಾತ್ರದಲ್ಲಿ ರಾಜ್‌ಕುಮಾರ್, ಮಣಿಪುರ ರಾಜನ ಪಾತ್ರದಲ್ಲಿ ಉದಯಕುಮಾರ್, ಗಣಪತಿ ಪಾತ್ರದಲ್ಲಿ ನರಸಿಂಹರಾಜು, ನಾರದನ ಪಾತ್ರದಲ್ಲಿ ಕೆ.ಎಸ್. ಅಶ್ವಥ್, ಪಾರ್ವತಿ ಪಾತ್ರದಲ್ಲಿ ಜಯಲಲಿತಾ ತಾಯಿ ಸಂಧ್ಯಾ, ಗೌರಿ ಪಾತ್ರದಲ್ಲಿ ಕೃಷ್ಣಕುಮಾರಿ, ಸಾಂಬಯ್ಯ ಪಾತ್ರದಲ್ಲಿ ಸೊರಟ್ ಅಶ್ವಥ್ ಮೊದಲಾದವರು ನಟಿಸಿದ್ದಾರೆ. ಈ ಚಿತ್ರದ ಹೈಲೈಟ್ ಅಂದರೆ ಕರೀಂಖಾನ್ ಸಾಹೇಬರ ಅಮೋಘವಾದ ಐದು ಹಾಡುಗಳು. ಎಂ. ವೆಂಕಟರಾಜು ಅವರ ಸಂಗೀತ ಸಂಯೋಜನೆಯ ಈ ಚಿತ್ರದ ಸಂಭಾಷಣೆ ಕೂಡಾ ಜನಾಕರ್ಷಕವಾಗಿತ್ತು ಮತ್ತು ಇದನ್ನು ಬರೆದವರು ಒಬ್ಬ ಮುಸಲ್ಮಾನ ಸಾಹಿತಿ ಎಂಬುದನ್ನು ತಿಳಿದು ಅಚ್ಚರಿ ಪಟ್ಟವರೇ ಜಾಸ್ತಿ ಮಂದಿ!

ಕರೀಂಖಾನ್ ಸಾಹೇಬರು ಬರೆದ ಐದು ಹಾಡುಗಳ ಆಕರ್ಷಕ ಸಾಲುಗಳು ಹೀಗಿವೆ: 1. ನುಡಿಮನ ಶಿವಗುಣ ಸಂಕೀರ್ತನಾ, 2. ನಟವರ ಗಂಗಾಧರ ಉಮಾಶಂಕರ, 3. ಬಾರೇ ನೀ ಚೆಲುವೇ, 4. ಜಯಗೌರೀ ಜಗದೀಶ್ವರಿ, 5. ಬಾರಾ ಚಂದ್ರಮಾ... ಈ ಐದೂ ಹಾಡುಗಳನ್ನು ಪಿ.ಬಿ. ಶ್ರೀನಿವಾಸ್, ಎಸ್. ಜಾನಕಿ, ಬಾಲಮುರಳೀಕೃಷ್ಣ ಮತ್ತು ಚಿತ್ತರಂಜನ್ ಸೊಗಸಾಗಿ ಹಾಡಿದ್ದಾರೆ. ಆರ್. ಮಧು ಛಾಯಾಗ್ರಹಣದ ಈ ಕಪ್ಪು ಬಿಳುಪು ಚಿತ್ರ 1962 ರಲ್ಲಿ ತೆರೆ ಕಂಡಿತು.

'ಸ್ವರ್ಣಗೌರಿ' ಚಿತ್ರದ ಜವಾಬ್ದಾರಿ ತಮ್ಮ ಹೆಗಲೇರಿದ ಮೇಲೆ ಕರೀಂಖಾನ್ ಸಾಹೇಬರು ಒಂದುಕ್ಷಣ ದಿಗ್ಭ್ರಮೆಗೊಳಗಾದದ್ದು ನಿಜ. ಏಕೆಂದರೆ, ಹಿಂದೂ ಪೌರಾಣಿಕ ಕಥೆ ಹೊಂದಿರುವ ಈ ಚಿತ್ರಕ್ಕೆ ಕಥೆ ಒದಗಿಸುವ ಗುರುತರ ಜವಾಬ್ದಾರಿಯೂ ಕರೀಂಖಾನ್ ಅವರದ್ದಾಗಿತ್ತು. ಜತೆಗೆ ಸಂಭಾಷಣೆ ಮತ್ತು ಹಾಡುಗಳ ಜವಾಬ್ದಾರಿ ಕೂಡಾ ಹೆಗಲೇರಿತ್ತು. ಇಂಥಾ ಮಾನಸಿಕ ಗೊಂದಲದ ಹೊತ್ತಿನಲ್ಲಿ ಇವರ

ಕೈ ಹಿಡಿದದ್ದು ಸಕಲೇಶಪುರದ ಬ್ರಾಹ್ಮಣ ಕುಟುಂಬಗಳ ಜತೆಗಿನ ಒಡನಾಟದ ಅನುಭವ! ನಿಜ ಹೇಳಬೇಕೆಂದರೆ ಆ ಕಾಲದಲ್ಲೇ ಕರೀಂಖಾನರನ್ನು 'ಮುಸ್ಲಿಂ ಬ್ರಾಹ್ಮಣ' ಎಂದೇ ಅಲ್ಲಿನ ಜನ ಕರೆಯುತ್ತಿದ್ದರಂತೆ! ಅಂಥಾ ಹಿಂದೂ ಸಂಸ್ಕೃತಿ ಜತೆಯೇ ಬೆಳೆದ ಕರೀಂಖಾನರು ಕನ್ನಡ ಚಿತ್ರರಂಗದಲ್ಲಿ ಸೃಷ್ಟಿಸಿದ ಮೋಡಿ ಅಕ್ಷರಗಳಲ್ಲಿ ಹಿಡಿದಿಡುವುದಸಾಧ್ಯ! ಎಲ್ಲೋ ದೂರದ ಕಾಬೂಲಿನಿಂದ ಬಂದ ಮುಸ್ಲಿಂ ಕುಟುಂಬ ಮೊದಲು ಹೈದರಾಬಾದಿನಲ್ಲಿ, ನಂತರ ಕರ್ನಾಟಕದ ಸಕಲೇಶಪುರದಲ್ಲಿ ನೆಲೆ ನಿಂತದ್ದು ಒಂದು ಪವಾಡ ಸದೃಶ್ಯ ಘಟನೆಯೇ ಸರಿ! ಅಲ್ಲಿನ ಉರ್ದು ಶಾಲೆಗೆ ಸೇರಿಕೊಂಡ ಕರೀಂಖಾನರಿಗೆ ಅದು ಕಬ್ಬಿಣದ ಕಡಲೆಯಾದಾಗ ಕನ್ನಡ ಮಾಧ್ಯಮದಲ್ಲಿ ಓದಿದರು. ಇವರ ಕನ್ನಡ ಪ್ರೇಮ ಮತ್ತು ಹಿಂದೂ ಪುರಾಣಗಳ ಮೇಲಿನ ಆಸಕ್ತಿ ಬೆಳೆಯಲು ಇದುವೇ ಕಾರಣವಾಯಿತು. ಅದ್ಯಾವ ಶಕ್ತಿ ಕರೀಂಖಾನರನ್ನು ಕನ್ನಡ ಚಿತ್ರರಂಗದತ್ತ ಸೆಳೆಯಿತೋ ಗೊತ್ತಿಲ್ಲ, ಅಂತೂ ಅವರು ಇಲ್ಲಿ ಮೂಡಿಸಿದ ಹೆಜ್ಜೆ ಗುರುತು ಸುಲಭವಾಗಿ ಅಳಿಸುವಂಥಾದ್ದಲ್ಲ.

'ಸ್ವರ್ಣಗೌರಿ' ಚಿತ್ರದ ಮೊದಲ ಅವಕಾಶ ದಲ್ಲೇ ಸಿಕ್ಸರ್ ಬಾರಿಸಿದ ಕರೀಂಖಾನ್ ನಿರೀಕ್ಷೆಯಂತೆ ಅವಕಾಶಗಳ ಮಹಾಪೂರ ಅವರ ಕಡೆ ಹರಿದು ಬರಲಿಲ್ಲ, ರೆಡ್ ಕಾರ್ಪೆಟ್ ಹಾಸಿ ಸ್ವಾಗತಿಸಲಿಲ್ಲ. ಎಲ್ಲಾ ವಿಚಾರಗಳಲ್ಲೂ 'ಪ್ಲಸ್' ಆಗಿದ್ದ ಕರೀಂಖಾನರ ಸರಳ ಸಜ್ಜನಿಕೆ ಈ ಚಿತ್ರರಂಗಕ್ಕೆ ಸಂಬಂಧಿಸಿದಂತೆ

'ಮೈನಸ್' ಆಯಿತೋ ಗೊತ್ತಿಲ್ಲ! ಕನ್ನಡ ಚಿತ್ರರಂಗ ಇವರನ್ನು ಇವರ ಯೋಗ್ಯತೆಗೆ ತಕ್ಕಂತೆ ಬಳಸಿಕೊಳ್ಳಲಿಲ್ಲ. ಈ ಬಗ್ಗೆ 'ಕನ್ನಡ ಚಲನಚಿತ್ರ ಇತಿಹಾಸ' ಗ್ರಂಥದಲ್ಲಿ ಹೀಗೆ ಬರೆಯಲಾಗಿದೆ: 'ಜಾನಪದ ವಿದ್ವಾಂಸರಾದ ಎಸ್.ಕೆ. ಕರೀಂಖಾನರು 'ಸ್ವರ್ಣಗೌರಿ' ಚಿತ್ರಕ್ಕೆ ಕಥೆ, ಸಂಭಾಷಣೆ ಮತ್ತು ಹಾಡುಗಳನ್ನು ಬರೆದು ಕೊಟ್ಟು ಇಡೀ ಚಿತ್ರಕ್ಕೊಂದು ಶೋಭೆ ತಂದುಕೊಟ್ಟರು. ಚಿತ್ರಕ್ಕೆ ರ‍್ರಾಷ್ಟ್ರಪ್ರಶಸ್ತಿಯೂ ಬಂತು. ಹಾಡುಗಳೂ ಜನಪ್ರಿಯವಾದುವು. ಆದರೆ ಚಿತ್ರರಂಗಕ್ಕೆ ಕರೀಂಖಾನರ ಪ್ರತಿಭೆ ಬೇಕಾಗಿರಲಿಲ್ಲ. ಅವರಿಗೆ ಆ ನಂತರ ಉತ್ತಮ ಅವಕಾಶವೇ ಸಿಗಲಿಲ್ಲ. ಸಿಕ್ಕ ಅವಕಾಶಗಳಲ್ಲೂ ಸಣ್ಣತನದ ಉಪಟಳ ಹೆಚ್ಚಾಯಿತು. ಇದರ ಗೊಡವೆಯೇ ಬೇಡವೆಂದು ತಮ್ಮ ಪ್ರೀತಿಯ ಜಾನಪದ ಲೋಕಕ್ಕೆ ಹಿಂದಿರುಗಿದರು. ಇವರು ಈ ಚಿತ್ರಕ್ಕಾಗಿ ಬರೆದ ಹಾಡುಗಳು ಸಾಹಿತ್ಯಿಕವಾಗಿ ಪ್ರಬುದ್ಧ ರಚನೆಗಳು. ನಾದಮಯತೆ ಜತೆ ಅನುಪ್ರಾಸಗಳ ಆಂತರಿಕ ಬಳುಕನ್ನು ಹೊಂದಿದ್ದ ಈ ರಚನೆಗಳು ಸಾಕಷ್ಟು ಕ್ರಿಯಾಶಾಲಿಯಾದ ಅರ್ಥ ಪರಂಪರೆ ಹೊಂದಿದ್ದವು. ಇಂತಹ ಇನ್ನಷ್ಟು ರಚನೆಗಳನ್ನು ಪಡೆಯಲಾರದ ದುರಂತ ಚಿತ್ರರಂಗದ್ದು...'

'ಸ್ವರ್ಣಗೌರಿ' ಚಿತ್ರದ ನಂತರ ಗಂಗೆಗೌರಿ, ಶಿವಲಿಂಗ ಸಾಕ್ಷಿ, ಜೀವನತರಂಗ, ಬೇವುಬೆಲ್ಲ, ರಾಜೇಶ್ವರಿ, ದೊಂಬರಕೃಷ್ಣ... ಮೊದಲಾದ ಚಿತ್ರಗಳಿಗೆ ಹಾಡುಗಳನ್ನು ಬರೆದರು. ಕರ್ನಾಟಕದ ಹಿರಿಯ ಜಾನಪದ ಸಾಹಿತಿಗಳಾಗಿರುವ

ಕರೀಂಖಾನರು ಸ್ವಾತಂತ್ರ್ಯ ಯೋಧರು. ಇವರ ಜೋಳಿಗೆಯಲ್ಲಿ ಸಿಗುವುದು ಜಾನಪದ ನುಡಿಮುತ್ತುಗಳು, ಹಿಂದೂ ಪುರಾಣಗಳು, ಉಪಕಥೆಗಳು...

ಅಪ್ಪಟ ಬ್ರಹ್ಮಚಾರಿ ಬದುಕನ್ನು ಬಾಳಿದ ಕರೀಂಖಾನ್ ಸಾಹೇಬರ ನಂತರ ಅವರ ಪೀಳಿಗೆಯ ಬೇರೆ ಯಾರೂ ಚಿತ್ರರಂಗವನ್ನು ನಂಬಿಕೊಳ್ಳಲಿಲ್ಲ! ವ್ಯಾಪಾರ ವ್ಯವಹಾರದಲ್ಲಿ ತೊಡಗಿಕೊಂಡಿರುವ ಅವರ ಕೊನೆಯ ಸೋದರನ ಮಗಳ ಮಗ ತನ್ವೀರ್ ಅಹಮದ್ ತಮ್ಮ ತಾತನ ವಿದ್ವತ್ ಬಗ್ಗೆ ಅಭಿಮಾನದಿಂದ ಮಾತಾಡಿದ್ದಾರೆ ಇಲ್ಲಿ: 'ಎಸ್.ಕೆ. ಕರೀಂಖಾನ್ ಅಂದ್ರೆ ಸಕಲೇಶಪುರದ ಖಾನ್ ಮನೆತನದ ಕರೀಂಖಾನ್! ಅಲ್ಲಿನ ನಕ್ಷತ್ರಾಕಾರದ ಮಂಜಿರಾಬಾದ್ ಕೋಟೆಯಿಂದ ಬೆಂಗಳೂರಿಗೆ ಬಂದು ಕನ್ನಡ ಜಾನಪದ ಸಾಹಿತ್ಯ ಕ್ಷೇತ್ರದ ನಕ್ಷತ್ರವಾಗಿ ಮಿನುಗಿದವರು ನನ್ನ ತಾತ. ರಾಜ್ಯ ಸರ್ಕಾರದ ಮಹತ್ವದ ಎಲ್ಲಾ ಪ್ರಶಸ್ತಿಗಳನ್ನು ಪಡೆದುಕೊಂಡರೂ ಬೇರೆ ಯಾವ ಸಹಾಯಕ್ಕಾಗಿಯೂ ಮಹಾ ಸ್ವಾಭಿಮಾನಿಯಾದ ನನ್ನ ತಾತ ಕೈಚಾಚಲಿಲ್ಲ. ಅವರ ಹೆಸರನ್ನು ಬಳಸಿಕೊಂಡು ಮೆರೆದವರಿದ್ದಾರೆ, ದುಡ್ಡು ಮಾಡಿಕೊಂಡವರಿದ್ದಾರೆ. ಆದರೆ ಇವ್ಯಾವುದಕ್ಕೂ ತಲೆ ಕೆಡಿಸಿಕೊಳ್ಳದ ನನ್ನ ತಾತ ಕೊನೆಯ ಉಸಿರಿರುವ ತನಕ ಕನ್ನಡದ ಮಂತ್ರ ಜಪಿಸಿದರು. ಚಿತ್ರರಂಗದಲ್ಲಿ ದೊಡ್ಡ ಹೆಸರು ಮಾಡಿದರು. ಅಂಥಾ ತಾತನ ಮೊಮ್ಮಗ ಅಂತ ಹೇಳಿಕೊಳ್ಳಲು ನಾನು ಹೆಮ್ಮೆ ಪಟ್ಟುಕೊಳ್ಳುತ್ತೇನೆ...'– ತನ್ವೀರ್ ಅಹಮದ್ ಇಷ್ಟು ಹೇಳಿ ಮೌನವಾದರು. ಅದು ಮೌನ ಮಾತಾಗುವ ಹೊತ್ತು...

ಪುಣೆಯಲ್ಲಿ ಹೋಟೆಲ್ ಮಾಣಿಯಾಗಿದ್ದಾತ ಕನ್ನಡ ಚಿತ್ರರಂಗದ ಏಣಿಯಾಗಿ

'ಅಯ್ಯರ್ ಸ್ಟುಡಿಯೋ' ಕಟ್ಟಿದ ರೋಮಾಂಚಕ ಕಥೆ!?

ಗಣಪತಿ ವೆಂಕಟರಮಣ ಅಯ್ಯರ್ ಅರ್ಥಾತ್ ಜಿ.ವಿ. ಅಯ್ಯರ್ ಎಂಬ ಬಹುಮುಖ ಪ್ರತಿಭಾವಂತನ ಬಗ್ಗೆ ಬರೆಯಲು ಹೊರಟಿದ್ದೇನೆ. ಆನೆಯನ್ನು ವರ್ಣಿಸಲು ಹೊರಟ ಕುರುಡನ ಕಥೆ ನನ್ನದು! ಕಷ್ಟ ಕಷ್ಟ ಕಷ್ಟ. ಆದರೂ ಅನಿವಾರ್ಯವಾಗಿ ನಾಲ್ಕು ಮಾತು ಬರೆಯಲೇಬೇಕಾಗಿದೆ, ಕಾರಣ ಬೆಂಗಳೂರಿನ ದೊಡ್ಡಾಲದ ಮರದ ರಸ್ತೆಯಲ್ಲಿ ತಲೆಯೆತ್ತಿರುವ 'ಅಯ್ಯರ್ ಸ್ಟುಡಿಯೋ'.

ಈ ಬಗ್ಗೆ ಆಮೇಲೆ ಬರೆಯುತ್ತೇನೆ, ಮೊದಲು ಅಯ್ಯರ್ ಅವರ ಬಯೋಡಾಟವನ್ನು ಪುಟ್ಟದಾಗಿ ವಿವರಿಸಿ ಬಿಡುತ್ತೇನೆ: ನಿಜವಾದ ಅರ್ಥದಲ್ಲಿ ಕನ್ನಡ ಚಿತ್ರರಂಗದ ಪಿಲ್ಲರ್ ಆಗಿರುವ ಈ ಜಿ.ವಿ. ಅಯ್ಯರ್ ಅವರು ಒಂದು ಕಾಲದಲ್ಲಿ ಪುಣೆಯ ಹೋಟೆಲೊಂದರಲ್ಲಿ ಮಾಣಿಯಾಗಿದ್ದವರು! ಅಷ್ಟೊಂದು ಬಡತನ. ಗುಬ್ಬಿ ಕಂಪೆನಿಯಲ್ಲಿ ಪರಿಚಾರಕ, ಪೋಸ್ಟರ್ ಬರೆಯುವ ಆರ್ಟಿಸ್ಟ್, ಜತೆಗೆ ನಾಟಕಗಳಲ್ಲಿ ಸಣ್ಣಪುಟ್ಟ ಪಾತ್ರ... ತಮ್ಮ 18ನೇ ವಯಸ್ಸಿನಲ್ಲಿ ನಟ ಬಾಲಕೃಷ್ಣ ಅವರೊಂದಿಗೆ ಸೇರಿ 'ಅಡ್ಡದಾರಿ' ಮತ್ತು 'ಬೇಡರ ಕಣ್ಣಪ್ಪ' ನಾಟಕಗಳನ್ನು ಬರೆದರು. ನಟಿಸಿದ ಮೊದಲ ಚಿತ್ರ 'ರಾಧಾರಮಣ'. ನಂತರ 1954 ರಲ್ಲಿ 'ಬೇಡರ ಕಣ್ಣಪ್ಪ' ಚಿತ್ರದಲ್ಲಿ ಪ್ರಮುಖ ಪಾತ್ರ. 1955 ರಲ್ಲಿ 'ಸೋದರಿ' ಚಿತ್ರಕ್ಕಾಗಿ ಸಂಭಾಷಣೆ ಮತ್ತು ಹಾಡುಗಳನ್ನು ಬರೆದರು. ಕನ್ನಡ ಚಿತ್ರರಂಗದ ಇತರ ಮೂರು ಪಿಲ್ಲರ್‌ಗಳಾದ ರಾಜ್‌ಕುಮಾರ್, ಬಾಲಕೃಷ್ಣ, ನರಸಿಂಹರಾಜು ಜತೆ ಸೇರಿ 'ರಣಧೀರ ಕಂಠೀರವ' ಸಿನಿಮಾವನ್ನು ನಿರ್ಮಿಸಿದರು. ಇವರು ನಿರ್ದೇಶಿಸಿದ ಮೊದಲ ಚಿತ್ರ 'ಭೂದಾನ'. ನಿರ್ಮಿಸಿ, ನಿರ್ದೇಶಿಸಿದ ಮೊದಲ ಚಿತ್ರ 'ತಾಯಿ ಕರುಳು'. ಮತ್ತೆ ಹಿಂದಿರುಗಿ ನೋಡದ ಅಯ್ಯರ್ ನಿರ್ಮಿಸಿದ 'ವಂಶವೃಕ್ಷ' ಮತ್ತು ನಿರ್ದೇಶಿಸಿದ 'ಹಂಸಗೀತೆ' ರಾಷ್ಟ್ರಮಟ್ಟದಲ್ಲಿ ಹೆಸರು ಮಾಡಿದವು. 'ಶಂಕರಾಚಾರ್ಯ', 'ರಾಮಾನುಜಾಚಾರ್ಯ', 'ಮಧ್ವಾಚಾರ್ಯ' ಚಿತ್ರಗಳು ರಾಷ್ಟ್ರದ ಗಮನ ಸೆಳೆದವು. 'ಶಂಕರಾಚಾರ್ಯ' ಮತ್ತು 'ಭಗವದ್ಗೀತೆ' ಸಂಸ್ಕೃತ ಚಿತ್ರಗಳು ರಾಷ್ಟ್ರಪತಿಗಳ ಸ್ವರ್ಣಪದಕ ಪಡೆದವು. ಲೆಕ್ಕವಿಲ್ಲದಷ್ಟು ಚಿತ್ರಗಳಲ್ಲಿ ಅಭಿನಯ, ಹತ್ತಾರು ಚಿತ್ರಗಳಿಗೆ ಸಾಹಿತ್ಯ-ಸಂಭಾಷಣೆ, ನೂರಾರು ಚಿತ್ರಗಳಿಗೆ ಗೀತೆ ರಚನೆ ಮತ್ತು ಇಪ್ಪತ್ತೈದು ಚಿತ್ರಗಳನ್ನು ನಿರ್ದೇಶಿಸಿರುವ

ಜಿ.ವಿ. ಅಯ್ಯರ್ ಅವರಿಗೆ ರಾಜ್ಯ ಸರ್ಕಾರ 'ಪುಟ್ಟಣ್ಣ ಕಣಗಾಲ್' ಪ್ರಶಸ್ತಿ ನೀಡಿ ಗೌರವಿಸಲಾಯಿತು! ಒಂದು ವೇಳೆ ಪುಟ್ಟಣ್ಣ ಬದುಕಿದ್ದಿದ್ದರೆ ಅವರು ದೊಡ್ಡವರು, ನನಗಿಂತಲೂ ದೊಡ್ಡ ಕೆಲಸ ಮಾಡಿರುವವರು. ಅಂಥವರಿಗೆ ನನ್ನ ಹೆಸರಿನ ಪ್ರಶಸ್ತಿ ಕೊಡೋದು ಸರಿಯಲ್ಲ...'–ಎಂದು ಹೇಳಿ ಜೀವಮಾನ ಸಾಧನೆಯ ಪ್ರಶಸ್ತಿಗೆ ರೆಕಮಂಡ್ ಮಾಡುತ್ತಿದ್ದರೇನೋ...?

ಇಂಥ ಜಿ.ವಿ. ಅಯ್ಯರ್ ದುಡ್ಡಿನ ಮುಖ ನೋಡಿದ್ದು 'ಹಂಸಗೀತೆ' ಮತ್ತು 'ಶಂಕರಾಚಾರ್ಯ' ಚಿತ್ರದಲ್ಲಿ ಅಂದರೆ ನೀವು ನಂಬುತ್ತೀರಾ? ನಂಬಲೇ ಬೇಕು, ಏಕೆಂದರೆ ಇದು ನಿಜ! ವೃತ್ತಿ ಬದುಕು ಪೂರ್ತಿ ವಿಳ್ಯದೆಲೆ, ಅಡಕೆಗೂ ದುಡ್ಡಿಲ್ಲದೇ ಪರದಾಡಿದ ಕಥೆಯನ್ನು ನೀವು ನಿರ್ದೇಶಕ ಮೂರ್ತಿ ಅವರಿಂದ ಕೇಳಿ ತಿಳಿದುಕೊಳ್ಳಬಹುದು! ಇಂಥಾ ಬಡತನದ ಬದುಕು ಕಂಡ ಅಯ್ಯರ್ ದೊಡ್ಡಾಲದ ಮರದ ರಸ್ತೆಯಲ್ಲಿ ಒಂದೂಕಾಲು ಎಕರೆ ಜಾಗದಲ್ಲಿ ಸ್ಟುಡಿಯೋ ಕಟ್ಟುವುದೆಂದರೆ ಸಾಮಾನ್ಯದ ಮಾತಾ? ವಾಸ್ತವವಾಗಿ ಇದು ಅಯ್ಯರ್ ಅವರು ತಮ್ಮ ವಾಸ್ತವ್ಯಕ್ಕಾಗಿ ಕಟ್ಟಿಕೊಂಡ ಮನೆ. ಇವರು ಬದುಕಿದ್ದಾಗ ಇದನ್ನೇ 'ಅಯ್ಯರ್ ಆಶ್ರಮ' ಎಂದು ಕರೆಯಲಾಯಿತು. ಅವರ ನಿಧನದ ನಂತರ ಇದು ವೃದ್ಧಾಶ್ರಮವಾಗಿ ಹೇಗೆ ಪರಿವರ್ತನೆಯಾಯಿತೋ ಗೊತ್ತಿಲ್ಲ! ಅಷ್ಟರಲ್ಲಿ ಜಾಗೃತರಾದ ಅಯ್ಯರ್ ಪುತ್ರ ರಾಘವೇಂದ್ರ ಈ ಆಶ್ರಮದಂಥ ಕಟ್ಟಡವನ್ನು ಚೆಂದದ ಸ್ಟುಡಿಯೋವಾಗಿ ಪರಿವರ್ತಿಸಿದರು!

ಇಂಥ ಅದ್ಭುತ ಹಿನ್ನೆಲೆಯಿರುವ ಕನ್ನಡ ಚಿತ್ರರಂಗವನ್ನು 'ಎಲ್ಲಿಂದಲೋ ಬಂದವರು' ಏನೇನು ಮಾಡಿಬಿಟ್ಟರು ಎನ್ನುವುದನ್ನು ದಿನಬೆಳಗಾದರೆ ಸಾಕು ನಾವು ನೀವು ಟಿವಿ ಪರದೆಯ ಮೇಲೆ ನೋಡಿ ವ್ಯಥೆ ಪಡುವಂತಾಗಿದೆ. ಈ ಕಳಂಕವನ್ನು ತೊಡೆದು ಹಾಕಲು ಯಾವ ಯುಗಪುರುಷನ ಅವತಾರವಾಗಬೇಕೋ, ಕಾದು ನೋಡಬೇಕಾಗಿದೆ...

www.ingramcontent.com/pod-product-compliance
Lightning Source LLC
LaVergne TN
LVHW100249051026
849517LV00006B/2039